தென்னிந்தியப் பொருளாதாரம்: சில பரிமாணங்கள்

ப. சண்முகம்
மேனாள் பேராசிரியர்,
பண்டைய வரலாறு, தொல்லியல் துறை,
சென்னைப் பல்கலைக் கழகம், சென்னை.

பரிசல்

தென்னிந்தியப் பொருளாதாரம்: சில பரிமாணங்கள் ♦ ப.சண்முகம் © ♦ முதல் பதிப்பு: ஜனவரி 2024 ♦ பக்கங்கள்: 388 ♦ வெளியீடு: பரிசல் புத்தக நிலையம், 235, P. பிளாக் MGR முதல் தெரு, MMDA காலனி, அரும்பாக்கம், சென்னை – 600 106. பேச: 9382853646, 8825767500 மின்னஞ்சல்: parisalbooks2021@gmail.com ♦ அச்சாக்கம்: தி பிரிண்ட் பார்க், சென்னை – 600 117.

♦ Thenninthiya Porulatharam: Sila Parimanangal ♦ P. Shanmugam© ♦ First Edition: January 2024 ♦ Pages: 388 ♦ Published by Parisal Putthaga Nilayam, No. 235, 'P' Block MGR First Street, MMDA Colony, Arumbakkam, Chennai - 600 106. Mobile: 93828 53646, 8825767500 Email: parisalbooks2021@gmail.com ♦ Printed at: The print park, Chennai -117.

Rs. 430

ISBN: 978-81-19919-71-0

நூலாசிரியர்
ப. சண்முகம்

சென்னைப் பல்கலைக் கழக, பண்டைய வரலாறு மற்றும் தொல்லியல் துறையில் 30 ஆண்டுகளுக்கு மேலாக பணியாற்றி 2004 இல் ஓய்வு பெற்றார். தொல்பழங்கால வரலாறு, தொல் எழுத்தியல், பழந்தமிழ்க் கல்வெட்டுகள், நாணயவியல் ஆகியவற்றில் ஆய்வுகள் மேற்கொண்டுள்ளார். கொற்கை, உறையூர், காஞ்சிபுரம், அதியமான்கோட்டை, கொடுமணல் போன்ற பழம் ஊர் அகழாய்வுகளில் பங்கேற்றுள்ளார். தென்னிந்தியாவில் சீனப்பீங்கான்கள் கிடைக்குமிடங்களில் களப்பணி ஆற்றியுள்ளார். சோழர் மற்றும் விசய நகர அரசுகளில் வருவாய் முறை, தமிழக துறைமுகங்கள், தமிழகக் காசுகள் போன்ற பொருளியல் ஆய்வுகளை முன்னின்று நடத்தியுள்ளார். சங்ககாலக் காசு இயல், தமிழக மண் உருவங்கள் ஆகிய நூல்களை ஆக்கியுள்ளார். விசய நகர ஆட்சிக் காலத்தில் தொழில்கள் மற்றும் பொருளியல் நிலைகள், மற்றும் தமிழ்நாட்டுக் கல்வெட்டுகள் பற்றிய நூல்களையும் தொகுத்துள்ளார். இந்திய நாணயவியல் கழகம், தென்னிந்திய நாணயவியல் கழகம், தமிழ் நாடு வரலாற்றுக் கழகம், தொல்லியல் கழகம் ஆகிய ஆய்வு நிறுவனங்களின் தலைமைப் பொறுப்பேற்று செயல்பட்டுள்ளார்.

முன்னுரை

இந்திய வரலாற்றில் தென்னிந்தியாவின் பங்கு அளப்பரியது. பல அரசுகள் தொல்பழங்கால முதல் எழுச்சியுற்று மக்கள் வாழ்வியலில் பெரு மாற்றங்களை ஏற்படுத்தியுள்ளன. இம்மாற்றங்களுக்கு துணை நின்ற சமூகங்களின் பொருளியல் தன்மைகள் பலவாகும். பொருளியல் வளர்ச்சி, வளமை ஆகியன தென்னிந்திய வரலாற்றில் கூர்ந்து நோக்கக்கூடிய தன்மைகளாகும். இவற்றை நோக்கினால் அக்கால மக்கள் சமூகங்களில் ஏற்பட்ட முக்கிய மாறுதல்களை உய்த்துணரலாம்.

இவ்வகையில் தென்னிந்தியப் பொருளியல் நடவடிக்கைகளின் சில இயல்புகளை முன்னிறுத்தி கடந்த பல ஆண்டுகளாக செய்யப்பட்ட ஆய்வுகளின் ஒரு தொகுப்பே இந்நூல். பொருளியல் செயல்பாடுகளுக்கு முக்கியமாக தொழில்களும் அவற்றை உருவாக்கும் திறன் கொண்ட முதலீட்டாளர்களும், தொழிலாளர்களும் தேவை. உற்பத்தி செய்யப்பட்ட பொருள்களை விற்பனை செய்வதற்கான வணிகர் சமூகத்தோடு உள் நாட்டு மற்றும் வெளிநாட்டில் பொருள்களை விற்பனை செய்வதற்கான சந்தைகள், அங்காடிகளின் செயல்பாடுகள் இன்றியமையாதவை. பொருளியல் நோக்கில் பெண்களின் செயல்பாடுகளும் மிக முக்கியமானவைகளாகக் கருதப்படவேண்டும். அக்காலத்

தொழிலாளர்களின் கூலி, ஊதியம் ஆகியவைகளும் சிறப்பாகக் கருதப்படவேண்டியவை. இவ்வகையான பொருளியல் செயல்பாடுகளைக் கருதி அவைகளின் தாக்கம், செயல்பாடுகள் ஆகியவற்றை தெளிவாக்கும் விதத்தில் இந்நூலின் இயல்கள் அமைக்கப்பட்டுள்ளன.

இந்நூலாக்கத்தில் பல வகைகளில் எனக்கு துணையாக இருந்தவர்கள் பலர். அவர்கள் அனைவர்க்கும் என் நன்றியை உரித்தாக்குகிறேன். பேராசிரியர்கள் கராஷிமா, எனக்கு பலவகைகளிலும் ஆய்வுரை வழங்கியும், அவரது பல்வேறு ஆய்வுகளிலும், தென்கிழக்காசியா நாடுகள் ஆய்வுகளிலும் என்னையும் இணைத்து செயலாற்றியதற்கு என்னுடைய நன்றியறிதலைச் செலுத்தக் கடமைப்பட்டுள்ளேன். பேராசிரியர் சுப்பராயலு என்னுடன் நெருக்கமாக இருந்து பலவகைகளில் அறிவுறுத்தி அளவற்ற வகையில் துணைபுரிந்துள்ளார். அவருக்கும் என் மனமார்ந்த நன்றிகள்.

கட்டுரைகளை எழுதும்போதும் இந்நூல் தொகுப்பிலும் என்னுடன் இன்னல்கள் பலவற்றை இன்முகத்துடன் ஏற்ற என் துணைவி சுசேதாவிற்கும் நன்றிகள் பல.

இந்நூலை வெளியிட விரும்பி என்னை ஊக்குவித்த பரிசல் வெளியீட்டகத்திற்கும் எனது நன்றிகள்.

ப. சண்முகம்

பொருளடக்கம்

1. முன்னோட்டம் — 9
2. தொல்பழங்காலத் தொழில்கள் — 26
3. சங்க காலத் தொழில்கள் — 44
4. பட்டடைகளும் தொழிற்கூடங்களும் — 69
5. உற்பத்தி முனையங்களும் சந்தைகளும் — 101
6. விசயநகர ஆட்சியில் தொழில்கள் — 128
7. வணிகர்களின் செயல்பாடுகள் — 147
8. இடைக்காலத் தமிழகத்தில் சந்தைகள் — 173
9. விசயநகர ஆட்சியில் துணி உற்பத்தி — 193
10. மகமை: வணிகர்களின் விருப்ப வரிகள் — 207
11. பெண் தொழிலாளர்கள் — 234
12. கூலி, ஊதிய முறை — 245
13. தமிழகத்தின் தொன்மையான கடலோடிகள் — 260
14. தென்கிழக்கு ஆசியாவுடன் கடல் வழி வாணிகம் — 281
15. பல்லவர்களின் கடல் வழி வாணிகம் — 296
16. சீனப் பீங்கான் வணிகம் — 312
17. துறைமுகங்களும் கடல்வழி வணிகமும் — 332

நூல்கள் பட்டியல் — 357

நிலப்படங்கள், படங்கள் — 374

சுருக்க விளக்கம்

தமிழ்

தொ.	தொகுதி.
தொகு.	தொகுத்தோர்.
ப.	பக்கம்.
பதி.	பதிப்பித்தோர்.
பா.	பாடல், பாடல்கள்.
பொ.ஆ.	பொது ஆண்டு
பொ.ஆ.மு.	பொது ஆண்டுக்கு முன்
மா.	மாவட்டம்
மு.நூ.	முன்னே குறித்த நூல்.
மே.நூ.	மேலே குறிப்பிட்ட நூல்.
வ.வரி.	வரிகள்.

ஆங்கிலம்

AI.	Ancient India.
ARE.	Annual Report on (South) Indian Epigraphy.
EC.	Epigraphia Carnatica.

ed.	*Editor.*
EI.	*Epigraphia Indica.*
et.al.	*others.*
IA.	*The Indian Antiquary.*
IAR.	*Indian Archaeology - A Review.*
IHR.	*Indian Historical Review.*
IPS.	*Inscriptions of Pudukkottai State.*
JESI.	*Journal of Epigraphical Society of India, Mysore.*
JIH.	*Journal of Indian History.*
JNSI.	*The Journal of Numismatic Society of India.*
l.	*line/s*
p./pp.	*page/s.*
SII.	*South Indian Inscriptions.*
SIPN.	*Studies in Indian Place Names, Mysore.*
SSIC.	*Studies in South Indian Coins, Chennai.*
TD.	*Tirumala Tiruppati Devasthanam Inscriptions, Tirupati.*
TI.	*South Indian Temple Inscriptions.*
vol.	*volume.*

1. முன்னோட்டம்

1. முன்னுரை

மக்கள் வாழ்வியலில் பொருளாதாரம் மிக முக்கிய பங்கை வகிக்கிறது. ஒரு நாடு அல்லது நிலப்பகுதியின் பொருளாதார வளர்ச்சியின் வெளிப்பாடுகளை அப்பகுதி மக்களின் வாழ்க்கை முறைகளில் காணலாம். நாட்டில் விளைந்த இயற்கைக் கனிமங்கள், விளைபொருள்கள் ஆகியவற்றை அடிப்படையாகக் கொண்டு பொருளியல் செயல்பாடுகள் நடைபெறும் எனக் கருதலாம். இவ்வகையில் மூலப்பொருள்களிலிருந்து பயன்படு பொருள்களாக ஆக்கும் தொழில்களும், திறன்படைத்த தொழிலாளர்களும், அவர்களைப் பணியில் அமர்த்திய முதலாளிகளும், மற்றும் இடப்பட்ட மூலதனம் போன்றவையும் பொருளியல் வாழ்வில் சிறப்பானவை. மேலும் இவ்வாறு உருவாக்கப்பட்ட பயன்படு பொருள்களை விற்பனை செய்யும் வணிகர்களும், விற்பனை இடங்களான சந்தைகள் மற்றும் அங்காடிகளும் இவற்றை இணைக்கும் சாலை வசதிகளும் இதோடு தொடர்புடைய பிற தொழிலாளர்களும் ஒரு நாட்டின் பொருளியல் வளர்ச்சிக்கு முக்கியமானவைகள். இவ்வகையான பலவகைப் பரிமாணங்கள் அனைத்தையும் ஒருசேர அறிய முற்படுவது அந்நாட்டின் முழுப் பொருளாதாரச் செயல்பாடுகளைத் தெரிந்துகொள்ள வசதியாக இருக்கும்.

2. முன் ஆய்வுகள்

கடந்த ஒரு நூற்றாண்டுக்கு மேலாக இதுவரை கிடைத்துள்ள பலவகையான சான்றுகளைப் பயன்படுத்தி தென்னிந்தியாவின் பொருளாதார நிலைகளை அறிவதற்கு தொல்லியல், வரலாறு, பொருளியல், சமூகவியல் ஆய்வாளர்கள் பலரும் முயன்றுள்ளனர். சி. மீனாட்சி (1933), கே.ஏ. நீலகண்டசாஸ்திரி (1955), டங்கன் டெரெட் (1957), கே.கே.பிள்ளை (1975), பி.பி. தேசாய் (1981), போன்றோர் அரசியல், மன்னர்கள், மற்றும் போர்கள் போன்ற செயல்பாடுகளுக்கு முக்கியத்துவம் அளித்தபோதும் தென்னிந்தியப் பொருளியல் தன்மைகள் சிலவற்றையும் மேம்போக்காக ஆராய்ந்துள்ளனர். ஆந்திரா, தெலிங்கானா, கர்நாடகா, கேரளப் பகுதிகளின் பொருளியல் தன்மைகளும் சில ஆய்வாளர்களால் ஆராயப்பட்டுள்ளன. பி.ஏ. சலதோர் (1934), தெ.வெ. மகாலிங்கம் (1975), போன்றோர் விசயநகர அரசின் பொருளாதாரச் செயல்பாடுகளை விவரித்துள்ளனர்.

இருப்பினும் சில ஆய்வுகள் பொருளியல் சார்ந்தே இருந்துள்ளன. தென்னிந்தியாவின் பொருளியல் நிலைமைகளை ஆராய முற்பட்டவர்களில் முன்னோடியாக இருந்தவர் ஏ.அப்பாதுரை (1936). இவர் தென்னிந்தியாவின் பொருளியல் இயல்புகளை விரிவாக ஆய்ந்துள்ளார்.

தொன்மையான தமிழ் இலக்கியங்களில் காணப்படும் தொழில்கள் போன்றவற்றை ஆராய்ந்து பொருளியல் நடவடிக்கைகள் மற்றும் சந்தைப் பொருளாதாரம் ஆகியவற்றை வி.வி. சசிவல்லி (1989), பொ. அழகு கிருஷ்ணன், மற்றும் சிலர் விவரித்துள்ளனர். தொல்லியல் அகழாய்வுப் பொருள்களிலிருந்து வெளிப்படும் சங்க காலத் தொழில்கள், தொழில் நுணுக்கங்கள் போன்றவற்றை அரங்க பொன்னுசாமி, கா.ராஜன் போன்றோர் ஆராய்ந்துள்ளனர். மண்பாண்டத் தொழில் பற்றிய ஆய்வை குருமூர்த்தி செய்துள்ளார்.

உலோகத் தொழில்கள் பற்றிய ஆய்வுகள் சிலவும் மேற்கொள்ளப்பட்டுள்ளன. கிப்ட் சிரோன்மணி,

சசிதரன் போன்றோர் இரும்பு உருக்குலைகள், இரும்புப் பொருள்களை ஆக்கல் போன்ற தொழில் முறைகள் சிலவற்றை ஆய்ந்துள்ளனர். கண்ணாடி மணிகள் உற்பத்தி, மெருகூட்டல், சங்கு வளையல்கள் ஆக்கல், நவமணிக்கற்கள் வணிகம் போன்ற தொழில்முறைகளும் சில ஆய்வாளர்களை ஈர்த்துள்ளன.

கே.வி. சுப்பிரமணிய அய்யர் (1955) போன்றோர் தென்னிந்திய வணிகக் குழுக்களின் செயல்பாடுகளை முதலில் விவரித்துள்ளனர். வணிகர்கள், வணிகக் குழுக்கள் ஆகியவற்றின் செயல்பாடுகளை மீரா ஆபிரகாம் (1988), நொபுரு கராஷிமா(1989, 2002) போன்றோரும் வெளிக்கொணர்ந்துள்ளனர். இந்தியா, இலங்கை, தென்கிழக்கு ஆசியா நாடுகளில் நடைபெற்ற, வணிகம், வணிகக் குழுக்களின் செயல்பாடுகள் இவர்களது ஆய்வுகளில் விவரிக்கப்பட்டுள்ளன. கென்னத் ஆர்.ஹால் (1980), ஆர்.திருமலை (1994), ஆர்.சம்பகலட்சுமி (1996, 2011), போன்றோர் வணிகச் செயல்பாடுகளையும், சந்தைப் பொருளாதாரம், வணிகப் பொருள்களின் விலை முறை போன்றவற்றையும் விவரித்துள்ளனர். கனகலதா முகுந்த் (1999) தற்காலம் வரையிலான தமிழ்நாட்டு வணிகர்களின் செயல்பாடுகளை விவரித்துள்ளார். விசயா ராமசுவாமி (1985) துணி உற்பத்தி, நெசவாளர்கள் நிலை, நெசவுத்தொழில் போன்ற விவரங்களை ஆராய்ந்துள்ளார். தென்னிந்தியாவுடன் 13–18ஆம் நூற்றாண்டுகளில் நடைபெற்ற சீனப் பீங்கான் வணிகம் பற்றிய முக்கிய ஆய்வுகளை கராஷிமா (1989, 2002) போன்றோர் வெளியிட்டுள்ளனர். டி.என். ஜா (1996, 2000), ஆர். என். நந்தி (2000) போன்றோர் தென்னிந்தியாச் சமூகத்தில் நிலமானிய முறையின் தாக்கங்ளை ஆய்ந்துள்ளனர்.

நாணயங்களைப் பற்றிய ஆய்வு நூல்களும் இக்காலகட்டத்தில் வெளியிடப்பட்டுள்ளன. பிதுல்ப், ஏ.வி.நரசிம்மமூர்த்தி, இரா. கிருஷ்ணமூர்த்தி, ஐ.கே.சர்மா, கார்டிங்டன், சீதாராமன், ராஜா ரெட்டி, போன்ற காசியல் ஆய்வாளர்கள் காசுகள், அச்சடிக்கும் முறைகள் மற்றும் காசுகள் புழக்க முறைகளைப் பற்றியும் விளக்கியுள்ளனர்.

தென்னாட்டு நாணயங்கள் பற்றிய பலஆய்வுகளில் காசுகளின் வடிவங்கள், உருவங்கள் போன்றவற்றுக்கு முக்கியத்துவம் அளிக்கப்பட்டன. ஆயினும் பி.டி.சட்டோபாத்யாய, எ.சுப்பராயலு ஆகியோர் நாணயப் புழக்கம் போன்றவற்றை ஆய்ந்துள்ளனர்.

கடந்த காலங்களில் தென்னிந்தியாவின் பொருளியல் நிலை பற்றிய ஆய்வுகள் கணிசமான எண்ணிக்கையில் உள்ளபோதும் வணிகக் கைவினைப் பொருள்கள் உற்பத்தி, மற்றும் உற்பத்தி முனையங்கள் பற்றிய விவரங்கள் போன்றவை முறையாக ஆராயப்படவில்லை. இந்த நிலையில், கைவினைப் பொருள்களின் உற்பத்தி முனையங்களை அடையாளப்படுத்திடவும், தமிழ்நாட்டு வணிகர்களின் செயல்பாடுகள், சந்தைப் பொருளாதாரம் போன்ற சில தன்மைகளைப் புதிய கோணங்களில் ஆராய முயல்கிறது.

3.1. சான்றுகள்

தென்னிந்தியப் பொருளாதாரத்தை அறிவதற்கு துணை புரியும் சான்றுகள் பல வகையானவை. அரசியல், வரலாறு எழுதுவதற்குப் பயன்படும் அனைத்துத் தரவுகளும் பயன்படும் என்பதில் ஐயமில்லை. இருந்தபோதிலும் பொருளியல் சார்பான விவரங்கள் உள்ள தரவுகளையே சான்றுகளாகக் கொள்ளமுடியும். ஒவ்வொரு காலகட்டத்திலும் கிடைக்கும் பொருளியல் சார்பான தரவுகள் மிகக் குறைவாகவே உள்ளன. எழுத்துருவச் சான்றுகள் இல்லாத தொல்பழங்காலத்திய விவரங்களை அறிய தொல்லியல் அகழாய்வுகளில் கண்டெடுக்கப்பட்ட செய்பொருள்களே முதன்மைச் சான்றுகளாக உள்ளன. எழுத்துருவச் சான்றுகள் தோன்றிய பின்னர் கல்வெட்டுகள், செப்பேடுகள், மண்பாண்டப் பொறிப்புகள் போன்றவற்றோடு இலக்கியங்களும் சான்றுகளாயுள்ளன. இச்சான்றுகளோடு கோயில்கள், மாளிகைகள் போன்ற கட்டுமானங்களும், ஆறுகள், குளங்கள், வாய்க்கால்கள் போன்ற நீர் ஆதாரங்களைச் சார்ந்த கட்டுமானங்களும் கூட சான்றுகளாகக் கருதத்தக்கன. மேலும் இக்கட்டுமானங்களில் வெட்டப்பட்ட சிற்பங்களும்,

வரையப்பட்ட வண்ண ஓவியங்களும் கூட நல்ல சான்றுகளாகும். காசுகள் வெளியிடப்பட்ட பின்னர் அவைகளும் முக்கியச் சான்றுகளாயின.

3.1.1.தொல்லியல் சான்றுகள்

ஏறக்குறைய ஒரு நூற்றாண்டுக்கு மேலாக தென்னிந்தியாவில் உள்ள தொல் ஊர்கள் பலவற்றிலும் கள ஆய்வுகளும் அகழாய்வுகளும் மேற்கொள்ளப்பட்டன. தென்னிந்தியாவின் பழங்கற்காலத் தொல்லிடங்கள், தொன்மையான வாழ்விடங்கள், பழம் கட்டுமானங்கள் உள்ள பகுதிகள் பலவற்றிலும் அகழாய்வுகள் செய்யப்பட்டன. முக்கிய தலைநகரங்கள், மற்றும் இலக்கியங்களில் குறிப்பிடப்பட்ட ஊர்கள் சிலவற்றில் அகழாய்வுகள் மேற்கொள்வது தொல்லியலாளர்களின் பொதுவான நோக்கமாக இருந்துள்ளது. இருந்தபோதிலும், பிற தொல்லிடக் கள ஆய்வுகளில் எதேச்சையாகத் தொல்பொருள்கள் கண்டெடுக்கப்பட்ட இடங்களிலும் அகழாய்வுகள் மேற்கொள்ளப்பட்டன.

தென்னிந்தியாவில் பழங்கற்காலக் கைக்கோடரியை ராபர்ட் புருசு புட் என்னும் உட்புவியியல் வல்லுநர் 1863 ஆம் ஆண்டில் சென்னைக்குத் தெற்கேயுள்ள பல்லாவரம் ராணுவத் திடலில் கண்டெடுத்தார். இக்கண்டுபிடிப்பைத் தொடர்ந்து தென்னிந்தியாவின் கொற்றலை (தமிழ் நாடு), கிருஷ்ணை (ஆந்திரப்பிரதேசம்), கடபிரபா, மலபிரபா (கருநாடகம்), மேல்கோதாவரி, நர்மதை (மகாராஷ்ட்ரம்) போன்ற ஆற்றுப் படிவுகளில் பழங்கற்காலக் கல் கருவிகள் கண்டெடுக்கப்பட்டன. ஆந்திரப் பிரதேசத்தில் கர்நூல் மாவட்டத்திலும் ரேணிகுண்டா போன்ற இடங்களில் தொல் பழங்காலப் படிவுகள் கண்டுபிடிக்கப்பட்டன. அத்திரம்பாக்கம், குடியம் (தமிழ்நாடு), கொண்டாபூர், நாகார்ஜுனகொண்டா, (தெலிங்கானா), கந்திவிலி (மகாராஷ்ட்ரம்) போன்ற தொல்லிடங்களில் அகழாய்வுகளும் மேற்கொள்ளப்பட்டன. இவ்விடங்களில் கிடைத்த கல்லாயுதங்கள், தொல் தாவரப்படிவுகள் போன்றவற்றால்

அக்காலத்தில் மக்கள் செய்த தொழில்களின் தன்மைகளை அறிவதற்கான வாய்ப்புகள் கிட்டின.

3.1.2. அகழாய்வுகள்

மேலும் முன் வரலாற்றுக் காலம், ஆரம்ப வரலாற்றுக் காலங்களைச் சேர்ந்த பல தொல்லிடங்கள் அகழாய்வுக்கு உட்படுத்தப்பட்டன. புதுக்கற்காலம், பெருங்கற்காலப் புதைவிடங்கள், வாழ்விடங்கள் பலவிலும் அகழாய்வுகள் செய்யப்பட்டன. புதியகற்காலக் குடியிருப்புகள், மற்றும் அக்கால மனிதர்கள் பயன்படுத்திய கல் ஆயுதங்கள், கருவிகள் அனைத்தும் கோதாவரி ஆற்றுக்குத் தெற்கேயும், வட கர்நாடகம், ஆகிய பகுதிகளில் ஏராளமாகக் கிடைத்துள்ளன. தார்வார், குல்பர்கா, ரைச்சூர், பல்லாரி மாவட்டங்களிலும் கிருஷ்ணா, துங்கபத்திரை ஆற்றிடைப்பகுதியிலும் காணப்பட்டுள்ளன. பிரம்மகிரி, சங்கனகல்லு, பிக்கிலிஹால், மாஸ்கி (கர்நாடக மாநிலம்), ஆகிய இடங்களிலும் இக்காலப் பண்பாட்டுத் தடயங்கள் கிடைத்துள்ளன. தமிழகத்தில் சேர்வராயன் மலைத்தொடர்கள், சேலம், தருமபுரி, கிருஷ்ணகிரி மாவட்டங்களில் பெரும்பாலும் புதியகற்காலக் குடியிருப்புகள் காணப்படுகின்றன. பையம்பள்ளி (தமிழ்நாடு), போன்ற புதுக் கற்காலத் தொல்லிடங்கள் அகழாய்வு செய்யப்பட்டன.

இரும்பு பயன்படுத்திய காலகட்டத்தில் பெருங்கற்காலப் புதைகுழிகள் ஏற்படுத்தபட்டன. மண் தாழிகள், மண்பெட்டிகள் போன்ற பலவகைகளிலும் இறந்தோரைப் புதைத்துள்ளனர். ஆதிச்சநல்லூர், சாணூர், கொடுமணல், பெரும்பேர் (தமிழ்நாடு மாநிலம்), பிரம்மகிரி (கர்நாடக மாநிலம்), ஆகிய இடங்களில் பெருங்கற்கால ஈமக்காடுகளும் மக்கள் வாழ்விடங்களும் கண்டுபிடிக்கப்பட்டுள்ளன. முதுமல், செரிலிங்கம்பள்ளி (தெலிங்கானா), அக்கிரிப்பள்ளி, இருளபந்தா, கேசரிபள்ளி (ஆந்திரப்பிரதேசம்), ஜுனபானி, மகுர்ஜரி (மகாராஷ்ட்ரம், விதர்பா பகுதி) ஆகிய ஊர்களில் பெருங்கற்கால ஈமச்சின்னங்கள் பல உள்ளன.

ஆரம்ப வரலாற்றுக் காலத்தைச் சார்ந்த தொல்லூர்களிலும் அகழாய்வுகள் செய்யப்பட்டுள்ளன. காஞ்சிபுரம், காவிரிப்பூம்பட்டினம், கொற்கை, கொடுமணல், பொருந்தல் (தமிழ்நாடு), அரிக்கமேடு (புதுச்சேரி ஒன்றிய அரசுப் பகுதி), கொடுங்கல்லூர், பட்டணம் (கேரளா), போன்ற தொல் ஊர்களிலும் அகழாய்வுகள் மேற்கொள்ளப்பட்டன. ஆந்திரப் பிரதேசத்தில் அமராவதி, வட்டமன்னு, போன்ற இடங்களிலும் கர்நாடகாவில் பிரம்மகிரி, ஹல்லூர், மாஸ்கி, நிட்டூர் போன்ற ஊர்களில் அகழாய்வுகள் நடத்தப்பட்டுள்ளன. மகாராஷ்ட்ரத்தில் தைமாபாத், இநம்காவ், ஜோர்வே, பிரகாசா ஆகிய இடங்களில் அகழாய்வுகள் நடத்தப்பட்டுள்ளன.

பெரும்பாலான அகழாய்வுகளின் முடிவுகள் ஆய்வறிக்கைகளாக வெளியிடப்பட்டுள்ளன. இவ்வாய்வறிக்கைகளில் தொல் பொருள்கள், அவற்றின் தன்மைகள் மற்றும் பிற பொருளியல் சார்ந்த செய்திகள் காணப்படுகின்றன. தொல் மாந்தர்களால் உருவாக்கப்பட்ட கல் ஆயுதங்கள், அவர்களால் கட்டப்பட்ட பலவகையான கட்டுமானங்கள், பயன்படுத்திய செய்பொருள்கள் போன்றவைகள் விவரிக்கப்பட்டுள்ளன. தென்னிந்தியத் தொல்லியல் அகழாய்வுகளில் கிடைத்த பொருள்களில் மண்பாண்டங்கள் முக்கியமானவை. வடநாட்டு மெருகூட்டப்பட்ட மண்பாண்டச் சில்லுகள் கொற்கையில் (தூத்துக்குடி மாவட்டம்) கிடைத்துள்ளன. இரும்புக் கருவிகளும் ஆயுதங்களும் கிடைத்துள்ளன. குட்டூர், கொடுமணல் போன்ற தொல்லிட அகழாய்வுகளில் இரும்பு உருக்குலைகள் கண்டெடுக்கப்பட்டுள்ளன. தொழில் கருவிகள் பலவும் அகழாய்வுகள் மூலம் வெளிக்கொணரப்பட்டுள்ளன. பல வகையிலான நவமணிக் கற்கள், கண்ணாடி மணிகள், போன்ற அலங்காரப்பொருள்களும் எடுக்கப்பட்டுள்ளன. இவை போன்ற பல தொல்பொருள்கள் கிடைத்துள்ளதால் இவற்றை ஆராய்ந்து தொல்வரலாறு, வரலாற்றுக் காலத் தென்னிந்தியாவின் வணிகத் தன்மைகளை அறிந்து கொள்ள முடியும்.

3.1.3.அயல் நாட்டு அகழாய்வுகள்

தென்னிந்தியாவில் மேற்கொண்ட அகழாய்வுகளேயன்றி அயல்நாடுகளில் நடத்தப்பட்ட அகழாய்வுகளில் கண்டெடுக்கப்பட்ட செய்பொருள்கள் பலவும் பொருளியல் நடவடிக்கைகளை அறிய உதவுகின்றன. இலங்கைப் பகுதி அகழாய்வுகளில் தமிழ்-பிராமி எழுத்துருக்கள் கொண்ட பானைச் சில்லுகளும், பழந்தமிழக நாணயங்களும் கண்டெடுக்கப்பட்டுள்ளன. தென்கிழக்கு ஆசியா நாடுகளில் குறிப்பாக குவான் லுக் பத் (தாய்லாந்து) என்ற பழந்துறைமுகப் பகுதியில் பழந்தமிழகத்தைச் சேர்ந்த செய்பொருள்கள் பலவும் கண்டெடுக்கப்பட்டுள்ளன. மியான்மர், இந்தோநேசியா, வியட்நாம் நாடுகளிலும் தென்னிந்தியப் பொருள்கள் காணப்பட்டுள்ளன. மற்றும் செங்கடல் பகுதியின் குவைசர் அல் கதாம், பெர்னிகே போன்ற பழந்துறைமுகங்களில் மேற்கொண்ட அகழாய்வுகளில் தமிழ் பிராமி எழுத்துருக்கள் கொண்ட பானைச் சில்லுகள் சிலவும் கண்டெடுக்கப்பட்டுள்ளன. இவையும் தென்னிந்தியா பொருளியல் வணிகத் தன்மைகளை அறிவதற்கு துணை புரிகின்றன.

3.1.4.பானை ஓடுகள்

தமிழ் நாட்டின் சில இடங்கள் (அரிக்கமேடு, உறையூர், கொடுமணல், அழகன்குளம் மற்றும் கரூர்) கணிசமான எண்ணிக்கையில் பிராமி எழுத்துக் கீறல்களுள்ள பானை ஓடுகளைத் தந்துள்ளன. இவ் எழுத்து வடிவம், அசோகர் காலத்து வட இந்தியா பிராமி எழுத்து வடிவினை ஏறக்குறைய ஒத்துள்ளது. மண்பாண்டப் பொறிப்புகள் எல்லாம் மிகச் சிறியவை. இதனால், இப்பொறிப்புகளில் உள்ள செய்திகள் இயல்பாகவே குறைந்துள்ளன. சில பொறிப்புகளைத் தவிர, பெரும்பாலானவை ஒன்று அல்லது இரண்டு பகுதிகள் உடைய, ஆள் பெயர்களைக் கொண்டுள்ளன. விதிவிலக்காக, சில பொறிப்புகள், ஆள்பெயர்களோடு, மண் பாண்டங்கள் தொடர்புடைய பெயர்ச்சொற்களையும் அகராதிக்குத் தொடர்புடைய சொற்களைத் தருகின்றன. ஆள்பெயர்கள், தமிழ், பிராகிருதம் ஆகிய இரண்டு மொழிகளிலும் உள்ளன.

மண் பாண்டங்களில் உள்ள ஆள் பெயர்களில், ஐந்தில் ஒரு பகுதிப் பெயர்களை, பிராகிருதப் பெயர்கள் என்று உறுதியாக அடையாளப்படுத்தியுள்ளனர்.

பிராமி எழுத்துக்கள் உடைய மண்பாண்டங்கள் ஆந்திரப் பிரதேசத்தில் சாலிகுந்தம் (சுப்ரமணியம் 1964), வட்டமன்னு, கர்நாடகத்தில் சன்னதி ஆகிய இடங்களில் காணப்பட்டுள்ளன. ஆந்திராவிலும் கர்நாடகாவிலும் காணப்பட்ட மண்பானைப் பொறிப்புகள் பெரும்பாலும் வட இந்திய பிராமி எழுத்து வடிவிலும் பிராகிருத மொழியிலும் உள்ளன. இவற்றை புத்த சமயத்தார் பொறித்துள்ளனர்.

பொன், வெள்ளி மோதிரங்கள், பதக்கங்கள் மற்றும் பன்னாட்டு நாணயங்கள் ஆகிய உலோகத் தொல் பொருள்களிலும் கூட தமிழ்-பிராமி எழுத்துருக்கள் காணப்பட்டுள்ளன. கரூர் அமராவதி ஆற்றுப்படுகையில் இவ்வகைத் தொல்பொருள்களைக் கண்டெடுத்துள்ளனர்.

3.1.5.கீறல்கள்

தென் இந்தியா பெருங்கல் அல்லது இரும்பு காலப் பாண்டங்களில் அதிகமாகக் கீறல் குறிகள் காணப்பட்டுள்ளன. குடியிருப்புப் பகுதிகள் மற்றும் உடல்களை அடக்கம் செய்த நினைவிடங்களிலிருந்து இவை எடுக்கப்பட்டவை. நேர் கோடுகள், வளை கோடுகள், வட்டங்கள், முக்கோணங்கள், பல வடிவிலான நாற்கர உருவங்கள் இவற்றில் உள்ளன. விலங்கு, பறவை உருவங்கள் கோட்டுருவத்தில் வரையப்பட்டுள்ளன. பெரும்பாலான இக்கீறல்கள் பாண்டங்களைச் சுட்டபின்னர் இடப்பட்டவை. எனவே பாண்டங்களின் உரிமையாளர்கள் அல்லது பயனாளிகள் இவற்றைக் கீறியுள்ளனர். இவற்றில் சில கீறல்கள் வண்டி, தராசு போன்ற வணிகப் பயன்பாட்டுப் பொருள்களைக் குறிக்கின்றன.

3.2.நினைவுச் சின்னங்கள், பிற

தொல்பழங்காலத்திலிருந்தே நினைவுச்சின்னங்கள் கட்டப்பட்டுள்ளன. தென்னிந்தியாவின் எல்லாப் பகுதிகளிலும் இக்கட்டுமானங்கள் உள்ளன. வரலாற்றுக்

காலத்தில் எல்லோரா, அவுரங்காபாத், வாதாபி, மாமல்லபுரம், சித்தண்ணவாசல், திருப்பரங்குன்றம் போன்ற இடங்களில் சமய வாழ்க்கைத் தரத்திற்கு ஏற்ப குடையப்பட்டுள்ளன. சில இடங்களில் ஓவியங்களும் தீட்டப்பட்டுள்ளன. மேலும் கோட்டைகள், கோவில்கள், மாளிகைகள், வீடுகள் போன்ற கட்டுமானங்கள் பல பகுதிகளிலும் கட்டப்பட்டுள்ளன. கருங்கல், செங்கல், களிமண், மூங்கில், மரத்தடுப்புகள் போன்றவற்றைப் பயன்படுத்தி கட்டிடங்கள் எழுப்பப்பட்டுள்ளன. இவற்றை ஆக்கிய தொழில் நுட்பக் கலைஞர்கள், அவர்களின் பணிகள், பயன்படுத்திய கட்டுமானப் பொருள்களைப் பற்றியும் இக்கட்டுமான ஆய்வுகள் மூலம் அறியலாம்.

தொல்மாந்தர் குடியேறிய பழம் குகைகள் சிலவற்றில் அம்மக்கள் வரைந்த வண்ண ஓவியங்கள் உள்ளன. மல்லபாடி, கீழ்வாளை, செத்தவரை (தமிழ்நாடு) ஹிரேகுத்த, ஹிரேபெங்கல், நாராயண்பூர் (கர்நாடகம்), ஒருவகல்லு, தாசேபள்ளி (ஆந்திரப்பிரதேசம்), காசிபேட்டா, பாண்டவலுகுத்த, நந்திபேட்டா (தெலிங்கானா), பிம்பெட்கா (மத்தியப்பிரதேசம்), குத்தலஹண்டி, யோகிமதா (ஒடிசா), நாக்பூர் (மகாராஷ்ட்ரம்) போன்ற குகைகளில் வண்ண ஓவியங்கள் காணப்பட்டுள்ளன. குகைச் சுவர்களில் கீறப்பட்ட உருவங்கள் எடக்கல் (கேரளா), குப்கல் (கர்நாடகா), கசேலி, ஜம்புரான், உக்ஷி (மகராஷ்ட்ரா), பன்சய்மோல் (கோவா), போன்ற தொல்லிடங்களில் காணப்பட்டுள்ளன. இவற்றில் விலங்கு வேட்டைகள், தொழில் முறைக் கருவிகள், வண்டிகள் போன்ற போக்குவரத்துச் சாதனங்கள் போன்ற பலவற்றை வரைந்துள்ளனர். குகைச் சுவர்களிலும், கோவில் சுவர்களிலும் வண்ண ஓவியங்களை வரைந்துள்ளனர். இவற்றிலும் போக்குவரத்துச் சாதனங்கள், கப்பல் வடிவங்கள், இன்னபிற வணிகப் பொருள்களையும் தீட்டியுள்ளனர்.

பிற்காலங்களில் தமிழகம், கர்நாடகம், ஆந்திரப்பிரதேசம், தெலிங்கானா, மகாராஷ்ட்ரப் பகுதிகளில் நடுகற்கள் காணப்பட்டுள்ளன. கோயில்களில் வெட்டப்பட்டுள்ள சிற்ப வேலைப்பாடுகள் சிலவற்றில் தொழில் சார்பான தொழிலாளர்கள், பயன்படுத்திய கருவிகளின் உருவங்களைக்

காணலாம். இவையாவும் ஆராயாப்பட்டால் அக்கால மக்களில் பொருளியல் வாழ்வில் காணப்படும் முக்கிய விவரங்களை அறிய முடியும்.

3.3.இலக்கியங்கள்

தென்னிந்தியாவின் தொன்மையான இலக்கியங்கள் தமிழ் மொழியில் உள்ளன. அவற்றைச் சங்க இலக்கியம் எனப்பொதுவாகக் குறித்தாலும் பொ.ஆ.(பொது ஆண்டு) 8ஆம் நூற்றாண்டளவில் தொகுக்கப்பட்டவை எனக் கருதப்படும் எட்டுத் தொகை, பத்துப்பாட்டு என்ற இரண்டு தொகை இலக்கியங்கள் முக்கியமானவை. இவ்விலக்கியத்தின் காலத்தை நிர்ணயம் செய்வதில் பெரும் குழப்பம் நீடிக்கிறது என்றபோதும் இத் தொகை நூல்களில் காணப்படும் பாடல்கள் பொது ஆண்டுக்கு முன்னுள்ள (பொ.ஆ.மு.) 3ஆம் நூற்றாண்டிலிருந்து பொது ஆண்டு 3ஆம் நூற்றாண்டு வரையிலான காலகட்டத்தில் வாழ்ந்த புலவர்கள் பலரால் இயற்றப்பட்டவை என ஏற்றுக்கொள்ளப்பட்டுள்ளது. பத்துப் பாட்டு எனும் தொகுப்பில் நீண்ட பாடல்கள் பத்தும், எட்டுத் தொகையில் பல எண்ணிக்கையிலான பாடல்கள் உள்ள எட்டு நூல்களும் உள்ளன.

இப்பாடல்களில் அக்கால வரலாறு, சமுதாயம், பொருளியல் ஆகியவற்றைப் பற்றிய செய்திகள் பல விரிக்கிடக்கின்றன என்றபோதிலும் இத்தொகுப்புக்களில் உள்ள நூல்கள் யாவும் முழுமையான வரலாற்று நூல்கள் அல்ல. இருப்பினும் பழந்தமிழகத்தில் நிலவிய, பொருளாதாரச் செயல்பாடுகள் மற்றும் சமுதாயப் பண்பாட்டு நிலைகளை அறிவதற்கு இத் தொகை நூல் பாடல்களில் பதியப்பட்டுள்ள தொடர்பற்ற விவரங்கள் சிலவே மிகச் சிறந்த சான்றுகளாக உள்ளன. தொல்காப்பியம் என்ற பழம் இலக்கண நூலும் அக்கால மக்களின் பொருளியல் வாழ்க்கை பற்றிய முக்கிய செய்திகளை அளிக்கிறது. சங்க பிற்காலத்தைச் சார்ந்ததெனக் கருதப்படும் பதிநெண் கீழ்க்கணக்கு நூல்களும் முக்கிய சான்றுகளாகக் கருதலாம். இத்தொகுப்பில் பதினெட்டு நூல்கள் உள்ளன.

தக்காணத்தை ஆண்ட சாதவாகன மன்னர்களின் காலத்தில் ஆலன் என்ற அரசனால் இயற்றப்படதாகக் கருதப்படும் காதா சப்தசதி என்ற நூலும் தொன்மையானதாகும். இந்நூல் மகாராஷ்டிரப் பகுதி மராட்டிய பிராகிருதத்தில் எழுதப்பட்டது.

சமஸ்கிருத மொழி இலக்கியங்களும் சில காலங்களில் இயற்றப்பட்டுள்ளன. கத்யகர்னாமிருதம் போன்ற கன்னட நூல்களும், விஜய நகர காலத்தில் இயற்றப்பட்ட மதுராவிஜயம் போன்ற இலக்கியங்களும் தென்னிந்தியாவின் பொருளியல் நடவடிக்கைகளைக் குறிக்கின்றன. கன்னடம், தெலுங்கு, மலையாளம் மொழிகளிலும் பிற்காலத்தில் இலக்கியங்கள் இயற்றப்பட்டுள்ளன.

வட இந்தியாவின் பழம் சமஸ்கிருத இலக்கியங்களில் கௌடில்யரின் அர்த்தசாஸ்திரத்தில் தென்னிந்தியாவின் பாண்டியப் பகுதி, கேரளக் கடற்கரை, மற்றும் தாம்பிரபரணி, சூர்ணா ஆகிய ஆறுகளில் கிடைக்கும் முத்துக்கள், மதுரையின் சிறந்த பருத்தி ஆடைகள் ஆகியவற்றைப் பற்றிய விவரங்கள் உள்ளன. பாணிணியின் இலக்கண நூலுக்கு, காத்யாயநர் (பொ.கா.மு. 3ஆம் நூற்றாண்டு) வகுத்த உரையிலும் தென்னக நாடுகளைப் பற்றிய சான்றுகள் காணப்படுகின்றன.

3.4.கல்வெட்டுகள்

தென்னாட்டில் தொன்மையான கல்வெட்டுகள் பல ஊர்களில் காணப்பட்டுள்ளன. பிராகிருத மொழியில் வெட்டப்பட்ட அசோகர் கல்வெட்டுகளோடு பழந்தமிழ் மொழிக் கல்வெட்டுகள் பலவும் கண்டுபிடிக்கப்பட்டுள்ளன. தென்னிந்தியாவில் கர்நாடகம், தெலிங்கான, ஆந்திரப்பிரதேசம் ஆகிய பகுதிகளில் அசோகர் கல்வெட்டுகள் கிடைக்கின்றன. ஆனால் தமிழகம், கேரளாவில் அசோகர் காலக் கல்வெட்டுகள் கிடைக்கவில்லை.

பழந்தமிழகத்தில் தமிழ்–பிராமி எழுத்து வடிவில் உள்ள கல்வெட்டுகள் குகைத் தளங்கள், சுவர்கள் போன்ற இடங்களில் வெட்டப்பட்டுள்ளன. சமயக் குறியீடுகள்

ஏதுமற்ற இக்கல்வெட்டுகளை புத்த, சமண சமயத்தார் வெட்டியிருக்கலாம் எனக் கருதுகின்றனர். குகைத் தளங்கள், படுக்கைகள், மற்றும் பிற வகை வசதிகள் கொடையாக அளிக்கப்பட்டதை இக்கல்வெட்டுகள் பதிவு செய்துள்ளன. இவற்றை வெட்டியவர்கள் தமிழ் நாட்டு மக்கள் என்றபோதிலும் வட இந்தியா வணிகர்கள் சிலரும் உள்ளனர்.

இதேபோல் பிராமி கல்வெட்டுகள் ஆந்திரப் பிரதேசத்தில், குண்டூர் மாவட்டத்தில் உள்ள படடிப்புரோலு என்னும் புத்தமதம் சார்ந்த இடங்களிலிருந்து கிடைத்துள்ளன. இவைகள் புத்த மதம் சார்ந்தவை. பிராகிருத மொழியில் பட்டிப்புரோலு கல்வெட்டுகளில் உள்ள பிராமி எழுத்து வடிவம் தனித்த வகையானது.

தென்னிந்தியாவில் காணப்படுகின்ற அசோகரின் கல்வெட்டுகள், கர்நாடகாவின் குல்பர்கா, ரைச்சூர், சித்ரதுர்கா, பெள்ளாரி மற்றும் ஆந்திரப்பிரதேசத்தின் கர்நூல், குண்டூர் மாவட்டங்களில் உள்ளன. சோட, பாண்ட்ய, ஸதியபுத, கேரளபுத மற்றும் தம்பபந்நி நாட்டு மக்களுக்கு மருத்துவ உதவிகளை வழங்கவும், மக்கள், விலங்குகள் பயன்பாட்டுக்கு ஏற்ற வகையில் மூலிகைத் தாவரங்களை நடுவதற்கும், பாதைகளில் மரங்களை நடுவதற்குமான செயல்களை அவரது இரண்டாம் பாறைக் கல்வெட்டு (எற்றகுடி, கர்நூல் மாவட்டம், ஆந்திரப் பிரதேசம்) அறிவிக்கிறது. அவரது ஆட்சிப்பகுதிகள், எல்லையோரப் பகுதிகளில் தர்மவிஜயத்தைப் பரப்புவதைப் பற்றி பதின்மூன்றாவது பாறைக் கல்வெட்டு பேசுகிறது. எல்லையோரப் பகுதியில் உள்ளதென சோட, பாண்ட்ய, தம்மபந்நி பகுதிகள் குறிக்கப்பட்டுள்ளது. தம்பபந்நி என்பது இலங்கையின் பழைய பெயர். சோட, பாண்ட்ய ஆகிய அரசர்கள் முறையே சங்க இலக்கியம் குறிப்பிடுகின்ற, தமிழ் பகுதியின் சோழர்கள் மற்றும் பாண்டியர்கள் என்று எளிதில் அடையாளப்படுத்திடலாம். கேரளபுத என்போர் சேரல் அல்லது சேரமான் வழித்தோன்றல் எனலாம். ஸதியபுத, என்போர் வட தமிழ் நாட்டு (தருமபுரி மாவட்டத்தைச் சுற்றியுள்ள பகுதிகள்) அதியமான் சிற்றரசர்கள்.

அசோகர் வெற்றிக்கு இரண்டு நூற்றாண்டுகள் கழிந்த பின்பு, காரவேலா என்ற சேதி அரசரின் ஹதிகும்பா கல்வெட்டு பொ.கா.மு. முதல் நூற்றாண்டின் மத்தியில் திராவிட நாடுகளின் பழைய கூட்டமைப்பை அழித்ததைக் குறிப்பிடுகிறது. கல்வெட்டிலே காணப்படும் 'த்ரமிரதேச சங்காத' என்ற சொற்றொடரால் குறிக்கப்படும் 'த்ரமிர தேச', பழந்தமிழகப் பகுதி என்று அடையாளப்படுத்தி கலிங்க அரசனால் அழிக்கப்பட்ட கூட்டமைப்பு, மூன்று தமிழ் அரசர்களின் கூட்டமைப்பு என்று விளக்கப்பட்டுள்ளது.

சாதவாகனர் ஆட்சிக்காலத்தில் வெளியிடப்பட்ட கல்வெட்டுகள் பலவும் நாகார்சுனகொண்டா (தெலிங்கானா), நாசிக் (மகாராஷ்ட்ரம்) போன்ற இடங்களில் உள்ளன. பல்லவர், சோழர், பாண்டியர், மற்றும் விசயநகர ஆட்சிக் காலங்களில் தமிழகப் பகுதிகளில் ஏராளமான கல்வெட்டுகள் பொறிக்கப்பட்டுள்ளன. இக்கல்வெட்டுகள் கோயில் சுவர்கள், மற்றும் சில நடுகற்களாக தனிக்கல்லில் பொறிக்கப்பட்டுள்ளன.

இவை தவிர செப்புப் பட்டயங்களில் வெட்டப்பட்ட ஆவணங்கள் பலவும் தென்னிந்தியாவின் பல இடங்களில் காணப்பட்டுள்ளன. இவற்றில் பெரும்பாலானவை பிராமணர்களுக்கு பிரமதேயமாக வழங்கப்பட்ட நில ஆவணப் பட்டயங்கள். இவற்றை பொதுவாக அரசர்களின் அலுவலர்கள் மூலமாக வெளியிட்டனர். கல்வெட்டுகள், செப்புப் பட்டயங்கள் ஆகியவற்றின் முழு வாசகங்கள் கல்வெட்டுத் தொகுதிகள் பலவற்றில் வெளியிடப்பட்டுள்ளன. இக்கல்வெட்டுகளும் பொருளியல் சார்ந்த பலவிதமான தகவல்களைத் தருகின்றன.

தென்கிழக்கு ஆசியா நாடுகளோடு மேற்கொண்ட வணிகத் தொடர்புகளுக்குச் சான்றாக தாய்லாந்து தொல்லிட அகழாய்வுகளில் தமிழ் – பிராமி எழுத்துருக்களைக் கொண்ட கல்வெட்டுகள், பானைக் கீறல்கள் கண்டெடுக்கப்பட்டுள்ளன. இலங்கையோடு மேற்கொண்ட தொன்மையான வணிகத் தொடர்புகளை அறிய கிடைத்துள்ள பல சான்றுகளுள், வடஇலங்கைப் பகுதியில் கண்டெடுக்கப்பட்ட பிராகிருத பிராமி கல்வெட்டுகளைக் குறிக்கலாம். இக்கல்வெட்டுகள் பொ.ஆ.மு. 2–1 ஆம் நூற்றாண்டைச் சேர்ந்தவை.

பழந்தமிழக வணிகர்கள் அளித்த கொடைச் செய்திகள் இக்கல்வெட்டுகளில் உள்ளன.

3.5. நாணயங்கள்

இக்காலகட்டத்தில் தென்னிந்தியப் பகுதிகளிலும், வெளிநாடுகளிலும் கண்டுபிடிக்கப்பட்ட நாணயங்களும் அக்காலத்திய வணிகம் மற்றும் பொருளாதார நடவடிக்கைகளுக்குச் சான்றுகளைத் தருகின்றன. சங்ககாலத் தமிழ் மன்னர்கள் வெளியிட்ட காசுகள் இலங்கையில் பலவிடங்களில் கண்டெடுக்கப்பட்டுள்ளது, இலங்கையோடு தமிழ் வணிகர்கள் கொண்டிருந்த வணிகத் தொடர்புகளைப் பறைசாற்றும் முக்கிய சான்றுகளாவன. இதேபோல முத்திரை குத்தப்பட்ட காசுப் புதையல்கள் பல தமிழ் நாட்டுப் பகுதிகளில் கிடைத்துள்ளதும் வட இந்தியா வணிகர்கள் தென் இந்தியாவில் ஊடுருவி வணிகத்தை மேற்கொண்டிருந்தது நன்கு புலப்படும். இருந்தபோதிலும், வட இந்தியா வணிகர்களின் நடவடிக்கைகள் பற்றி அறிய மிகுதியான சான்றுகள் கிடைக்கவில்லை என்பது சற்றே நெருடலாக உள்ளது.

இக்காலகட்டத்தில் தக்காணப் பகுதியில் முக்கியமாக மகாராஷ்டிரம், வட கருநாடகம், தெலிங்கானா, வட ஆந்திரப் பிரதேசம் ஆகிய பகுதிகளை ஆண்ட சாதவாகனர்களின் பொருளியல் மற்றும் வணிகத் தொடர்புகள் மிக்குள்ளன. அவர்கள் வெளியிட்ட காசுகள் பலவும் வணிகச் செலாவணியாக மக்களால் பயன்படுத்தப்பட்டுள்ளன. அவர்கள் வெளியிட்ட காசுகளில் உள்ள இரட்டைப் பாய்மரச் சின்னம் மிகச்சிறந்த கடலோடிகளாக இருந்துள்ளமைக்கு தக்க சான்று பகர்கின்றன. சாதவாகனர் ஆட்சிக்காலக் காசுகள் பலவும் தமிழகத்தில் கிடைத்துள்ளது வடபகுதி வணிகர்கள் தமிழ்நாட்டுப் பகுதிகளில் செயல்பட்டுள்ளதை நன்கு புலப்படுத்தும் சான்றாகும். மேலும் இரண்டு மொழிகளில் அரசர் பெயர் பொறித்த சாதவாகன அரசர்களின் காசுகளும் கூட தக்காண வணிகர்களோடு கொண்டிருந்த வணிக உறவுகளை நன்கு புலப்படுத்தும்.

தென்னிந்தியாவின் பல பகுதிகளில் உரோமானிய அரசர்களின் தங்க, வெள்ளி, தாமிரக் காசுகள் தனியாகவும் புதையல்களாகவும் கண்டெடுக்கப்பட்டுள்ளன. வெள்ளலூர், கரூர், பூதிநத்தம் (தமிழ்நாடு), எய்யல், கும்பளம் (கேரளம்), அக்கி ஆலூர், சந்திராவல்லி (கர்நாடகம்), நெல்லூர் (ஆந்திரப்பிரதேசம்), நாகார்ஜுனகொண்டா (தெலிங்கானா), தர்பால், ஆதம் (மகாராஷ்ட்ரம்) போன்ற ஊர்களில் உரோமானிய மற்றும் மத்திய தரைக்கடல் நாடுகளின் காசுகள் கண்டெடுக்கப்பட்டுள்ளன. இவையாவும் அக்கால கடல்கடந்த வணிகத்தின் வெளிப்பாடுகள்.

3.6.அயல்நாட்டார் குறிப்புகள்

தென் இந்தியாவைப் பற்றி முதலில் காணப்படும் வரலாற்றுச் சான்று, பொ.கா.மு. நான்காம் நூற்றாண்டின் முடிவில் பாடலிபுத்திரத்தில் இருந்த சந்திரகுப்த மௌரியரின் அரசவைக்கு செலூகஸ் நிகெடாரால் அனுப்பப்பட்ட கிரேக்க நாட்டுத் தூதுவரான மெகஸ்தநிசின் இண்டிகா என்ற நூலில் உள்ளது. கிரேக்க புராணங்களில் பெரும் வீரர் எனப் போற்றப்படும் ஹெராகிளிசின் மகளான, பண்டேயவால் தெற்கில் உள்ள ஒரு நாடு ஆளப்படுவதாக இந்நூலில் குறிக்கப்பட்டுள்ளது. இது பாண்டிய நாட்டைக் குறிப்பதாகலாம். அயல் நாட்டார் தென்னிந்தியாவைப் பற்றி எழுதிய குறிப்புகள் பலவும் காணப்பட்டுள்ளன. முக்கியமாக உரோமானியப் பயணர்கள், கடலோடிகள், மற்றும் சீன இலக்கியங்கள் பலவகையான தகவல்களைத் தருகின்றன. இச்சான்றுகளோடு வியன்னா அருங்காட்சியகத்தில் உள்ள பாபிரஸ் ஆவணத்தையும் முக்கிய சான்றாகச் சுட்டலாம். இவ்வாவணம் உள்நாட்டு வணிகர் ஒருவருக்கும் அவரது அயல்நாட்டு வணிக முகவர் ஒருவருக்கும் இடையில் எழுதப்பட்ட வணிக உடன்படிக்கையாகும். இவை தவிர இலங்கையின் மகாவம்சம், தீபவம்சம் போன்ற வம்சாவளி வரலாற்று நிகழ்வுத் தொகுப்புகள் தென்னிந்தியாவின் வணிகம் பற்றிய சில செய்திகளை அளிக்கின்றன. இந்நூல்கள் அநுராதபுரத்திலிருந்து ஆண்ட தமிழ் மன்னர்களின் விவரங்களையும் தருகின்றன.

4. முடிவுரை

தென்னிந்தியப் பொருளாதாரத்தில் வேளாண் பொருள்கள், மற்றும் வணிகப் பொருள்கள் உற்பத்தி ஆகியவற்றை முக்கியமானவைகளாகக் கருதலாம். இந்நூலில் வணிகப்பொருள்களின் உற்பத்தி முன்னிருத்தப்பட்டுள்ளது. பொருள்கள் உற்பத்தி தொல்பழங்காலம் முதல் ஏற்பட்ட வளர்ச்சிப் போக்கு தென்னிந்தியாவில் முக்கியமாக தமிழகத்தில் எவ்வாறு ஏற்பட்டது என்பது முக்கியமான வளர்ச்சிப்போக்கு ஆகும். தொல்பழங்கால முதல் விசயநகர ஆட்சிக் கால முதல் இவ்வாய்வு உள்ளபோதும் தமிழகத்திலும் பிற மாநிலப் பகுதிகளிலும் பொருளியல் வணிகச் செயல்பாடுகள் எவ்வாறு நடைபெற்றன என்பதை அறிவதே முதன்மை நோக்கமாகும். இரும்பு காலத்திலும் வரலாற்றுக் காலத்திலும், வட இந்தியா வணிகர்கள் பெருமளவில் தென்னிந்தியப் பகுதிகளில் வணிகம் மேற்கொண்டிருந்தனர். கொடுமணல், குட்டூர் போன்ற ஆரம்ப வரலாற்றுக்ககால இடங்களில் கைவினைப் பொருள்கள் உற்பத்தி மையங்களின் இயல்புகளை அறிந்திடவும், பிற பகுதிகளில் கைவினைப் பொருள்களின் உற்பத்தி முனையங்களை அடையாளப்படுத்திடவும், சான்றுகளைப் புதிய கோணங்களில் ஆராய முயல்கிறது. ஆயினும் இவ்வகையான பலதரப்பட்ட விவரங்கள் அனைத்தையும் இந்நூலில் விரிவாகக் காண இயலாது என்பதால் சில வகைத் தரவுகளை மட்டும் ஆய்வுக்கு எடுத்துக்கொண்டு அவைபற்றிய விவரங்களே இந்நூலில் சொல்லப்பட்டுள்ளன.

2. தொல்பழங்காலத் தொழில்கள்

1. முன்னுரை

தொல்பழங்காலத் தென்னிந்தியாவின் சமூக, பொருளியல் செயல்பாடுகளை அறிவதில் குழப்பங்களும் சிக்கல்களும் உள்ளன. இதனால் அச் சமூகங்களின் குடியிருப்புகள், தொழில்கள், அறிவியல் அறிவு, தொழில் நுட்பம், வணிகம், பணப் புழக்கம் போன்ற பலவகைச் செயல்பாடுகளின் புரிதல் சரிவர இல்லை. இந்நிலைக்கு முக்கிய காரணம் எழுத்து வடிவச் சான்றுகள் ஏதும் கிடைத்தில என்பதேயாகும். இருப்பினும் தொல் மனிதர்களின் பல்வேறுபட்ட செயல்களின் வெளிப்பாடுகள் அவர்களால் செய்யப்பட்டு பயன்படுத்தப்பட்ட செய்பொருள்களில் காணலாம். இச்செய்பொருள்களை தொல்லியலாளர்கள் கள ஆய்வுகள் மற்றும் அகழாய்வுகள் மூலம் வெளிக்கொணர்ந்துள்ளனர். இவ்வகையில் அக்காலச் சமுதாயங்கள் உருவாக்கி பயன்படுத்திய கல் கருவிகளே முக்கிய மற்றும் முதல் நிலைச் சான்றுகளாக உள்ளன.

தொல் சமூக மக்கள் அறிவியல் பூர்வமான காரணங்களைப் புரிந்துகொண்டு தான் செய்பொருள்களைச் செய்தனர் எனக் கருத இயலாது. காலப்போக்கில் இயற்கைப் பொருள்களின் செயல்பாடுகள், சூழல் ஆகியவற்றைக் கருத்தில் கொண்டு அடிப்படையான அறிவியல் தன்மைகள் சிலவற்றின்

மூல விவரங்களை மட்டுமே அறிந்திருக்கலாம். கள மேற்பரப்பு ஆய்வுகளிலும் முறையான அகழாய்வுகளிலிருந்தும் கண்டெடுக்கப்பட்ட தொல்பொருள்களை மீண்டும் அறிவியல் பூர்வ ஆய்வுக்கு உட்படுத்தும் போது அக்கால மக்களின் அறிவியல், தொழில் நுண்ணறிவு, வணிகம் போன்றவற்றை ஓரளவு அறிய முடியும்.

அன்றாடப் புழங்கு பொருள்களை ஆக்குவதற்கான சாதாரணத் தொழில் நுட்பங்களையும் செயல்பாடுகளை மட்டுமே இம்மக்கள் ஆரம்பத்தில் தெரிந்திருக்கவேண்டும். முக்கியமாக உணவைக் கண்டுபிடித்து சேகரிக்கத் தேவைப்படும் கருவிகளை மட்டுமே அவர்கள் செய்து பயன் படுத்தியிருக்கவேண்டும். பின்னர் விலங்குகளை வேட்டையாடும் கருவிகள், அவற்றை செய்யும் முறைகள் மற்றும் இவை தொடர்பான வணிகச் செயல்பாடுகளையும் காலப்போக்கில் அறிந்திருக்கலாம். இத்தொழில்கள் யாவும் அடிப்படை (primitive) அல்லது முதலாவதாகக் கண்டுபிடிக்கப்பட்ட தொழில்கள் எனக் கருதலாம். இவை யாவும் கைவினைத் தொழில்கள் (craft professions) என்ற வகையில் அறியலாம்.

பழந்தமிழகத்தில் நிலவிய தொழில்கள் மற்றும் பயன்படுத்திய தொழில் நுட்பங்கள் யாவும் தற்காலத் தொழில் நுட்பத்தோடு ஒப்பிட முடியாது. இருப்பினும் தொல் சமூகத்தாரின் தொழில் முறைக் கண்டுபிடிப்புகள், தொழில் நுணுக்கங்கள் போன்றவற்றை முக்கியமானவைகளாகக் கருதவேண்டும். இவைகளே அடிப்படைக் கண்டுபிடிப்புகள். ஆயினும் இக்கண்டுபிடிப்புகளின் மூலவர் யார் என்பது நமக்குத் தெரிந்திலது. எவ்விடத்தில் அல்லது எப்பகுதி மக்கள் இக்கண்டுபிடிப்பை முதலில் பயன்படுத்தினர் என்பதையும் அறிய இயலாது. இவ்வகையில் நமக்கு எவ்வகைச் சான்றுகளும் உதவவில்லை.

தொல் தொழில், தொழில் நுணுக்கம் போன்றவற்றை பொதுவாக பயிற்சி செய்து புரிந்துகொண்டனர் எனலாம். அதாவது செயல் முறைப் பயிற்சியின் விளைவாக திரும்பத் திரும்ப ஒரே வகைச் செயலைச் செய்யும் போது அவர்கள்

அறியாமலேயே செய்யப்பட்ட வித்தியாசமான சில செயல்பாடுகளே புதிய கண்டுபிடிப்புகளுக்கு வழிவகுத்துள்ளன. தொல்பழங்காலச் சமூகத்தாரின் செயல்பாடுகள் ஏதும் எழுத்து வடிவில் இல்லாததால் அக்காலத் தொழில் நுணுக்கங்களை அறிவதில் இடர்ப்பாடுகள் உள்ளன. எனவே, தொல் செய்பொருள்களைத் தற்காலத் தொல்லியலாளர்கள் அறிவியல் பூர்வமாக பரிசோதனைகளை மேற்கொண்டு தொல் தொழில் நுணுக்கங்களைப் புரிந்துகொள்ள முயன்றுள்ளனர். இவ்வகையில்தான் பழங்கால மக்களின் தொழில் முறைச் செயல்பாடுகளை அறிகிறோம்.

உலோகங்களின் பயன்பாடு இல்லாத தென்னிந்தியத் தொல் சமூகங்களை 1.பழங்கற்காலச் சமூகம், 2.புதுக்கற்காலச் சமூகம் என்று இரண்டு பெரும் பிரிவுகளாக வகைப்படுத்தலாம். பின் தோன்றிய உலோக காலச் சமூகங்கள் 1.செம்பு–வெண்கலக் கற்கருவிகள் காலச் சமூகம், 2.இரும்பு காலச் சமூகம் என்ற இரண்டு பெரும் பிரிவுகளில் அடக்கலாம். பொதுவாக தென்னிந்தியத் தொல்பழங்காலச் சமூகங்கள் வளர்ச்சியற்ற நிலையில் சிறு சிறு பகுதிகளில் கூட்டமாக வாழ்ந்துள்ளன. இக்கூட்டத்தில் மக்கள் தொகை, குடும்பச் சூழல்கள், மற்றும் பொருளியல் செயல்பாடுகள் போன்றவற்றை அறிவதற்கான ஆய்வுகள் நடைபெற்றுள்ளன. இச்சமூகங்கள் பிற சமூகத்தாரோடு தொடர்பில் இருந்தன என்பதற்கான தக்க ஆதாரங்கள் இதுவரை கிடைக்கவில்லை.

2. பழங்கற்காலம்

2.1.தொல்லிடங்கள்

தீபகற்ப இந்தியாவின் பலபகுதிகளிலும், மலைக் குகைகளிலும் பழங்கற்காலச் சமூகத்தார் வாழ்ந்துள்ளனர். நர்மதை, கோதாவரி ஆற்றுப் பள்ளத்தாக்குகளில் இவர்கள் பரவலாக வாழ்ந்துள்ளனர். நெவாசா, ஆதம்கார் குன்றுகள் (மகாராஷ்ட்ரம்), சங்கனகல்லு (கர்நாடகம்), ரேணிகுண்டா, கர்நூல் (ஆந்திரப்பிரதேசம்), நாகார்ஜுனகொண்டா (தெலிங்கானா), அத்திரம்பாக்கம், குடியம், வட மதுரை

(தமிழ்நாடு) ஆகியன இச்சமூகத்தார் வாழ்ந்த சில முக்கிய இடங்களாகும். பழங்கற்காலப் பண்பாடுகள் ஏறக்குறைய 1.5 மில்லியன் ஆண்டுகளுக்கு முன்னர் தோன்றியதாகவும், பொ.ஆ.மு. 8000 ஆண்டுகள் வரை நிலவியதாகவும் உட்புவி யியல் வல்லுநர்கள் கருதுகின்றனர். இந்த நீண்ட நெடிய காலகட்டத்தில் நிலவிய பழங்கற்காலங்களை அகழாய்வுப் படிவுகளின் அடிப்படையில் கீழ், நடு, மேல் நிலைகள் என்று முப்பெரும் பிரிவுகளாக வகைப் படுத்தியுள்ளனர்[1]. ஒவ்வொரு காலகட்டத்திலும் புதியவகைப் பண்பாடுக்கூறுகளும் தொழிலகளும் உருவாக்கப்பட்டன. புதிய தொழில் நுணுக்கங்களும் வளர்ச்சி நிலைகளும் இக்காலங்களில் காணப்பட்டுள்ளன.

2.2.தொழில்கள்

தொல்பழங்காலத்தின் தொல் சமூகங்கள் உணவைத் தேடி அலைந்தன. உணவு தேடுதலை முதன்மைச் செயலாகக் கருதினாலும் இயற்கையாகக் காணப்பட்ட தாவர, விலங்கு உணவுகளையும் உண்ண முற்பட்டனர். ஆயினும் தாவரங்களிலிருந்து உணவுப் பொருள்களைச் சேகரிக்கவும், விலங்குகளை வேட்டையாடவும், வெட்டவும் பிற வகைச் செயல்பாடுகளுக்கும் வாழ்விடங்களுக்கு அருகே இயற்கையாகக் கிடைத்த கூழாங்கற்கள் அல்லது பருங்கற்களைக் கருவிகளாகப் பயன்படுத்தினர். காலப்போக்கில் கற்களை உடைத்து கரடு முரடான கூர் அலகை உருவாக்க முடியும் என்பதைத் தெரிந்து கொண்டு அவ்வகைக் கருவிகளைச் செய்ய ஆரம்பித்தனர். இக் கருவிகள் பல வடிவினதாகவும், பல செயல்களுக்கு ஏற்றாற்போல வெட்டும் அலகு உள்ளதாகவும் செய்துகொண்டனர். இவ்வகையில் கருவி செய் தொழிலையே முதல் தொழிலாகக் கருதவேண்டும்.

உலகளவில் கல் கருவிகள் செய்யும் தொழில் நுட்பத்தை குறிப்பிட்ட சில பெயர்களில் அழைக்கின்றனர். இப்பெயர்கள் யாவும் ஐரோப்பா, இங்கிலாந்து நாட்டு ஊர்களின் பெயர்கள். தொல்லியலாளர்களால் முதன் முதலில் தொழில் நுட்பம் அடையாளம் காணப்பட்ட ஊரின் பெயரையே தொழில்

நுட்பத்தின் பெயராக வைத்துள்ளனர். இதனால் தொழில் நுட்பம் அவ்வூரில் தான் முதன் முதலாகத் தோன்றியது என்பது பொருளல்ல. இவ்வகையில் கற்காலக் கருவிகளின் தொழில் நுட்பப் பெயர்களாக அபெவிலியன், அசூலியன், லெவல்வாசியன் போன்ற பெயர்கள் வழக்கில் உள்ளன.

தொல்பழங்கால மக்களுக்கு விலங்குகளின் எலும்புகளும், மரத்துண்டுகளும் எளிதில் கிடைக்கும் என்றபோதும் கற்களையே அதிகமாகப் பயன்படுத்தியுள்ளனர். எலும்பு, மரக்கம்பு போன்ற பொருள்களில் செய்த கருவிகள் அதிக எண்ணிக்கையில் கிடைக்கவில்லை. இதற்கு பல காரணங்கள் இருந்தாலும், தொல் மனிதர்கள் வாழ்ந்த பகுதியில் கருவிகள் செய்வதற்கான கூழாங் கற்கள், பருங் கற்கள் ஏராளமாகக் கிடைத்ததே முக்கிய காரணமாகலாம். மேலும் தாவரப் பொருள்கள் காலப்போக்கில் அழிந்துவிடும் என்பதால் தொல்லிடங்களில் மரக் கருவிகள் கிடைப்பதில்லை.

கல்கருவிகள் செய்தொழிலை அக்கால மக்கள் எவ்வாறு புரிந்துகொண்டனர் என்பதை அறிவதற்கு எவ்விதச் சான்றுகளும் இல்லை. பொதுவாக இக்காலகட்டத்தில் இம்மக்கள் கருவி செய்தலைத் தொழிலாகக் கருதினரா என்பதும் ஐயமே. ஏனெனில் இக்கால கட்டத்தில் இவ்வகையான கருத்துகள், முக்கியமாக பொருளாதாரக் கருத்துகள் நிலவின அல்லது மக்களுக்குத் தெரிந்திருந்தன என்று கருத இயலாது. ஆயினும் தற்காலக் குறியீடுகள், தத்துவங்கள், கோட்பாடுகள் போன்றவற்றை அனுமானித்து இவைகளை ‘தொழில்’ என்று வகைப்பாட்டில் குறிக்கலாம். மேலும் இத்தொழில் தனிமனிதரால், குடும்பத்தாரால் அல்லது அவர்கள் சார்ந்த மக்கள் கூட்டத்தாரால் செய்யப்பட்டதா என்பதும் சர்ச்சைக்கு உரியதே. இவ்வாறே அவர்கள் வசித்த, திரிந்த பகுதிகளில் பொதுவான அமைப்பு முறையில் இத்தொழில் செய்யப்பட்டதா என்பதும் ஐயத்திற்கிடமானதே. குடும்பம், கூட்டம், ஊர், பகுதி என்றெல்லாம் விளிக்கப்படும் கொள்கைகள் அக்கால மக்களிடையே அவைகளின் முழு அர்த்தத்தோடு நிலவின என்பதற்கும் எவ்வித ஆதாரமும் இல்லை. இருப்பினும் அவர்கள் கூட்டாக வாழ்ந்துள்ளனர்

என்பதை அக்காலக் குகை ஓவியங்கள் மூலம் நாம் அறியலாம். முக்கியமாக பெரிய விலங்குகளை வேட்டையாடும் போதும், சில நிகழ்வுகளின் போதும் கூட்டமாக இருந்துள்ளனர். குகைச் சுவர்கள், மலைப்பொடவுகளில் வரையப்பட்ட ஓவியங்களில் இவ்வகையான சமூக உறவுகளை அவர்கள் வெளிப்படுத்தியுள்ளனர்.

இக்காலங்களில் கல்கருவிகள் செய்யும் தொழிலில் ஏற்பட்ட வளர்ச்சி பலவகையினதாகும். பழங்கற்காலத்தின் முதல் காலத்தில் வாழ்ந்த சமுதாயங்கள் மூலக் கல்லையே கைக்கோடரி, கிழிப்பான் என்ற கருவிகளாக்கி பயன்படுத்தியுள்ளனர் (படம் 1.1). இம்முதன்மைக் கருவிகள் கனமாகவும், நெளிவுகளோடுள்ள வெட்டும் அலகுகளைக் கொண்டிருந்தன. கருவி செய்யும் தொழில் நுணுக்கம் அசூலியன் பாணி என்ற உலகளாவிய பாணி முறையோடு ஒப்பிடப்பட்டுள்ளது. பிற்காலக் கருவிகள் கனம் குறைந்து, உடல் பகுதி முழுவதும் கொத்தப்பட்டு, நேரான வெட்டும் அலகோடு செய்யப்பட்டன. கைக்கோடரிகள், கிழிப்பான்கள் மற்றும் சுரண்டிகளும் செய்யப்பட்டுள்ளன. மூலக்கல் கருவிகளோடு அவற்றிலிருந்து உடைத்தெடுக்கப்பட்ட சிறு சிறு சில்லுகளையும் கருவிகளாகச் செய்துள்ளனர். சிறிய வகைக் கைக்கோடரி, பல வடிவிலான சுரண்டிகள், துளையிடும் ஊசிகள், முனைகள், ஆகியன அடங்கும். இக்கருவிகள் பொதுவாக வேட்டையாடவும், நிலத்தைக் கொத்தவும், தோண்டவும் சில சமயங்களில் மரத்துண்டுகளைச் செதுக்கவும் பயன்படுத்தப்பட்டன.

தொழில் வளர்ச்சியின் அடுத்த கட்டமாக நீள் வடிவச் சிறு சில்லுகளை பட்டை அலகாகச் செய்துள்ளனர். இக்கருவிகளில் குத்தூசி (burin), வளைவூசி (awl), மற்றும் விதவிதமான சில்லுகள், பலவகைப்பட்ட சுரண்டிகளும் அடங்கும். இக்கருவிகள் மிகச் சிறியவைகளானதால், மரக்கட்டை அல்லது எலும்பாலான கைப்பிடியில் ஒட்டுப் பசை கொண்டு பொருத்தப்பட்டு பயன்படுத்தப்பட்டன. விலங்கு எலும்புகளும் கருவிகளைச் செய்யப் பயன்பட்டுள்ளன.

கற்காலப் பண்பாடுகளின் இறுதிக் காலத்தில் நுண்கற் கருவிகளின் பயன்பாடு அதிகரித்தது. தொழில்நுட்பத் தன்மையில், பழங் கற்காலப் பண்பாட்டின் கடைசி காலத்தின் தொடர்ச்சியாகும். கத்தி அலகு, மற்றும் அலகு போன்ற கருவிகள் அழுத்திப் பிளக்கும் முறையில் (levallosian) செய்தனர். பட்டை அலகுகள், பிறை அலகுகள், முக்கோண அலகுகள், சரிவக அலகுகள் ஆகியன பொதுவான கருவிகள். நுண்கற்கருவிகளோடு கவண் கற்கள், பளிங்குக் கல் சுத்தியல், துளையிடப்பட்ட குண்டு கற்கள் ஆகியனவும் இக்காலக் கருவிகளில் அடங்கும்.

விந்திய மலைப் பொடவுகளில் உள்ள குகை ஓவியங்களிலிருந்து இக்காலத்தில் வில்லும் அம்பும் பொதுவான வேட்டைக் கருவிகள் என ஊகித்துள்ளனர். இத்தோடும், மரக்கம்பு அல்லது எலும்புக் குருத்துகளில் ஏற்றப்பட்ட அல்லது கட்டப்பட்ட நுண்கற்கருவிகளைத் தொகுப்புக் கருவிகளாகக் கொண்ட இக்கற்கால மக்கள் பல்வேறு சூழ்நிலைகளிலும் சிறந்த வேட்டையாளர் மற்றும் உணவு சேகரிப்போர் எனக் கருதப்படுகின்றனர். கடற்கரைகள், ஆற்றங்கரைகள், சமவெளிகள் என வேறுபட்ட சூழ்நிலைகளில் வாழ்ந்துள்ளனர். தமிழ் நாட்டின் தென்கிழக்குப் பகுதியில் உள்ள தேரிகள் இப்பண்பாட்டின் முக்கிய இடங்களாகும். இவர்கள் மீன் பிடித்தலையும் செய்துள்ளனர். இவ்வகையில் பண்டப் பரிமாற்ற முறையில் வணிகம் செய்திருக்க வாய்ப்புள்ளதாகக் கருதலாம்.

கருவி செய்யும் தொழில் முறையில் காலப்போக்கில் வெவ்வேறான தொழில் நுணுக்கங்களைப் பின்பற்றியுள்ளனர். கூழாங்கற்களில் செய்யப்பட்ட கல் கோடரிகளின் பருமனைக் குறைத்து கைக்கு அடக்கமாக இருக்கும் வகையில் செய்துள்ளனர். இக்கருவியின் மேல், கீழ் பகுதிகளில் சிறு சிறு சில்லுகளைக் கொத்தியும் கூரான அலகுடைய பக்கங்களை மேலும் கூராக்க சிறு சிறு சில்லுகளைப் பக்கவாட்டுப் பகுதிகளில் பேர்த்தெடுத்துள்ளனர். கைக் கோடரி, அலகு, தமரு அல்லது துளையிடும் ஊசி, செதுக்குக் கருவிகள், போன்றவற்றைச் செய்ய புது நுணுக்கங்களை

உருவாக்கியுள்ளனர். மேலும் கருவிகளின் பருமன் சிறுத்ததால் பல கருவிகளை ஒன்று சேர்த்து ரம்பம் போல் பயன்படுத்தியுள்ளனர். பிற்காலங்களில் கருவிகளைத் தேய்த்து வழுவழுப்பாக்கியுள்ளனர். இவ்வகையில் மிகவும் கூரான வெட்டும் அலகை அக்கருவிகளில் உண்டாக்கியுள்ளனர். இவ்வகைத் தொழில் நுட்பவளர்ச்சியை தொல்பழங்கால மக்களின் வாழ்விடங்கள் பலவிடங்களில் காணுகிறோம். பல பகுதிகளில் கற்களில் பள்ளங்கள் உள்ளன. இப்பள்ளங்கள் கற்களைத் தேய்த்துக் கூராக்கியதால் ஏற்பட்டவை. இவ்வகைத் தொழில்கள் பன்னெடுங்காலமாக நடைபெற்றுள்ளன.

3.புதுக்கற்காலம்

3.1.தொல்லிடங்கள்

தென்னிந்தியாவில் புதுக்கற்காலப் பண்பாட்டுத் தொல்லிடங்கள் பழங்கற்காலத் தொல்லிடங்களைவிட அதிக எண்ணிக்கையில் காணப்பட்டுள்ளன. தென்னிந்தியாவின் பெரும் பகுதிகளில் காணப்பட்டுள்ள போதிலும் சில பகுதிகளில் இப்பண்பாட்டுத் தடயங்களை அடையாளம் காணமுடியவில்லை. இக்காலகட்டத்தில் குடியிருப்புகளை ஏற்படுத்திக்கொண்டு வாழ்ந்திருந்தாலும் பல இடங்களில் இச்சமூகத்தாரின் குடியிருப்புகளைக் கண்டுபிடிக்க இயலவில்லை. இப்பண்பாட்டின் காலவரையறை ஓரளவு முடிவு செய்யப்பட்டுள்ளது என்றபோதிலும் புதியகற்காலத்தின் தொடக்கங்கள் தெளிவாகவில்லை. தென்னிந்தியாவில் புதியகற்காலப் பண்பாட்டின் துவக்கம் பொ.ஆ.மு. *3000* ஆண்டளவில் தென்பட்டு[2] பொ.ஆ.மு. *1000* ஆண்டு வரை நிலவியது.

தென்னிந்தியப் பகுதிகளில் கர்நாடகம், தெலிங்கானா, ஆந்திரப்பிரதேசத்தின் பெரும்பகுதிகளில் புதுக்கற்காலப் பண்பாட்டுக்கூறுகள் உள்ளன. கர்நாடகப் பகுதியில் கிருஷ்ணா – துங்கபத்ரா ஆற்றுப் படுகைகளில் புதியகற்கால தொல்லிடங்கள் அதிக எண்ணிக்கையில் காணப்படுகின்றன. பிரம்மகிரி அகழாய்வின் மூலம்[3] இக்காலப் பண்பாட்டின் படிநிலைகள்

மற்றும் காலவரையறை வெளிப்படுத்தப்பட்டுள்ளது. மேலும் சங்கனகல்லு, மாஸ்கி, பிக்லிஹால், போன்ற பல இடங்களிலும் ஆந்திரப்பிரதேசம், தெலிங்கான (நாகார்ஜுனகொண்டா) மாநிலங்களின் பலபகுதிகளிலும் தீவிரமான அகழாய்வுகள் மேற்கொள்ளப்பட்டன. தமிழ் நாட்டின் வடபகுதி மாவட்டங்களில் (தருமபுரி, கிருஷ்ணகிரி, சேலம், வட ஆற்காடு) இப்பண்பாட்டின் தடயங்கள் காணப்பட்டுள்ளபோதிலும் பைய்யம்பள்ளி[4] போன்ற சில இடங்களில் மட்டும் அகழாய்வுகள் செய்யப்பட்டுள்ளன. கேரளத்தில் புதியகற்காலம் நிலவியதற்கான உறுதியாக நம்பத்தகுந்த தடயங்கள் இதுவரை கிடைக்கவில்லை என்றபோதும் எடக்கல் குகைகள் (வயநாடு மாவட்டம்) புதியகற்கால சமூகத்தாரின் தங்கும் முகாம் என நம்பப்படுகிறது. இக்குகைச்சுவர்களில் உள்ள பாறைக் கீறல் உருவங்கள் புதுக்கற்காலத்தின் பிந்தைய காலத்தில், (பொ.ஆ.மு. முதல் ஆயிரம் ஆண்டுகள்) வெட்டப்பட்டன எனக் கணித்துள்ளனர்.[5]

3.2. கருவி செய் தொழில்கள்

புதிய கற்காலத்தில் தொழில் உத்திகள் பல தோற்றுவிக்கப்பட்டன. எவ்வகைத் தொழில்நுட்பம் முதலில் தோன்றியது என்பதைத் துல்லியமாக வரையறுக்க இயலாது. இருப்பினும் சில வகைத் தொழில்கள் தோன்றிய பின்னரே மற்ற வகைத் தொழில்கள் தோன்றின என ஊகிக்கலாம்.

கைக் கோடரிகளைச் செய்யும் தொழிலில் நுண் உத்திகள் புகுத்தப்பட்டன. கோடரி வடிவக் கல்லின் மேல்பகுதி முழுதும் கொத்தியபின்பு பாறாங்கல்லில் தேய்த்து வழுவழுப்பாக்கினர். ஒருபக்கத்தில் உள்ள வெட்டும் அலகையும் மறு புறம் உள்ள கொத்தும் முனையையும் தேய்த்துக் கூராக்கினர். இவ்வகையான தொழில் நுணுக்கத்தால் வெட்டும் அலகும், தோண்டும் முனையும் மிகவும் கூர்மையாக்கப்பட்டன.

புதுக்கற்காலக் கருவிகள், பசால்ட் (basalt) என்ற கல்வகையில் செய்யப்பட்டுள்ளன. வழுவழுப்பான உடலோடும், நீள் உருண்டை மற்றும் முக்கோண வடிவுள்ள

கைக்கோடரிகள் செர்ட் கல்லால் செய்யப்பட்டன (படம்: 1.2). பிறவகை போர்க் கருவிகளில் கவண் கற்களைக் குறிக்கலாம். வீடுகளுக்குத் தேவையான அம்மி குழவிகள், கல் சம்மட்டிகள், ஆகியவற்றையும் செய்துள்ளனர்.

3.3.கால்நடை வளர்ப்பு, வேளாண்மை

புதுக்கற்கால மக்கள் முதன்மையாகக் கால்நடை வளர்ப்போராக இருந்துள்ளனர். பின்னர் பயிர்த்தொழிலில் ஈடுபட்டு கொள்ளு, பச்சைப் பயறு, தினை, கம்பு, ராகி, அவரை போன்ற பயிர்களை விளைவித்தனர். இப்பண்பாட்டோடு தொடர்புடைய பெருவாரியான பயிர்கள் ஆப்பிரிக்கவில் தோன்றியதாக முன்னர் கருதினாலும், சில பயிர்களே அறிமுகப் படுத்தப்பட்டன என அண்மைக்கால ஆய்வுகள் புலப்படுத்தியுள்ளன. இப்பரிமாற்றம், ஆப்பிரிக்கக் கடல்கரைப் பகுதிகளோடு மேற்கொண்ட கடல் வணிகத் தொடர்புகளால் ஏற்பட்டிருக்கலாம் எனவும் கருதுவர்.[6] பேராற்றை ஒட்டி வாழாமல் சிறு நீர்வழிகளுக்கு அருகேயே வாழ்ந்தனர். ஆரம்பகால வாழ்விடங்கள் திறந்தவெளிகளில் மரக்கம்புகளால் அமைக்கப்பட்ட கால்நடைப் பட்டிகைகளையும் பின்னர் மலைச்சரிவுகளில் உருவாக்கப்பட்ட சமதளத்தில் அமைக்கப்பட்டன. இக் குடியிருப்புக்கள் வட்ட வடிவில் குடிசைகளாக, மரக் குச்சிகளை நிறுத்தி, தட்டிகள் மீது மண்பூசிய சுவர்களோடு மண் தரையைக் கொண்டு அமைக்கப்பட்டிருந்தன. தொடக்க காலங்களில் செம்பு உலோகம் பயன்படுத்தப்படவில்லை என்றாலும், பிற்காலங்களில் வெகுவாகப் பயன்படுத்தப்பட்டுள்ளது. செம்புப் பயன்பாடும் பிறபகுதிகளோடு ஏற்பட்ட வணிகத் தொடர்புகளால் நிலவியது.

சுற்றும் வாழ்க்கையை விட்டு ஓரிடத்தில் நிலையாகத் தங்க முற்பட்டதன் விளைவாக இம்மக்களின் வாழ்க்கையில் பல மாற்றங்கள் ஏற்பட்டன. இதுவரை கல் கருவிகளைச் செய்தலும், உணவுக்காக விலங்குகளைக் கொல்லுவதும், காட்டுத் தாவரங்களின் பலனை அனுபவிப்பதுமாக இருந்த சமூகம் இக்காலகட்டத்தில் மேலும் சில தொழில்களைச்

செய்ய முற்பட்டுள்ளது. அவ்வகையில் குடியிருப்பதற்கு ஏற்ற படுகை அல்லது வீடுகளைக் கட்டிக்கொள்ள ஆரம்பித்ததைக் குறிக்கலாம். மண் சுவர்களும், ஓலை மேற்கூரைகளைக் கொண்ட குடிசைகளும், கூட்டு வாழ்க்கையும் உதயமாயிற்று. தொடர்ந்து நெருப்பின் பயனையும் அறிந்தனர். இவ்வாறே மண்பாண்டங்களைக் கைகளால் செய்தும், பின்னர் வட்டச் சக்கரத்தினைச் சுழற்றியும் வனைந்துள்ளனர். சாம்பல், பழுப்பு மற்றும் வெளிர் பழுப்பு நிறத்தில் மெருகேற்றப்பட்ட மண்பானைகளோடு, சிவப்பு அல்லது கருப்பு சாயம் தோய்க்கப்பட்ட பாத்திரங்களையும் செய்துள்ளனர். சில வகைகளில் வண்ண வடிவங்கள் தீட்டப்பட்டும் உள்ளன. மேலும் ஆடு, மாடுகளையும் நாய் போன்ற விலங்குகளையும் பழக்கி அவைகளின் பலனையும் அனுபவிக்கத் தொடங்கினர். இவ்வகையில் குடும்பம், மற்றும் குடும்பத்தை நிர்வகிக்கத் தேவையான தொழில் முறைகளை மேற்கொண்டனர். குடும்ப உறுப்பினர்களே தொழிலாளிகளாகவும் பயனாளிகளாகவும் இருந்துள்ளனர். இவ்வகைக் செயல்பாடுகளை வணிக முறையில் தொழில் எனக் கருத இயலாது என்றபோதிலும் அடிப்படை வணிகப் பொருளியலின் கூறுகள் தென்பட்டுள்ளன எனலாம். இருப்பினும் ஒரு சில தொழில்கள் குடும்பச் சூழலுக்கு அப்பாற்பட்ட நிலையில் நடைபெற்றிருக்கலாம். இவ்வகைக் 'குடும்பத் தொழில்'களைப் பட்டியல் இடுவது ஊகத்தின்பாற்பட்டதே.

4. செம்பு–வெண்கலக் கற்கருவிகள் காலம்

தென்னிந்தியாவில் பொ.ஆ.மு. 2000 முதல் 1000 வரை இக்காலப் பண்பாடு நிலவியது. மகாராஷ்ட்ரம், கர்நாடகா, ஆந்திரப்பிரதேசம், தெலிங்கானா ஆகிய பகுதிகளில் மட்டும் இப்பண்பாட்டுத் தடயங்கள் கண்டெடுக்கப்பட்டுள்ளன. பழந்தமிழகத்தில் செம்பு பொருள்கள் தனித்துக் காணப்படவில்லை. இக்காலப் பண்பாட்டில் தொழில்களில் முன்னேற்றம் ஏற்பட்டுள்ளது. செம்பு உலோக உருக்குத் தொழிலும், செம்பு பொருள்கள் செய்யும் தொழிலும் இக்காலத்தில் சிறப்பான தொழில்களாக

மாறின. செம்பு உருக்குதல் செம்புக் கனிமம் கிடைத்த இடங்களில் செய்யப்பட்டன. சூலங்கள், குத்து வாள்கள், மனித உருவிலான ஆயுதங்கள், விளையாட்டுப் பொருள்கள், வீட்டு உபயோகப் புழங்கு பொருள்கள் செய்யப்பட்டன. செம்பு உருக்குவதற்கான உருக்குலைகள் பலவற்றை தொல்லியல் அகழாய்வுகளில் கண்டுபிடித்துள்ளனர். இத்தொழில் செய்வோர் தனித் தொழிலாளர்களாக சில பகுதிகளில் இருந்துள்ளனர். செம்புக் கனிமம் கிடைக்காத இடங்களுக்கு செம்பு பொருள்கள் வணிகர்கள் மூலமாக எடுத்துச் செல்லப்பட்டு பயனாளிகளுக்கு விற்கப்பட்டன. இவ்வகையில் வணிக வளர்ச்சி ஏற்பட்டுள்ளதைக் குறிக்கலாம். சுடுமண் பொம்மைகள், பிறவகைப் புழங்கு பொருள்கள் யாவும் இக்காலகட்டத்தில் செய்யப்பட்டன. கோட்டைகள், பாதுகாக்கப்பட்ட மேடைகள், உயர்ந்த பகுதிகளில் வீடுகளைக் கட்டிக்கொண்டனர். இவ்வகையில் பிறதொழில்களும் வளர்ந்தன.

பழந்தமிழகத்தில் செம்பு–வெண்கலக் காலத்தைப் தனித்துப் பார்க்க இயலவில்லை. செம்பு வெண்கல உலோகப் பொருள்கள் தனித்துக் கிடைக்கவில்லை என்பது முக்கிய காரணமாகும். இரும்புப் பொருள்களோடு செம்புப் பொருள்களும் கண்டெடுக்கபட்டுள்ளன. மேலும் தமிழ் நாட்டில் செம்பு கனிமங்கள் கிடைப்பதில்லை என்பதும் மற்றொரு காரணமாகும். எனவே தென்னிந்தியாவின் பிற இடங்களில் உற்பத்தி செய்யப்பட்ட செம்பு பொருள்கள் தமிழகத்தை வந்தடைந்தன. எனவே இக்காலகட்டத்தில் வணிகமும், வணிகர்களின் செயல்பாடுகளும் இருந்துள்ளன என்பது இதன்மூலம் தெரியவரும்.

5. பெருங்கற்காலம்

தென்னிந்தியாவில் பெருங்கற்காலம் சுமார் பொ.ஆ.மு. 1000 முதல் 300 வரை நிலவியதாகக் கருதப்படுகிறது. இக்காலத்தில் இரும்பின் பயன் அறியப்பட்டதோடு இரும்புப் பொருள்கள் அதிக எண்ணிக்கையில் உற்பத்தி செய்யப்பட்டு பயன்படுத்தப்பட்டன என்பதால் இக்காலத்தை

இரும்புகாலம் என்றும் குறிப்பர். தட்டைக் கற்களால் அமைக்கப்பட்ட கல்பெட்டிகளில் இறந்தோரைப் புதைத்தனர். இக்கட்டுமானங்கள் கற்கிடைகள் எனப்படும். இதே கால கட்டத்தில் சுடுமண்ணால் ஆன ஈமத்தாழிகளிலும் புதைத்துள்ளனர். கற்கிடைகள், ஈமத்தாழிகளில் உள்ள இடுபொருள்கள் யாவும் ஒரே மாதிரியாக உள்ளதால் இவ்வகைகள் யாவும் ஒரே பண்பாட்டைச் சார்ந்தவை.[7]

5.1.தொல்லிடங்கள்

தக்காணம் மற்றும் தென்னிந்தியாவில் பெருங்கற்கிடைகள் பெருந் தொகுப்பாக காணப்படுகின்றன. மகாராஷ்ட்ரா மாநிலத்தின் விதர்பா பகுதி முதல் தமிழகத்தின் தென்கோடி யிலுள்ள கன்னியாகுமரி வரையும் கற்கிடைகள் பரவியுள்ளன. சுமார் 3000க்கும் மேற்பட்ட பெருங்கற்காலத் தொல்லிடங்கள் இப் பகுதிகளில் காணப்பட்டபோதிலும் கருநாடகத்திலும் தமிழ்நாட்டிலுமே அதிக எண்ணிக்கையில் காணப்படுகின்றன.[8]

கல் கட்டுமானங்கள், ஈமத் தாழிகள் உள்ள பகுதிகளை எளிதில் அடையாளம் காணமுடியும். ஆயினும் தொடர்புடைய குடியிருப்புகளை அடையாளம் காண்பது மிகக் கடினமானது. பெருங்கல் ஈமக் கட்டுமானங்கள் மற்றும் ஈமத்தாழிகள் சில பல வேறுபாடுகளுடன் தென்னிந்தியாவின் பல பகுதிகளில் உள்ளன. அவற்றை குழி வட்டங்கள், பெட்டிகள், கல் மேடைகள் (dolmens), பாறையில் குடையப்பட்ட நிலவறைகள், குடைக்கற்கள், நெடுங்கற்கள், தாழிகள், சுடுமண் பெட்டிகள் (sarcophagus) என்ற வகைகளில் அடக்கலாம்.[9] பெருங்கற்காலத் தொல்லிடங்களின் எண்ணிக்கை அதிகரித்துள்ளதால் இக்காலச் சமூகத்தார் மக்கள் தொகையில் குறிப்பிடத்தக்க ஏற்றம் உள்ளது தோன்றும்.

தென் இந்தியாப் பெருங்கற்கால நிர்ணயத்தை சர்ச்சைக்கு இடமில்லாமல் வரையறை செய்ய இயலவில்லை. தொடக்க காலக் குடியிருப்புகளின் பாளநிலைகளிலிருந்து பெறப்பட்ட சான்றுகள் மூலம் பெருங்கற்காலத்தின் தொடக்கத்தை சுமார் பொ.ஆ.மு. 1100 ஆண்டாக நிர்ணயம் செய்துள்ளனர். பெருங்கற்காலத்தின் கடைசிக் கால வரம்பு ஏறத்தாழ,

பொ.ஆ.மு. 3–2 நூற்றாண்டுகள் எனலாம். பெருங்கல் காலத்தின் இறுதிக் கட்டத்தில் தமிழ்–பிராமி எழுத்துருக்கள் கொண்ட பானைச் சில்லுகள் பெருங்கல் கட்டுமானங்களில் காணப்பட்டுள்ளன. மேலும் மெகஸ்தனிசின் இண்டிகாவும், அசோகர் கல்வெட்டும் தென்னிந்திய, குறிப்பாக பழந்தமிழக அரசுகளைக் குறிப்பிட்டுள்ளன. எனவே பொ.ஆ.மு. 300 ஆண்டுக்கு முன்னரே சங்க காலம் தமிழகத்தில் தோற்றமெடுத்துள்ளதாகக் கருதலாம். மேலும் தக்காணத்தில் சாதவாகனர் ஆட்சியும் இதே காலத்தை ஒட்டி ஆரமபித்துள்ளது. எனவே பெருங்கற்காலத்தின் முடிவு பொ.ஆ.மு. 300இல் ஏற்பட்டிருக்கலாம் எனக் கருதுவர்.

5.2.1.தொழில்கள்

ஈமக் குழிகள், பெட்டிகள் அல்லது தாழிகள் போன்ற எல்லா வகைகளிலும், அவற்றின் உட்பகுதியில், அடக்கம் செய்யப்பட்ட உடல்களுடன், ஈமப் பொருள்கள் வைக்கப்பட்டுள்ளன. இவ்வாறு வைக்கப்பட்ட ஈமப்பொருள்களிலிருந்தே பெருங்கற்கால மக்களின் பண்பாட்டுக் கூறுகள் மற்றும் தொழில்கள் பற்றிய விவரங்கள் பெறப்பட்டுள்ளன. இக்கால கட்டத்தில் மக்கள் வாழ்வியலிலும், பொருள்கள் உற்பத்தி, வணிகம் போன்ற பொருளாதாரச் செயல்பாடுகளில் பெரும் மாற்றங்கள் ஏற்பட்டன.

5.2.2.வேளாண்மையும் கால்நடைகள் வளர்ப்பும்

வேளாண் தொழில் முக்கிய தொழிலாக மாறியுள்ளது. இயற்கையில் உருவான குளங்கள், ஆறுகள் ஆகிய நீர் ஆதாரங்களை கால்வாய்கள் மூலம் கொண்டு வந்து பயிரிடக் கற்றுக்கொண்டனர். வேளாண்மைக்குத் தேவையான கால்வாய்களை வெட்டியும், நீர்த் தேக்கக் கட்டுமானங்களையும் ஏற்படுத்திக் கொண்டனர். பெருங்கல்காலக் கட்டுமானங்களும் குடியிருப்புகள் பலவும் குளங்கள், ஆறுகளை ஒட்டியே ஏற்படுத்தப்பட்டுள்ளதைக் கொண்டு இவ்வாறு கருதலாம். வேளாண் பணிகளைச் செய்ய தேவையான கருவிகளையும் உருவாக்கியுள்ளனர்.

வேளாண்மையின் பலவகைப்பட்ட செயல்பாடுகளை குடும்ப உறுப்பினர்களைக் கொண்டு செய்திருக்கலாம் என்றாலும் சிலவகைச் செயல்பாடுகளுக்கு கூலித்தொழிலாளர்களையும் அமர்த்தியிருக்கலாம்.

கால்நடைகளை வளர்த்தல் இம்மக்களின் பொருளியல் வாழ்வின் முக்கியக் கூறாகும் என்பதைக் குடியிருப்புப் பகுதிகளிலிருந்து பெறப்பட்ட, விலங்கு, தாவரத் தரவுகள் காட்டும். ஆடு, மாடுகளை மேய்த்தலும், அவற்றின் பிரதிப் பொருள்களைப் பயன்படுத்தும் தொழிலும் கூட வளர்ந்தது. கால்நடை வளர்ப்பு மற்றும் அவை சார்ந்த துணைத் தொழில்களில் குடும்பத் தொழிலாளர்களின் பங்கு முக்கியமானதாகும். இருப்பினும் இத்தொழில் சார்ந்த பணிகள் அனைத்தையும் குடும்ப உறுப்பினர்களே மேற்கொண்டனர் எனக் கருத இயலாது. சில பல பணிகள் கூலித் தொழிலாளர்களைக் கொண்டு செய்யப்பட்டிருக்கலாம்.

5.2.3. மண்பாண்டம் வனைதல்

மண்பாண்டங்கள் வனைதல், சுடுமண் பொருள்களை வடித்தல், ஆகியன இக்காலகட்டத்தின் சிறப்பான தொழில்களாகக் கருதலாம். மண்பாண்டம் வனைவோர் (குயவர்கள்), முக்கிய கைத்தொழிலாளர்களாக இருந்திருக்க வேண்டும். ஒவ்வொரு ஊரிலும் இத்தொழிலாளிகள் பெருங்கூட்டமாக இருந்து தொழில் செய்திருக்கலாம். கருப்பு நிறப் பாண்டங்கள், கருப்பு சிவப்பு பாண்டங்கள், மற்றும் சிவப்பு நிறப் பாண்டங்கள் முதன்மையான மண்பொருள்கள். பலவகையான கிண்ணங்கள் (bowls), பெரிய நீர்க் குடுவைகள், காலுள்ள தாழிகள், பாத்திரம் தாங்கிகள், உச்சியில் விலங்கு, பறவை வடிவுள்ள மூடிகளும் செய்யப்பட்டன (படம்:2). இக்காலகட்டத்தில் சுட்ட செங்கற்களின் பயன்பாட்டைக் காணலாம். செங்கல் உருவாக்கும் தொழில் ஓரளவு சிறப்பிடம் பெற்றுள்ளது. எனினும் இத்தொழில் குறிப்பிட்ட சிலபகுதிகளில் மட்டுமே நடைபெற்றுள்ளது. செங்கற்கள் காவிரிப்பூம்பட்டினம், அரிக்கமேடு ஆகிய இடங்களில் காணப்பட்டுள்ளன. குடும்பத் தொழிலாக கருதப்பட்டாலும் சில பணிகளுக்கு வெளி ஆட்களை அமர்த்தியிருக்கலாம்.

5.2.4. இரும்புத் தொழில்

இரும்பு உருக்கும் நுண்ணறிவு இந்தியப் பகுதிகளில் பொ.ஆ.மு.1000 ஆண்டில் தோன்றியது. தென்னிந்தியாவிலும் ஏறக்குறைய இதே காலகட்டத்தில் இரும்பின் பயனை மக்கள் அறிந்துள்ளனர். இரும்பு பொருள்களும் ஆயுதங்களும் அதிக அளவில் செய்யப்படுள்ளன. இப்பொருள்களில் கருவிகள், ஆயுதங்கள் உள்ளன. இவற்றில் பட்டாக் கத்திகள், வாள்கள், அம்பு முனைகள், வேல் முனைகள், சூலங்கள் ஆகிய கருவிகள் அடங்கும் (படம்:3.1.). அதிக அளவு இரும்பு ஆயுதங்கள் கிடைப்பதால் பெருங்கற்கால சமூகம் பெரும் போர்களுக்கு ஆட்பட்டிருந்தது எனவும் கருதுவர். வேளாண்மை மற்றும் பிற தொழில்களைச் செய்வதற்கான கருவிகளில், மண் வெட்டிகள், கலப்பைகள், சிறு கோடரிகள், அரிவாள்கள், கடப்பாறைகள், உளிகள், போன்ற கருவிகளை அடக்கலாம். இன்னும் சில இடங்களில், குறிப்பாக விதர்பா பகுதியில் குதிரையின் கடிவாளப் பகுதியும், அங்கவடிகள் எனக் கருதப்படும் பொருள்களும் கிடைத்துள்ளன.

தொல்லிடங்கள் சிலவற்றில் இரும்பு உருக்கு உலைகள் (படம்:3.2.), மற்றும் அவற்றோடு சம்மந்தப்பட்ட கனிமம், இரும்புச் சக்கை, உடைந்த உலைக் குவைகள் (crucibles) (படம்:3.3.) ஆகியவற்றைக் கண்டெடுத்துள்ளனர். இவ் உலைக் குவைகள், 'உட்ஸ்' (woods) எனப்பட்ட பழமை வாய்ந்த எஃகுவைத் தயாரிக்கப் பயன்படுத்தியிருக்கலாம்.[10] செம்பு, வெண்கலம், வெள்ளி, தங்கம் போன்ற உலோகங்களாலான பொருள்களும், மிகக் குறைந்த அளவில் காணப்பட்டுள்ளன.

5.2.5. நெசவுத் தொழில்

வேளாண் பொருள்கள் உற்பத்தியின் ஒரு முக்கிய தன்மையாக பருத்தி சாகுபடியைக் கருதலாம். பருத்தியைத் திரித்து நூலாக்கி துணியாக நெய்துள்ளனர். இவ்வாறான துணித் துண்டுகளை ஆய்வாளர்கள் பல இடங்களில் கண்டெடுத்துள்ளனர். மேலும் பருத்தியிலிருந்து நூல் நூற்க தக்களிகள் பயன்படுத்தப்பட்டன. தக்களிகளின் அடித்தட்டு, இணைக்கும் கைக்கம்பு போன்றவையும் அகழாய்வுகளில்

கண்டெடுக்கப்பட்டுள்ளன. நெய்வதற்கான அடிப்படைக் கருவிகளையும் செய்து கொண்டனர். பருத்தியோடு கம்பளி ஆடைகளும் நெய்யப்பட்டுள்ளன. இவையாவும் குடும்பத் தொழிலாக செய்யப்பட்டபோதும் சில வகைப் பணிகள் கூலித்தொழிலாளர்களைக் கொண்டு செய்யப்பட்டன என ஊகித்தாலும் பணிமுறைகள் போன்றவற்றை அறிவதற்கு போதிய சான்றுகள் கிடைக்கவில்லை.

5.2.6. வணிகம்

இக்காலகட்டத்தில் வணிகச் செயல்பாடுகள் நன்கு வளர்ச்சியுற்றன. பலவகையான வணிகப் பொருள்கள் உற்பத்தி செய்யப்பட்டன. அன்றாட புழங்கு பொருள்களான மண்பாண்டங்கள் பல ஊர்களில் ஆக்கப்பட்டன. இரும்புக் கனிமம், இரும்புக் கருவிகள் போன்றவை சில பகுதிகளில் தொழில் நுணுக்கம் அறிந்த தொழிலாளர்களால் செய்யப்பட்டன. இதேபோன்று மதிப்புறு கற்களான சூது பவளம் (carnelian), வைடூரியம் (lapis lazuli), பளிங்கு (crystal), மாக்கல் மணிகள், உருவங்கள் பொறிக்கப்பட்ட சூதுபவள மணிகள் செய்யப்பட்டுள்ளன[11]. இவ்வாறு ஓரிடத்தில் உற்பத்தி செய்யப்பட்ட பொருள்கள் பல இடங்களில் காணப்பட்டபோதிலும் வியக்கத்தக்க ஒற்றுமையும் இப்பொருள்களில் உள்ளது. எனவே உற்பத்தி செய்யப்பட்ட பகுதிகளிலிருந்து தொலைவிலுள்ள பகுதிகளுக்கும் இப்பொருள்கள் சென்றுள்ளன என்பது வெளிப்படை. இவ்வகையான பரிமாற்றம் அல்லது விற்பனை வணிகர்கள் மூலமே நடைபெற்றன. இதன்மூலம் கைவினைஞர்களும் வணிகர்களும் நெடுந்தொலைவு சென்று உற்பத்தி, வணிகச் செயல்பாடுகள் மற்றும் பொருள் பரிமாற்ற முறைகளில் ஈடுபட்டனர் என்பவை புலப்படும்.

சான்று நூல்கள்

1. Sankalia, H.D., *Prehistory and Protohistory of India and Pakistan, 1974.*
2. Allchin, Raymond and Bridget Allchin, *Origin of a Civilization: The Prehistory and Early Archaeology of South Asia,* 1997, p. 100.
3. Wheeler, R.E.M., 'Brahmagiri and Chandravalli 1947: Megalithic and

Other Cultures in the Chitaldurg District, Mysore State', in *Ancient India*, vol.4, 1948, pp.181-308.

4. *Indian Archaeology - A Review - 1964-65*, pp. 22-23; *IAR.1967-68*, pp. 26-30.

5. Rajan Gurukkal, 'The Edakal Rock Egravings: Morphology and Meanings', *Studies in Humanities and Social Sciences*, 4(1), 1997, pp. 43-60.

6. Korisettar, Ravi, P.C., *et.al.*, 'Brahmagiri and Beyond: The Archaeology of the Southern Neolithic', *Prehistory: Archaeology of South Asia*, eds. S. Settar and Ravi Korisettar, vol. 1., 2002, pp.151-238.

7. B.K.Gururaja Rao, *Megalithic Culture in South India*, Manasagangotri, Mysore.

8. Moorti Udayaravi, S, *Megalithic Culture of South India: Socio-economic Perspectives*, 1994.

9. கராஷிமா, நொபேரு, சுருக்கமான தென் இந்திய வரலாறு, *2018, ப. 18–22.*

10. B.Sasisekaran, *Iron Industry and Metallurgy: A study of Ancient Technology*, 2004.

11. கா. ராஜன், தொல்லியல் நோக்கில் சங்ககாலம், *2010, ப.117-130.*

3. சங்க காலத் தொழில்கள்

1. முன்னுரை

சங்க காலத் தமிழகத்தில் சாதாரண மக்களின் பயன்பாட்டிற்கென தொழிலாளர்கள் பல பொருள்களைப் பல்வேறிடங்களில் உற்பத்தி செய்துள்ளனர். இவ்வாறு உற்பத்தி செய்யப்பட்ட பொருள்கள் பலவற்றை அகழாய்வுகள் மூலம் கண்டெடுத்துள்ளனர். தொல்லியலாளர்களால் இவ்வாறு சேகரிக்கப்பட்ட தொல் செய்பொருள்களில் வீடுகளில் அன்றாடம் பயன்படுத்தும் மண்பாண்டங்களை முதலாவதாகக் குறிக்கலாம். இவை பெரும்பாலும் எல்லா தொல்லியல் அகழாய்வுகளிலும் அதிக எண்ணிக்கையில் கிடைப்பவையாகும். இவற்றில் தட்டுகள், குவளைகள், பானைகள், தாழிகள் போன்றவைகள் அடங்கும். இவற்றுடன், பலவகையான புழங்கு பொருள்கள், விவசாயக் கருவிகள், போன்ற தொல்பொருள்கள் பலவற்றையும் சேகரித்துள்ளனர். இவ்வகைக் கருவிகள் சிலவற்றை இரும்பு, செம்பு போன்ற உலோகங்களிலும் ஆக்கியுள்ளனர். வீடு மற்றும் பிறவகைப் பயன்பாடுகளுக்கு ஏற்றாற்போலுள்ள கத்திகள், அரிவாள்கள், வாள்கள், அம்பு, ஈட்டி முனைகள் போன்றவற்றையும் சேகரித்துள்ளனர். இவற்றுடன் பொன், வெள்ளி, செம்பு போன்ற உலோகங்களால் ஆக்கப்பட்ட மணிகள், கண்ணாடி மணிகள், நவரத்தின மணிகள், சங்கு வளையல்கள் போன்ற

அலங்காரப் பொருள்களும் கிடைத்துள்ளன. சங்கத் தொகை நூல் பாடல்களிலும் அக்காலத்தில் மக்கள் செய்த தொழில்கள், மற்றும் உற்பத்தி செய்யப்பட்ட பொருள்கள் பலவற்றைப் பற்றிய குறிப்புகளும் உள்ளன. வணிகர்கள், வணிகச் செயல்பாடுகள், அங்காடிகள் போன்றவைகளும் இப்பாடல்களில் சொல்லப்பட்டுள்ளன. இதே காலகட்டத்தைச் சேர்ந்த தமிழ்-பிராமி கல்வெட்டுகளிலும் தொழிலாளர்கள் பலரும் குறிப்பிடப்பட்டுள்ளனர்.

முன் வரலாற்றுக் காலத்தில் செயல்பாட்டில் இருந்த பல்வகைத் தொழில்களும் ஆரம்ப வரலாற்றுக் காலத்திலும் தொடர்ந்து செயல்பட்டுள்ளன. மக்கள் வாழ்விடங்கள் முன் வரலாற்றுக் காலத்தில் குறைந்த எண்ணிக்கையில் இருந்தபடியால் அக்காலச் சமூகத்தில் மக்கள் தொகையும் குறைந்த அளவிலேயே இருந்துள்ளது. குறைவான மக்கள் சமூகத்திற்கு ஏற்றாற்போல் பொருள்கள் உற்பத்தியும் குறைந்த அளவிலேயே இருந்திருக்கவேண்டும். ஆயினும் ஆரம்ப வரலாற்றுக் காலத்தில் இந்நிலையில் பெருமாற்றம் ஏற்பட்டுள்ளதைக் காணலாம். இக்காலகட்டத்தில் அதிக எண்ணிக்கையிலான குடியிருப்புகள் தென்படுவதால் மக்கள் தொகைப் பெருக்கம் அதிகரித்துள்ளது எனக் கருதலாம். அதிக மக்கள் தொகையுள்ள சமூகத்திற்குத் தேவையான அளவில் வணிகப் பொருள்களின் உற்பத்தியும் அதிகரித்துள்ளது. மேலும், தொழில் நுணுக்கங்களிலும் வெகுவான முன்னேற்றம் ஏற்பட்டுள்ளன.

ஆரம்பவரலாற்றுக் காலத்தில் பல இடங்களில் பல வகைத் தொழிலாளர்கள் மூலம் வணிகப் பொருள்கள் உற்பத்தி செய்யப்பட்டன. பொருள்களை உற்பத்தி செய்வதற்கான நுண்தொழில் திறமையும், சிறந்த கருவிகளும் அக்காலகட்டத்தில் இருந்திருக்கவேண்டும். தமிழ் நாட்டு அகழாய்வுகளில் இருந்து கண்டெடுக்கப்பட்ட செய்பொருள்கள் அகழாய்வு அறிக்கைகளில் விவரிக்கப்பட்டுள்ளபோதிலும் அவற்றின் தன்மை, செய்யப்பட்ட முறைகள், பயன்படுத்திய கருவிகள் ஆகியன பற்றிய செய்திகள் விரிவாக இல்லை. இவ்வகையில், தொழிலாளர்களின் தன்மை, அவர்கள் பயன்படுத்திய

மூலப்பொருள்கள், கருவிகள், தொழில்கூடங்கள், மற்றும் பட்டடைகள் இருந்த இடங்கள், கைத்தொழில் முனையங்கள் மற்றும் அவை சார்ந்த வியாபார முனையங்கள் போன்றவற்றைப் பற்றிய சரியான ஆய்வுகள் ஏதுமில்லை. தொல்பொருள்கள் மற்றும் சங்கத் தொகை நூல்களில் காணப்படும் விவரங்கள் பலவற்றின் மூலம் தென்படும் அக்காலப் பொருளியல் நிலை மற்றும் வணிகக் கைவினைப் பொருள்கள் உற்பத்தி, மற்றும் உற்பத்தி முனையங்கள் பற்றிய விவரங்கள் முறையாக ஆராயப்படவில்லை.

2.சான்றுகள்

பழந்தமிழகத்தின் பொருளாதாரச் செயல்பாடுகள் மற்றும் சமுதாயப் பண்பாட்டு நிலைகளை அறிவதற்கு சங்கத் தொகை நூல் பாடல்களில் பதியப்பட்டுள்ள தொடர்பற்ற விவரங்கள் சிலவற்றை முக்கிய சான்றுகளாகக் கருதலாம். எட்டுத்தொகை, பத்துப்பாட்டு எனப்படும் இத்தொகை நூல்களில் காணப்படும் பாடல்கள் பொது (கிருத்து) ஆண்டின் ஆரம்ப ஆண்டுகளுக்கு முன்னால் வாழ்ந்த புலவர்கள் பலரால் பாடப்பட்டவை. பல ஆசிரியர்களால் இயற்றப்பட்ட பாடல்களைக் கொண்ட எட்டு நூல்கள், எட்டுத்தொகையிலும், ஒவ்வொன்றிலும் நீண்ட பாடலைக் கொண்ட பத்து நூல்களும் பத்துப்பாட்டில் உள்ளன. இப்பாடல்கள் பொ.கா. 8ஆம் நூற்றாண்டளவில் தொகுக்கப்பட்டன. இவ்விரண்டு பெரிய தொகுப்புகளோடு தொல்காப்பியம் என்ற இலக்கண நூலையும் சேர்க்கலாம். இப்பாடல்களில் அக்கால வரலாறு, சமுதாயம், பொருளியல் ஆகியவற்றைப் பற்றிய செய்திகள் விவரிக்கிடக்கின்றன என்றபோதிலும் இத்தொகுப்புக்களில் உள்ள நூல்கள் யாவும் முழுமையான வரலாற்று நூல்கள் அல்ல.

கடந்த பல ஆண்டுகளில் சங்க இலக்கியங்களில் குறிக்கப்பட்ட வரலாற்று முக்கியம் வாய்ந்த ஊர்களைச் சார்ந்த தொல்லியல் ஆய்வே பொதுவான நோக்கமாக இருந்துள்ளது. உறையூர், காவிரிப்பூம்பட்டினம், கோவலன்பொட்டல் (மதுரை), கொற்கை, கரூர்,

காஞ்சிபுரம், கொடுமணல் ஆகிய ஊர்களில் அகழாய்வுகள் நடத்தப்பட்டன. இந்திய அரசின் ஒன்றியப் பகுதியான புதுச்சேரியில் அமைந்த அரிக்கமேட்டிலும் அகழாய்வுகள் நடத்தப்பட்டுள்ளன. சங்க இலக்கியங்கள் குறிப்பிடாத தொல்லிடங்கள் சிலவற்றில் கணிசமான தொல்பொருள்கள் கள ஆய்வுகளில் எதேச்சையாகக் கண்டெடுக்கப்பட்டதனால் அங்கும் அகழாய்வுகள் நடத்தப்பட்டன. திருக்காம்புலியூர், அப்புக்கல்லு, குட்டூர், அழகன்குளம் போன்ற ஊர்களிலும், கேரளத்தில் பட்டணம் போன்ற தொல்லிடங்களிலும் அகழாய்வுகள் மேற்கொள்ளப்பட்டன. கீழடி, தேரிருவேலி, பொற்பனைக்கோட்டை போன்ற இடங்களிலும் அகழாய்வுகள் நடத்தப்பட்டன. இவை தவிர இலங்கை (ஸ்ரீலங்கா), தாய்லாந்து, செங்கடல் பகுதிகளிலும் அந்நாட்டு அகழாய்வாளர்களால் அகழாய்வுகள் செய்யப்பட்டுள்ளன.

இவ்விடங்களில் இருந்து ஆரம்ப வரலாற்றுக் காலம் மற்றும் சங்க காலப் பொருளாதாரத்தை அறிவதற்குத் துணையாக நிறைய தொல்பொருள்களைக் கண்டெடுத்துள்ளனர். இவற்றுள் பலவகையான மண்பாண்டங்கள், செங்கற்கள், கூறை ஓடுகள், குழாய்கள், சுடுமண் உருவங்கள், போன்ற செய்பொருள்களை முக்கியமானவைகளாகக் குறிக்கலாம். கண்ணாடி மணிகள், சூதுபவளம் (carnelian) போன்ற நவமணிகள், சங்கு வளையல்கள், பிறவகை அணிகலன்களும் கண்டெடுக்கப்பட்டுள்ளன. இவ்விடங்களில் வீடுகள் இருந்த பகுதிகளும் செங்கல் கட்டுமானங்களும் பிற கட்டிட இடிபாடுகளும் கண்டெடுக்கப்பட்டுள்ளன. தொழில் கருவிகள் பலவும் அகழாய்வுகள் மூலம் வெளிக்கொணரப்பட்டுள்ளன. கடல்வழி மற்றும் தொலை தூர வணிகத்தை வெளிப்படுத்தும் உரோமானியர் நாணயங்களும், வெள்ளி முத்திரை நாணயங்களும் (punch marked coins), சாதவாகன அரசர்கள் வெளியிட்ட காசுகளும் தமிழ்நாட்டுப் பகுதிகளில் காணப்பட்டுள்ளன. சங்ககால அரசுகள் வெளியிட்ட காசுகள் தமிழ்நாட்டிலும், இலங்கை, தாய்லாந்து நாட்டுப் பகுதிகளில் கண்டெடுக்கப்பட்டுள்ளன. தமிழ் நாட்டிலும் அயல் நாடுகளிலும் கண்டுபிடிக்கப்பட்ட தமிழ்–பிராமி கல்வெட்டுகளும், மண்பாண்டப் பொறிப்புகளும்

ப.சண்முகம் ● 47

கூட அக்காலத்திய வணிகம் மற்றும் பொருளாதார நடவடிக்கைகளை அறிவதற்கான சான்றுகளாக உள்ளன. இவற்றோடு அயல்நாட்டு கடலோடிகளின் கடல் பயண விவரங்களையும் சான்றுகளாகச் சேர்க்கலாம்.

அகழாய்வு அறிக்கைகளை மிக முக்கியமான சான்றுகளாகக் கொள்ளவேண்டும். தொல்லியல் அகழாய்வுகளை நடத்திய நிறுவனங்களே அகழாய்வு அறிக்கைகளை வெளியிட்டுள்ளன. முக்கியமாக இந்திய ஒன்றிய அரசின் தொல்லியல் பரப்பாய்வுத் துறையும் தமிழ்நாட்டுத் தொல்லியல் துறையும் ஆண்டு அறிக்கைகளாகவும், முழுமையான நூல்களாகவும் அறிக்கைகளை வெளியிட்டுள்ளன. சென்னைப் பல்கலைக் கழகத்தின் பண்டைய வரலாறு, தொல்லியல் துறையும் தமிழ்ப் பல்கலைக் கழகத்தின் கல்வெட்டியல் துறையும் அகழாய்வு அறிக்கைகளை நூல் வடிவில் வெளியிட்டுள்ளன. இவ்வறிக்கைகளில் பழந்தமிழகத்தின் பண்பாட்டு விவரங்கள் விவரிக்கப்பட்டுள்ளன. பொருளியல், வணிகம், தொழில்கள் போன்றவற்றை இவ்வாய்வறிக்கைகள் மூலம் அறியலாம்.

3. முன் ஆய்வுகள்

சங்க இலக்கியத்தில் தென்படும் தொழில்கள், தொழிலாளர்கள் ஆகியோரைப்பற்றி சில ஆய்வுகள் முன்னரே நடத்தப்பட்டுள்ளன. சிங்காரவேலு, சு.வித்யாநந்தன், போன்றோரின் நூல்கள் முற்றிலும் பொருளியல் சார்புடையவையல்ல என்றாலும் சில பகுதிகளில் பொருளியல் தொடர்புடைய விவரங்கள் உள்ளன. கிருஷ்ணசாமி அய்யங்கார், கே.ஏ.நீலகண்ட சாஸ்திரி ஆகியோர் நூல்களிலும் பொருளியல் செயல்பாடுகள் சொல்லப்பட்டுள்ளன.

இவை தவிர சங்க காலத் தொழில்கள், பொருள்கள் உற்பத்தி, வணிகம், சந்தைகள், போன்ற பொருளியல் தொடர்பான முன்னோடி ஆய்வுகளும் உள்ளன. இவ்வகையில் வி.சி. சசிவல்லி, வைத்தியலிங்கம், பீடர் பிரான்சிசு, கிப்ட் சிரோன்மணி, பி.சசிசேகரன், ச.குருமூர்த்தி போன்றோரின் ஆய்வுகளை சிறப்பாகக் குறிக்கலாம்.

4.தொழில்கள்

4.1. மண்பாண்டங்கள் வனைதல்

தமிழ்நாட்டு அகழாய்வுகளில் மண்பாண்டங்களே அதிக எண்ணிக்கையில் கிடைப்பவை. இவற்றில் பலவகையான தட்டுகள், குவளைகள், கிண்ணங்கள் போன்ற சிறியவகைப் பொருள்களோடு பெரிய அளவிலான நீர், தானியம் போன்றவற்றைச் சேமித்து வைக்கத் தகுதியான பாத்திரங்களான பானைகள், தாழிகள் போன்றவற்றையும் குறிக்கலாம். இப்பாத்திரங்களோடு, சுடுமண்ணாலான மனித, விலங்கு உருவ பொம்மைகள், அலங்காரப் பொருள்களான மணிகள், விளையாட்டுக்குப் பயன்படும் ஆடுகாய்கள் போன்ற இன்ன பிற பொருள்களையும் குறிக்கலாம்.

தொல்பொருள்களில் மிக அதிக எண்ணிக்கையில் உள்ளவை மண்பாண்டங்களே என்பதால் இவையே அதிகமாக உற்பத்தி செய்யப்பட்டன எனக் கருதலாம். பெரும்பாலான மண்பாண்டங்கள் உடைபட்டு சிறிய அல்லது பெரிய துண்டுகளாகக் கிடைக்கின்றன என்றாலும் முழுமையான பாண்டங்களும் கிடைத்துள்ளன. இம் மண்பாண்டச் சில்லுகளை நோக்கினால் பலவகையான மண்பாண்டங்கள் உற்பத்தி செய்யப்பட்டன என எளிதில் அறியலாம். பெரும்பாலான அகழாய்வு அறிக்கைகளில் இச்சில்லுகளின் வரைபடங்களும், அவற்றின் நீள அளவு விவரங்களும் மிகத் தெளிவாக விவரிக்கப்பட்டுள்ளன. இவற்றுடன் சில சமயம், மண்பாண்டங்களை உருவாக்கிய முறை, சூளையிட்ட பாங்கு போன்ற நுண்தொழில் விவரங்களும் சொல்லப்பட்டுள்ளன.

இதுவரை தமிழ் நாட்டில் கண்டெடுக்கப்பட்ட மண்பாண்ட வகைகளில் (படம்: 2.) சிவப்பு (நிற) மட்கலன்கள், கருப்பு (நிற) மட்கலன்கள், கருப்பு–சிவப்பு (நிற) மட்கலன்கள், சாதாரணமாக அனைவராலும் பயன்படுத்தப்பட்டவை என்று அறியலாம். இவற்றில் சில மட்கலன்களில் வண்ண கோட்டுருவங்களும் தீட்டப்பட்டிருக்கும். பெரும்பாலான கலன்கள் வீடுகளில் பயன்படுத்த உருவாக்கப்பட்டவை

என்றாலும் சில வகைக் கலன்கள் சிறப்புப் பயன்பாடுகளுக்காக ஆக்கப்பட்டவை. இவ்வகையில் கருப்பு (நிற) மட்கலன்கள் இறந்தோரைப் புதைக்கும் போது புதைகுழிகளில் அல்லது தாழிகளில் இடுவதற்காக்வே செய்யப்பட்டன. இந்த வகையில், பல வடிவுகளில் உள்ளதும் அதிக எண்ணிக்கையிலுமான மட்கலச் சில்லுகள் கண்டெடுக்கப்பட்டுள்ளதைக் கொண்டு ஆரம்ப வரலாற்று காலத்தில் மட்கலன்களின் உற்பத்தி மிக அதிக அளவில் இருந்துள்ளது என்பது உறுதிப்படும். இவ்வகையில் மிகச் சிறிய வாழ்விடப் பகுதிகளிலிருந்தும் நிறைய மட்கலன்கள் அகழாய்வுகள் மூலம் சேகரித்துள்ளனர். சிறிய அல்லது பெரிய வாழ்விடப் பகுதி எதுவாயினும் அப்பகுதிப் பொதுமக்களின் பயன்பாட்டிற்கு குயவர்கள் மட்கலன்களை உற்பத்தி செய்துள்ளனர்.

தொல்லியலாளர்கள் மட்கல உற்பத்தியின் தொன்மையான முறைகளைப் பற்றி விரிவாக விளக்கியுள்ளனர். இவ்வகையில், மட்கல வகைகள், உற்பத்தி முறைகள் போன்ற நுண்தொழில் திறமைகளைப்பற்றி ஒருவாறு அறிந்துகொள்ள இயலும். முக்கியமாக சக்கரத்தைச் சுழற்றி மண்கலன்கள் வனையப்பட்டன. பெரிய அளவிலான கலன்கள் கைகளால் செய்யப்பட்டன. இவை சூளைகளில் இடப்பட்டு சுடப்பட்டன. சிவப்பு வண்ணக் கலன்களைச் சுடுவதிலிருந்து மாறுபட்ட முறையில் கருப்பு–சிவப்பு வண்ணக் கலன்கள் சுடப்பட்டன. அதாவது வாய்ப்பகுதி கீழாக வைக்கப்பட்ட நிலையில் இக் கலன்கள் சூளையில் சுடப்பட்டன.

4.2.செங்கற்கள், பிற பொருள்கள்

அக்கால வீடுகளும் பொதுக் கட்டிடங்கள் சிலவும் செங்கற்களைக் கொண்டு கட்டப்பட்டுள்ளன. அரிக்கமேடு, உறையூர் ஆகிய ஊர்களில் சாயத் தொட்டிகளும், காவி ரிப்பூம்பட்டினத்தில் படகு கட்டும் துறைகளிலும் செங்கற்கள் பயன்படுத்தப்பட்டுள்ளன. செங்கற்களால் ஆன வீடுகளும் பிற பொதுக் கட்டிடங்களும் அகழாய்வுகளில் குறைந்த அளவிலேயே காணப்பட்டுள்ளன. இக்காலத்தில் செங்கற்கள்

பல அளவுகளில் உற்பத்தி செய்துள்ளனர். இவர்களே கூரை வேய்வதற்கான தட்டோடுகளையும் ஆக்கியுள்ளனர். நீர் எடுத்துச் செல்வதற்கான சுடுமண் குழாய்களும் செய்யப்பட்டுள்ளன. உறைகிணறுகளின் சுற்றுச்சுவர் அமைப்பதற்கான சுடுமண்ணாலான வட்ட உறைகளையும் செய்துள்ளனர். மேலும் இவர்களில் ஒரு பிரிவினர் மண் பொம்மைகளையும் ஆக்கியுள்ளனர். இவ்வகையான பொருள்களை ஆக்கும் குயவர்களில் தொழில் முறை, தொழில் நுணுக்கம் போன்றவற்றைத் தெளிவாக அறிய இயலவில்லை. இருப்பினும் தனித்திறமை படைத்த குயவர்களில் சிலர் தனித்தோ அல்லது கூட்டாகவோ இவ்வகைப் பொருள்களை உற்பத்தி செய்திருக்கலாம்.

4.3. சூளைகள்

தமிழ் நாட்டில் இதுவரை நடைபெற்ற அகழாய்வுகளின் மூலம் குயவர்களின் பயன் பாட்டில் இருந்த மட்கலச் சூளைகளின் அமைவிடங்கள், அமைப்பு போன்ற செய்திகளை அறிய ஏதொரு தடயமும் கிடைக்கப்பெறவில்லை. தொல்லியலாளர்கள் சிலர், அவர்கள் மேற்கொண்ட அகழாய்வுக் குழிகளில் அதிக எண்ணிக்கையிலான மட்கலச் சில்லுகள் குவித்து வைக்கப்பட்டுள்ளதை நோக்கி, அப்பகுதிகளை 'மட்கலக் குவியல்' என்று அடையாளப்படுத்தியுள்ளனர். அவைகளுக்கு அருகாமையில் மட்கலச் சூளை இருந்ததற்கான தடயங்கள் உள்ளன என்று அவர்கள் புலப்படுத்தவில்லை. இந்த வகையில், தொல்லிடங்களில் அல்லது பழம் ஊர்கள் அல்லது அதற்கு அருகாமையில் மட்கலச் சூளைகள் இருந்ததற்கான தடயங்கள் பற்றிய செய்திகளை நம்மால் அறிய இயலவில்லை.

சங்கத் தொகை நூல்கள் மட்கலம் வனைதல், அதற்கான தொழில் நுணுக்கங்கள், தொழில் கருவிகள், சூளை யிடல், குயவர்களின் நிலை போன்ற சில செய்திகளைப் பதிவு செய்துள்ளன. பொதுவாக சக்கரத்தின் மூலம் மட்கலங்கள் வனையப்பட்டன என்பது இவ்விலக்கியச் சான்றுகளின் மூலம் தெரியவருகிறது. சக்கரத்தின் நடுவில்

வைக்கப்பட்ட பச்சைமண், சக்கரத்தைச் சுழலச் செய்வதன் மூலம் தேவையான உருவில் வனையப்பட்டு[1] பின்னர் சூளையில் இடப்பட்டு சுடப்பட்டன. இவ்வாறு சூளையில் சுடப்படும்போது எழும்பிய புகை அவ்வூரைச் சூழ்ந்தது.[2] இவ்வாறுள்ள விவரத்தின் அடிப்படையில் மட்கலச் சூளைகள் ஊருக்கு அணித்தே அமையப்பெற்றிருந்தன என ஊகிக்கலாம்.

4.4.மட்கல வகைகள்

மட்கலன்கள் மீதுள்ள தமிழ்–பிராமி பொறிப்புகள் சிலவற்றின் மூலம் மட்கலன்களின் பெயர்களும் வகைகளும் தெரியவந்துள்ளன. இம்மட்கலன்கள், தடா, அகல் என்று விவரிக்கப்பட்டுள்ளன. சங்கத்தொகை நூல்களிலும் மட்கலன்களின் பெயர்கள் பலவும் சொல்லப்பட்டுள்ளன. கலம், மண்டை, சாடி, தாழி, தசும்பு, கருங்கலம் போன்று பல வகையாக மட்கலன்களை விவரிக்கிறது. இவ்வாறு விவரங்கள் கிடைத்துள்ளபோதும், எந்த ஊரில் அல்லது ஊரின் எப்பகுதியில் மட்கலன்கள் வனையப்பட்டு சூளையிடப்பட்டன அல்லது மட்கலம் செய்யும் பகுதி அல்லது தொழில்கூடம் எவ்விடத்தில் அமைந்திருந்தது என்று அடையாளப்படுத்த இயலவில்லை. மூதூர் என்ற இடத்தில் மட்கலன்கள் வனையப்பட்டன என்று குறிப்பு உள்ளபோதிலும் மூதூர் என்ற ஊரைக் கண்டுபிடிப்பது அவ்வளவு சுலபமல்ல. மூதூர் என்பது பொதுவாக மிகப் பழமையான ஊர் என்பதாலும், பல ஊர்கள் இப்பெயர் அடையைக் கொண்டுள்ளன என்பதும் பொதுவாக பெரிய ஊரை இவ்வாறு அழைப்பது வழக்கம் என்பது போன்ற காரணங்களால் இவ்வூரைக் கண்டுபிடிப்பது இயலாததாகிறது. எனவே மிகப் பழமையான ஊர் என்று பொதுவாக அடையாளப்படுத்தலாம். மட்கலன்கள் உற்பத்தி முக்கியமான ஒன்று என்பதும், பல தொல்ஊர்களில் அல்லது அவ்வூர்களுக்கு அண்மையில் மட்கல உற்பத்தி நடைபெற்றிருக்கவேண்டும் என்றும் ஊகிக்கலாம்.

5.உலோகத் தொழில்கள்

5.1.1.இரும்புப் பொருள்கள்

கைவினைப் பொருள்கள் உற்பத்தியில் உலோகப் பொருள்களை உருவாக்கும் தொழிலை முக்கிய தொழிலாகக் கருதலாம். இரும்பு, செம்பு போன்ற உலோகங்களில் கருவிகளையும் பிற புழங்கு பொருள்களையும் ஆக்கியுள்ளனர் (படம்: 3.1.). வீட்டு உபயோகத்திற்குப் பயன் படும் கத்திகள், அறுவடைக்குப் பயன்படும் அரிவாள்கள், போரிடப் பயன் படும் வாள்கள், ஈட்டி முனைகள் போன்றவற்றையும் அகழாய்வுகளில் இருந்து சேகரித்துள்ளனர். இவற்றுள் முக்கியமாக இரும்புக் கருவிகள், ஆயுதங்கள் போன்றவற்றை உற்பத்தி செய்துள்ளதைக் குறிக்கலாம்.

இரும்புப் பொருள்கள் மக்கள் குடியிருந்த பகுதிகள், பெருங்கற் புதைகுழிகள் ஆகிய தொல்லிடங்களில் இருந்து சேகரிக்கப்பட்டுள்ளன. பெருங்கற் புதை குழிகள் உள்ள ஆதிச்சநல்லூர் (தூத்துக்குடி மா.) புதை குழிகளிலிருந்து செம்பு பொருள்களோடு கோடரிகள், வாள்கள், ஈட்டிகள், மண்வெட்டிகள், முக்காலிகள் போன்ற இரும்பு பொருள்கள் கண்டெடுக்கப்பட்டுள்ளன. மற்றொரு முக்கிய பெருங்கற்காலத் தொல்லிடமான சாணூர் (செங்கல்பட்டு மா.) புதைகுழிகளில் இருந்து ஈட்டிகள், வாள்கள், அம்பு முனைகள், குதிரையின் கடிவாளம் போன்ற இரும்பு பொருள்கள் கிடைத்துள்ளன. பெரும்பேர் (செங்கல்பட்டு மா.) தொல்புதைகுழிப் பகுதி அகழாய்வில் இருந்து உளிகள் மற்றும் சிறிய வகைக் கத்தி போன்ற பொருள்கள் எடுக்கப்பட்டுள்ளன. பையம்பள்ளி (கிருஷ்ணகிரி மா.) பெருங்கற்காலப் புதைகுழிப் பகுதியில் இருந்து அம்பு முனைகள், கத்திகள் மற்றும் அரிவாள்கள் கண்டெடுக்கப்பட்டுள்ளன. இவ்வகையான பெருங்கற்காலப் புதைகுழிகளைத் தவிர வரலாற்று ஆரம்பகாலத் தொல்லிடங்களிலிருந்தும் இரும்புப் பொருள்கள் சேகரிக்கப்பட்டுள்ளன. வரலாற்று ஆரம்பகால தொல்லிட வாழ்விடப் பகுதியான அப்புக்கல்லுவிலிருந்து (வேலூர் மா.),

ஆணிகள், கத்திகள், கத்தி அலகுகள் சேகரிக்கப்பட்டுள்ளன. சங்கச் சோழர்களின் முக்கிய துறைமுக நகரான காவிரிப்பூம்பட்டினம் (நாகபட்டினம் மா.) அகழாய்வுகளிலிருந்தும் இரும்பு பொருள்கள் பல கண்டெடுக்கப்பட்டுள்ளன. வரலாற்று ஆரம்பகாலத்தைச் சார்ந்ததும், காவிரி ஆற்றின் கரையில் அமைந்த சிறிய ஊரான திருக்காம்புலியூர் (திருச்சிராப்பள்ளி மா.) ஆணிகள், கத்தி அலகுகள், அம்பு முனைகள் மற்றும் உளி போன்ற இரும்புப் பொருள்களை அளித்துள்ளது. இரும்பு உலோகத்தின் உள்ளீட்டுத் தன்மை, கொல்லர்கள் மேற்கொண்ட நுண்தொழில் நுட்பங்கள் போன்றவற்றை அகழாய்வாளர்களும் பிறஆய்வாளர்களும் ஆராய்ந்துள்ளனர்.[3]

5.1.2.உற்பத்தி முறை

சங்கத் தொகை நூல்கள் இரும்புப் பொருள்கள் உற்பத்தியின் சில முக்கிய செய்திகளை அளிக்கின்றன. இவ்வாறு தரப்பட்டுள்ள விவரங்கள் மிகக் குறைவே என்றபோதிலும் இரும்புப் பொருள்கள் அருகில் அமைந்த பல ஊர்மக்களின் பயன்பாட்டுக்காக உற்பத்தி செய்யப்பட்ட விவரத்தைக் குறிப்பிடுகின்றன. அக்கால மக்கள் பயன்பாட்டில் இருந்த இரும்பின் வகைகளை இவ்விலக்கியங்கள் சில சொற்களில் குறிப்பிடுகின்றன. இரும்பு[4] என்ற சொல் பொதுவாக வார்ப்பு இரும்பைக் (cast iron) குறித்தது; எஃகு[5] என்ற சொல் பதப்படுத்தபட்ட இரும்பைக் (steel) குறித்தது. கொல்லர்கள் பயன்படுத்திய கருவிகள் பலவற்றைப் பற்றியும் இவ்விலக்கியங்கள் குறிப்பிடுகின்றன. கொல்லன் பணி செய்த கூடம், உலை (furnace), மற்றும் காலால் மிதித்து காற்றடிக்கும் துருத்தி (மிதி தோல்: bellows), காற்று செல்லும் குழாய் (blow pipe), இடுக்கி (tongs), பட்டறை (anvil) ஆகியன சொல்லப்பட்டுள்ளன.

5.1.3.தொழில் கூடங்கள்: உலைகள்

இரும்புப் பொருள்களை ஆக்கும் தொழில் கூடங்கள் அல்லது தொழிலாளர்கள் வாழ்ந்த குடியிருப்புப் பகுதிகள் பற்றிய விவரங்கள் பெரும்பாலும் இவ்விலக்கியங்களில்

பதிவு செய்யப்படவில்லை. இருந்தபோதிலும், இரும்பு உலைகளைப் பயன்படுத்திய உற்பத்திக் கூடங்களைப் பற்றிய சில செய்திகள் சங்க இலக்கியங்களில் உள்ளன. உலைகள் இருந்த இடங்களைப்பற்றி தெளிவாக சொல்லப்படவில்லை என்றபோதிலும் ஊர்ப்பகுதிக்குள் அல்லது ஊருக்கு அணித்தே அமைந்திருந்தன என்று ஊகிக்கலாம். ஒரு குறிப்பில், ஏழு ஊர் மக்களின் பயன்பாட்டுக்காக இரும்பு உலையில் உற்பத்தி செய்யப்பட்டதாக உள்ளது. மற்றொரு குறிப்பிலிருந்து, உலையின் எரி சக்தியை அதிகரிக்க காற்றூதுக்கும் துருத்தி காலால் மிதித்து இயக்கப்பட்டதாக அறிகிறோம் (உலை வாங்கு மிதி தோல்).[6] எனினும் இவ்விவரங்களிலிருந்து உலையின் அமைப்பு, வடிவம் மற்றும் பரிமாணங்களை அறிய இயலவில்லை. மேற்கண்ட விவரங்களிலிலிருந்து பக்கத்தில் அமைந்த பல ஊர்களின் தேவைக்கு ஏற்றாற்போல் உலைகளில் இருந்து இரும்பு உற்பத்தி செய்யப்பட்டது எனலாம். மேலும், இப்படிப்பட்ட இரும்பு உலை எந்த ஊரில் அமைந்திருந்தது என்றும் அவ்விலக்கியத்தில் குறிப்பிடப்படவில்லை. இது ஒரே குறிப்பாக இருந்தபோதிலும் இவை போன்ற வேறு சில தொழிற்கூடங்கள் பழந்தமிழகத்தில் அமைந்திருந்தன என்று ஊகிக்கலாம்.

இதே வகையில் மற்றொரு சான்றையும் குறிக்கலாம். இங்கே கொல்லனின் உலைக்கூடம் அமைந்த பகுதி குறிப்பிடப்பட்டுள்ளது. இக்கொல்லன் பட்டறையில் தோன்றும் பெரும் இறைச்சலால் வீட்டுக்கூரை மீது படுத்திருந்த கோழியின் தூக்கம் கலைந்துவிட்டது என்று பாடலில் சொல்லப்பட்டுள்ளது.[7] இக்குறிப்பினைக் கொண்டு, குடியிருக்கும் வீடுகளுக்கு அண்மையில் கொல்லனின் உலைக்களம் இருந்தது என்றும் இரும்பு அடிக்கும் சத்தம் பேரிரைச்சலாக இருந்தது என்றும் கொள்ளலாம். எனவே கொல்லர்களின் உலைக்கூடம் அல்லது தொழிற்கூடம் குடியிருப்புப் பகுதிகளையொட்டியும் அமைந்திருந்தது என ஊகிக்கலாம்.

வரலாற்று ஆரம்பகாலத் தொல்லிடங்கள் சிலவற்றில் கொல்லர்கள் பயன்பாட்டில் இருந்த இரும்பு உருக்கு உலைகள் இருந்த பகுதிகளைப் பற்றிய சான்றுகள்

கிடைத்துள்ளன. கிருஷ்ணகிரி மாவட்டத்தில் அமைந்துள்ள குட்டூர் என்ற இரும்பு உருக்கு உலை உள்ள தொல்லிடம் சிறிய குன்று ஒன்றின் அடிவாரத்தில் அமைந்துள்ளது. இங்கு நடைபெற்ற குறுகிய கால அகழாய்வில் இரும்பு உருக்கு உலைகள் சில கண்டெடுக்கப்பட்டன (படம்: 3.2.). இத்தொல்லிடம், சற்றேரக்குறைய பொ.ஆ.மு. 300ஆம் ஆண்டளவில் உருக்கு உற்பத்தியில் ஈடுபட்டிருந்தது என்று அகழாய்வாளர்கள் கணித்துள்ளனர். குன்றின் அடிவாரப்பகுதியில் இரும்புக் கசடுகளும், உடைபட்ட நிலையில் காற்று செலுத்தும் ஊதுகுழாய்களும், கரி, சாம்பல் பொடிகளும் காணப்பட்டுள்ளன. மேலும், இரும்பு உருக்கு உலையின் உடைந்த பாகங்களும் இங்கு கண்டுபிடிக்கப்பட்டுள்ளன. இவற்றைக் கொண்டு இங்கே இரும்பு உருக்கு உலைக்கூடம் இருந்தது என்று கருதலாம்.[8] இவ்வுருக்கு உலை அருகே, கம்பு நட்ட குழிகள் பலவுள்ளன. இதனால் இங்கே சிறிய கொட்டகை ஒன்றும் அமையப்பெற்றிந்தது என ஊகிக்கலாம். இங்கு செய்யப்பட்டது சிறிய அளவிலான அகழாய்வு என்பதால், குடியிருப்புப் பகுதிகளை அடையாளம் காணுவதற்கான சான்றுகள் ஏதும் கிட்டவில்லை. இதனால் இப்பகுதியில் இருந்த தொல்குடியிருப்புகள் அல்லது தொழிலாளர்கள் இருந்த பகுதிகள் அல்லது அவர்களின் வாழ்ந்த நிலைகளைச் சரியாகப் புரிந்து கொள்ளமுடியவில்லை.

மற்றொரு முக்கிய இரும்பு உலைக்கூடம் அமைந்த ஊராக கொடுமணல் (ஈரோடு மா.) தொல்லூரைக் குறிக்கலாம். இவ்வூர், காவிரி ஆற்றின் துணை நதியான நொய்யல் ஆற்றின் வட கரையில் அமைந்துள்ளது. மேலும், சங்ககாலச் சேரர் தலைநகரான கரூரை பாலக்காட்டுக் கணவாய் வழியாக மேற்கு கடலை இணைக்கும் வணிகப் பெருவழியின் நடுவே இவ்வூர் அமைந்துள்ளது. குடியிருப்புப் பகுதி ஒரு புறத்திலும், பெருங்கற் புதைகுழிகள் மற்றொரு பகுதியிலும் அமைந்துள்ளன. இவ்வூர், இரும்புக் கனிமப் படிவுகள் உள்ள சென்னிமலைக்கு 20 கிலோமீட்டர் மேற்கிலும், இன்றைய கொடுமணல் ஊர்குடியிருப்புக்கு அரை கிலோமீட்டர் தெற்கிலும் அமைந்துள்ளது. இங்கு நடைபெற்ற

அகழாய்வுகள் மூலம் உடைபட்டதும் உருக்குலைந்த நிலையிலும் உள்ளதான இரும்பு உருக்கு உலையும், உலைக்கூடமும் கண்டுபிடிக்கப்பட்டுள்ளன.[9] இங்கே பழம் குடியிருப்பு இருந்துள்ளதற்கான சான்றாக இப்பகுதியில் கண்டெடுக்கப்பட்ட மட்பாண்டச் சில்லுகள் உள்ளன. கம்பு நட்ட குழிகள், வீட்டின் தரைத்தளப் பகுதிகள், மற்றும் இங்கே கண்டெடுத்த சுடுமண் கூறை ஓடுகள் எல்லாம் இவ்வுருக்கு உலைக்கு அருகே வாழ்விடப் பகுதி அமைந்திருந்ததை உறுதி செய்யும் சான்றுகளாவன.

பொதுவாக நீள் வட்டம், வட்டம் ஆகிய இரண்டு வடிவங்களில் உருக்கு உலைகள் காணப்பட்டுள்ளன (படம்: 3.4.). இவற்றில் நீள் வட்ட வடிவுள்ள உலைகள் குட்டூரில் பயன்படுத்தப்பட்டுள்ளன. வட்ட வடிவிலான உலைகள் கொடுமணலில் காணப்பட்டுள்ளன. இவ்வுலைகளின் கீழ்ப்பகுதி பூமிக்குக் கீழ் உள்ள பள்ளத்தில் அமைந்துள்ளது. காற்றடிக்கும் துருத்தி, உருக்கிய இரும்பைச் சேகரிக்கும் பகுதி, ஆகியவைகள் அரைக்கோள வடிவில் மேல்பகுதியில் அமைக்கப்பட்டுள்ளன. மேல்பகுதியை உடைத்து உருக்கிய இரும்பை சேகரித்துள்ளனர். எனவே எல்லா இடங்களிலும் இவ்வுலைகளில் மேல் பகுதி சிதைக்கப்பட்டே உள்ளது. சிறிய வட்ட உலைகளில் உருக்குவதற்கு மூசை என்ற மட்குவைகளைப் பயன்படுத்தியுள்ளனர் (படம்: 3.3.).

இவை தவிர கொடுமணலில் காணப்பட்ட உருக்கு உலை மற்ற பகுதிகளில் காணப்படும் உலைகளிலிருந்து வேறுபட்டுள்ளது. உயர்ந்த சுற்றுச் சுவர் கொண்ட உலைப்பகுதியின் அடிப்புறத்தே உருகிய இரும்பு வெளிச்செல்லும் வாயில் அமைந்துள்ளது. மற்றொரு பகுதியில் காற்றடிப்பதற்கான குழாய் அமைப்பு உள்ளது. மேல் பகுதியில் இரும்பு கனிமத்தை இடுவதற்கான வாய்ப்பகுதி உள்ளது. இவ்வுலையின் சுற்றுச் சுவர்கள் 'Y' வடிவச் செங்கற்களைக் கொண்டு அமைக்கப்பட்டுள்ளன. வெளிக்காற்று உலைக்குள் செல்ல ஏதுவாக இக்கற்களின் நடுவில் சிறு குழாயும் அமைக்கப்பட்டுள்ளது. இதன்மூலம் உலையின் உள் வெப்பத்தைக் கூட்ட இயலும். இவ்வகையான

உலைக்கட்டுமானம் தமிழகத்தின் பிறபகுதிகளில் காணப்படவில்லை.

முன்னே குறிப்பிட்ட இரண்டு தொல்லிடங்களைத் தவிர தமிழ் நாட்டின் பிற பகுதிகளிள் கள ஆய்வுகள் மூலம் உலைகள் கண்டுபிடிக்கப்பட்டுள்ளன. இவைகளில் பெரும்பாலானவை இரும்பை உருக்கப் பயன்பட்டிருக்கவேண்டும். இவ்வுலைகள் மூலம் பலவிதமான இரும்புப் பொருள்களை உற்பத்தி செய்தனர். கீழ்க்கண்ட இடங்களில் உலைகள் கண்டுபிடிக்கப்பட்டுள்ளன: மேல்சிறுவலூர் (விழுப்புரம் மா.), காட்டாங்குளத்தூர் (செங்கல்பட்டு மா.), பெருங்களூர் (புதுக்கோட்டை மா.). கள ஆய்வுகள் மூலம் உலைகள் கண்டுபிடிக்கப்பட்ட பல பகுதிகளில் முறையான அகழாய்வுகள் மேற்கொள்ளப்படவில்லை. எனவே தொழிற்கூடங்கள், கொல்லர்கள் குடியிருப்புகள் அல்லது வீடுகள் ஆகியன பற்றிய விவரங்கள் ஏதும் தெரியவில்லை.

6. ஆபரணத் தொழில்கள்

6.1. மணிக் கற்கள்

தமிழகத்தில் மதிப்புறு நவரத்தினக் கற்கள் இயற்கையாக கிடைப்பதைப் பற்றி சங்க இலக்கியங்கள் பலவாறு தெரிவிக்கின்றன. மானின் விரைந்த ஓட்டத்தாலும், நிலம் உழப்பட்டபோதும், முல்லை நிலத்தில் கோவலர்கள் ஆநிரை மேய்த்தபோதும், கானவர்கள் தோண்டிய குழிகளிலும் மணிக்கற்கள் கிடைக்கின்ற தகவல்களை சங்கப் பாடல்கள் தருகின்றன.[10] பழந்தமிழகத்திலிருந்து ஏற்றுமதி செய்யப்பட்ட விலைமதிப்புறு கற்களில் பெரில் (beryl) எனப்படும் பச்சைக் கல் முக்கியமானதாகும். இம்மணிக்கற்களுக்கு உரோமானிய சமூகத்தில் நல்ல வரவேற்பு இருந்துள்ளது. இக்கற்களை வாங்குவதற்கு உரோமானிய வணிகர்கள் பலர் தென்னிந்தியாவுக்கு, குறிப்பாக தமிழகத்திற்கு வருகை புரிந்தனர். தமிழகத்தில் பெரில் கற்கள் படியூரிலும், சபையர் (saphire) என்ற நீலக்கல் சிவன்மலையிலும், பளிங்கு என்ற குவர்ட்ஸ் (quartz) வெங்கமேடு, அரசம்பாளையம் ஆகிய

கொங்கு நாட்டு ஊர்களில் கிடைக்கின்றன. இவ்வூர்கள் யாவும் மணிக்கற்கள் உற்பத்தி செய்யும் கொடுமணலுக்கு அருகில் உள்ளவை.[11] குருந்தம் (corrundum) என்ற கடினக் கல் மெருகேற்கவும், கல்மணிகளை தேய்க்கவும் அறுக்கவும் பயன்பட்டது. குருந்தப் பொடி கொண்டு இழைக்கப்பட்ட மணிக்கற்களைப் பற்றி அகநானூறு குறிப்பிடும். குருந்தம் என்ற கடினக் கல் கிடைக்கும் இடமாக குருந்தமலை இருக்கலாம்.

6.1.2.கல் மணிகள்

தமிழகத்து வரலாற்று ஆரம்பக் காலத்தில் நடைபெற்ற மற்றுமொரு முக்கிய கைத்தொழில் கல் மணிகளைச் செய்தல் ஆகும். சூதுபவளம், பளிங்கு, போன்ற பிற மதிப்புறு ரத்தினக் கற்களாலும் கண்ணாடியாலும் மணிகள் ஆக்கப்பட்டன.[12] பெரிய அளவிலான மணிகளும் மிகச் சிறிய அளவிலான மணிகளையும் செய்துள்ளனர். சிறிய வகை மணிகள் அரை செ.மீட்டருக்கும் குறைவான குறுக்களவைக் கொண்டுள்ளன. இவ்வகை மணிகள் பல்வேறிடங்களில், அதிக எண்ணிக்கையில் உற்பத்தி செய்யப்பட்டன. சிறிய அளவுள்ள மணிகளைச் செய்வதிலும், மெருகேற்றுவதற்குமான நுண்கருவிகளும் தொழில் அறிவும் அக்காலத் தொழிலாளர்களிடம் இருந்துள்ளன. முக்கியமாக இம்மணிகளை ஒன்றுடன் ஒன்று கோர்த்து மாலையாக்குவதற்காக மணிகளின் நடுவில் நுண்ணிய துளை இடுவதற்கான தொழில் நுணக்கம் இருந்துள்ளதை சிறப்பாகக் கருதவேண்டும். சங்க இலக்கியங்கள் பெண்கள் இம்மணிகளை அணிந்து அழகுபடுத்திக்கொண்டனர் என்று பலவிதமாக உரைக்கும். ஒரு குறிப்பில் பாடினி ஒருத்தி மதிப்புரு நவரத்தினக் கற்களால் அலங்கரித்துக்கொண்டுள்ள காட்சியை விவரிக்கும்.[13]

6.1.3. சூதுபவள மணிகள்

சங்க இலக்கியங்களில் சொல்லப்படாத தொல்லிடங்கள் பலவற்றில் நடைபெற்ற அகழாய்வுகளில் அதிக எண்ணிக்கை யிலான ரத்தினக்கற்கள் வகையிலான சூதுபவள மணிகள்

கண்டெடுக்கப்பட்டுள்ளன (படம்: 4.1,2.). சூதுபவள மணிகள் செய்வதற்கும் மெருகேற்றுவதற்கும் முக்கிய முனையங்களாக கொடுமணல் (ஈரோடு மா.), பொருந்தல் (திண்டுக்கல் மா.) இருந்துள்ளன.[14] இவ்வகையிலான சிறிய மற்றும் அதிமுக்கியமல்லாத தொல் ஊர்கள் வணிகத்தின் பாற்பட்டு அதிக அளவிலான மணிகளை உற்பத்தி செய்துள்ளன. சிலசமயம், இத்தொல்லிடங்களிலிலிருந்து சேகரிக்கப்பட்ட சூதுபவள மணிகளின் எண்ணிக்கை கற்பனைக்கு எட்டாத வகையில் உள்ளது. கொடுமணலில், ஒரு சிறிய குழியில் 2000க்கும் அதிக எண்ணிக்கையிலான சூது பவள மணிகள் காணப்பட்டன. இவ்வாறு அதிக எண்ணிக்கையில், ஓரளவு உயர்மதிப்புடைய சூதுபவளங்கள் புதைக்கப்பட்டதன் சரியான நோக்கத்தை நம்மால் அறிய இயலவில்லை. அதேபோல இங்கே புதைக்கப்பட்டவரின் பொருளாதார நிலையையும் கண்டுகொள்ள முடியவில்லை. ஆயினும், அதிக எண்ணிக்கையிலான மணிகள், மட்கலன்கள் மற்றும் பிற பொருள்கள் புதைக்கப்பட்டுள்ளதைக் கருதி, புதைக்கப்பட்டவர் முக்கிய செல்வந்தராகவோ, பெருவணிகராகவோ இருந்திருக்க வேண்டும் என்று ஊகிக்க முடியும். இந்த வகையில், சூதுபவள மணிகள் செய்வதற்கான கனிமப்பொருள் தமிழ் நாட்டுப் பகுதியில் அல்லது தென்னிந்தியாவின் பகுதிகளில் கிடைப்பதில்லை என்பதும், இவை குஜராத் அல்லது மகாராஷ்டிரம் ஆகிய பகுதிகளிலிருந்து இறக்குமதி செய்யப்பட்டிருக்கவேண்டும் என்ற கருத்தையும் நாம் கவனிக்கவேண்டும். இவ்வகையில் தொலை தூர வடபகுதி வணிகர்கள் பழந்தமிழகத்தில் செயல்பட்டனர்.

6.1.4. பளிங்கு மணிகள்

சூதுபவள மணிகளோடு பளிங்கு மணிகள் மற்றும் பொருள்களையும் கொடுமணல் உற்பத்தி செய்துள்ளது. இப்பகுதிக்கு அணித்தே, பளிங்கு கனிமம் வெட்டி எடுப்பதற்கான பகுதிகளான வெங்கமேடு, அரசம்பாளையம் ஆகிய இடங்கள் உள்ளன. இங்கு வெட்டி எடுக்கப்பட்ட

பளிங்குக் கற்களைக் கொண்டு கொடுமணலில் பளிங்குப் பொருள்கள் உற்பத்தி செய்யப்பட்டன. பளிங்கு கனிமம், உடைபட்ட மணிகள், பாதி உருவான நிலையில் உள்ள மணிகள், முழுவதும் ஆக்கப்பட்ட மணிகள் (படம்: 4.4.) கண்டெடுக்கப்பட்டுள்ளன.[15] இருந்தபோதிலும், இவைகளை உருவாக்குதற்கான தொழிற்கூடங்கள் அல்லது பட்டறைகளைப் பற்றி அறிய தக்க சான்றுகள் கிடைக்கவில்லை. இத்தொழில் கூடங்களில் பணியாற்றிய தொழிலாளர்களைப் பற்றியும் சரியான தகவல்கள் இல்லை.

6.2.பொன்: அணிகலன்கள்

வரலாற்று ஆரம்பகால கட்டத்தில் பொன் போன்ற விலைமதிப்பு பெற்ற உலோகப் பொருள்களின் உற்பத்தியும் மிக்கிருந்தது. பொன்னால் பல பொருள்களைச் செய்து ஆபரணங்களாக அணிந்துள்ளனர். பொன் சுரங்கம் இருந்தது பற்றியோ, கனிமத்திலிருந்து பொன் பிரித்தெடுக்கும் தொழிலும் தொல் தமிழ் நாட்டில் இருந்ததற்கான தடயங்கள் ஏதும் கிடைத்தில. இருந்தபோதிலும், சங்கத் தொகை நூல்களில் உள்ள பாடல்கள் சிலவும், தமிழ்–பிராமி கல்வெட்டுகளும் பொன் வணிகர்கள் மற்றும் நகை செய்வோர் பற்றிய செய்திகள் சிலவற்றை அளித்துள்ளன. பொன் அணிகலன்கள்,[16] பொன் பொருள்கள்[17] மற்றும் பொன் காசுகள்[18] சங்க கால மக்களால் பயன்படுத்தப்பட்டுள்ளன. சங்க காலத்தில் வணிகப் பரிமாற்றத்தில் பொன் ஒரு முக்கிய பொருளாகவும் இருந்துள்ளது.[19]

பாண்டியர் தலைநகரான மதுரை பொன் அணிகலன்களை உற்பத்தி செய்வதற்கான முக்கிய நகரமாக இருந்துள்ளது என்று தமிழ்–பிராமி கல்வெட்டு மூலம் அறியலாம். சேரர் தலைநகரான கரூருக்கு அண்மையில் உள்ள புகலூரில் (கரூர் மா.) உள்ள தமிழ்–பிராமி கல்வெட்டு, கருவூர் பொன் வாணிகர் ஒருவர் அதிஷ்டானம் ஒன்றை அளித்ததைப் பதிவு செய்துள்ளது.[20] முக்கிய நகரான மதுரையில், பொன் அணிகளைச் செய்வோரும், பொன் உரை காண்போரும் அங்காடியில் பணிபுரிந்துள்ளனர்.[21]

பொன் அணிகளைச் செய்வதும், பொன் பொருள்களை ஆக்குதலும், தேனூர் (மதுரை மா.) என்ற சிறிய ஊரில் நடைபெற்றுள்ளது. இவ்வூர், வைகை ஆற்றின் வடகரையில் சுமார் 12 கிலோமீட்டர் வடமேற்கில் அமைந்துள்ளது. தேனூர் என்ற பெயர் சங்க இலக்கியமான குறுந்தொகையின்[22] மூன்று பாடல்களில் காணப்படுகிறது. ஒரு பாடலில், தேனூர் என்ற ஊர், தென்னவன் என்ற அரசனின் நாட்டில் உள்ள நீர்வளம் மிக்க செழிப்பான ஊராக விவரிக்கப்பட்டுள்ளது. இக்குறிப்பிலிருந்து இவ்வூர் பாண்டிய நாட்டில் உள்ள ஊர் என்று ஊகிக்கலாம். தென்னவன் என்ற சிறப்புப்பெயர், பாண்டியர்களைக் குறித்தது என்பதில் எவ்வித ஐயமுமில்லை. இவ்வூரின் வடபகுதியில், 2009 இல் ஏழு பொன் பாளங்களுடன் ஒரு மாலை, மற்றும் 54 மணிகள் புதையலாக கண்டெடுக்கப்பட்டன.[23] மிகச் சிறப்பான தன்மை என்னவென்றால் இவ்வேழு பொன் பாளங்களிலும் பொகுஈ குன்றி கோதை என்ற ஒரே பெயர் தமிழ்–பிராமி எழுத்து உருவில் உள்ளது. இதில் காணப்படும் எழுத்துகள், கோடுகளாக வரையப்படாமல் புள்ளிகள் குத்தி அமைக்கப்பட்டுள்ளன. இந்த பொற்பாளங்கள் மேற்கண்ட வணிகருக்குச் சொந்தமானது என்பதும், அணிகலன்கள் செய்வதற்காக அவரால் சேமித்து வைக்கப்பட்டிருக்கலாம் என ஊகிக்கலாம். மதுரைக்கு அணித்தாக இவ்வூர் அமைந்துள்ளபோதிலும், இச்சிறிய ஊரில் பொன் அணிகலன் செய்வோர் இக்காலகட்டத்தில் வாழ்ந்திருக்க வேண்டும்.

6.3. வளையல்கள்

பொன் பொருள்கள் உற்பத்தியோடு, வளையல்கள், மணிகள் ஆகியவற்றை உற்பத்தி செய்து ஆபரணங்களாக பெண்கள் அணிந்துள்ளனர். கையில் வளையல்கள் அணிவது பெண்களின் பெரு விருப்பமாக கருதப்பட்டாலும், முக்கிய சடங்குகளின் போது வளையல்கள் அணிவது வழக்கமாகக் கருதப்பட்டது. சங்க இலக்கியங்கள் அழகான கை வளையல்களை பெண்மக்கள் விரும்பி அணிந்துள்ளதைக் குறிப்பிடுகின்றன. இக்காலகட்டத்தில், கை வளையல்கள் முக்கியமாக கடல் சங்கிலிருந்து அறுத்து

செய்யப்பட்டன என்றும் சங்க இலக்கியங்களில் சில பாடல்கள் குறிப்பிடுகின்றன. பிற பாடல்கள் கடலிலிருந்து சங்கு எடுத்தல், சங்கு அறுத்தல் அவைகளை மெருகூட்டல் ஆகியவற்றை முக்கிய தொழில்களாகக் குறிப்பிடுகின்றன.[24] சங்கிலிருந்து தேவையான அளவுகளில் வளையல்களை அறுத்துப் பிரித்த பின்னர் அதன் மேல்புறத்தில் கூரிய கருவியைக் கொண்டு, அழகான வடிவங்களைக் கீறிப் பின்னர் மெருகூட்டியுள்ளனர். இவ்வாறான அழகான சங்கு வளையல்கள் தமிழ் நாட்டு அகழாய்வுகளில் கண்டெடுக்கப்பட்டுள்ளன (படம்: 4.3.). கடலுக்கு வெகு தொலைவில் உள்ள தொல்லிடங்களிலிருந்தும் சங்கு வளையல்கள் கண்டெடுக்கப்பட்டுள்ளன. எனினும் சங்கு அறுக்கும் தொழில் நடைபெற்ற இடங்கள் அல்லது தொழில் கூடங்கள் எவ்விடத்தில் அமைந்திருந்தன என்று சரியாக அடையாளப்படுத்தத் தக்க சான்றுகள் கிடைக்கவில்லை. கடல் பகுதிகளில் இருந்து சங்குகள் சேகரிக்கப்பட்டன என்பதால், சங்கு அறுக்கும் தொழில் செய்வோர் கடல்கரைக்கு அருகில் அல்லது அதற்கு அணித்தான பகுதிகளில் வாழ்ந்து தொழிற்கூடங்களை அமைத்திருந்தனர் என்று ஊகிக்கலாம். இவ்வாறு உற்பத்தி செய்யப்பட்ட வளையல்கள் வணிக முனையங்களுக்கு எடுத்துச்செல்லப்பட்டு பயனீட்டாளர்களுக்கு விநியோகம் செய்யப்பட்டன.

சங்கத் தொகை நூல்களில் சிலவிடங்களில், பரதவர் சமூகத்தைப் பற்றிய செய்திகள் காணப்படுகின்றன. இவர்கள் கொற்கைப் பகுதியில் வாழ்ந்த மீனவ சமூகத்தார். இவர்கள் வளையல்கள் செய்வதற்காக கடலிலிருந்து சங்குகளைச் சேகரித்துள்ளனர்.[25] இவ்வகையில் நோக்கினால், சங்கு வளையல்கள் செய்வதற்கான முக்கிய முனையமாக கொற்கை இருந்துள்ளது புலப்படும். கொற்கையில் நடைபெற்ற சிறு அளவிலான அகழாய்வு மூலம், சங்குகள், அறுபட்ட சங்குகள், முற்றுப்பெறாத சங்கு வளையல்கள் போன்றவை கண்டெடுக்கப்பட்டுள்ளன. மற்றொரு பழந்துறைமுகப் பட்டினமான அழகன்குளத்திலிருந்தும் (இராமநாதபுரம் மா.) நிறைய சங்கு வளையல்கள் சேகரிக்கப்பட்டுள்ளன.

சங்க காலத்தின் மற்றுமொரு முக்கிய துறைமுகமான அரிக்கமேட்டிலும் மிக அதிக அளவில் சங்கு வளையல்களைச் சேகரித்துள்ளனர். இவ்வூர்களில், சங்கு அறுத்தல் மற்றும் சங்கு வளையல் செய்யும் தொழிற்கூடங்கள் உள்ளனவையாக ஊகிக்கலாம். இவை முக்கிய உற்பத்தி முனையங்களாக இருப்பதற்கு வாய்ப்புகள் உள்ளன. மேற்கண்ட உற்பத்தி முனையங்களுடன் உறையூர், கொடுமணல் ஆகிய ஊர்களையும் சேர்க்கலாம். இவ்விரண்டு தொல்லிடங்களும் கடலிலிருந்து வெகு தொலைவில் அமைந்திருந்தபோதிலும் அதிக அளவிலான சங்கு வளையல்களை அளித்துள்ளன.

பல அகழாய்வுகளில் உடைந்த நிலையில் கண்ணாடி வளையல்கள் கண்டெடுக்கப்பட்டுள்ளன. இவைகள் கருப்பு, சிவப்பு, பச்சை நிறங்களில் உள்ளன. குழந்தைகள் அணியும் சிறிய வளையல்களும் பெரியவர்களுக்கான வளையல்களும் காணப்பட்டுள்ளன. இவ்வளையல்களை பெரும்பாலும் கண்ணாடி மணிகளைச் செய்யும் தொழில் கூடங்களிலேயே செய்திருக்க வேண்டும். இவ்வகை வளையல்கள் குறிப்பிட்ட சில ஊர்களிலேயே உற்பத்தி செய்தனர். வளையல் வணிகர்கள் மூலமாக பல்வேறிடங்களுக்கு எடுத்துச் சென்று விற்பனை செய்துள்ளனர்.

6.4. கண்ணாடி மணிகள்

கண்ணாடி மற்றும் ரத்தினக்கற்களால் ஆன மணிகள், தமிழகத் தொல்லிட அகழாய்வுகள் பலவற்றிலிருந்தும் பெறப்பட்டுள்ளன. உறையூர் (திருச்சிராப்பள்ளி மா.), கரூர், மதுரை, காஞ்சிபுரம் (காஞ்சிபுரம் மா.) போன்ற தலைநகரங்களில் மட்டுமல்லாது வரலாற்று ஆரம்பகாலத்தைச் சார்ந்த சாதாரண ஊர்களிலும் புதைகுழிகளிலும் மணிகள் கண்டெடுக்கப்பட்டுள்ளன. இவ்வகையில், அரிக்கமேடு,[26] குடிகாடு (கடலூர் மா.), கொடுமணல், பொருந்தல் (திண்டுக்கல் மா.) போன்ற ஊர்களும், பிற தொல்லிடங்களிலிருந்தும் அதிக எண்ணிக்கையிலான மணிகள் அகழாய்வுகள் மூலம் எடுக்கப்பட்டுள்ளன. எனவே அவ்வூர்கள் எல்லாம் மணிகள் உற்பத்தி செய்த முக்கிய இடங்களாகக் கருதலாம். இவ்வாறே குடிகாடு மற்றும் காரைக்காடு (கடலூர் மா.) ஆகிய இரண்டு

தொல்லூர்கள் கண்ணாடி மணிகள் ஆக்குவதற்கான முக்கிய தொழிற்கூடங்களைக் கொண்டிருந்தன.²⁷ மணிகள் உற்பத்தி செய்வதற்கான முக்கிய முனையங்கள் என்று இவ்விரண்டு ஊர்களையும் சங்க இலக்கியங்கள் குறிப்பிடவில்லை. இவ்வாறு சேகரிக்கப்பட்ட மணிகள் யாவும் பொது ஆண்டின் ஆரம்ப ஆண்டுகளுக்கு முற்பட்டவையாகக் கணிக்கப்பட்டுள்ளன. இம்மணிகள் யாவும் அவ்வூர் மக்களின் பயன்பாட்டுக்கென்று அவ்வூர்களிலேயே ஆக்கப்பட்டவை என்றாலும் முக்கிய உற்பத்தி முனையங்களிலிருந்தும் வணிகர்கள் மூலம் விற்பனை செய்யப்பட்டிருக்கலாம். இவ்வாறு உற்பத்தி செய்யப்பட்ட மணிகளில் பலவும் தென்கிழக்கு ஆசியா நாடுகளுக்கும் மேலைக்கடற்கரை நாடுகளுக்கும் ஏற்றுமதி செய்யப்பட்டுள்ளன.²⁸

இவ்வூர்களில் நடைபெற்ற அகழாய்வுகள் சூளைகள் சிலவற்றை வெளிக்கொணர்ந்துள்ளன. இச்சூளைகள், கண்ணாடி மணிகள் ஆக்குவதற்கும் மெருகேற்றுவதற்கும் பயன்பட்டிருக்கலாம். இவ்வூர்த் தொல்லிடங்களின் மேற்பரப்பில் சாதாரணமாக நடந்து சென்றாலே பலவகையான கண்ணாடி மணிகளைச் சேகரிக்கலாம் என்பதால் இங்கு அதிக அளவிலான கண்ணாடி மணிகள் உற்பத்தி செய்யப்பட்டிருக்க வாய்ப்புகள் உண்டு. இம்மணிகள் யாவும், சிறப்பான நுண்தொழில் நுட்பத்தைப் பயன்படுத்தி உற்பத்தி செய்யப்பட்டன. இவ்வாறு ஏற்றுமதி செய்யப்பட்ட மணிகளின் மொத்த எண்ணிக்கை அல்லது மதிப்பு ஆகியவற்றைக் கணிக்கப் போதுமான சான்றுகள் கிட்டவில்லையென்ற போதிலும், அதிக அளவில் உற்பத்தி செய்யப்பட்டன எனக் கருதுவதற்கு வாய்ப்புள்ளது. இக்காலத் தொல்லிடங்களில் இருந்த தொழிற்கூடங்களில் பல வகையான தொழிலாளர்கள் வாழ்ந்துள்ளனர் என ஊகிக்கலாம்.

பாண்டியர்களின் தலைநகரான மதுரை ஒரு முக்கியமான மணிகள் செய்யும் தொழிற்கூடங்களைக் கொண்டிருந்தது. சங்க கால இலக்கிய நூல்களில் ஒன்றான மதுரைக்காஞ்சியில் மதுரையில் இருந்த அங்காடித் தெருவில் மணிகளை ஆக்குவோர், மற்றும் பிற கைத்தொழில்

வினைஞர்கள் இருந்தனர் என்ற குறிப்பு உள்ளது.[29] சங்க இலக்கியமான பதிற்றுப்பத்தில் ரத்தினக்கற்களின் முக்கிய உற்பத்திமுனையமாகக் கொடுமணல் சொல்லப்பட்டுள்ளது.[30] இவ்விடத்தில் மேற்கொள்ளப்பட்ட அகழாய்வுகளில் அதிக எண்ணிக்கையில் சூதுபவள மணிகளும், பளிங்குப் பொருள்களும் கண்டெடுக்கப்பட்டன.

7. முடிவுரை

மேற்கண்ட தொழில்களில் சில முக்கிய வணிகப் பொருள்களை உற்பத்தி செய்யும் தொழில்களாக உள்ளன. குறிப்பாக மண்பாண்டத் தொழில் பெரும்பாலான குடியிருப்புகள் அனைத்திலும் நடைபெற்றிருக்க வாய்ப்புள்ளது. மண்பாண்டங்கள் தொலை தூரப்பகுதிகளுக்கு எடுத்துச் சென்று விற்பனை செய்யப்பட்டன எனக் கருதுவதற்கு சான்றுகள் இல்லை. உள்ளூர்ப்பகுதிகளில் அல்லது அண்மையில் உள்ள ஊர்களுக்கு எடுத்துச் சென்று விற்பனை செய்யப்பட்டிருக்கலாம். இதேபோல வெல்லம் காய்ச்சுதல், இரும்பு செம்பு பொருள்கள் உற்பத்தியும் உள்ளூர் பயனாளிகளுக்காக செய்யப்பட்டன.

இக்கால வணிகம் மற்றும் தொழில்களை ஆய்வு செய்த ஆய்வாளர்களில் சிலர் பழந்தமிழகத்தில் வணிகம் முக்கியமாக ஆடம்பரப் பொருள்களிலேயே இருந்துள்ளது எனக் கருத்தறிவித்துள்ளனர். முக்கியமாக வெளி நாட்டு வணிகம் ஆடம்பரப்பொருள்களில் இருந்துள்ளது. ஆயினும் மக்களின் அன்றாடத் தேவைகளுக்கான சாதாரணப் பொருள்களும் உற்பத்தி செய்யப்பட்டு விற்பனை செய்யப்பட்டுள்ளன. முக்கியமாக கண்ணாடிப் பொருள்களான மணிகள், சங்கு வளையல்கள் போன்றவை ஆடம்பர, அலங்காரப் பொருள்களாக கணிக்கப்பட்டாலும் பெரும்பாலான அகழாய்வுகளில் கணிசமான எண்ணிக்கையில் கண்டெடுக்கப்பட்டுள்ளன. சாதாரண மக்கள் இப்பொருள்களை பயன்படுத்தியுள்ளனர் என்பதை இக்கண்டுபிடிப்புகள் தெளிவாக உணர்த்துகின்றன. இதேபோல மண்பாண்டத் தொழிலில் உற்பத்தி செய்யப்பட்ட பொருள்கள் யாவும் உள்ளூர் பொது மக்களின் தேவையை பூர்த்தி செய்யவே உற்பத்தியாக்கப்பட்டன.

சான்று நூல்கள்

1. புறநானூறு, பா. 32-8; மலைபடுகடாம், வ. 474.
2. அகநானூறு, பா. 308-6.
3. B.Sasisekaran, *Iron Industry and Metallurgy: A study of Ancient Technology,* New Era Publications, Chennai, 2004.
4. குறுந்தொகை, பா. 172, வ. 5-6.
5. புறநானூறு, பா. 61-13.
6. குறுந்தொகை, பா. 155.
7. புறநானூறு, பா. 437, வ. 40.
8. *Indian Archaeology - A Review -1982-83,* 1985, p. 71-72.
9. K. Rajan, *Archaeology of Tamilnadu (Kongu country),* 1994, p.94.
10. பதிற்றுப்பத்து, பா.21, வ. 20-23; குறுந்தொகை, பா.379, வ. 1-3.
11. கா. ராஜன், *தொல்லியல் நோக்கில் சங்ககாலம்,* 2010, பக். 122.
12. அகநானூறு, பா. 315, வ. 12.
13. பொருநராற்றுப்படை, வ. 30, 160-164.
14. கா. ராஜன், 'பொருந்தல் அகழாய்வு-செய்திக் குறிப்பு', ஆவணம், 20, 2009, ப. 109-115.
15. கா. ராஜன், *தொல்லியல் நோக்கில் சங்ககாலம்,* 2010, பக். 122-123.
16. புறநானூறு, பா. 40, வரி, 2-5; கலித்தொகை, பா. 85, வரி, 1-2; பதிற்றுப்பத்து, பா. 16, வ. 15-16.
17. புறநானூறு, பா. 218, வ. 1-4.
18. அகநானூறு, பா. 269, வ. 15; நற்றிணை, பா. 274, வ. 4.
19. பெரும்பாணாற்றுப்படை, வ. 164.
20. Iravatham Mahadevan, *Early Tamil Epigraphy,* 2014, No. 69; R.Nagaswamy, *Roman Karur: A Peep into Tamils' Past,* p.83.
21. மதுரைக்காஞ்சி, வ. 512-513.
22. ஐங்குறுநூறு, பா. 54, 55, 57.
23. K. Amarnath Ramakrishna, M.Rajesh, and N. Veeraraghavan, 'Archaeological Explorations in the Vaigai river valley with special reference to inscribed jewellery hoard from Tenur,

Madurai district', in *Amaravati,* eds. S. Rajavelu, N.Athiyaman, and V. Selvakumar, Chennai, 2017, pp.172-177.

24. *அகநானூறு, பா. 24, 1–2; ஐங்குறுநூறு, பா. 194.*
25. *மதுரைக்காஞ்சி, வ. 133–138; சிறுபாணாற்றுப்படை, வ. 56–58.*
26. Peter Francis, *Asia's Maritime Bead Trade, c. 300 BCE., to the present,* Honolulu, University of Hawaii Press, 2002.
27. *சு. இராஜவேலு, ஜி. திருமூர்த்தி, தமிழகத் தொல்லியல் அகழாய்வுகள், 1995, ப. 128–129, 132–133.*
28. Peter Francis. Jr., *Bead Emporium: A Guide to the Beads from Arikamedu in the Pondicherry Museum,* 1987, pp.8-10.
29. *மதுரைக்காஞ்சி, வ. 511–515.*
30. *பதிற்றுப்பத்து, பா. 74.*

4. பட்டடைகளும் தொழிற்கூடங்களும்

1. முன்னுரை

தொழில் நுணுக்கத் திறமை வாய்ந்த தொழிலாளர்கள் பல ஊர்களில் குடியிருந்து வணிகப் பொருள்கள் பலவற்றை உற்பத்தி செய்து இடைக்காலத் தென்னிந்தியப் பொருளாதார வளர்ச்சிக்குத் துணை புரிந்துள்ளனர். இவை பற்றிய ஆய்வுகளை ஏ.அப்பாதுரை, தெ.வெ. மகாலிங்கம், டி.இராமசாமி, விசயா ராமசாமி போன்றோர் செய்துள்ளனர். இத்தொழிலாளர்களால் உற்பத்தி செய்யப்பட்ட பொருள்களில் சிறப்பானவைகளாகக் கருதப்படவேண்டிய துணி வகைகள் மற்றும் ஆபரணங்களுக்கு உள்ளூரிலும் அயல்நாடுகளிலும் பெருமளவு வரவேற்பு இருந்துள்ளது. மண் பாண்டங்கள், சுடுமண் பொருள்கள், இரும்பு மற்றும் செம்பு உலோகங்களாலான அன்றாடப் புழங்கு பொருள்கள், கருவிகள் ஆகியனவும் உள்நாட்டு மக்களின் பயன்பாட்டுக்காக உற்பத்தி செய்யப்பட்டுள்ளன.

விசயநகர ஆட்சியில் வணிகப் பொருள்களின் உற்பத்தி அதிகமாயுள்ளது. இதனால் உள்நாட்டு மற்றும் வெளி நாட்டு வணிகப் பொருள் விற்பனைச் சந்தைகளில் அதிக அளவு பொருள்கள் விற்பனை செய்யப்பட்டன. இவ்வாறு ஏற்பட்ட விற்பனை மிகுதியால் உற்பத்தியில் ஈடுபட்ட தொழிலாளர்களின் வாழ்க்கைத் தரத்திலும், நிலையிலும்

சிறப்பான மாற்றம் காணப்பட்டது. இம்மாற்றங்களால் தொழிலாளர்கள் பல சலுகைகளைப் பெற்றதோடு சமூக நிலைகளிலும் உயர்வடைந்தனர்.

2. கல்வெட்டுகள்

இந்த ஆய்வுக்குத் துணையாக உள்ளவை விசயநகர அரசு காலத்தைச் சேர்ந்த சுமார் 350க்கும் மேற்பட்ட தமிழ்க் கல்வெட்டுகள். பெரும்பாலான கல்வெட்டுகளின் முழு வாசகங்கள் வெளியிடப்படவில்லை. இக்கல்வெட்டுகள் நில வரி, வேளாண் பொருள்கள் மீதான வரி, தொழில்கள், தொழிலாளர்கள் மீதான வரிகள் போன்ற பலவகையான வரி இனங்களைக் குறிப்பிடுகின்றன. கைக்கோளர், வாணியர், குசவர், கம்மாளர் போன்ற உற்பத்தியாளர்கள் மற்றும் செட்டிகள் போன்ற வணிக சமூகத்தார்கள் பலர் மீதும் விதிக்கப்பட்ட வரி இனங்களைக் குறிக்கின்றன. இவ்வாறு குறிப்பிடப்பட்ட வரி இனங்களை நோக்கினால் அவ்வுற்பத்தியாளர் சமூகங்கள் குறிப்பிட்ட இடங்களில் அல்லது ஊர்களில் வாழ்ந்து செயலாற்றியுள்ளதை நன்கு அறிந்து கொள்ளலாம். அங்காடிகள், சந்தைகள், பேட்டைகள் எனப்பட்ட பல வகையான உற்பத்தி, விற்பனை இடங்களையும் கல்வெட்டுகள் சுட்டுகின்றன. இவ்வங்காடிகளில் விற்பனை செய்யப்பட்ட பொருள்களைப் பற்றியும் சில முக்கிய தகவல்கள் கிடைக்கின்றன. இருப்பினும் இத்தகவல்கள் பல சமயங்களில் முழுமையாகக் கிடைக்கவில்லை. உற்பத்தி செய்வதற்கான மூலப்பொருள்கள் எவ்விடத்திலிருந்து பெற்றனர், மூலதனம் எவ்வகையில் உருவாக்கப்பட்டது, தொழில் செய்வதற்கான கருவிகள், அவை எவ்வாறு உருவாக்கப்பட்டன போன்ற சிறப்பான விவரங்கள் நமக்கு கிடைக்கவில்லை.

இவ்வாய்வுக்கு விசயநகர ஆட்சியின் கீழ் தமிழகத்தில் இருந்த கீழ்க்கண்ட நாட்டுப் பகுதிகளைச் சேர்ந்த கல்வெட்டுகள் பயன்படுத்தப்பட்டுள்ளன: 1.சந்திர கிரி உசாவடி (பழைய செங்கல்பட்டு, தென் ஆற்காடு மாவட்டங்கள்), 2.படைவீடு உசாவடி (வட ஆற்காடு, தென் ஆற்காட்டின் சில பகுதிகள்), 3.வழுதிலம்பட்டு உசாவடி

(தென் ஆற்காடு, திருச்சிராப்பள்ளி மாவட்டங்களின் சில பகுதிகள், சேலம் மாவட்டத்தின் ஆத்தூர் தாலுகா), 4.திருச்சிராப்பள்ளி–தஞ்சாவூர் உசாவடி (தஞ்சாவூர், திருச்சிராப்பள்ளி மாவட்டங்களின் சில பகுதிகள்), 5.புதுக்கோட்டைப் பகுதிகள் (புதுக்கோட்டை மாவட்டம்).

3. உற்பத்தியாளர்கள்

விசயநகர ஆட்சிக்காலத்தில் உற்பத்தியாளர்கள் அவர்களின் தொழிலுக்கு ஏற்ப இரண்டு பெரும் பிரிவுகளாகப் பிரிக்கப்பட்டிருந்தனர். முதல் பிரிவில், நில அடிப்படையில் உள்ள வேளாண் சமூகத்தின் பிரதிநிதிகளான உழு குடிகள் எனப்பட்ட உழவர்கள் முக்கிய பங்கு வகித்தனர். இரண்டாம் பிரிவில் வேளாண் சமூகத்தைச் சேராத, பட்டடைக் குடி எனப்பட்ட தொழில், கைவினைக் குடிகள் இருந்தனர். உழு குடிகள் மற்றும் பட்டடைக் குடிகள் முறையே குடியானவர் என்றும் காசாயக் குடிகள் என்றும் அறியப்பட்டனர். உழுகுடிகள்/ குடியானவர், பட்டடைக் குடிகள்/காசாயக் குடிகள் ஆகிய இக்குடிகள் பற்றி விசயநகரக் கல்வெட்டுகள் சிலவற்றில் விளக்கமாக உள்ளன. ஆடுதுறைக் கல்வெட்டு[1] ஒன்றில் (பொ.ஆ.1405) உழுகுடிகளை உழவர் சமூகத்தார் என்றும் அவர்கள் கோயில் நிலங்களை (திருநாமத்துக் காணி) உழுகின்றவர்கள் என்று குறித்துள்ளது. இவர்களுக்கு மாறாக பட்டடைக் குடிகள் பலரும் கோயிலுக்குச் சொந்தமான திருமடை விளாக நிலத்தில் குடியிருப்பவர்கள் எனக் குறிக்கின்றது.

வெங்கனூர் கல்வெட்டும் (பொ.ஆ. 1669) இவ்வகையில் இன்னும் தெளிவான விளக்கப் பட்டியலை அளித்துள்ளது.[2] குடியானவர் என்ற சமூகத்தாரில் 1.ரட்டியள், 2.வெள்ளாளர், 3.கொடிகாற்காரர்கள் ஆகியோர் அடங்குவர் இவர்களில் ரட்டியள் என்போர் தெலுங்கு மொழி பேசும் விவசாயிகள். வெள்ளாளர் எனப்படுவோர் தமிழ் பேசும் குடியானவர்கள். வெற்றிலை, மிளகு போன்ற கொடிப்பயிர் செய்பவர்கள் கொடிகாற்காரர்கள். காசாய வர்கத்தார் சமூகத்தில் 1.கோமுட்டியள், 2.செட்டி வர்த்தகர், 3.கைக்கோளர்,

4.சேணியர், 5.செக்கார், 6.எருத்துக்காரர் ஆகியோர் அடங்குவர். இவர்களில் கோமுட்டியள் என்போர் தெலுங்கு மொழி பேசும் வணிகர்கள்; செட்டி வர்த்தகர் என்போர் தமிழ்ப் பகுதி வணிகர்கள்; கைக்கோளர் எனப்படுவோர் தமிழ்ப் பகுதி நெசவாளர்கள்; சேணியர் என்போரும் நெசவாளர்கள். செக்கார் என்போர் செக்காட்டி எண்ணை எடுப்பவர்கள். எருத்துக்காரர் என்பவர்கள் போக்குவரத்துக்கான எருதுகள் மற்றும் எருதுகள் பூட்டிய வண்டிகளின் உடைமையாளர்கள் என்று அடையாளப்படுத்தலாம். எனவே நிலம் படைத்த அல்லது நிலமற்ற விவசாயிகள் அனைவரும் வேளாண் சமூகத்தாராவார். அவ்வாறின்றி உழவுத் தொழில் செய்யாத பிற வகைத் தொழில் செய்வோர் அனைவரும் காசாயக் குடி அல்லது தொழில் சமூகத்தைச் சேர்ந்தவர்கள் என்பது புலனாகும்.

உற்பத்தியாளர்களில் ஏற்பட்ட இவ்வகையான இரண்டு வகைப்பட்ட சமூக அமைப்பு 14ஆம் நூற்றாண்டின் ஆரம்பத்தில், சம்புவரையர் ஆட்சியில் முழு வடிவம் பெற்றுள்ளதாகக் கருதலாம். இவர்களின் கல்வெட்டுகளில்[3] காசாயகுடி (வரித் தொகையைக் காசாக செலுத்துபவர்கள்) என்று குறிக்கப்பட்டுள்ளனர். ஆயினும் காசாயக்குடி என்ற சமூக அமைப்புப் பிரிவு சோழர் ஆட்சிக் காலத்தின் பிற்காலங்களில் தோற்றமெடுத்துள்ளது தெளிவாகப் புலப்பட்டுள்ளது. காசாக செலுத்தப்படும் வரி முதல் அல்லது வரித் தீர்வை காசாயம் என சோழர் கல்வெட்டுகளில் சொல்லப்பட்டுள்ளது. நன்செய் நில விவசாயிகள் நிலவரியை பொதுவாக நெல்லாகச் செலுத்தியுள்ளனர். சில சமயம் ஒருபகுதியை காசாகவும் செலுத்தியுள்ளனர். இவ்வாறின்றி புன்செய் நிலம் மற்றும் வறண்ட நில விவசாயிகள் அவர்களது நில வரியை பெரும்பாலும் காசாகவே செலுத்தியுள்ளனர். இதேபோல தொழில் சமூகத்தாரும் வரித் தொகையை காசாகவே செலுத்தியுள்ளனர்.[4] வரித் தண்டலுக்காக இவ்வாறு அடையாளப் படுத்தப்பட்ட தொழில் முறைப் பிரிவு பின்னாளில் சமூகப் பிரிவினைக் குறிக்கப் பயன்படுத்தப்பட்டு காசாக வரி செலுத்துபவர்களை காசாயக் குடி என்ற சமூகமாக்கியுள்ளனர்.

4. பட்டடைகள்

பட்டடை என்ற சொல் சம்புவரையர் மன்னர்களின் கல்வெட்டுகளில் முதல் முதலாக காணப்படுகிறது. இம்மன்னர்களுக்கு முற்பட்ட சோழர், பாண்டியர் கல்வெட்டுகளில் காணப்படவில்லை. பழந்தமிழ் இலக்கியங்களில் மிகவும் அரிதாக இச்சொல் பயன்படுத்தப்பட்டுள்ளது. திருக்குறள், சிலப்பதிகாரம் ஆகிய இலக்கியங்கள் இச்சொல்லைப் பயன்படுத்தினாலும் அச்சொல் இசைக் குறிப்பை[5] உணர்த்தவே பயன் படுத்தப்பட்டுள்ளது. ஆயினும் விசயநகர் ஆட்சிக்காலத்தில் வெளியிடப்பட்ட கல்வெட்டுகளில் வேறொரு பொருளைக் குறிக்க இச்சொல் பயன்படுத்தப்பட்டுள்ளது. பட்டடை ஆயம் (பட்டடைகளின் மீது விதிக்கப்பட்ட வரி), பட்டடை நூலாயம் (பட்டடைகள் உற்பத்தி செய்த நூல் மீதான வரி), பட்டடைச் சிற்றாயம் (பட்டடைகள் மீதான சிறு வரி), பட்டடை சலத்தரம் (பட்டடையில் பாவு உற்பத்தி செய்யும் இயந்திரத்தின் மீதான வரி) போன்ற வரி இனங்களாக கல்வெட்டுகளில் காணப்படுகின்றன.

தற்காலத்தில் பொதுமக்களால் பரவலாகப் பயன்படுத்தப்படும் பட்டறை, பட்றை என்ற சொற்கள் பட்டடை என்ற சொல்லின் திரிபுகள் ஆகும். இரும்பு அடிக்கப் பயன்படும் கட்டையையும் குறித்தது என்றாலும் தொழில் கூடத்தையும் இச்சொல் குறித்தது. பெரும்பாலான கல்வெட்டு ஆய்வாளர்களால் பட்டடை என்ற சொல்லின் சிறப்பியல்பினை முதலில் அறிந்து கொள்ளமுடியவில்லை. இதற்கு முக்கிய காரணம் பட்டடை என்ற தொழில் குறித்த சொல்லை ‘பட்டாடை’ என்று தவறாகக் கருதி ‘பட்டு’ ‘உடை’ என்று பிரித்து புரிந்து கொண்டதுதான். தென்னிந்திய கோயில் சாசனங்கள் என்ற நூலில் டி.என்.சுப்பிரமணியம் தொகுத்த கல்வெட்டு அருஞ்சொல் அகராதியில்[6] பட்டடை நூலாயம் என்ற சொல்லை பட்டாடை நூலாயம் என்று தவறாகக் குறித்து “பட்டு நூல் மீது விதிக்கப்பட்ட வரி” என்று பொருள் தரப்பட்டுள்ளது. விசயா ராமசுவாமியும் இதே சொல்லை ‘பட்டாடை’ நூலாயம் என்று தவறாகப் புரிந்து கொண்டு ‘பட்டு நூல் மீது விதிக்கப்பட்ட வரி’

என்றே பொருள் கொடுத்துள்ளார்.[7] கல்வெட்டுகளில் காணப்படும் இச்சொல்லை தம் விருப்பத்திற்கு ஏற்ப தவறாக மாற்றிப் பொருள் கொண்டுள்ளனர் என்பது தெளிவாகப் புலனாகிறது.

தெ.வெ.மகாலிங்கமும் இதே சொல்லை 'பட்டாடை' நூலாயம் என்று ஓரிடத்தில் தவறாகக் குறிப்பிட்டாலும்[8] மற்றோரிடத்தில் பட்டடை என்ற தனிச் சொல்லுக்கு 'கொல்லர்களில் தொழிற் பகுதி' என்று சரியாகவே பொருள் தந்துள்ளார். பட்டடை என்ற தனிச்சொல்லுக்கு அவரது விளக்கம் சரியாகவே உள்ளது என்றபோதும், இச்சொல் கொல்லர்களின் தொழிற் பகுதிக்கு மட்டுமே பொருந்துவதல்ல. தொழில் செய்யப் பயன்படும் உற்பத்திச் சாலைகளான பணிக்கூடங்கள் அனைத்திற்கும் பட்டடை என்ற சொல் பயன் படுத்தப்பட்டுள்ளது என்பது தமிழ் அகராதிகளில்[9] சிலவற்றில் காணப்பட்டுள்ளது. தென்னிந்தியாவில் தெலுங்கு, கன்னடம் மொழிகளிலும் தொழில்கூடங்களைக் குறிக்க இதே சொல்லின் மாற்று வடிவங்கள் பயன்படுத்தபட்டுள்ளன.[10] இருப்பினும் பட்டடை என்ற சொல்லின் சரியான பொருளினை எ. சுப்பராயலு[11] குறித்துள்ளார். இவரது கருத்துப்படி இச்சொல் கைவினைக் கலைஞர்கள், தொழிலாளர்களின் பணிக் கூடங்களைக் குறிக்கும். அதாவது துணிகள், உலோகங்கள், நகை, எண்ணை, மண் பாண்டங்கள் போன்ற வணிகப் பொருள்களை அதிக அளவில் உற்பத்தி செய்யும் தொழில் சமூகத்தார் பட்டடைக் குடி என்று அழைக்கப்பட்டுள்ளனர். இவர்களால் ஏற்படுத்தப்பட்ட பணிமனைகளில் இப்பொருள்கள் உற்பத்தி செய்யப்பட்டு விற்பனைக்காக அங்காடிகளுக்கு அல்லது சந்தைகளுக்கு அனுப்பப்பட்டன. இவ்வகையான பொருள்கள் உற்பத்தி செய்யும் பணிமனைகளை பட்டடை என்று விசயநகர ஆட்சிக் காலத்தில் அழைத்தனர்.

5. தொழில் சமூகத்தார்

விசயநகர ஆட்சிக் காலத்தில் பொ.ஆ. 1397இல் வெளியிடப்பட்ட பாடி[12] என்ற ஊர்க் கல்வெட்டில்தான் பட்டடை என்ற சொல் முதன் முதலாகக் காணப்படுகிறது.

பதினெட்டுப் பட்டடையைச் சேர்ந்த உறுப்பினர்கள் பாடி கோயிலின் மூலவருக்கு கொடையாக அளித்த வரி விலக்கினை இக்கல்வெட்டு பதிவு செய்துள்ளது. குறிப்பிடப்பட்ட பதினெட்டுப் பட்டடைகளின் அனைத்துப் பெயர்களையும் இக்கல்வெட்டு தரவில்லை என்ற போதிலும் பட்டடைகளின் உறுப்பினர்களில் சிலரை சிறப்பாகக் குறிப்பிட்டுள்ளது. இப்பட்டியலில் செட்டிகள், கைக்கோளர்கள், எண்ணை வாணியர்கள் அடங்குவர்.

சம்புவரையர் கல்வெட்டுகள் பட்டடை ஆயம் என்ற வரியைக் குறிக்கிறது.[13] பிற கல்வெட்டுகளில் பல பட்டடை,[14] சில்லறைப் பட்டடை,[15] போன்ற பட்டடையைக் குறிக்கும் சொற்றொடர்கள் காணப்பட்டுள்ளன. தோல் தொழிலாளர்களின் பணி இடமாக சக்கிலி பட்டடை,[16] செக்காட்டி எண்ணை எடுக்கும் பணி இடத்தை செக்குப் பட்டடை[17] என்றும் கல்வெட்டுகள் குறிக்கின்றன.

பட்டடைக் குடிகளைப் பற்றிய விவரங்களை சில கல்வெட்டுகள் தருகின்றன. ‘கைக்கோளர், சேடர், சேணியர், வ்யாபாரியர், செக்கு வாணியர், கோலியர், மற்றும் பல பட்டடையார்’ என்று ஒரு கல்வெட்டிலும் ‘கைக்கோளர், சேனையங்காடியர், பலபட்டடை குடி’ என மற்றொரு கல்வெட்டிலும் குறிப்பிடப்பட்டுள்ளனர்.[18]

இவ்வாறு குறிப்பிடப்பட்டுள்ள பட்டடைத் தொழில் சமூகத்தாரைக் கீழ்க்கண்டவாறு ஏழு வகைகளாகப் பிரிக்கலாம்: 1.வணிகர்கள், 2.நெசவாளர்கள், 3.கைவினையாளர்கள், 4.எண்ணை பிழிவோர், 5.இடையர்கள், 6.பிற தொழில் வகையினர், 7.மீனவர்கள். முதல் வகைத் தொழில் சமூக வகுப்பில் செட்டிகள், வியாபாரிகள், மனை கடையர், சேனைக்கடையர், கோயிலங்காடியர் எனப்பட்ட பலவகைக் கடை வணிகர்களைச் சேர்க்கலாம். இரண்டாம் வகையான நெசவாளர்கள் தொழில் சமூக வகுப்பில் 1.கைக்கோளர், 2.சாலியர், 3.நியாயத்தார், 4.சேடர், 5.சேணியர், 6.கோலியர் ஆகிய சமூகத்தினரைச் சேர்க்கலாம். மூன்றாப் பிரிவினரான கைவினையாளர்களில் 1.கொல்லர், 2.தச்சர், 3.தட்டார், 4.சில்பாசாரி, 5.கன்னார், 6.குசவர் ஆகிய சமூக

வகுப்பார்களை அடக்கலாம். நான்காம் வகையில் செக்கு வாணியர் மற்றும் பிற வகைகளில் எண்ணை பிழியும், விற்பனை செய்யும் சமூக வகுப்பாரைச் சேர்க்கலாம். ஐந்தாம் வகையில் கால்நடை வளர்ப்பவர்களான மன்றாடிகளும் இடையர்களும் அடங்குவர். ஆறாவது பிரிவில் சிறு பணிகளைச் செய்யும் கைவினைப் பறையர், நாவிதர், வண்ணார், சக்கிலி ஆகிய சமூக வகுப்பினரைச் சேர்க்கலாம். ஏழாம் பிரிவில் மீனவர்கள், வலைகாரர்கள் ஆகியோரைச் சேர்க்கலாம்.

பட்டடைகளில் உள்ள ஏழு வகையானவர்களில் நெசவாளர்கள், வணிகர்கள், எண்ணை பிழிபவர்கள், கை வினையாளர்கள் ஆகியோரை தொழில் சமூகத்தில் முக்கியமானவர்களாகக் கருதவேண்டும். மேற்கண்ட தொழில் வகுப்பாரில் நெசவாளர்களும் வணிகர்களும் பல ஊர்களில் குறிப்பிட்ட அளவு அதிக எண்ணிக்கையில் பணிசெய்துள்ளனர். மற்ற தொழில் வகுப்பாரின் பணிகள் சற்றே குறைந்த அளவிலேயே காணப்படுகின்றன. நெசவாளர் தொழில் வகுப்பாரில் கைக்கோளர்கள் பல ஊர்களில் (65 ஊர்கள்) அதிக எண்ணிக்கையில் பணியாற்றியுள்ளனர். மற்ற நெசவாளர் தொழில் வகுப்பாரில் சாலியர் மூன்று ஊர்களிலும், சேணியர்கள் மூன்று ஊர்களிலும், செக்கார் இரண்டு ஊர்களிலும், நியாயத்தார் ஒரு ஊரிலும் கோலியர் ஒரு ஊரிலும் பணியாற்றியுள்ளனர்.

கம்மாளர் எனப்பட்ட கைவினையாளர் வகுப்பார் பஞ்சாளத்தார் என்றும் அறியப்பட்டனர். இவர்கள் செய்த ஐந்து வகைத் தொழில்களால் 1.கொல்லன், 2.தச்சர், 3.தட்டான், 4.சில்பாசாரி, 5.கன்னார் என ஐந்து உட்பி ரிவுகளாகப் பிரிக்கப்பட்டதனால் பஞ்சாளத்தார் எனவும் வழங்கப்பட்டனர். இவர்கள் சிறு சிறு குடியிருப்புகளில் வாழ்ந்து தொழில் கூடங்களை ஏற்படுத்திக் கொண்டுள்ளனர். இவர்களது பட்டடைகள் திருவடி, திருக்காட்டுப்பள்ளி, எலவனாசூர், திருவாமத்தூர், திருமழவாடி, திருவைகாவூர், திருவெள்ளறை ஆகிய ஊர்களில் காணப்பட்டுள்ளன. இவ்வூர்கள் சிலவற்றில் இத்தொழில் சமூகத்தார் மட்டும்

வசிக்கும் தெருக்கள் இருந்துள்ளன. அவை கம்மாள தெரு என்று குறிக்கப்பட்டன.

பட்டடைத் தொழில் சமூகத்தாரில் உள்ள மற்றைய வகுப்பாரில் செட்டிகளும் வணிகர்களும் அதிக அளவு செயல்பட்டுள்ளனர். உற்பத்தி முனையங்கள் பலவற்றில் தயாரிக்கப்பட்ட பொருள்களை விற்பனை அங்காடிகளுக்கு கொண்டு சென்று விற்றுள்ளனர். இதன் வாயிலாக உற்பத்தியாளர்களுக்கும் பயனாளிகளுக்கும் இடையில் இவர்கள் பாலமாக இருந்துள்ளனர். வணிக வகுப்பாரில் செட்டிகளின் செயல்பாடுகள் ரிஷிவந்தியம், புலிப்பர்கோயில், வடமாதேவி மங்கலம், வெங்கனூர், மரக்காணம், திருக்கழுகுன்றம், விரிஞ் சிபுரம் ஆகிய ஊர்களில் காணப்பட்டுள்ளன. அய்யபொழில் என்ற மற்றொரு வணிக வகுப்பாரின் செயல்பாடுகள் சிங்களாந்தபுரத்தில் காணப்பட்டுள்ளன. கோமுட்டியார் எனப்பட்ட தெலுங்கு மொழி பேசும் வணிக வகுப்பாரின் செயல்பாடுகள் நெடுங்குன்றம், வெங்கனூர் ஆகிய ஊர்களில் காணப்பட்டுள்ளன. இவ்வணிகர் சமூகத்தில் கடை வைத்து வியாபாரம் செய்வோர், சேனைக்கடையர், கோயிலங்காடியள், கச்சவட வாணியர் எனப்பட்ட வணிக வகுப்பார் சிலரும் இருந்துள்ளனர்.

வாணியர் தொழில் சமூகத்தினரின் முக்கிய தொழிலாக எண்ணையாட்டுதல் இருந்துள்ளது. பொதுவாக இவர்கள் மரத்தாலான செக்கு கருவியைப் பயன்படுத்தி எண்ணை பிழிந்தார்கள். விசயநகர ஆட்சிக் காலத்தில் இவர்கள் முக்கிய தொழில் சமூகத்தினராக இருந்துள்ளனர். இத்தொழில் வகுப்பார் ரிஷிவந்தியம், திருவொற்றியூர், விட்டலாபுரம், தெள்ளார், சித்தலிங்கமடம், திருப்பாலப்பந்தல், எலவானாசூர், கூகையூர், திருவைகாவூர், காஞ்சிபுரம் ஆகிய ஊர்களில் செயல்பட்டுள்ளனர். இவர்களே எண்ணை வியாபாரமும் செய்துள்ளனர். இதனால் இவர்கள் எண்ணை வாணியர் என்றும் அழைக்கப்பட்டனர்.

குசவர்கள் பொது மக்களின் அன்றாப் பயன்பாட்டுக்கான மண் பாண்டப் புழங்கு பொருள்களை உற்பத்தி செய்தனர். இவர்களே செங்கற்கள், கூரை ஓடுகள், குழாய்கள், சுடுமண்

பொம்மைகளைச் செய்தனர். இவர்கள் லால்குடி, எலவானசூர், பெண்ணாடம், கூகையூர், ஸ்ரீமுஷ்ணம், திருவைகாவூர், கொறுக்கை ஆகிய ஊர்களில் செயல்பட்டுள்ளனர்.

மன்றாடிகள் எனப்பட்ட தொழில் சமூகத்தார் கால்நடைகளை வளர்த்து பால், வெண்ணை, நெய் போன்ற பொருள்களையும் விற்றுள்ளனர். இவர்களில் ஒருபகுதியினர் கோயில் பணிகளில் ஈடுபட்டுள்ளனர். கோயிலுக்கு விடப்பட்ட ஆடு, பசுக்களை மேய்த்தும் அதன் பொருள்களை கோயிலுக்கு செலுத்தியும் வந்துள்ளனர். முக்கியமாக கோயிலில் விளக்கு எரிப்பதற்கான நெய் எண்ணையை இவர்களே தந்துள்ளனர். இவர்கள் விரிஞ் சிபுரம், ஸ்ரீமுஷ்ணம், கொறுக்கை, பாடி, தேவிகாபுரம் ஆகிய ஊர்களில் செயல்பட்டுள்ளனர்.

விசயநகர ஆட்சிக்காலத் தமிழகத்தில் தொழில் பணிமனைகளின் எண்ணிக்கை பெருகியது (நிலப்படம்:1,2). இதனைத் தொடர்ந்து பெருமளவு தொழில் வளர்ச்சியும் தமிழகத்தின் பல பகுதிகளில் ஏற்பட்டதைக் காணமுடிகிறது. இவ்வகையில் விரைவான தொழில் வளர்ச்சியை பல ஊர்களில் முக்கியமாக வழுதிலம்பட்டு உசாவடி பகுதிகளில் வெகுவாகக் காணமுடிகிறது. படைவீடு, சந்திரகிரி உசாவடிகளில் உள்ள ஊர்களில் இவ்வகையான தொழில் பணிமனைகளின் வளர்ச்சி அதிகமாகக் காணப்படாமல் சற்று குறைந்த அளவிலேயே காணப்படுகிறது. திருவாரூர் உசாவடி மற்றும் புதுக்கோட்டைப் பகுதிகளில் உள்ள ஊர்களில் மிகக் குறைந்த எண்ணிக்கையில் தொழில் பணிமனைகளைக் காண்கிறோம். இவ்வாறு விருத்தியடைந்த பல தொழில்களில் துணி உற்பத்தி அதிக அளவில் ஏற்பட்டுள்ளதைக் காணலாம். உற்பத்தியைப் பெருக்க அதிக எண்ணிக்கையிலான தறிகள் பல ஊர்களில் அமைக்கப்பட்டன. புதிய அங்காடிகள், சந்தைகள், பேட்டைகள் ஏற்படுத்தப்பட்டு உற்பத்திப் பொருள்கள் சந்தைப் படுத்தப்பட்டன.

6.பட்டடைகளின் அமைவிடம்

பொதுவாக ஊர் எல்லைக்குள் பட்டடை அமைந்திருக்கும். சில ஊர்களில் ஒன்றுக்கு மேற்பட்ட பட்டடைத் தொழில்

கூடங்கள் அமைந்திருக்கலாம். இங்கேயே தொழில் செய்யும் வகுப்பார் குடியிருந்தனர். சில ஊர்களில் கோயிலுக்கு சொந்தமான திருமடைவிளாகம் என்ற பகுதியில் பட்டடைகள் அமைக்கப்பட்டிருந்தன. இவ்வாறான பட்டடைகளில் ஒன்று திருவொத்தூர் கோயில் திருமடைவிளாகத்திலும் மற்றொன்று ஊர்ப்பகுதியிலும் அமைந்திருந்தது. இங்கு குடியேறிய பட்டடைக் குடிகள் மீதான வரிகள் 18 பற்றுகளைச் சேர்ந்த நாட்டார் மற்றும் தந்திரிமார் ஆகியோரால் பொ.ஆ.1413 இல் விலக்களிக்கப்பட்டுள்ளன.[19] இதே ஆண்டில் பெண்ணாடம்[20] திருமடைவிளாகத்தில் பட்டடைக் குடிகள் பலரும் குடியேற அனுமதிக்கப்பட்டு அவர்கள் மீதான வரிகளை பதினெட்டுப் பற்று நாட்டார் விலக்கியுள்ளனர். சில ஊர்களில் பட்டடைத் தொழில் கூடங்கள் ஊருக்குள்ளேயே செயல்பட்டுள்ளன. திருவொத்தூரில் ஊர்ப்புறத்திலும் திருமடைவிளாகத்திலும் பட்டடைகள் செயல்பட்டுள்ளன. வளவனூர் கல்வெட்டு[21] ஒன்றில் பட்டடைக் குடிகள் ஊர்ப்பகுதி, கோயிலுக்குச் சொந்தமான பகுதி (கோயில் பற்று), பிராமணர்களுக்குச் சொந்தமான பகுதி (அகரப் பற்று), ஆகிய பகுதிகளில் குடியிருந்து தொழில் செய்யலாம் எனக் குறிக்கிறது. ஊரினுள் செயல்பட்டு வரும் தொழில் கூடத்தை நெடுங்குன்றம் கல்வெட்டு[22] ஊர்ப் பட்டடை என்று குறிக்கிறது.

7.1.உற்பத்தி முனையங்கள்

விசயநகர அரசின் ஆட்சிக் காலத்தில் தமிழகத்தில் நிலவிய ஐந்து உசாவடிகளிலும் உற்பத்தி மேற்கொள்ளப்பட்டது. தொழில் கூடங்களைக் கொண்ட ஊர்களை ஓரளவு சரியாகவே அடையாளப்படுத்த முடியும். கல்வெட்டுகள் பொதுவாக தொழில் சமூகத்தார் மீது விதிக்கப்பட்ட வரிகளைக் குறிக்கின்றன. தறி இறை, செக்கிறை, தட்டிறை செட்டிறை போன்ற சொற்களால் அவ்வரிகள் குறிக்கப்பட்டுள்ளன. இவற்றை நோக்கினால் விலக்களிக்கப்பட்ட அல்லது விதிக்கப்பட்ட வரிகள் காணப்படும் கல்வெட்டுகள் உள்ள இடங்களில் அல்லது ஊர்களில் மேற்கண்ட தொழில் செய்வோர் செயல்பாடுகளைக் கொண்ட பட்டடைகள் இருந்துள்ளன என்பது புலப்படும். கல்வெட்டுகளில்

காணப்படும் வரிச் சொற்கள் வழக்கமாகக் குறிப்பிடப்பெறும் வெற்றுச் சொற்களாக சில சமயங்களில் அமைந்திருக்கலாம். இதனால் அப்பகுதிகளில் பட்டடைகளின் செயல்பாடுகள் இருந்தனவா என ஐயப்படத் தோன்றும். இருந்தபோதிலும் பொதுவாகக் காணப்படும் இச்சொற்களின் போக்கினைக் கொண்டு பட்டடைகளின் செயல்பாடுகளை அறிவது இயல்பானதே. பட்டடைக் குடிகள் மீது விதிக்கப்பட்ட வரிகளைச் செலுத்தி அப்பகுதியில் தொழில் நடத்தியுள்ளனர் எனக் கருதுவதில் தவறேதுமில்லை. இவ்வாறு சேகரிக்கப்பட்ட பட்டடைச் செயல்பாடுகள் உள்ள ஊர்கள் மற்றும் அவ்வூர்களில் உற்பத்தி செய்யப்பட்ட பொருள்கள் ஆகியவை பின்னிணைப்பு *1* இல் தரப்பட்டுள்ளது.

7.2.கருவிகள்

பொதுவாக தொழில் சமூகத்தார் அவரவர் தொழில்களுக்கு ஏற்ப பல வகையான கருவிகளைப் பயன்படுத்தியுள்ளனர். சில வகைத் தொழில்களைச் செய்வதற்கு சிறப்பான கருவிகளும் செயல்பாட்டில் இருந்துள்ளன. ஆயினும் இக்கருவிகளின் விவரங்கள் இதுவரை நமக்குக் கிடைக்கவில்லை. நெசவாளிகளின் தறிகள், கம்மாளர்களின் உலைகள், போன்ற சில கருவிகளே சான்றுகளில் காணப்பட்டுள்ளன. இத்தொழில் சமூகத்தாரில் வணிக சமூகத்தாரின் கல்வெட்டுகளில் சிலவற்றில் அச்சமூகத்தார் பயன்படுத்திய கருவிகளின் படங்களை வெட்டியுள்ளனர். இடைமலைபட்டிப்புதூர், சிங்களாந்தபுரம், பழமங்கலம், எல்காம்வலசு, பொழிச்சலூர் போன்ற ஊர்களில் இக்கல்வெட்டுகள் உள்ளன. இவற்றில் வேளாண் சமூகத்தாரின் கலப்பை, கொடுவாள், அரிவாள் ஆகிய கருவிகள் உள்ளன. கம்மாளர்களின் பட்டடை, சுத்தியல், உளி, இடுக்கி போன்ற கருவிகளும் வெட்டப்பட்டுள்ளன.[23]

7.2.1.தறிகள்

பொதுவாக துணி அல்லது ஆடை நெய்யப் பயன்படும் பொறியை தறி என்ற பொதுச் சொல்லால் குறிக்கின்றனர். நெசவாளர்களின் முதன்மைக் கருவியாக தறி உள்ளது.

பல வகையான தறிகள் பயன்பாட்டில் இருந்துள்ளன என்றாலும் அத்தறிகளின் வடிவங்கள், அமைப்பு, இயக்கம், மற்றும் அவைகளின் பிற தன்மைகளைப் பற்றி அறிந்து கொள்ள தக்க சான்றுகள் ஏதுமில்லை. இவற்றில் சிலவற்றை சேணியத் தறி,[24] பறைத் தறி,[25] சாலிகர் நிலைத் தறி[26] என குறிப்பிட்டுள்ளனர். இப்பெயர்களை நோக்கினால் மேற்கண்ட தறிகள் முறையே சேணியர், பறையர், சாலியர் ஆகிய சமூகத்தார் பயன்படுத்திய தறிகள் எனக் கொள்ளலாம். இத்தறிகளின் அமைப்பு, வேறுபாடு போன்றவைகளைப் பற்றி அறிவதற்குத் தக்க சான்றுகள் கிடைக்கவில்லை. பறைத் தறி, சேணியத் தறி ஆகியவற்றின் மீது ஆண்டுக்கு 3 பணம் வரியாக விதிக்கப்பட்டுள்ளது. விருத்தாசலத்தில் (பொ.ஆ. 1429) கைக்கோளர் ஒருவரின் தறி மீது ஒரு மாதத்திற்கு அரைப் பணமாக (ஆண்டுக்கு 6 பணம்) தீர்வை நிர்ணயிக்கப்பட்டுள்ளது. பறைத் தறி மீது மாதம் ஒன்றுக்கு கால் பணமாகவும் (ஆண்டுக்கு 3 பணம்) வேரோறிடத்தில் சேணியர்கள் தறி மீது ஆண்டு ஒன்றுக்கு 3 பணமாகவும் தீர்வை நிர்ணயிக்கப்பட்டுள்ளது.[27] மேற்கண்ட தீர்வைகளில் கைக்கோளர் தறி மீது விதிக்கப்பட்ட வரித் தீர்வையைவிடக் குறைந்த அளவிலேயே பறைத் தறிக்கும் சேணியத் தறிக்கும் தீர்வைகள் விதிக்கப்பட்டதனால் கைக்கோளத் தறியைவிட மட்டரக துணிகளை அத்தறிகள் உற்பத்தி செய்துள்ளன எனக் கருதலாம். இதனால் இத்தறிகள் சாதாரண ரகத் தறிகள் எனக் குறிப்பிடலாம். இருந்தபோதிலும் அத்தறிகளின் வடிவங்கள் மற்றும் செயல்பாடுகளைப் பற்றிய தகவல்கள் கிடைக்கவில்லை. கொம்புத் தறி,[28] சட்டித் தறி[29] என்ற இரண்டு தறிகளைப் பற்றியும் கல்வெட்டுகள் குறிப்பிடுகின்றன. இத்தறிகளின் விவரங்களும் தெரிந்திலது. இருப்பினும் பறைத் தறி, சேணியத் தறி ஆகிய தறிகள் மீது விதிக்கப்பட்ட தீர்வைகளுக்குச் சமமான வரித் தீர்வைகளே இத்தறிகள் மீதும் விதிக்கப்பட்டுள்ளன. கொருக்கையில் கொம்புத் தறி ஒன்றின் மீது ஆண்டு ஒன்றுக்கு 3 பணமாகவும், ஸ்ரீமுஷ்ணத்தில் சட்டித் தறி ஒன்றின் மீது ஆண்டுக்கு 3 பணமாகவும் தீர்வை விதிக்கப்பட்டுள்ளது.[30] எனவே இத்தறிகளும் மிகச் சாதாரண துணிகளை உற்பத்தி செய்யும் தறிகளாகும்.

சாலியர், நியாயத்தார் மற்றும் கைக்கோளர்கள் வேறு விதமான தறிகளைப் பயன்படுத்தி உயர் ரக துணிகளை உற்பத்தி செய்துள்ளனர். சாலியர்களின் தறி நிலைத் தறி என்று அழைக்கப்பட்டுள்ளது. இவ்வகையில் இத்தறி நிரந்தரமாக ஓரிடத்தில் அமைக்கப்பட்ட தறி எனக் கொள்ளலாம். இதனால் இத்தறி சில சிறப்பம்சங்களுடன் இருந்திருக்க வேண்டும் என்று கருதலாம். இதனால் உயர் ரக துணிகள் இதன் மூலம் நெய்யப்பட்டிருக்கலாம். இவ்வாறு உயர் ரகத் துணிகள் உற்பத்தி செய்யப்பட்டதனால் இத்தறிகள் மீதி விதிக்கப்பட்ட தீர்வை மற்ற தறிகளுக்கு விதிக்கப்பட்டதை விட அதிகமாக உள்ளது. இத்தறிகள் மீது மிக உயர்ந்த தீர்வையாக ஆண்டுக்கு 9 பணம் நிர்ணயம் செய்யப்பட்டுள்ளது. நியாயத்தார் தறி, கைக்கோளர் தறி முறையே ஆண்டுக்கு 5 பணமும் 4 பணமும் தீர்வையாக நிர்ணயம் செய்யப்பட்டுள்ளது.[31] எனவே முன்னர் சொல்லப்பட்ட தறியின் மூலம் உயர் ரக துணிகள் நெய்யப்பட்டுள்ளன.

7.3. உரிமையாளர்கள்

தறிகளின் உடைமையாளர்கள் பற்றி சில தகவல்கள் உள்ளன. நெசவாளர்களே தறிகளில் சிலவற்றுக்கு உரிமையாளர்களாக இருந்துள்ளனர். காங்கேயராயன் என்ற கைக்கோள முதலி என்பானுக்குச் சொந்தமான தறியை ‘இவர் தறி’ என்று எலவானாசூர் கல்வெட்டு[32] குறிக்கிறது. சில சமயங்களில் தனியாருக்குச் சொந்தமான தறி மீது அளிக்கப்பட்ட வரி விலக்கு குறிக்கப்பட்டுள்ளது. சூரிய தேவன் என்ற கைக்கோளன் இரண்டு தறிகளை வரிவிலக்கோடு பெற்றுள்ளான்.[33] மற்றொரு சமயத்தில் கைக்கோளன் ஒருவனுக்குச் சொந்தமான இரண்டு தறிகள் மீதான வரிகளை கோயிலுக்கு தானமாக நாயக்க ஆட்சியாளர் ஒருவர் அளித்துள்ளார். வரிவிலக்கு பெற்ற தறிகள் கைக்கோளருக்கே செந்தமானவையாகும் எனக் கருதலாம்.[34] புதியதாக ஏற்படுத்தப்பட்ட தொழில் குடியிருப்புகளில் தனிஆட்களுக்குச் சொந்தமான தறிகள் பற்றிய விவரங்கள் மிகத் தெளிவாக உள்ளன.

திருவடியில்[35] கோயிலுக்கு அருகில் உள்ள நிலம் சீர்செய்யப்பட்டு தொழில் வகுப்பார் குடியிருப்பதற்கான மனைகள் அமைக்கப்பட்டு அவர்களுக்குத் தரப்பட்டன. இங்கே கைக்கோளர், செட்டிகள், வாணியர் மற்றும் சேனையங்காடியர், கோயிலங்காடியர் போன்ற பிற வணிகர் சமூகத்தினர் குடியிருப்புகளைக் கட்டிக்கொண்டு தொழில் நடத்த அனுமதிக்கப்பட்டனர். இவர்களுக்கு அளிக்கப்பட்ட வீட்டு மனைகளும் அங்கு இவர்களால் கட்டப்பட்ட வீடுகளும் இவர்களுக்கே சொந்தமானவை என்றும் குறிபபிடப்பட்டுள்ளது. இதன்மூலம் வீட்டு மனைகளும் வீடுகளும் இத் தொழில் சமூகத்தாருடையது என்பதோடு அவர்களது தொழில் கருவிகள் யாவும் இவர்களால் பெறப்பட்டு அவர்களுக்குச் சொந்தமானவை என்பது புலனாகிறது. இங்கு செயல்பட்ட பிற தொழில் வகுப்பார் பற்றி நம்மால் அறிய இயலவில்லை. செக்கு மற்றும் உலை போன்ற கருவிகள் யாவும் தனிஆட்களுக்குச் சொந்தமானவை. இவ்வகையில் கரும்பு பிழிவதற்கும் ஆலை போன்ற கருவி இருந்துள்ளது. இக்கருவியும் தனி ஆள்களின் சொந்தக் கருவியாகும்.

தொழில் கூடங்களை ஏற்படுத்துவதில் கோயில்கள் பெரும் பங்கு வகித்துள்ளன என்பதனால் கோயிலும் தறிகள் சிலவற்றை சொந்தமாக வைத்திருக்க வாய்ப்புள்ளதாகக் கருதலாம். இருந்தபோதிலும் இவ்வாறு கோயிலுக்குச் சொந்தமாகயுள்ள தறிகள் பற்றிய விவரங்கள் நமக்கு ஏதும் கிடைக்கவில்லை. முதலிகள் என்று அழைக்கப்படும் சமூகத் தலைவர்கள் தறிகள் சிலவற்றை சொந்தமாக வைத்துள்ளனர்.[36] இம்முதலிகளே மூலதனமும் முக்கிய கருவிகள் மற்றும் கச்சாப் பொருள்களையும் தொழிலாளர்களுக்கு கொடுத்திருக்கலாம். இம்முதலிகள் எவ்வளவு தறிகளைத் தங்கள் வசம் வைத்திருந்தனர் என்ற விவரங்கள் நமக்குத் தென்படவில்லை. சில இடங்களில் கைக்கோள நெசவாளர்கள் மீது விதிக்கப்பட்ட வரி அப்பகுதியின் மொத்த சமூகத்தின் மேல் விதிக்கப்பட்டுள்ளது. திருக்கழுகுன்றத்தில் விற்கப்பட்ட துணிகளின் மீதான மொத்தத் தீர்வை மொத்த நெசவாளர் சமூகத்தின்

மீதே விதிக்கப்பட்டுள்ளது.[37] திருவொத்தூரிலும் இவ்வரி கைக்கோளர்கள் சமூகத்தின் மீதே விதிக்கப்பட்டுள்ளது.[38] தொழில் சமூகத்தார் மீது இவ்வகையான கூட்டு வரித்தீர்வை அல்லது சமூக வரித்தீர்வை நிர்ணயம் செய்துள்ளது அச்சமூகத்தில் நிலவிய கூட்டு நிருவாகப் பொறுப்பை உணர்த்துவதாக உள்ளது.

உற்பத்தி செய்யப்பட்ட துணி வகைகளை நெசவாளர்களே வணிகர்களுக்கு நேரடியாக விற்றுள்ளனர். சில சமயங்களில் பயனாளிகளுக்கும் நேரடியாக விற்றிருக்கலாம். திருக்கழுகுன்றத்து[39] கைக்கோள நெசவாளர்கள் சதிரவாசகன் பட்டினத்துக்குச் (சத்ரஸ், காஞ்சிபுரம் மாவட்டம்) சென்று புடவைகளை விற்று பண்டமாற்றாக தானியங்களை வாங்கினர். பண்டமாற்றாகச் செய்யப்பட்ட இந்தப் பரிவர்த்தனை மூலம் தனி நெசவாளர்களே இவ்வியாபாரத்தில் ஈடுபட்டு பயனாளிகளோடு நேரடி வியாபாரம் செய்தனர் என முடிவு கட்டலாம். எவ்வாறாயினும் வரித்தீர்வை மொத்த சமூகத்தார் மீதே விதிக்கப்பட்டது.

8. புதிய தொழில் கூடங்கள்

விசயநகர ஆட்சிக் காலத்தில் அரசர்கள் தொழில் கூடங்களை புதிதாக ஏற்படுத்துவதற்கு சலுகைகள் பல அளித்துள்ளனர். இவ்வரசர்கள் தொழில் பெருக்கத்திற்காக புதிய தொழில் குடியிருப்புகளையும் தொழில் கூடங்களையும் ஏற்படுத்துவதற்கு வரிவிலக்குகளும் சமூக உரிமைகளையும் அளித்துள்ளனர். பெரும்பாலான தொழில் குடியிருப்புகளில் கைக்கோளர்களே அதிக எண்ணிக்கையில் குடியமர்த்தப்பட்டிருப்பினும் பிற தொழில் வகுப்பாரும் கணிசமாகக் குடியேற்றப்பட்டு தொழில் செய்ய அனுமதிக்கப்பட்டுள்ளனர். இவர்களுக்கும் நிலம் அளிக்கப்பட்டு கைக்கோளர் போன்று வரி குறைக்கப்பட்டோ விலக்கப்பட்டோ உள்ளது. கோயில்களும் கூட இத்தொழில் வகுப்பாரைக் குடியமர்த்த சில சமயங்களில் முனைப்பு காட்டியுள்ளன. சேர்க்காட்டில்[40] பொ.ஆ. 1361இல் கோயிலின் திருமடைவிளாகத்தில் காசாயக் குடிகள்

குடியேற அனுமதிக்கப்பட்டனர். இவ்வாறே பொ.ஆ. *1402*இல் வழுவூரில் கம்பங்குடையார் புதிய குடியேற்றத்தை எற்படுத்தி தொழில் வகுப்பார் குடியேற அனுமதித்துள்ளார்.[41] விருத்தாசலத்தின் திருமடைவிளாகம் புதிதாக வரும் தொழில் வகுப்பாருக்கு திறந்துவிடப்பட்டது. இங்கே *1443*இல் குடியிருக்க அனுமதி தரப்பட்டு வரிவிலக்கும் அளிக்கப்பட்டுள்ளது.[42] இங்கே குடியேறிய மக்களுக்கு முழு வரிவிலக்கோடு (சர்வமான்ய இறையிலி) நிலம் வழங்கப்பட்டுள்ளது. இதே ஆண்டில் திருவாவடுதுறை[43] திருமடைவிளாகத்தில் புதிய தொழில் வகுப்பார் குடியேற நாட்டார், தந்திரிமார் அனுமதித்துள்ளனர். இவர்கள் மீதான வரிகள் விலக்கப்பட்டுள்ளன. படைவீட்டில் *1471*இல் புதிய தொழில் வகுப்பாரான பட்டடைக் குடிகள் மீதான வரிகள் குறைக்கப்பட்டு அவர்கள் குடியேற அனுமதிக்கப்பட்டனர்.[44]

தொழில் உற்பத்தியைப் பெருக்க தொழில் சமூகத்தாருக்கு வரிச் சலுகைகள் அளிக்கப்பட்டன. பொன்னூரில் *1490*இல் கைக்கோளர்களின் தறி மீதான வரி முழுவதுமாக முதல் ஆறு மாதங்களுக்கு விலக்கப்பட்டது. அதன் பின்னர் தறி ஒன்றுக்கு ஆண்டுக்கு *3* பணம் வரித்தீர்வையாக நிர்ணயிக்கப்பட்டது.[45] மானாமதியில் உள்ள கைக்கோளர்கள் சலுகை வரியை *1419*இல் செலுத்தியுள்ளனர்.[46] ஸ்ரீபெரும்புதூரில் இருந்த புதிய, பழைய குடியிருப்புவாசிகளின் தறி மீது சலுகை வரித்தீர்வை நிர்ணயிக்கப்பட்டுள்ளது.[47] இவ்வகையான சலுகை வரித்தீர்வைகளை பல கல்வெட்டுகள் குறிக்கின்றன.[48]

9.வரித் தீர்வைக்கு எதிர்க் குரல்கள்

தொழில் வகுப்பார் மீது விதிக்கப்பட்ட வரிகளை அவர்களால் செலுத்த முடியவில்லை என்றால் சில சமயம் எதிர்த்துள்ளனர். சில சமயம் அவர்கள் பணிசெய்த தொழில் கூடங்கள், குடியிருப்புகள் ஆகியவற்றிலிருந்து அதிக வரிவிதிப்புகளை எதிர்த்து வெளியேறியுள்ளனர். வரித்தொகைகளைச் செலுத்த முடியாத அளவுக்கு அதிகமாகவும் கடுமையாகவும் வரித்தீர்வை உள்ளது என்பதை மேல்மட்ட நிருவாகத்திற்குத் தெரிவிக்கவே

இந்நடவடிக்கையை மேற்கொண்டனர். இவ்வெளியேற்றங்கள் பொதுவாக விசயநகர ஆட்சிக்காலத்தில் குறிப்பாக 15ஆம் நூற்றாண்டில் அதிக அளவில் நடைபெற்றுள்ளன. இந்த வகையில் கைக்கோளர்கள் 1338க்கும் 1720க்கும் இடைப்பட்ட காலத்தில் சுமார் 14 தடவைகள் ஊரை விட்டு வெளியேறியுள்ளனர். கம்மாளர்கள் இரண்டு முறை ஊரை விட்டு வெளியேறியுள்ளனர். கைக்கோளர் வெளியேற்றங்களில் 1429க்கு பின்னர் ஏற்பட்டவை யாவும் வழுதிலம்பட்டு உசாவடியில் ஏற்பட்டுள்ளன. இதற்கு முன்னர் ஏற்பட்ட வெளியேற்றங்கள் சந்திரகிரி உசாவடியில் இரண்டு தடவையும் (பொ.ஆ. 1383, 1388), படைவீட்டு உசாவடியில் இரண்டு தடவையும் (பொ.ஆ. 1388, 1404) ஏற்பட்டுள்ளன. தீவிர ஆலோசனைக்குப் பின்னர் வெளியேறிய குடிகளை மீண்டும் குடியேற்ற முயற்சிகள் மேற்கொள்ளப்பட்டன. இந்தவகையில் வரித்தீர்வை முழுவதுமாக சில சமயங்களில் நீக்கப்பட்டது அல்லது குறைக்கப்பட்டது. திருப்புலிவனத்துக் கைக்கோளர்கள் வரி செலுத்த இயலாததால் 1388 இல் ஊரை விட்டு வெளியேறினர். வெளியேறியவர்களை மீண்டும் குடியமர்த்த தறிக்கடமை, வாசல் பணம், சோடி, சூலவரி ஆகியவை உள்பட ஒரு தறிக்கு ஓராண்டுக்கு மொத்தமாக 5 பணம் வரிதீர்வையை நாட்டார் நிர்ண யித்துள்ளனர்.[49] பெருநகர், சளுக்கி, குன்றத்தூர், திருவைகாவூர், எலவானாசூர், கொருக்கை, கீழூர், நெற்குன்றம், திருத்தளூர், ஸ்ரீமுஷ்ணம், திருவாமாத்தூர், இடையார், திருவக்கரை ஆகிய ஊர்களிலிருந்து கைக்கோளர்கள் வரித்தீர்வை அதிகமாக உள்ளதென்று ஊரை விட்டு வெளியேறியுள்ளனர்.[50] கம்மாளர்கள் திருவடி, விழுப்புரம் ஆகிய ஊர்களிலிருந்து வெளியேறியுள்ளனர்.[51] பின்னர் இவர்களுக்கு வரிச் சலுகைகள் அளிக்கப்பட்டு மீண்டும் குடியமர்த்தப்பட்டனர்.

திருவைகாவூரில்[52] வரித்தீர்வைகள் அதிகரிக்கப்பட்டன. அங்கு தொழில் செய்த தொழில் வகுப்பார் இதனை எதிர்த்து வெளியேறினர். வலங்கை மற்றும் இடங்கை சமூகத்தாரின் ஒவ்வொரு பிரிவிலும் உள்ள 98 துணைச் சமூகத்தார் கொண்ட பெருங்குழுவில் வரித்தீர்வை மறுஆய்வு செய்யப்பட்டு நிர்ணயிக்கப்பட்டது. இவ்வரித்தீர்வை

1.செட்டிகள், 2.சேனைக்கடையர், 3.கைக்கோளர், 4.சாலியர், 5.நியாயத்தார், 6.சேணியர், 7.மன்றாடி, 8.கொல்லர், 9.தச்சர், 10.தட்டார், 11.கன்னான், 12.குசவர், 13.செக்கு வாணியர், 14.நாவிதர், 15.வண்ணார், 16.கைவினைப் பறையர் ஆகிய 16 தொழில் சமூகத்தார் மீது விதிக்கப்பட்டுள்ளது. கொருக்கையில்[53] வெளியேறிய தொழில் சமூகத்தாருக்கு சலுகைகள் அளிக்கப்பட்டு மீண்டும் குடியமர்த்தப்பட்டனர். இவ்வாறு ஏற்பட்ட எதிர்ப்பு வெளியேற்றங்களால் தொழில் பாதிப்பு ஏற்பட்டு சற்றே உற்பத்தியும் குறைவுபட்டிருக்கலாம். இவ்வகையான வெளியேற்றங்களிலிருந்து வேதனையான காலகட்டங்களில் சமூகத்தாரின் ஒன்றுபட்டுச் செயலாற்றும் தன்மையும், அநீதியான வரிவிதிப்புகளுக்கு எதிர்க்குரல் கொடுக்கும் இயல்பையும் நம்மால் புரிந்து கொள்ளமுடியும். எவ்வாறாயினும் இவ்வாறு எதிர்க்குரல் எழுப்பியதற்குப் பலனாக சலுகைகள் சிலவற்றையும் தொழில் சமூகங்கள் பெற்றுள்ளன.

10.விற்பனை முனையங்கள்

விசயநகர ஆட்சிப் பொருளியலில் விற்பனை முனையங்களான சந்தைகள் முக்கிய பங்கு வகித்துள்ளன. வணிகர்களையும் பயனாளர்களையும் உற்பத்தியாளர்களோடு தொடர்புகொள்வதற்கான வாய்ப்புகளை இவை ஏற்படுத்திக் கொடுத்துள்ளன. விற்பனை முனையங்கள் சந்தை, பேட்டை, பாளையம், புரம் போன்ற பல பெயர்களில் அழைக்கப்பட்டுள்ளன. பொதுவாக சந்தை என்பது குறிப்பிட்ட நாள்களில் குறிப்பிட்ட ஓரிடத்தில் கூடும் விற்பனை அங்காடியாகும். செவ்வாய், புதன் கிழமைகளில் திருவண்ணாமலையிலும்,[54] புதன் கிழமைகளில் மானாமதி,[55] கிடங்கிலும் (திண்டிவனம்),[56] வெள்ளிக் கிழமைகளில் செஞ்சியிலும்,[57] ஞாயிற்றுக் கிழமைகளில் தென்மகாதேவி மங்கலத்திலும்,[58] சந்தைகள் கூடின.

பேட்டைகள் எனப்பட்ட தொழில் கூடங்கள் உள்ள ஊர் சந்தைகளும் இக்காலத்தில் செயல்பட்டன. பேட்டையில் பொருள்கள் உற்பத்தி செய்யப்பட்டதோடு விற்பனையும்

செய்யப்பட்டுள்ளது. விசயநகர அரசர் இரண்டாம் தேவராயர் திருத்தளூர், திருச்சாயலூர், நெற்குன்றம் ஆகிய ஊர்களில் மூன்று பேட்டைகளை ஏற்படுத்தினார்.[59] இம்மடி துலுக்க நாயகன், ஆரகளூரிலும்,[60] அச்சுதராயர், ஆலம்பூண்டியிலும் பேட்டைகளை ஏற்படுத்தினர்.[61] வடக்குத் திட்டை, அரகண்டநல்லூர், சிதம்பரம் ஆகிய ஊர்களில் பேட்டைகள் உருவாக்கப்பட்டன.[62] இக்காலகட்டத்தில் சோழர்களால் ஏற்படுத்தப்பட்ட பேட்டைகள் சிலவும் தொடர்ந்து பயன்பாட்டில் இருந்துள்ளன. அவற்றில் ஒன்றாக வீரராஜேந்திரன் பேட்டையை[63] குறிக்கலாம்.

சந்தைகள் பொதுவாக புரம், பட்டினம் எனப்பட்ட நகரப் பகுதிகளில் அமைக்கப்பட்டன. விசய நகர ஆட்சி ஏற்படுவதற்கு முன்னர் உருவான சந்தைகளும் இக்கால கட்டத்தில் நன்கு செயல்பட்டுள்ளன. இவ்வகையில் ஜம்பையில் உள்ள வீரராஜேந்திர புரம், நாரத்தம்பூண்டியில் உள்ள கைலாச புரம், ரிஷிவந்தியத்தில் உள்ள ராஜநாராயண பட்டினம், ஆதிவராக நத்தத்தில் உள்ள புவனேக வீரராயன் பட்டினம், திண்டிவனத்துக்கு அருகில் உள்ள உலகமாதேவி புரம் ஆகியவற்றைக் குறிக்கலாம்.[64] இக்கால கட்டத்தில் பல புதிய புரங்களும் பட்டினங்களும் உருவாக்கப்பட்டன. புனல்பாடியில் திருமலாதேவி புரமும், திருக்கச்சியூரில் மருதநோதய புரமும், திருவாரூருக்கு அருகே தேவனாம் பட்டினமும், கிருஷ்ணபூபாலன் பட்டினமும் உருவாக்கப்பட்டன.[65]

பாளையம் எனப்பட்ட சந்தைகளும் இக்காலகட்டத்தில் செயல் பட்டுள்ளன. கனகப்ப நாயகரால் 1560 இல் மணலூரில்[66] புதிய பாளையம் ஒன்று ஏற்படுத்தப்பட்டது. சிநந்தலில்[67] உள்ள பாளையம் மற்றும் பேட்டையில் சந்தை ஆயம் வரித் தீர்வை நிர்ணயிக்கப்பட்டுள்ளது.

11. விற்பனைச் சரக்குகள்

சந்தைகளில் விற்பனை செய்யபட்ட பொருள்கள் சிலவற்றையும் கல்வெட்டுகள் தருகின்றன. படைவீடு உசாவடியில் ஆவூர், திருவண்ணாமலை, விரிஞ்சிபுரம் போன்ற

சந்தைகள் முக்கியமானவைகளாகக் குறிப்பிடலாம்.[68] பருத்தி வணிகத்தில் ஆவூர் சிறந்த முனையமாக இருந்துள்ளது. திண்டிவனத்தில்[69] வாரத்திற்கு ஒரு முறை செயல்பட்டுவந்த சந்தையில் கச்சா பருத்தி, பருத்தி நூல், நெய்யப்பட்ட பருத்தி துணிகள் விற்கப்பட்டன. இங்கே '56 நாடுகளின்' சரக்குகள் விற்கப்பட்டன. இங்கே குறிப்பிடப்படும் 56 நாடுகள் என்பது பாரம்பரியமாக பொதுவாகச் சொல்லப்படும் நாடுகள் என்றும் 56 நாடுகள் என்ற எண்ணிக்கை பல நாடுகள் என்ற வகையில் கருதப்படவேண்டும். எனவே இச்சொற்றொடர் மூலம் பல நாடுகளிலிருந்து சரக்குகள் கொண்டுவரப்பட்டன என அறியலாம். பருத்தி விற்பனை செய்த மற்றுமொரு முக்கிய முனையம் விரிஞ்சிபுரம் ஆகும்.[70] இங்கே நான்கு திசை பதினெண் விஷையத்தார் என்ற வணிகக் குழுவினர் முக்கியமாக செயல்பட்டுள்ளனர். இங்கு பருத்திப் புடவை, பேர்முடிச்சீலை, பட்டுவர்கம் ஆகிய துணி ரகங்கள் விற்பனை செய்யப்பட்டன. பேர்முடிச் சீலை என்பது சீலை ரகங்களில் ஒன்றாகக் கருதலாம். பட்டுவர்கம் என்பது பலவகையான பட்டுத் துணிகள், பட்டு நூல் போன்றவற்றைக் குறித்தது எனலாம். துறைமுகப் பட்டினமான சதிரவாசகன் பட்டினம், பருத்தி துணிகளுக்கு முக்கிய சந்தையாக விளங்கியுள்ளது. திருக்கழுகுன்றம் நெசவாளர் ஊரில் உற்பத்தி செய்யப்பட்ட துணிகள் இங்கு விற்பனை செய்யப்பட்டன.[71] நானாதேசி என்ற வணிகர் குழு இங்கே செயல்பட்டுள்ளது. இங்கே கட்டுகளாக கட்டப்பட்ட புடவைகள் ஏற்றுமதி செய்யப்பட்டிருக்கலாம்.

திருவாரூருக்கு அருகில் தேவனாம் பட்டினம், கிருஷ்ணபூபாலன் பட்டினம் என்ற இரண்டு சந்தைகள் செயல்பட்டுள்ளன.[72] இங்கே மெழுகு, உலோகப் பண்டங்கள், கருவிகள், மற்றும் பட்டு நூல், பருத்தி, செம்பு, இரும்பு, இரும்புக் கருவிகள், சாயங்கள் போன்றவை விற்கப்பட்டன. இங்கே 56 நாடுகளிலிருந்து கொண்டு வரப்பட்ட சரக்குகள் விற்பனை செய்யப்பட்டன. துவரங்குறிச்சி சந்தையில் பருத்திக் கட்டுகள், சீலைகள், பருத்தி நூல், இரும்பு, மரம், சந்தனம் ஆகிய சரக்குகள் விற்கப்பட்டன. மிளகு, தேன், தானியங்கள் இங்கே விற்பனை செய்யப்பட்ட பிற பொருள்கள்.

12. முடிவுரை

விசயநகர ஆட்சிக் காலத்தில் தொழிற்சாலைப் பொருளாதாரச் செயல்பாடுகள் மிகத் தீவிரமாயிருந்தன. இதற்கு ஒரு முக்கிய காரணமாக பட்டடைகளின் செயல்பாடுகள் எனலாம் இச்சிறு தொழிற்கூடங்கள் தமிழகத்தின் பல ஊர்களில் அமையப்பெற்று பொருள்களை அதிக அளவில் உற்பத்தி செய்தன. இருப்பினும் இத்தொழில் வளர்ச்சிக்குத் தேவையான கருவிகள், பொறிகள் ஆகியன பற்றிய விவரங்கள் நமக்குக் கிடைத்தில. இருப்பினும் பாரம்பரிய முறைக் கருவிகளைக் கொண்டே இவ்வகையில் அதிகப் பொருள் உற்பத்தி மேற்கொள்ளப்பட்டது எனக் கருதலாம்.

பொருள்கள் உற்பத்தி முனையங்கள் சிலவற்றின் பரவலை அறிவதற்கு கல்வெட்டுகளில் காணப்படும் விவரங்களை அடிப்படையாகக் கொண்டு கீழ்க்கண்ட பட்டியல்கள் தயாரிக்கப்பட்டுள்ளன. இப்பட்டியல்களிலிருந்து அக்காலத் தமிழகத்தின் வட பகுதியில் பொருள்கள் உற்பத்தி அதிகம் இருந்துள்ளது தென்படும். தொழில் பரவலை நோக்கும் போது வழுதிலம்பட்டு உசாவடியிலும் (37 ஊர்கள்), படைவீடு உசாவடியிலும் (33 ஊர்கள்) அதிக தொழில் உற்பத்தி முனையங்கள் இருந்துள்ளன. ஆனால் சந்திரகிரி உசாவடி (22 ஊர்கள்), திருச்சிராப்பள்ளி-திருவாரூர் உசாவடியில் (17 ஊர்கள்) குறைவான எண்ணிக்கையில் இத்தொழிற்கூடங்கள் அமைக்கப்பட்டிருந்தன. புதுக்கோட்டை பகுதியில் மிகக் குறைந்த எண்ணிக்கையில் (2 ஊர்கள்) தொழிற்கூடங்கள் இருந்துள்ளன. எனவே இப்பகுதியில் தொழில் வளர்ச்சி மிகக் குறைந்த அளவிலேயே ஏற்பட்டுள்ளது. அங்காடிகள் மற்றும் சந்தைகளின் எண்ணிக்கையும் படைவீடு, வழுதிலம்பட்டு உசாவடிகளில் அதிகமாகக் காணப்பட்டுள்ளன. படை வீட்டில் 23 சந்தைகளும் வழுதிலம்பட்டுவில் 17 சந்தைகளும் செயல்பட்டுள்ளன (நிலப்படம்: 1,2).

பட்டியல் 1: உற்பத்திப் பொருள்கள் ஊர்களின் பரவல்

உசாவடி	பட்டடை	உற்பத்திப் பொருள்கள்				
		துணிகள்	எண்ணெ	உலோகப் பொருள்கள்	பால் பொருள்கள்	மண் கலங்கள்
சந்திரகிரி	9	15	7	3	–	5
படைவீடு	21	26	12	3	4	9
வழுதிலம்பட்டு	19	32	21	12	6	10
திருச்சிராப்பள்ளி - திருவாரூர்	8	8	6	5	–	3
புதுக்கோட்டை	1	2	–	1	–	–
மொத்தம்	58	83	46	24	10	27

பட்டியல் 2: அங்காடி, சந்தைகளின் பரவல்

உசாவடி	பேட்டை	பட்டினம்	புரம்	பிற	மொத்தம்
சந்திரகிரி	–	–	2	2	4
படைவீடு	3	1	7	12	23
வழுதிலம்பட்டு	10	2	1	4	17
திருச்சிராப்பள்ளி - திருவாரூர்	3	2	1	1	7
புதுக்கோட்டை	–	–	–	1	1
மொத்தம்	16	5	11	20	52

இக்காலத் தொழில்களில் நெசவுத் தொழில் சிறப்பிடம் பெற்றுள்ளது. இத்தொழில் சுமார் 83 இடங்களில் செயல்பட்டுள்ளதாகத் தெரிகிறது. இருப்பினும் வழுதிலம்பட்டு (32), படைவீடு (26), சந்திரகிரி (15) உசாவடிகளில் தறிகளின் எண்ணிக்கை கூடுதலாக உள்ள ஊர்களைக் காண்கிறோம். இவ்வூர்கள் விசயநகர ஆட்சியின் ஆரம்ப காலத்திலிருந்தே சீராக வளர்ச்சி பெற்றுள்ளதைக் காண்கிறோம்.

இத்தொழிலுக்கு அடுத்தபடியாக எண்ணெ பிழியும் தொழிலைக் காண்கிறோம். இத்தொழில் மொத்தமாக

46 ஊர்களில் நடைபெற்றுள்ளன. இவ்வகை ஊர்களை அதிகமாக வழூதிலம்பட்டு உசாவடியிலும் (21), சற்றுக் குறைந்த எண்ணிக்கையில் படைவீட்டு (12) உசாவடியிலும் காண்கிறோம். சந்திரகிரி, திருச்சிராப்பள்ளி–திருவாரூர் உசாவடிகளில் மிகக்குறைந்த எண்ணிக்கையில் இவ்வகை ஊர்கள் காணப்பட்டுள்ளன.

உலோகம் மற்றும் உலோகப் பொருள்கள் உற்பத்தியில் வழூதிலம்பட்டு உசாவடியில் 12 ஊர்களில் இத்தொழில் நடைபெற்றுள்ளதைக் காண்கிறோம். மண் பானைகள் உற்பத்தியும் பிற சுடுமண் பொருள்கள் செய்வதிலும் வழூதிலம்பட்டு (10), படைவீடு (9) உசாவடிகளில் அதிக ஊர்களைக் காண்கிறோம்.

மேற்கண்ட விவரங்களிலிருந்து விசய நகர ஆட்சிக்காலத் தமிழகத்தில் தொழில் வளர்ச்சி வடபகுதிகளில் முக்கியமாக வழூதிலம்பட்டு, படைவீடு உசாவடிகளில் ஆரம்பித்து பின்னர் சந்திரகிரி உசாவடியிலும் முன்னேற்றமடைந்துள்ளது. விசயநகரப் பேரரசர்கள், நாயகர்கள், மற்றும் கோயில்களும் கூட தொழில் வளர்ச்சிக்கு ஊக்கம் அளித்துள்ளன. சில சமயங்களில் அவர்களுக்கு ஏற்பட்ட இடர்ப்பாடுகளை நீக்கியும், வரிச் சலுகைகளை அளித்தும் தொழில்கள் வளர்ச்சி பெற ஆதரவை நல்கியுள்ளனர். தொழில் வகுப்பாரில் நெசவாளர்கள், கம்மாளர்கள் போன்ற சில வகுப்பாருக்கு சமூக, சமய சலுகைகளை வழங்கியுள்ளனர். விசய நகரப் பேரரசும் நாயக்கர்களும் கோயில்களும் இத்தொழில் வளர்ச்சியால் பயன் அடைந்தன என்பதால் இவ்வகைப்பட்ட சலுகைகளை அரசும் நாயக்கர்களும் கோயில்களும் வழங்கி இருக்கலாம். மேலும் இத்தொழில்கள் மீது விதிக்கப்பட வரிகள் மூலம் விசயநகர அரசு அதிக வருமானத்தைப் பெற்றது என்றும் கருதலாம். இத்தொழில்களுக்கு இக்காலத்தில் அளிக்கப்பட்ட சலுகைகள் நாடு முழுவதும் ஒரே மாதியாக இல்லை. இத்தொழில்களில் நெசவாளர்களுக்கு அதிக சலுகைகள் வழங்கப்பட்டன. இதனால் கைக்கோளர்களின் சமூக நிலையில் பெரு மாற்றம் ஏற்பட்டது. மற்ற தொழில் வகுப்பாருக்கு அத்தகைய சலுகைகள் கிடைக்காததனால் அவர்களின் நிலைமையில் அதிக மாற்றம் ஏற்படவில்லை.

சான்று நூல்கள்

1. *ARE.,* 1913, 25.
2. *ARE.,* 1913, 2.
3. *ARE.,* 1935, 218; 1934, 59; 1921, 454.
4. P.Shanmugam, *Revenue System of the Cholas, 850-1279,* 1987, pp.105-106.
5. திருக்குறள், பா.*573*; சிலப்பதிகாரம், அரங்கேற்றுக் காதை, வ. *63*.
6. *ST.,* vol. 3, pt. 2, Glossary, p. Li.
7. Vijaya Ramaswamy, *Textiles and Weavers in Medieval South India,* 1985, pp. 86, 88, 104.
8. T.V. Mahalingam, *South Indian Polity,* 2nd ed. 1967, p. 436.
9. J.P. Fabricius's *Tamil and English Dictionary,* pp. 651-652; Tamil Lexicon, pp. 2419&2420.
10. *Kittel's Kannada Dictionary,* vol. 3, p. 980, pattu & adi; T.Burrow, M.B.Emeneau, *A Dravidian Etymological Dictionary,* 2 ed. 1984, p.346.
11. Y. Subbarayalu, 'The Pesantry of Tiruchirappalli District from the 13th to 17th Centuries', N.Karashima, ed. *Socio & cultural Change in Villages in Tiruchirappalli District, Tamilnadu, India,* Part 1, 1983, p. 128.
12. *ARE., 1910, 221.* செங்கல்பட்டு மாவட்டத்தில் இருந்த இவ்வூர் சென்னை மாநகராட்சியின் ஆட்சிப் பரப்பு விரிவு செய்யப்பட்டதனால் சென்னை மாநகராட்சிக்கு உட்பட்ட அண்ணா நகர் பகுதியோடு இணைக்கப்பட்டது.
13. *ARE.,* 1934, 59; 1924, 136.
14. *SII.,* 22, 240; 4, 47; *ARE.,*1923, 367.
15. *SII.,* 4, 524.
16. *ARE.,* 1935, A&11.
17. *ARE.,* 1923, 367.
18. *ARE.,* 1939, 243; 1929, 212.
19. *ARE.,* 1929, 215.
20. *ARE.,* 1929, 250.
21. *ARE.,* 1912, 422.
22. *ARE.,* 1924, 112.

23. S. Rajagopal, 'Symbols on the Inscribed Stones of the Merchant Guilds', Karashima, N., *Ancient and Medieval Commercial Activities in the Indian Ocean: Testimony of Inscriptions and Ceramic-sherds,* pp.101-106.
24. *ARE.,* 1914, 59.
25. *ARE.,* 1918, 91.
26. *ARE.,* 1914, 59.
27. *ARE.,* 1918, 91; 1914, 59.
28. *ARE.,* 1917, 26.
29. *ARE.,* 1916, 246.
30. *ARE.,* 1916, 247.
31. *ARE.,* 1914, 59.
32. *ARE.,* 1938, 486.
33. *ARE.,* 1965, 303.
34. *ARE.,* 1910, 300.
35. *ARE.,* 1921, 403.
36. *ARE.,* 1922, 242; 1905, 31.
37. *ARE.,* 1933, 170.
38. *ARE.,* 1940, 102.
39. *ARE.,* 1933, 170.
40. *ARE.,* 1921, 203.
41. *ARE.,* 1912, 422.
42. *ARE.,* 1929, 250.
43. *ARE.,* 1929, 215.
44. *ARE.,* 1921, 120.
45. *ARE.,* 1929, 414.
46. *ARE.,* 1923, 381.
47. *ARE.,* 1922, 207.
48. *ARE.,* 1930, 207; 1929, 212, 263; 1931, 228.
49. *ARE.,* 1923, 201.
50. *ARE.,* 1923, 370; 1920, 471; 1930, 217; 1914, 59; 1938, 490; 1917, 216; 1905, 23; 1935, 220; 1925, 428; 1916, 247; 1922, 10; 1929, 292; *SII.,* 17, 221.

51. *SII.,* 6, 72; *ARE.,*1922, 65.
52. *ARE.,* 1914, 59.
53. *ARE.,* 1917, 216.
54. *ARE.,* 1929, 427.
55. *ARE.,* 1931, 226.
56. *ARE.,* 1905, 30.
57. *SII.,* 17, 263.
58. *ARE.,* 1934, 45.
59. *ARE.,* 1925, 429; 1922, 455; 1935, 220.
60. *ARE.,* 1913, 409.
61. *ARE.,* 1942, 138.
62. *ARE.,* 1966, 170; 1935, 164; 1913, 369.
63. *ARE.,* 1914, 170.
64. *SII.,* 22, 103; *ARE.,*1925, 379; 1944, 118; 1963, 539, 538; 1919, 133.
65. *ARE.,* 1964, 180; 1909, 318; 1947, A&19.
66. *ARE.,* 1938, 470.
67. *ARE.,* 1943, 81.
68. *ARE.,* 1919, 295.
69. *ARE.,* 1905, 30.
70. *ARE.,* 1940, 193; *SII.,* 4, 524a.
71. *ARE.,* 1933, 173.
72. *ARE.,* 1947, A19.

பின் இணைப்பு 1

வணிகப் பொருள்கள் உற்பத்தி செய்த ஊர்களின் பட்டியல்

வ. எண்	ஊர்	பட்டடை	உற்பத்திப்பொருள்கள்					சந்தை
			துணிகள்	எண்ணை	உலோகம்	பால்	மண் கலங்கள்	
			சந்திரகிரி உசாவடி					
1	காஞ்சிபுரம்		+	+			+	
2	காவேரிப்பாக்கம்	+						
3	குடிமல்லூர்	+	+		+			
4	குன்றத்தூர்	+	+				+	
5	செம்பாக்கம்		+					
6	தக்கோலம்	+						
7	திருப்புக்குழி		+					
8	திருப்புலிவனம்	+	+	+			+	
9	திருமழிசை		+				+	
10	திருவூர்				+			
11	திருவொற்றியூர்			+				
12	தென்னேரி		+					
13	நெல்லிக்குப்பம்			+				
14	பழையனூர்	+						
15	பாடி	+	+					
16	புலியூர்		+					
17	பூந்தமல்லி			+				
18	பெருநகர்	+	+	+				
19	மணிமங்கலம்	+						
20	மாடம்பாக்கம்	+	+	+			+	+
21	வேதியங்காடு		+					
22	ஸ்ரீபெரும்புதூர்		+					

படைவீடு உசாவடி								
23	அத்தி							+
24	அராடபட்டு							+
25	ஆலம்பூண்டி							+
26	ஐயம்பாளையம்	+	+				+	
27	ஒலகாபுரம்							+
28	காப்பலூர்		+					
29	குறட்டி	+						
30	குன்றத்தூர்	+	+					
31	கூனிமேடு							+
32	கொடுங்கலூர்	+	+	+		+		
33	சதிரவாசகன் பட்டினம்							+
34	சளுக்கை		+					
35	சித்தேரி			+				
36	சினந்தல்							+
37	செஞ்சி	+						+
38	செம்பேடு	+	+					
39	சேர்க்காடு		+	+				
40	தச்சம்பாடி							+
41	திண்டிவனம்	+	+					+
42	திருக்கச்சியூர்	+	+					+
43	திருக்கழுகுன்றம்	+	+					
44	திருப்பனங்காடு	+		+				
45	திருமழபாடி						+	
46	திருவண்ணாமலை			+	+		+	+
47	திருவொத்தூர்		+	+			+	
48	தெள்ளாறு	+	+					+
49	தென்மகாதேவி மங்கலம்	+						+

50	தேவிகாபுரம்	+	+	+		+		
51	நாரத்தம்பூண்டி							+
52	நெடுங்குன்றம்	+	+			+		
53	பாலூர்		+					+
54	புதுப்பாளையம்	+	+	+				
55	புலிப்பர்கோயில்	+	+	+			+	
56	புனல்பாடி							+
57	பொன்னூர்		+					
58	மடம்		+		+			
59	மரக்காணம்	+	+					
60	மழுவூர்		+					
61	மாவண்டூர்							+
62	மானாமதி	+	+					+
63	வடமாதேவி மங்கலம்	+	+	+	+		+	+
64	விட்டலாபுரம்		+	+				+
65	விரிஞ்சிபுரம்	+	+	+		+	+	+
66	வெப்பூர்	+	+	+				
வழுதிலம்பட்டு உசாவடி								
67	அரகண்டநல்லூர்							+
68	ஆடுதுறை	+						
69	ஆதனூர்				+			
70	ஆதிவராகநத்தம்	+		+				+
71	ஆதிவராகநல்லூர்	+		+				
72	ஆத்தூர்		+	+				
73	ஆவூர்		+	+				+
74	ஆறகளூர்		+	+				
75	இடையார்	+	+	+				
76	எலவானாசூர்	+	+	+	+	+		

77	கடலூர்	+	+		+	+		
78	கள்ளக்குறிச்சி		+	+		+	+	
79	கூகையூர்		+	+	+		+	+
80	கொருக்கை	+	+	+	+	+		
81	சித்தலிங்கமடம்		+	+				
82	திட்டகுடி	+		+				+
83	திருக்கோயிலூர்		+	+				
84	திருத்தளூர்	+	+					
85	திருப்பாதிரிப் புலியூர்			+				
86	திருமழவாடி				+			
87	திருவக்கரை		+					
88	திருவடி	+	+	+	+	+		
89	திருவடி வில்லியனூர்		+					
90	திருவாடுதுறை	+	+			+		
91	திருவாமாத்தூர்	+	+	+	+			
92	திருவெண்ணை நல்லூர்	+	+	+			+	+
93	திருவைகாவூர்	+	+	+	+	+		
94	நெற்குன்றம்		+					
95	படூர்	+	+					
96	பிரம்மதேசம்		+	+				
97	பெண்ணாடம்	+	+		+		+	
98	பொன்பரப்பி							+
99	மணலூர்பேட்டை							+
100	ரிஷிவந்தியம்	+	+	+				+
101	வடக்குத் திட்டை							+
102	வரஞ்சரம்		+	+				
103	வாலிகண்டபுரம்		+					
104	விருத்தாசலம்	+	+		+	+		

105	விழுப்புரம்				+			
106	ஜம்பை	+	+					
107	ஸ்ரீமுஷ்ணம்	+	+	+	+	+	+	
	திருச்சிராப்பள்ளி-திருவாரூர் உசாவடி							
108	அச்சுதமங்கலம்		+					
109	இலுப்பப்பட்டு				+		+	
110	உய்யக்கொண்டான் திருமலை		+					
111	குத்தாலம்	+						
112	சிங்களாந்தபுரம்							+
113	சூரியனார்கோயில்	+	+	+			+	
114	தஞ்சாவூர்				+			
115	திருக்காட்டுப்பள்ளி				+			
116	திருச்சிராப்பள்ளி	+					+	+
117	திருப்பனந்தாள்	+	+	+				
118	திருப்பாலப்பந்தல்	+	+	+				+
119	திருவாரூர்							+
120	திருவிடைகழி		+	+				+
121	துறையூர்	+			+			
122	பாபநாசம்		+	+				+
123	ரத்னகிரி							+
124	லால்குடி	+		+	+		+	
125	வழுவூர்	+						
126	ஸ்ரீரங்கம்	+						
	புதுக்கோட்டை பகுதி							
127	குன்னாண்டார் கோயில்	+	+					
128	திருகோகர்ணம்		+		+			
129	துவரங்குறிச்சி							+

5. உற்பத்தி முனையங்களும் சந்தைகளும்

1. முன்னுரை

பதின்மூன்றாம் நூற்றாண்டின் இடைப்பகுதியில் தமிழகம் சமூக மாற்றங்களை எதிர்கொண்டது. பெரும் அரசுகளின் வீழ்ச்சியும், குறுநில மன்னர்களின் எழுச்சியும், அடிக்கடி நடைபெற்ற போர்களும், பிற அரசியல் காரணங்களாலும் இச்சமூக மாற்றம் ஏற்பட்டது. இவற்றோடு பதிநான்காம் நூற்றாண்டின் முதற் பகுதியில் வடநாட்டிலிருந்து முஸ்லிம்களின் படையெடுப்பால் தமிழக அரசியலிலும் சமுதாயத்திலும் குழப்பம் ஏற்பட்டு சற்றே நில தடுமாறியது. இதே கால கட்டத்தில் விசயநகர அரசின் படைகளும் தமிழகத்தின் அமைதியைக் குலைத்து தமிழ்ச் சமூகத்தின் செயல்பாடுகளில் மாற்றங்களைப் புகுத்த முனைந்தன. தமிழ்ச் சமூகத்தில் இக்காலகட்டத்தில் ஏற்பட்ட குழப்ப நிலை விசயநகர அரசு நிலை நிறுத்தப்பட்ட பின்னரும் தொடர்ந்தது.

மேற்கண்ட குழப்பமான சூழ்நிலைகளால் பதிநான்காம் நூற்றாண்டின் முதல் கால கட்டத்தில் தமிழகப் பொருளாதாரத்தில் மந்தநிலை ஏற்பட்டதாகக் கருதலாம். இதற்கான சான்றுகள் நமக்கு அதிகம் கிடைக்கவில்லை. இருப்பினும் இக்காலகட்டத்தில் வணிகப் பொருள்களின்

உற்பத்தி வணிகர்களின் போக்குவரத்து போன்ற செய்திகளும் அதிகம் கிடைத்தில. இக்காலகட்டத்தில் பொருள்கள் உற்பத்தி மற்றும் சரக்குப் போக்குவரத்து போன்ற வணிகச் செயல்பாடுகளில் ஓரளவு செயலற்ற தன்மையைக் காண்கிறோம். பதினான்காம் நூற்றாண்டின் இடைக் காலத்தில் இந்நிலைகளில் ஓரளவு மாற்றம் காணப்பட்டுள்ளது. இக்காலகட்டத்தில் வணிகச் சரக்குகளின் போக்கில் முன்னேற்றத்தைக் காண்கிறோம். இம்மாற்றம் பெரும்பாலும் வணிகப் பொருள்கள் அதிக அளவில் உற்பத்தி செய்யப்பட்டதனால் ஏற்பட்டது எனக் கருதலாம். இம்மாற்றங்கள் பெரும்பாலும் உற்பத்தியாளர்கள் மற்றும் வணிகர்களின் உந்துதலாலும் அவர்களின் செயல்பாடுகளாலும் ஏற்பட்டன. பல ஊர்களில் முக்கியமாக தமிழகத்தின் வடபகுதியில் அமைந்த ஊர்களில் உற்பத்தியாளர்கள் பலர் புதிதாகக் குடியேறி வணிக மற்றும் அன்றாடத் தேவைகளுக்கான பொருள்களை உற்பத்தி செய்வதில் மிகத் தீவிரமாக ஈடுபட்டனர். இவ்வகையான உற்பத்திக்கான தூண்டுதல்களும் ஆதரவும் அக்கால விசயநகர ஆட்சியாளர்களால் தரப்பட்டுள்ளன. இதனால் இக்காலப் பொருளியல் நடவடிக்கைகளில் வணிகர்களின் பங்கு அதிகரித்தது மட்டுமல்லாமல் பொருளியல் போக்கிலும் மாற்றங்களை உண்டுபண்ணியது.

தமிழகத்தில் ஏற்பட்ட வணிகப் பொருளியல் மாற்றங்கள் தனித்து ஏற்படவில்லை. இம்மாற்றங்களுக்கு தென்னிந்தியாவின் மற்ற பகுதிகளில் நடைபெற்ற பொருளியல் தன்மைகளும் தூண்டுகோலாக இருந்துள்ளன. பதினான்காம் நூற்றாண்டில் மேலை நாடுகளில் முக்கியமாக ஐரோப்பிய நாடுகளில் ஏற்பட்ட பொருளியல் மற்றும் வணிக மாற்றங்களில் கடல் கடந்த அயல்நாட்டு வணிகம் முக்கிய இடத்தை வகித்தது. இப் புதிய வணிக நடவடிக்கைகளால் தென்னிந்தியப் பொருள்களுக்கு அப்பகுதிகளில் அதிக தேவை ஏற்பட்டது. சிறப்பாக துணி ரகங்களிலும், மிளகு போன்ற உணவுகளிலும் இத்தேவை அதிகரித்தது. சீனா மற்றும் தென்கிழக்கு ஆசியா நாடுகளோடு மேற்கொண்ட வேளாண் மற்றும் ஆடம்பரப் பொருள்கள் வணிகத்தில் பெருமளவில் முன்னேற்றம் ஏற்பட்டுள்ளது. உள்ளூர்

அங்காடிகளும் சந்தைகளும் உள்நாட்டு, அயல் நாட்டுப் பொருள்களோடு ஆடம்பரப் பொருள்கள் போன்றவற்றின் தேவைகளை ஈடுசெய்யும் விதமாக வணிகப் பெருக்கம் இக்கால கட்டத்தில் நடைபெற்றுள்ளது.

ஒரு நாட்டின் பொருளாதார வளர்ச்சியில் பண்டப் பரிமாற்றம் மற்றும் சந்தைகள் முக்கிய பங்கு வகிக்கின்றன. இடைக்காலத் தமிழகத்தில் பொதுவாக சந்தை அல்லது அங்காடி என்ற நிறுவனம் விற்பனையாளர்/ வணிகர்கள் மூலமாக பொருள்களை வாங்குவோர்/ பயனாளிகள் ஆகியோருக்கு பண்டமாற்றாக பொருள்களை விற்பனை செய்த இடமாக இருந்துள்ளது. விற்பவர் அல்லது வணிகர் மூல உற்பத்தியாளராக இல்லாமல் இடைத்தரகராக இருக்கவும் வாய்ப்புள்ளது. இவரே மூல உற்பத்தியாளரிடமிருந்து பொருள்களைப் பெற்று தேவையான பயனாளிகளுக்கு அவர்களுக்குச் சௌகரியமான இடங்களுக்கு கொண்டு சென்று விற்கிறார். சில சமயங்களில் இடைத் தரகர்களின்றி மூல உற்பத்தியாளரே விற்பனையாளராகவும் வணிகராகவும் பணியாற்றியுள்ளார்.

விசயநகர ஆட்சிக்காலத்தில் தமிழகத்தின் பொருளியல் நிலைகள் பலவற்றை ஆய்வாளர்கள் விவாதித்துள்ளனர். ஏ.அப்பாதுரை, போன்றோர் விசய நகரப் பொருளியல் நிலைகளை ஆய்வு செய்துள்ளனர். தெ.வெ.மகாலிங்கம், விசயநகர அரச, சமூக, பொருளியல் நிலைகளை விரிவாக ஆராய்ந்துள்ளார். இவ்வகையில் மேற்கொள்ளப்பட்ட ஆய்வுகளில் விசயநகர ஆட்சிக்காலத் தென்னிந்தியப் பொருளாதாரப் போக்குகளுக்கு முக்கியத்துவம் அளிக்கப்பட்டு தமிழகத்தின் பொருளாதாரச் செயல்பாடுகள் தேவைக்குக் குறைவான அளவிலேயே தரப்பட்டுள்ளன. பின்னர் மேற்கொண்ட சில ஆய்வுகளில் சில குறிப்பிட்ட பொருளியல் நடவடிக்கைகளுக்கு முக்கியத்துவம் அளிக்கப்பட்டுள்ளன. இவ்வகையில் டி.இராமசாமி வணிகர்களின் செயல்பாடுகளையும், விசயா ராமசாமி நெசவாளர் சமூகத் தொழில்களையும் ஆராய்ந்துள்ளனர். இருப்பினும் விசயநகர ஆட்சிக்காலத்தில் தமிழகத்தில்

நடைபெற்ற வணிகச் செயல்பாடுகள் சார்ந்த சிறப்பான பொருளாதார நிலைகளை இதுவரை யாரும் விரிவாக ஆய்வு செய்யவில்லை. குறிப்பாக விசயநகர ஆட்சிக்கால உற்பத்தி முனையங்கள் மற்றும் சந்தைப் பொருளாதார நிலைகள், வளர்ச்சி ஆகியவற்றை அறிவதற்கான சான்றுகள் கிடைத்துள்ளபோதிலும் அவை பற்றிய ஆய்வுகள் இதுகாறும் நடத்தப்படவில்லை.

2. உற்பத்தியாளர்கள்

பதின்மூன்றாம் நூற்றாண்டின் கடைசிப்பகுதியில் உற்பத்தியாளர்கள் உழுகுடி, காசாயக் குடி என இரண்டு பிரிவாக[1] பிரிக்கப்பட்டு இருந்தனர். முதல் பிரிவைச் சேர்ந்த உழுகுடி அல்லது குடியானவர்கள் எனப்பட்டவர்கள் உழவர்/வேளாண் சமூகத்தைச் சேர்ந்தவர்கள். பெரும்பான்மைச் சமூகத்தினரான இவர்கள் வேளாண் பொருள்களை உற்பத்தி செய்தனர். வேளாண் தொழிலில் ஈடுபட்ட அனைத்து சமூகத்தினரையும் இப்பொதுப் பெயரைக் கொண்டே இக்காலத்தில் அடையாளப்படுத்தினர்.

வேளாண் சமூகத்தாரைத் தவிர பிற தொழில் வகுப்பார் அனைவரையும் காசாயக் குடி என்ற இரண்டாம் பிரிவில் சேர்த்தனர். இவர்கள் பொதுவாக, துணிகள், மண் கலங்கள், உலோகப் பொருள்கள், எண்ணை போன்ற வணிகப் பொருள்களையும் கைவினைப் பொருள்களையும் உற்பத்தி செய்தனர். இவர்கள் மீது விதிக்கப்பட்ட வரியை பொதுவாக காசாகவும் பணமாகவுமே செலுத்தியதால் இத்தொழில் வகுப்பார் எல்லோரையும் காசாயக் குடிகள்[2] என்ற பொதுப் பெயரில் அழைத்தனர். பிற வகைத் தொழில் செய்தோர், வணிகர்கள் ஆகியோரும் இந்த வகைப்பாட்டில் அடங்குவர்.

பதின்மூன்றாம் நூற்றாண்டில் பிற்பகுதியில் இவ்வகையான பிரிவை ஏற்படுத்துவதற்கு முக்கிய காரணங்கள் என்னதென்று சரியாக அறிய இயலவில்லை. அக்காலத்தில் நிலவிய அரசியல் மற்றும் பொருளியல் சார்ந்த நிலைகளை சான்றுகள் சரியாகக் காட்டவில்லை. ஆயினும் இரண்டு வகையாக சமூகம் பிரிக்கப்பட்டதற்கான

முக்கிய கரணங்களின் ஒன்றாக உழவர்களையும் பிற உற்பத்தி தொழிலாளர்கள் மற்றும் வணிகர்களைப் பிரித்துக் காட்டுவதற்கு என ஊகிக்கலாம். இவ்வகைப் பிரிவு வரிவி திப்புக்கு துணையாக இருந்துள்ளது என்பதும் வரிவசூலிப்பு சற்றே எளிமையாக்கப்பட்டது போன்ற காரணங்களால் அரசு நிருவாகமும், அரசர்களும் ஏற்றுக்கொண்டனர். இவ்வகைப் பிரிவு விசயநகர ஆட்சிக்காலத்திலும் அவ்வரசர்களாலும் பின்பற்றப்பட்டுள்ளது.[3]

3. தொழில்கள்

பல ஊர்களில் பொருள்கள் உற்பத்தி செய்யப்பட்டன. ஒரே தொழில் செய்யும் சமூகத்தார் சில ஊர்களில் மட்டும் இருந்துள்ளனர். ஆயினும் பல்வேறு தொழில் செய்யும் சமூகத்தார் ஒரே ஊரில் கூட்டாகவும் இருந்துள்ளனர். இவ்வகையில் கைக்கோளர் என்ற நெசவாளர் சமூகத்தார் தமிழகத்தின் பல பகுதிகளில் சில சலுகைகளைப் பெற்று தொழில் செய்துள்ளனர். இவர்கள் கூட்டமாக கீழ்க்கண்ட ஊர்களில் வாழ்ந்து நெசவுத் தொழில் செய்துள்ளனர்: மடம், குன்றத்தூர் (காஞ்சிபுரம் மாவட்டம்), சித்தலிங்கமடம், எலவானாசூர் (விழுப்புரம் மாவட்டம்), விரிஞ்சிபுரம் (வேலூர் மாவட்டம்), தேவிகாபுரம் (திருவண்ணாமலை மாவட்டம்), உய்யக்கொண்டான் திருமலை (திருச்சிராப்பள்ளி மாவட்டம்), ஆரகளூர், கூகையூர் (சேலம் மாவட்டம்). பிற நெசவாளர் சமூகத்தாரில் சாலியர் சமூகத்தார் புலிப்பர்கோயில், திருவைகாவூர், திருப்பனந்தாள் ஆகிய ஊர்களிலில் தொழில் செய்துள்ளனர். சேணியர் சமூகத்தார் படூர், வெங்கனூர், திருவைகாவூர் ஆகிய ஊர்களிலும் சேடர் எனப்பட்ட சமூகத்தார் படூர், திண்டிவனம் ஆகிய ஊர்களில் தொழில் செய்துள்ளனர்.

எண்ணை பிழியும் தொழில் செய்வோர் செக்கார் எனப்பட்டனர். இவர்கள் ரிஷிவந்தியம், திருவொற்றியூர், விட்டலாபுரம், நெல்லிக்குப்பம், வீரபாண்டி, திருப்பனந்தாள், திருவைகாவூர், சித்தலிங்கமடம் ஆகிய ஊர்களில் தொழில் செய்தனர். பல தொழில் செய்யும் கம்மாளர்கள் பல்வேறு

ஊர்களில் தொழில் செய்துள்ளனர். திருவடியில் சிப்பனி மற்றும் கன்னார் வாழ்ந்துள்ளனர். திருவூரில் ஒரு தெருவில் கம்மாளர் குடியிருப்பு இருந்துள்ளது. திருக்காட்டுப்பள்ளியில் ஆசாரிகளும் பஞ்சாளத்தார்களும் குடியிருந்துள்ளனர். அஞ்சு சாதி பஞ்சாளத்தார் எனப்பட்ட சமூகத்தார் எலவானாசூரிலும் மூன்றுகுடி கம்மாளர்கள் திருவாமத்தூரிலும் தொழில் செய்துள்ளனர். பிற வகைக் கைவினைக் கலைஞர்கள் திருவண்ணாமலை, கூகையூர், ஸ்ரீமுஷ்ணம் மற்றும் பிற இடங்களில் தொழில் செய்துள்ளனர்.

வீட்டுப் பயன்பாட்டுக்கு அதிக அளவிலும் கோயில் பயன்பாட்டுக்கு குறிப்பிட்ட அளவிலேயும் மண்பாண்டங்கள் செய்யப்பட்டபோதும் குயவர்கள் பற்றிய செய்திகள் கல்வெட்டுகளில் மிகக் குறைந்தே காணப்படுகின்றன. லால்குடி, கூகையூர், ஸ்ரீமுஷ்ணம் போன்ற ஊர்களில் குயவர்கள் கூட்டமாக வாழ்ந்துள்ளனர். மன்றாடிகள் எனப்பட்ட கால்நடை மேய்ப்பர்கள் முக்கிய சமூகமாக இருந்துள்ளபோதும் அவர்களைப்பற்றிய செய்திகளும் மிகக் குறைந்த அளவிலேயே காணப்பட்டுள்ளன. இவர்கள் ஸ்ரீமுஷ்ணம், கொருக்கை, விரிஞ்சிபுரம், திருமழபாடி போன்ற ஊர்களில் வசித்துள்ளனர். சேனைக்கடையார் என்ற சமூகத்தார் வெற்றிலை விளைவித்து விற்பனை செய்துள்ளனர். இவர்கள் குடியிருப்புகள் புலிப்பர்கோயில், நெடுங்குன்றம், பெண்ணாடம், விருத்தாசலம் ஆகிய ஊர்களில் இருந்துள்ளன. பிற தொழில் வகுப்பாரில் கோமுட்டியர் எனப்படும் தெலுங்கு வணிகர்கள் நெடுங்குன்றம், வெங்கனூர் ஆகிய ஊர்களில் வணிகம் செய்துள்ளனர்.

4. தொழில் குடி இருப்புகள்

பல தொழில் சமூகத்தார் ஒரேஊரில் உள்ள உற்பத்தி முனையங்களில் வசித்து தொழில் செய்துள்ளனர். சில ஊர்களில் ஒரே தொழில் வகுப்பார் குடியிருந்து அவர்கள் தொழிலைச் செய்துள்ளனர். இவ்வகை ஊர்களில் குறிப்பிட்ட சிறப்புத் தொழில் வகுப்பார் மட்டும் குடியிருந்து தொழில் செய்துள்ளனர். இவ்வகை ஊர்கள் மிகக் குறைவானதாகும்.

பல ஊர்களில் பல்வேறுபட்ட தொழில் செய்யும் வகுப்பார் தனித்தனித் தொகுதிகளாக இருந்து ஒருவருக்கொருவர் துணையாக இருந்து தொழில் செய்துள்ளனர். இவ்வகையில் திருக்கழுகுன்றத்தில்[4] கைக்கோளர் நெசவாளர்கள், கவறை, கச்சவட வாணியர், செக்கு வாணியர், சேனைக்கடையர், போன்ற பல தொழில் சமூகத்தார் ஒன்றாக இருந்து தொழில் செய்துள்ளனர். திருவொத்தூரில் (திருவண்ணாமலை மாவட்டம்) பொ.ஆ.1480இல் கைக்கோள் நெசவாளர்கள், கற்றைவட வாணியர் எனப்பட்ட சிறு வியாபாரிகள், சேனைக்கடையர் எனப்பட்ட வெற்றிலை வணிகர்கள், செக்கார் என்னும் எண்ணையாட்டும் தொழில் செய்வோரும் பிற தொழில் செய்வோரும் வணிகர்களும் இருந்துள்ளனர்[5] பெண்ணாடத்தில் பொ.ஆ. 1493இல் கைவினைஞர்கள், கைக்கோளர், வாணியர், மற்றும் சேனைக்கடையர் வாழ்ந்து அவரவர் தொழில்களைச் செய்துள்ளனர்.[6] முருகமங்கலப் பற்றில் உள்ள அதிருங்கழற் பெருமாநல்லூரில் (புதுப்பாளையம், திருவண்ணாமலை மாவட்டம்) கைக்கோள் நெசவாளர்கள், கோலிய நெசவாளர்கள், செட்டி வணிகர்கள், வாணியர், செக்கு வாணியர் ஆகிய தொழில் வகுப்பார் தம் தொழில்களைச் செய்துள்ளனர்.[7] படைவீட்டுச் சீர்மை, திருவண்ணாமலை, காஞ்சிபுரம் போன்ற பகுதிகளிலும் திருவாமத்தூரிலும்[8] கொல்லர், தச்சர், தட்டார் எனப்பட்ட மூன்று வகைக் கண்மாளர்கள் பொ.ஆ. 1572இல் தொழில் செய்துள்ளனர். இலவனசூர் பற்றில்[9] பொ.ஆ. 1597இல் நெசவாளர்கள், தோல் தொழில் செய்வோர், ஒருங்கிணைந்து பணியாற்றியுள்ளனர். பழூவூர் பற்று, தென் பற்று, குன்ற பற்று, உகளூர் பற்று நாட்டுப் பகுதிகளில் உழவர்கள், வணிகர்கள், கைவினைஞர்கள், கோயிலுக்குச் சொந்தமான பகுதிகளில் குடியிருந்து தம் தொழில்களை மேற்கொண்டிருந்தனர்.[10] கைக்கோள நெசவாளர்கள், சேனைக்கடையர், பல பட்டடைக் குடிகள் (இப்பிரிவில் உள்ள பிற தொழில் வகுப்பார் பற்றிய விவரம் ஏதுமில்லை), ஆகியோர் திருவடதுறை மற்றும் கோயில் திருமடைவிளாகத்திலும், தெருக்களிலும் குடியிருந்து தொழில் செய்துள்ளனர்.[11] வெங்கனூரில்[12] (பெரம்பலூர் மாவட்டம்) பொ.ஆ.1669இல் கீழ்க்கண்ட உற்பத்தித்

தொழிலாளர்கள் குடியிருந்து பொருள்களை உற்பத்தி செய்துள்ளனர்: குடியானவர் (பொதுவகை உழவர்கள்), உள்கடையர் (பண்ணைத் தொழிலாளர்கள்), ரட்டியள் (தெலுங்கு மொழிபேசும் குடியானவர்), வெள்ளாளர் (தமிழ் குடியானவர்), கொடிகாற்காரர் (வெற்றிலை விளைவிப்போர், வணிகர்), கோமுட்டியள் (தெலுங்கு மொழிபேசும் குடியானவர்), செட்டி வர்த்தகர் (தமிழ் வணிகர்), கைக்கோளர் (நெசவாளர்), சேணியர் (வெற்றிலை விளைவிப்போர்), செக்கார் (எண்ணை ஆட்டும் தொழில் செய்வோர்), எருத்துக்காரர் (போக்குவரத்துக்கான வண்டி, எருதுகள் பெற்றுள்ளவர்கள்).

5. பட்டடைகள்

விசயநகர ஆட்சிக்காலத்தில் உற்பத்தி முறையில் ஏற்பட்ட முக்கிய மாறுதலாக பட்டடை என்னும் தொழில்கூடங்கள் இருந்துள்ளன. பட்டடை என்பதை சிறு தொழில்கூடம் அல்லது தொழில் செய்யும் பகுதி என்று குறிக்கலாம். இக்கூடத்தில் தொழிலாளர்கள் வணிக மற்றும் பயன்பாட்டுப் பொருள்களை உற்பத்தி செய்தனர். பட்டடை என்ற சொல்லின் உண்மைத் தன்மையை கல்வெட்டாய்வாளர்கள் முதலில் புரிந்துகொள்ளவில்லை என்பது மட்டுமில்லாமல் தவறான பொருளையும் தந்துள்ளனர்[13] பட்டாடை என்பதன் திரிபாக இச்சொல் இருக்கலாம் என்று கருதி (பட்டாடை, பட்டாடை நூலாயம்) பட்டாடைகள் மீதி விதிக்கப்பட்ட வரி இனமாகக் கருதினர். இத் தவறு பின்னர் சரிசெய்யப்பட்டு பட்டடையின் உண்மைப் பொருளான தொழில்கூடம் ஏற்றுக்கொள்ளப்பட்டது.[14] வணிகப்பொருள் உற்பத்தியிலும், சந்தை முறையிலும் பட்டடை முறை முக்கிய இடத்தை வகித்துள்ளது. பட்டடை என்னும் இந்நிறுவனம் தமிழகத்தில் 1374 இலிருந்து செயல்பட்டுள்ளதாக கல்வெட்டுகள் மூலம் அறியலாம்.[15] பல்வேறுபட்ட தொழில்களைச் செய்வோர் தொழில் கூடங்களை ஆங்காங்கே நிறுவி பொருள் உற்பத்தியைப் பெருக்கியுள்ளனர். வணிகர்கள், நெசவாளர்கள், கைவினைஞர்கள், எண்ணையாட்டிகள், மன்றாடிகள், பிறவகைச் சிறுதொழில் செய்வோர், மீனவர், ஆகியோரும்

அவரவர்களுடைய பட்டடைகளை நிறுவி பொருள் உற்பத்தி செய்துள்ளனர்.[16] இவ்வகையில் பட்டடைகள் அமைத்து பொருள் உற்பத்தியில் ஈடுபட்ட தொழிலாளர்களைப் பொதுவாக பட்டடைக் குடி என்று அழைத்துள்ளனர்.

6. திருமடைவிளாகம்

திருமடைவிளாகம் என்ற ஊர்ப்பகுதி உற்பத்தி முனையங்களில் ஒன்றெனக் கருதலாம். ஆயினும் இப்பகுதியின் உண்மைத் தன்மை பற்றி சரியாக அறியமுடியவில்லை. கோயிலுக்கு அருகே அமைந்த கோயில் நிலப்பகுதி என்றும் கோயிலுக்குச் சொந்தமான ஊர்ப்பகுதி என்றும் கருதப்படுகிறது. விசயநகர ஆட்சிக்கு முன்பிருந்தே இப்பகுதி செயல்பட்டுள்ளது.[17] கோயிலுக்குச் சொந்தமான இப்பகுதியில் மக்கள் குடியிருக்க அனுமதிக்கப்பட்டனர். இங்கே குடியேறிய மக்கள் நெசவு போன்ற வணிக உற்பத்தி தொழில்களைச் செய்துள்ளனர். விசயநகர ஆட்சிக்காலத்தில் இப்பகுதி தொழில் வளர்ச்சியை முன்னெடுத்துச் செல்வதற்கு உறுதுணையாக இருந்துள்ளது. திருமடைவிளாகங்கள் சேர்க்காடு, மரக்காணம், குடிமல்லூர், அச்சுதமங்கலம், ஆகிய ஊர்களில் செயல்பட்டுள்ளன.[18] இவ்வாறு செயல்பட்ட திருமடைவிளாகங்கள் பலவற்றிலும் இருந்த பட்டடைகளில் வணிகப் பொருள்கள் உற்பத்தி செய்யப்பட்டுள்ளன. இவ்வகையில் பட்டடைகளுக்குத் தேவையான உள்கட்டமைப்பு வசதிகளைக் கோயில்கள் செய்து தந்துள்ளன.[19] இப்பட்டடைகள் ஏற்படுத்துவதற்கு கோயில்கள் தூண்டுகோலாக இருந்துள்ளன. இங்கு பணிசெய்த உற்பத்தி தொழில் வகுப்பார் கோயில் நிருவாகத்துடன் நெருங்கிய தொடர்பில் இருந்துள்ளனர். இதனால் சில சலுகைகளையும் இப்பட்டடைச் சமூகத்தார் பெற்றனர்.[20]

பட்டடைகள் மற்றும் திருமடைவிளாகங்களின் முக்கிய பணியாக வணிகப் பொருள்கள் மற்றும் கைவினைப் பொருள்களின் உற்பத்தியை ஊக்குவிப்பதும், அவற்றின் செயல்பாடுகளை மேற்பார்வை செய்தலுமாகும். இவ்வகையில் நெசவாளர்கள் உற்பத்தி செய்யும் துணிவகைகளை

முக்கியமானதாகக் கருதலாம். திருமடைவிளாகங்களில் நெசவாளர்கள் மற்றும் பிற தொழில் செய்யும் சமூகத்தாரைக் குடியேற்ற வேண்டுகோள் விடுத்துள்ளனர். அக்காலகட்டத்தில் அவர்கள் தொழில் செய்வதற்கு ஏற்பட்ட இடையூறுகளைத் தவிர்த்தும், தேவையானால் வரிச் சலுகைகள் மற்றும் வரி விலக்குகள் அளித்தும் தொழில் செய்வதற்கு ஊக்குவித்துள்ளனர். இக்காலகட்டத்தில் பொ.ஆ. 1379இல் திருமடைவிளாகமும் ஒரு புதிய தெருவும் உருவாக்கப்பட்டு குடியமர்த்தப்பட்டனர். இவ்வாறு குடியமர்த்தப்பட்டவர்களில் செட்டிகள், கைக்கோளர், எண்ணெயாட்டிகள், வெற்றிலை விற்பார் மற்றும் பிற வகைத் தொழில் செய்வோர் அடங்குவர்.[21] கோபிநாதன் கோயில் ஊரில் பட்டடை ஒன்று பொ.ஆ. 1450இல் ஏற்படுத்தப்பட்டது. இங்கே ஒவ்வொரு திங்கள் கிழமையும் சந்தை ஒன்றும் செயல்பட்டது.[22] பொன்னூரில் இருந்த திருமடைவிளாகத்தில் பொ.ஆ. 1490இல் கைக்கோளர் சமூகத்தார் குடியேறி தொழில் செய்துள்ளனர்.[23]

திருமடைவிளாகங்களின் செயல்பாடுகள் காலப்போக்கில் குறைவுபட்டு அங்கிருந்த தொழில் சமூகத்தினர் வெளியேறியுள்ளனர். இதற்கு முக்கிய காரணமாக அதிகமான வரி விதிப்பு இருந்துள்ளது. இருப்பினும் உள்ளூர் நிருவாகங்களும் கோயில் நிருவாகத்தைக் கவனிக்கும் நிருவாகிகளும் (தானத்தார்) முன்வந்து சில சலுகைகளை அளித்து தொழில் சமூகத்தினரை மீண்டும் குடியமர்த்தியுள்ளனர். ஒலுக்கூரில் (விழுப்புரம் மாவட்டம்) கைக்கோளர்கள் ஊரைவிட்டு வெளியேறியபோது திரும்பி வந்து திருமடைவிளாகத்தில் குடியேற வருமாறு அவர்களுக்கு வேண்டுகோள் விடப்பட்டது. தறிகளை ஏற்படுத்தி உற்பத்தியில் ஈடுபட்டவர்களுக்கு வரிச் சலுகை அளிக்கப்பட்டது. ஆண்டு ஒன்றுக்கு ஒரு தறி மீது 5 பணம் குத்தகையாக தீர்வை நிர்ணயிக்கப்பட்டது. இந்த 5 பணத்தில் 4 பணம் கீழ்க்கண்ட இனங்கள் மீது விதிக்கப்பட்டுள்ளன: 1.தறிக் கடமை, 2.வாசற் பணம், 3.சோடி, 4.சூல வரி, 5.வால் வரி, 6.தலையாரிக்கம், 7.நத்த வரி, 8.பல வரி, 9.புது வரி, 10.பல காணிக்கை. இத்துடன் ஒரு பணம் நூலாயம்

வரியாகச் செலுத்த வேண்டும்.[24] இவ்வாறே பிற தொழில் சமூகத்தாருக்கும் வரிச் சலுகை தரப்பட்டுள்ளது.[25]

7. பேட்டைகள்

உற்பத்தி மற்றும் விற்பனை முனையங்களில் பட்டடை ஒரு தலையானது என்றால் பேட்டை மற்றொரு வகையில் செயல்பட்டுள்ளது. இங்கே பல்வேறுபட்ட தொழில்களைச் செய்யும் தொழிலாளர்கள் உள்ள தொழில்கூடங்களில் பலவகையான வணிகப் பொருள்களை உற்பத்தி செய்துள்ளனர். சில ஊர்களில் அவ்வூரே பேட்டையாக அமைந்து வணிகப் பொருள்கள் உற்பத்தியில் ஈடுபட்டுள்ளன. மற்ற ஊர்களில் ஒருபகுதியை தொழில் சமூகத்தார் பேட்டையாக மாற்றிக்கொண்டுள்ளனர். சில சமயம் இப்பகுதி பேட்டை என்ற அடைமொழியைப் பெற்றிருக்கும். பெரும்பாலான பேட்டைகளில் அங்காடி அல்லது சந்தைகள் இருந்துள்ளன. ஆரம்ப வரலாற்று காலத் தமிழகத்தில் பேட்டைகள் செயல்பட்டுள்ளன என்றபோதிலும் விசயநகர ஆட்சியில் முக்கியம் பெற்ற நிறுவனமாக இருந்து அரசியல் செல்வாக்குடன் செயல்பட்டுள்ளது. சோழர் ஆட்சிக்காலத்தில் ஏற்படுத்தப்பட்ட பேட்டைகளும் விசய நகர ஆட்சிக்காலத்திலும் தொடர்ந்து செயலாற்றியுள்ளன. வீரராஜேந்திரசோழ பேட்டை[26] இவ்வகைப்பட்ட பேட்டைகளில் ஒன்றாகும். சோழன் வீரராஜேந்திரனால் ஏற்படுத்தப்பட்டதாகக் கருதப்படும் இப்பேட்டை விசயநகர ஆட்சியிலும் சிறப்பாகப் பணியாற்றியுள்ளது.

தமிழகத்தில் உற்பத்தியைப் பெருக்கவும், வியாபாரத்தை அதிகரிக்கவும் விசயநகர அரசர்களும் நாயக்கர்களும் புதிய பேட்டைகளை ஏற்படுத்தியுள்ளனர். இரண்டாம் தேவராயர் மூன்று பேட்டைகளை ஏற்படுத்தியுள்ளார். இராஜராஜ வளநாட்டில் தனியூர் என்ற வகைப்பாட்டில் உள்ள திருத்துறையூரில் (திருத்தளூர், கடலூர் மாவட்டம்) பல ஆண்டுகளாக உற்பத்தியாளர் யாரும் குடியேறாமல் இருந்துள்ளனர். தேவராய மகாராயர் பேட்டை என்ற பெயரில் ஒரு புதுப்பேட்டை இவ்வூரில் பொ.ஆ. 1442இல்

புப்பரசரால் உருவாக்கப் பட்டது.[27] கைக்கோள நெசவாள சமூகத்தினர் இப்பேட்டையில் அவர்களுடைய தொழிலைச் செய்ய காணி என்ற நிரந்தர வகையிலும், பரதேசிகளாக அவ்வப்போது வந்து செல்லும் தற்காலிகத் தொழிலாளர்கள் என்ற வகையிலும் தொழில் செய்ய அனுமதிக்கப்பட்டனர். அவர்கள் பணிசெய்யும் தறி மீது குறிப்பிட்ட அளவு வரி விதிக்கப்பட்டது. தேவராயன் பேட்டைகள் பாபநாசத்திற்கு அருகில் அமைந்த திருச்சாயலூரிலும்,[28] (தஞ்சாவூர் மாவட்டம்) நெற்குன்றத்திலும்[29] (விழுப்புரம் மாவட்டம்) ஏற்படுத்தப்பட்டன. இம்மடி துலுக்கண நாயக்கன் பேட்டை என்றொரு புதிய தொழில் கூடம் ஆறகளூருக்கு (சேலம் மாவட்டம்) வடக்கே அமைக்கப்பட்டது. இப்பேட்டை இம்மடி துலுக்கண நாயக்கரால் நெசவாளர்களின் பயன்பாட்டுக்காக நிறுவப்பட்டது.[30] இங்கே குடியேறும் கைக்கோள நெசவாளர்கள் எச்சோறு, பழவரி, புதுவரி ஆகிய வரிகளை உள்ளடக்கி ஒவ்வொரு தறிக்கும் சலுகை வரியாக 3 பணமும், கலப்பை ஒன்றுக்கு மூன்று பணமும் மலையான் கட்டுக்குத்தகை என்ற வகையில் செலுத்தவேண்டும். இப்பேட்டையில் நெசவாளர்கள் துணிகளை உற்பத்தி செய்ததோடு நில உடைமையாளர்களாக இருந்து உழுதொழிலும் செய்து நில வரியாக கலப்பைக்கு வரி செலுத்தியுள்ளனர்.

அச்சுதராயரால் ஆலம்பூண்டியில் சித்தாரப்பேட்டை ஏற்படுத்தப்பட்டது.[31] இவ்வரசரது ஆட்சிக்காலத்தில் வெங்கடாதிரி நாயக்கன் பேட்டை வடக்குத் திட்டை ஊரில் ஏற்படுத்தப்பட்டது.[32] வைய்யப்ப நாயக்கரய்யன் அரகண்டநல்லூரில் அவரது பெயரால் வைய்யப்ப நாயக்கரய்யன் பேட்டை ஒன்றை ஏற்படுத்தினார்.[33] இப்பேட்டை அரகண்டநல்லூர் கோயிலுக்குச் சொந்தமான பிடாகையான வெச்சநாயக்க நல்லூர் என்ற சிறு ஊரில் அமைந்திருந்தது. தில்லை நாயகன் பேட்டை, மற்றும் சிதம்பரநாதன் பேட்டை ஆகிய இரண்டு பேட்டைகள் சிதம்பரத்திற்கு அருகே அமைக்கப்பெற்றிருந்தன.[34] வணிகச் சமூகத்தினரும் உற்பத்தி செய்யும் பட்டடைச் சமூகத்தினரும் சேர்ந்து பேட்டை ஒன்றை உருவாக்கினர் என்று ஜம்புகேசுவரம்

கல்வெட்டொன்று குறிப்பிடுகிறது.[35] இங்கப்ப அய்யன் செயலாளர் (காரியக்கர்த்தர்) ஒருவர் பாலூரில் தறிகளை நிறுவி ஏகாம்பரநாதன் பேட்டை ஒன்றை ஏற்படுத்தி குடியேறும் தொழில் சமூகத்தினருக்கு வரிச் சலுகைகளை வழங்கியுள்ளார்.[36] வடபழனியில் (மதுரை மாவட்டம்) வீரமாகண்டன் பேட்டை ஒன்று அமைந்திருந்தது.[37]

பேட்டைகள் பொருள்களை விற்பனை செய்யும் சந்தை மற்றும் அங்காடிகளாகவும் செயல்பட்டன. கூகையூரில் உறத்தபாபு நாயக்கர் மற்றும் சிலர் சேர்ந்து திருப்பணிப்பேட்டை என்ற ஒரு சந்தையை ஏற்படுத்தினர். இச்சந்தையில் வசூலிக்கப்பட்ட பணத்தைக் கொண்டு அவ்வூர்க் கோயிலில் பூசை வழிபாடு நடத்த வேண்டும். இச்சந்தையின் செயல்பாட்டுப் பரப்பளவு உறுதிசெய்யப்பட்டு மக்கள் குடியேற அனுமதிக்கப்பட்டனர். கூகையூரில்[38] இரண்டு சந்தைகள் இருந்துள்ளன. உண்ணாமலையம்மை பேட்டை, சினந்தல் (திருவண்ணாமலை மாவட்டம்) என்ற ஊரில் ஏற்படுத்தப்பட்டு இப்பேட்டையின் வருவாய் முழுதும் கோயிலுக்கு அளிக்கப்பட்டது.[39] ஆறு மா பரப்பளவுள்ள நிலத்தில் பேட்டை ஒன்றை பிள்ளை என்பார் பொ.ஆ. 1596இல் சிதம்பரத்தில் ஏற்படுத்தினார். இப்பேட்டையின் வருவாய் கோயில் புரா திருவிழாச் செலவுகளுக்கு அளிக்கப்பட்டது.[40] திண்டிவனத்தில் இருந்த பேட்டையில் வாராந்திரச் சந்தை செயல்பட்டுள்ளது.[41] இச்சந்தை ஒவ்வொரு புதன் கிழமைகளிலும் கூடியது. இங்கே கூடிய சந்தையில் உள்ளூர் வணிகர்களோடு 56 தேசம் 18 பூமிகளின் வணிகர்கள் செயல்பட்டுள்ளனர். இங்கே கூடிய வணிகர்களின் பொதுக் குழு சந்தையில் விற்கப்படும் பொருள்கள் மீது மகமை என்ற விருப்ப வரியை விதித்து வசூலிக்க சம்மதம் தெரிவித்துள்ளனர்.

8.பாளையம்

வணிகப் பொருள் உற்பத்தியில் ஈடுபட்ட மற்றுமொரு நிறுவனம் பாளையம் ஆகும். விசயநகர அரசு காலத்தில் பாளையம் எனப்பட்ட நிறுவனத்தின் செயல்பாடுகள்

துவக்கப்பட்டன என்றும், படைக் குடியிருப்பாக இருந்துள்ளது என்றும் பொதுவாக அடையாளப்படுத்துவர். படைத் தலைவர் ஒருவருக்கு மானியமாக கொடுக்கப்பட்ட ஊரே பாளையமாகும் என்று இதுவரை கருதியுள்ளனர். இவ்வூரில் படை சார்ந்த வீரர்கள் குடியிருந்தனர். இக்குடியிருப்பின் தலைவனாக பாளையக்காரர் இருந்ததனால் பாளையம் எனப்பட்டது. ஆயினும் விசயநகர ஆட்சியின் ஆரம்பகாலக் கல்வெட்டுகள் சில இப்பொருளில் பாளையம் ஆக்கப்பட்டது என்பதற்கு தக்க சான்றுகளைத் தரவில்லை. பாளையம் என்பது ஊர்க் குடியிருப்பு என்றும் இங்கே விவசாய மற்றும் கைக்கோளர், சேனை, போன்ற பல தொழில் செய்யும் வணிகக் குடிகள் வாழ்ந்திருந்தனர் என்பதை தமிழகத்தில் காணப்படும் விசயநகர காலத் தமிழ் மொழிக் கல்வெட்டுகள் நமக்கு உணர்த்துகின்றன.[42] சந்தைச் செயல்பாடுகளும் பாளையத்தில் நடைபெற்றுள்ளன. இவற்றுள் சில பேட்டை என்றும் அழைக்கப்பட்டுள்ளன.[43]

விசயநகர ஆட்சிக்காலத்தில் 16ஆம் நூற்றாண்டு வாக்கில் தமிழகத்தில் பாளையங்கள் தோற்றமெடுத்துள்ளன. இப்பாளையங்களில் பெரும்பாலானவை அரசர்களின் ஆதரவோடு ஏற்படுத்தப்பட்டவை. வடிவுடைநங்கை புரம் என்ற ஊர் 1530இல் தகடபதி பாளையம் எனப்பட்டது.[44] வேளனேந்தல் ஊர் (தேவராய பாளையம், திருவண்ணாமலை மாவட்டம்) ஓபளராசரால் விலைக்கு வாங்கப்பட்டு கோயிலுக்கு வழங்கப்பட்டுள்ளது. இவ்வூரில் பல ஆண்டுகளாகக் குடியேற்றம் இல்லாததால் பொ.ஆ. 1552இல் அவரால் பாளையமாக மாற்றம் செய்யப்பட்டது. இங்கு குடியேறும் குடியானவர்கள் மற்றும் தொழில் வகுப்பாருக்கு முழு வரி விலக்கு ஐந்து ஆண்டுகளுக்கு அளிக்கப்பட்டது.[45] நரசிங்க புரத்தில் (திருவண்ணாமலை மாவட்டம்) பொ.ஆ. 1560இல் எக்கப்பர் பெயரால் பாளையம் ஒன்று உருவாக்கப்பட்டது. பலநாட்டு வணிகக் குழுக்கள் (நானாதேசி) இப்பாளையத்தில் குடியமர்த்தப்பட்டு அவர்களுக்கு வரிச்சலுகை அளிக்கப்பட்டது. சூரப்ப நாயக்கரய்யனுக்கு பெருமை சேர்க்கும் வகையில் கனகப்ப நாயக்கரால் பொ.ஆ. 1560இல் மணலூர்ப் பேட்டையில்

(திருக்கோயிலூர் வட்டம், விழுப்புரம் மாவட்டம்) புதிய பாளையம் ஒன்று ஏற்படுத்தப்பட்டது.[46] இப்பாளையம் மணலூரின் தெருந்த பிள்ளையாருக்கு வழங்கப்பட்டது. இக்கல்வெட்டின் பின் பகுதியில் பாளையம் என்ற இந்த ஊர் பேட்டை என்று குறிக்கப்பட்டுள்ளது.

இப்பாளையம் பேட்டைகளில் குடியேறும் புதிய குடிகளுக்கு முதல் சில ஆண்டுகளுக்கு (மூன்றாண்டுகள் முதல் 5 ஆண்டுகள் வரை) வரிச் சலுகை அளிக்கப்படுள்ளதை நோக்கினால் அரசர்கள் இந்நிறுவனங்களுக்கு பெரும் ஆதரவு நல்கியுள்ளமை புலப்படும். பல சமயங்களில் இப்பாளையக் குடியிருப்புகளில் குடியேறிய தொழில் வகுப்பார் பற்றிய முழு தகவல்களைக் கல்வெட்டுகள் தரவில்லை என்பது ஒரு பெருங்குறையாக உள்ளது. பாளையம் மற்றும் பேட்டைகளில் புதிதாகக் குடியேறும் மக்களுக்கு சினந்தல் சந்தையில் விற்பனை செய்யப்படும் பொருள்கள் மீதான சந்தை வரியை விலக்கி சலுகை தரப்பட்டுள்ளது.[47] ரகுநாத நாயக்கருக்கும் தாரைய்யனுக்கும் பெருமை சேர்க்கும் வண்ணம் நாரத்தப் பூண்டியில் (திருவண்ணாமலை மாவட்டம்) கைலாசபுரம் என்ற பாளையம் ஒன்று பொ.ஆ. 1607இல் ஏற்படுத்தப்பட்டது.[48] இங்கு செயல்பட்ட சந்தையின் நிருவாகம் இரண்டு செட்டிகளிடம் ஒப்படைக்கப்பட்டு விற்பனை செய்யும் சரக்குகள் மீதான வரி அளவு குறைக்கப்பட்டது.

9.புரம்

புரம் எனப்பட்ட ஊர் அமைப்பும் கூட சில இடங்களில் உற்பத்தி முனையமாக இருந்துள்ளது. பொதுவாக புரம் என்ற பின்னொட்டை உள்ள ஊர் வணிகர்கள் அல்லது உற்பத்தியாளர்களின் குடியிருப்பாகும். இப்பெயர் உடைய ஊர்கள் பலவும் தொன்மையானவை, பழந்தமிழகத்தில் பலகாலமாக நிலவியுள்ளன. விசயநகர ஆட்சிக் காலத்தில் பிராமணர்கள் குடியிருப்பான அக்கிரகாரத்திற்கும் இப்பெயர் தரப்பட்டுள்ளது.[49] சோழர், பாண்டியர் ஆட்சிக் காலங்களில் ஏற்படுத்தப்பட்ட புரங்கள் பலவும் விசயநகர ஆட்சிக்

காலத்திலும் செல்வாக்குடன் தொடர்ந்து செயல்பட்டு வந்துள்ளன. இவ்வகையில் 1.சுந்தர சோழ புரம் (பூவாலக்குடி, புதுக்கோட்டை மாவட்டம்), 2.அருமொழிதேவ புரம் (கோலியனூர்), 3.உலகமாதேவி புரம் (திண்டிவனத்துக்கு அருகில்), 4.ராஜேந்திரசோழ புரம் (ஆலங்குடி, புதுக்கோட்டை மாவட்டம்), 5.வீரராஜேந்திர புரம் (ஜம்பை, திருக்கோயிலூர் மாவட்டம்), 6.குலசேகர புரம் (செவ்வலூர், புதுக்கோட்டை மாவட்டம்), ஆகிய புரங்களைக் குறிக்கலாம்.[50] குமார புரம் என்று அழைக்கப்பட்ட உலோகமாதேவி புரம் ஒரு நகரம் என்ற அந்தஸ்தை பெற்றுள்ளது.[51]

வணிகப் பொருள் உற்பத்தியைப் பெருக்க புதிய பல புரங்கள் விசயநகர ஆட்சிக் காலத்தில் ஏற்படுத்தப்பட்டன. தெலிங்ககுலகால புரம், அகிலாண்ட புரம், கைலாச புரம் (நாரத்தம்பூண்டி), திருமலாதேவி புரம் (புனல்பாடி), நாகலா புரம்[52] ஆகிய புரங்கள் புதியதாக ஏற்படுத்தப்பட்டன. திருக்கச்சியூரில் உள்ள மருதுக்குனாதய புரம் வணிக ஊராக புதியதாக ஏற்படுத்தப்பட்டது. இவ்வணிக ஊர் நரசிங்க நாயக்கர் மற்றும் நாகம நாயக்கர் ஆகியோரின் பெருமைக்காக நாகம நாயக்கரின் செயலாளரால் உருவாக்கப்பட்டது.[53] இப்புரத்தில் விற்பனைச் சந்தையும் செயல்பட்டுள்ளது.

10.பட்டினம்

வணிகப் பொருள் உற்பத்தியிலும் வணிகத்திலும் ஈடுபட்ட மற்றுமொரு தொன்மையான நிறுவனம் பட்டினம் ஆகும். சங்க காலத்தில் பட்டினம் என்பது கடற்கரையில் சந்தையோடு அமைந்திருந்த துறைமுக நகரம் என்று கருதப்பட்டது. சங்க காலத் துறைமுகமான காவிரிப்பூம்பட்டினம், காவிரி ஆறு கடலோடு கலக்கும் இடத்தில் அமைந்திருந்த சிறப்பு மிக்க பட்டினம் ஆகும். இத்துறைமுகம் சங்க காலத்திற்குப் பின்னரும் மிகச் சிறப்பாகச் செயல்பட்டு வந்துள்ளது. விசய நகர ஆட்சிக்காலத்திற்கு முன்பே செயல்பட்டுவந்த பல பட்டினங்களும் விசய நகர ஆட்சிக்காலத்திலும் செழிப்புடன் செயல்பட்டுள்ளன. அவ்வகையில், திருப்பத்தூரில் அமைந்த குலசேகர பட்டினம், ரிஷிவந்தியத்தில் இருந்த ராஜநாராயண

பட்டினம், ஆதிவராக நத்தத்தில் (கடலூர் மாவட்டம்) அமைந்த புவனேக வீரராயன் பட்டினம், காஞ்சிபுரம் மாவட்டத்தில் உள்ள சதிரவாசகன் பட்டினம், ஸ்ரீமுஷ்ணத்தில் (கடலூர் மாவட்டம்) உள்ள புவனேக வீரன் பட்டினம் போன்ற பட்டினங்களைக் குறிக்கலாம்.[54]

விசய நகர ஆட்சிக்காலத்தில் வியாபாரப் பெருக்கத்திற்காக புதிய பட்டினங்களும் ஏற்படுத்தப்பட்டன. கடல்கரையில் இப்பட்டினங்கள் ஏற்படுத்தப்பட்டதுடன் உள்நாட்டிலும் கூட பட்டினங்கள் உருவாக்கப்பட்டன. முந்தைய சோழர் ஆட்சிக் காலத்தில் சுந்தரசோழ புரம் (திருக்களக்குடி) என்ற பெயரில் ஏற்படுத்தப்பட்ட பட்டினம் விசயநகர ஆட்சியில் பொ.ஆ. 1383இல் தேசியுய்யக்கொண்ட பட்டினம் என்று பெயர் மாற்றப்பட்டு செயல்பட்டுள்ளது.[55] கடகத்தூரில் (தருமபுரி மாவட்டம்) ஒரு தேசியுய்யக்கொண்ட சோழ பட்டினம் அமைந்திருந்தது. இங்கே வணிகப்பொருள் விற்பனை செய்வதற்கான சந்தையும் செயல் பட்டுள்ளது. இங்குள்ள சந்தையில் விற்கப்படும் சரக்குகளுக்கு மகமை என்ற விருப்ப வரி பொ.ஆ. 1440இல் விதிக்கப்பட்டது.[56] கீழக்கரையில் (பொ.ஆ.1531) நாலுபட்டினம் என்ற முனையத்தில் செயல்பட்ட சந்தையில் முத்துக்கள் விற்பனை செய்யப்பட்டன.[57] கீழக்கரையில் இருந்த மற்றொரு உற்பத்தி முனையமான நினைத்தது முடித்தான் பட்டினத்தில் செயல்பட்ட வாராந்திரச் சந்தையில் 1545இல் சீலைகள் விற்கப்பட்டன.[58] ஸ்ரீமுஷ்ணத்தில் பொ.ஆ.1583இல் புவனேகவீரன் பட்டினம் உற்பத்தி முனையமாகச் செயல்பட்டுள்ளது.[59] சதிரவாசகன் பட்டினம் மிகச் சிறந்த உற்பத்தி, விற்பனை, வணிக முனையமாக இருந்துள்ளது.[60] இங்கே இருந்த துறைமுகம் விசய நகர ஆட்சிக்காலத்திற்கு முன்பிருந்தே செயல்பட்டு வந்துள்ளது. அரிசி, பருத்தித் துணிகள், திருக்கழுகுன்றத்தில் உற்பத்தி செய்யப்பட்டு கொண்டு வரப்பட்ட நானாவித கலைப் பொருள்கள் இத்துறைமுகத்தில் விற்பனை செய்யப்பட்டன. தேவனாம் பட்டினம் மற்றும் கிருஷ்ணபூபாலன் பட்டினம் (தஞ்சாவூர் மாவட்டம்) ஆகிய இரண்டு வணிக முனையங்கள் விற்பனைச் சந்தைகளுடன் பொ.ஆ. 1625இல் மிகச்

சிறப்பாக செயல்பட்டுள்ளன.[61] ஏகசந்திராபுரி என்று அழைக்கப்பட்ட செங்கண்மா பட்டினம் பொ.ஆ. 1632இல் செங்கத்தில் (திருவண்ணாமலை மாவட்டம்) சிறப்பாகச் செயல்பட்டுள்ளது.[62]

11. வணிகக் குழுக்கள்

வணிகக் குழுக்களும் வணிகப் பொருள் உற்பத்தியையும் வணிகத்தையும் ஊக்குவித்தன. இவ்வணிகக் குழுக்கள் பொதுவாக பிற நாட்டுப் பகுதி வணிகர்களையும் உற்பத்தியாளர்களையும் தங்களுடன் இணைத்துக் கொண்டு பல நாட்டுப் பகுதிகளில் செயல்பட்டுள்ளன. வைசிய வாணிய (எண்ணையாட்டிகள்) நகரத்தைச் சேர்ந்த உறுப்பினர்கள், நாற்பத்தெண்ணாயிரவர்கள், கைக்கோளர், மற்றும் பல ஊர்களில் உற்பத்தி வணிகத்தில் ஈடுபட்ட சாலிய நெசவாளர்கள் தணாயக்கன் கோட்டையில் 1346இல் கூடி பல சரக்குகள் மீது விதிக்கப்பட்ட விருப்ப வரிக் கட்டணங்களை கோயில் பணிகளுக்கு கொடையாக அளித்துள்ளனர்.[63] கீழ்க்கண்ட ஊர்களின் பிரதிநிதிகள் இக்கூட்டத்தில் கலந்துகொண்டனர்: 1.வல்லூர், 2.நெல்லூர், 3.பிரமபுரி, 4.மயிலாப்பூர், 5.காஞ்சி, 6.பூம்புகார், 7.உறையூர், 8.கருவூர், 9.பழையாறை, 10.தென்மதுராபுரி, 11.பெருமலை, 12.கம்பையாறு, 13.வைகுந்தவளநாடு. பொ.ஆ. 1541 ஆம் ஆண்டைய தாரமங்கலம் கல்வெட்டு ஒன்று 56 நாட்டு வணிகக் குழுக்களின் செயல்பாடுகளைக் குறிப்பிடுகின்றது.[64] இங்கு சொல்லப்பட்டுள்ள 56 நாடுகள் பொதுவாக பாரம்பரியமாக சொல்லப்படும் நாடுகள் என்பதும் உண்மையில் இவ்வகை நாடுகள் நிலவின என்று நாம் கருதவேண்டியதில்லை. இருப்பினும் இங்கே சொல்லப்பட்டுள்ள வணிகக் குழுக்களின் செயல்பாட்டுப் பரப்பளவை நோக்கினால் பல நாட்டு வணிகர்களை இக்குழு கட்டுப்படுத்தியது என்பதோடு பல நாட்டுச் சரக்குகளின் போக்குவரத்து இருந்துள்ளது புலப்படும்.

வணிகக் குழுக்களில் பதினெண்விசையம் குழுவினரின் செயல்பாடுகளை கீழக்கரை, ஸ்ரீமுஷ்ணம் ஆகிய ஊர்களில்

காண்கிறோம். பதினெண்விசையத்தார் மற்றும் நானாதேசி குழுக்களின் கூட்டம் 1389இல் ஸ்ரீமுஷ்ணத்தில்[65] (கடலூர் மாவட்டம்) நடைபெற்றுள்ளது. இக்கல்வெட்டு மிகவும் சிதைந்துள்ளபடியால் கூட்டத்தில் எடுக்கப்பட்ட முடிவுகளைப் பற்றிய முழு விவரங்களை அறியமுடியவில்லை. கீழக்கரையில்[66] (ராமநாதபுரம் மாவட்டம்) பதினெண்விசையத்தாருக்கு மடி சீலை மீது விதிக்கப்படும் வரி இனத்தில் சலுகை அளிக்கப்பட்டு காவல் உரிமையும் தரப்பட்டுள்ளது. இச்சலுகைகளை 1545இல் நாயகர் ஒருவர் வழங்கியுள்ளார்.

வணிகக் குழுக்கள் பலசமயங்களில் ஓரிடத்தில் பொதுக் குழுவாகக் கூடி சமூக மக்கள் அனைவரின் பயன்பாட்டுக்கு ஏற்ற வண்ணம் சில தீர்மானங்களை இயற்றியுள்ளன. வளவர்மாணிக்கத்தில்[67] (புதுக்கோட்டை மாவட்டம்) வீரதாவளம் எனப்பட்ட வணிகர் படைக் குடியிருப்பு பதினான்காம் நூற்றாண்டில் ஏற்படுத்தப்பட்டது. ஸ்ரீநாதபட்டினத்தைச் சேர்ந்த ஆறு செட்டி வணிகர்கள் அப்பகுதி வியாபரத்தைப் பெருக்கும் நோக்கில் மடுகோடு (கோயமுத்தூர் மாவட்டம்) என்ற ஊரில் நானாதேசிபட்டணம் ஒன்றை பொ.ஆ. 1507இல் ஏற்படுத்தினர்.[68] தஞ்சாவூர் மற்றும் புதுக்கோட்டை பகுதிகளில் அமைந்த நான்கு வளநாடுகளில் உள்ள பல ஊர்களில் ரதகாரர் குழுக்கள் செயல்பட்டுள்ளன.[69]

12.சந்தைகள்

விசயநகர ஆட்சிக் காலத்திற்கு முன்பிருந்தே தமிழகத்தில் சந்தை முறை செயல்பட்டு வந்துள்ளபோதும் அந்நிறுவனத்தின் முக்கியம் விசய நகர ஆட்சிக் காலத்தில்தான் பெரிதும் உணரப்பட்டது. சந்தை என்பது குறிப்பாக முறையாக விற்பனை செய்யும் அங்காடி என்ற வகையிலும் முக்கியமாக வாரத்திற்கு ஒரு முறை ஓரிடத்தில் கூடி விற்பனை செய்யும் அங்காடிகள் கொண்ட இடமாக விசயநகர ஆட்சியாளர்களால் முன்னிறுத்தப்பட்டது (நிலப்படம்:3). இவ்வகையான சந்தைகள் ஊர்ப்புறங்களிலும் கிராமப் புறங்களிலும் விற்பனையை ஊக்குவிக்கும் வண்ணம் முக்கிய முனையங்களாக விளங்கின. இவைகள்

சிறு உற்பத்தியாளர்கள், மற்றும் சிறு வியாபாரிகளின் வேளாண் மற்றும் பிறவகை விற்பனைப் பொருள்களை பயனாளிகளிடம் கொண்டு சேர்ப்பதில் முக்கிய பங்கு வகித்தன. இரண்டாம் அரிகரன் காலத்தில் (பொ.ஆ. 1382) வெளியிடப்பட்ட பேலூர் கல்வெட்டில் சந்தை பற்றிய சில செய்திகள் காணப்படுகின்றன. தமிழகம் மற்றும் கருநாடகப் பகுதிகளில் செயல் பட்ட 27 முக்கிய ஊர்களின் சந்தைகள் இக்கல்வெட்டில் குறிப்பிடப்பெற்றுள்ளன. தமிழகத்தில் செயல் பட்டதாக அக்கல்வெட்டில் கீழ்க்கண்ட ஊர்களில் உள்ள சந்தைகள் தரப்பட்டுள்ளன: காஞ்சி, படைவீடு, சதுரங்கப்பட்டினம். மேற்கண்ட மூன்று ஊர்களில் காஞ் சியை காஞ்சிபுரத்தோடும் (காஞ்சிபுரம் மாவட்டம்), படைவீட்டை அதேபெயரில் உள்ள ஊரோடும் (படைவீடு, திருவண்ணாமலை மாவட்டம்), சதுரங்கப் பட்டினத்தை சத்ரஸ் என்று தற்காலத்தில் அழைக்கப்படும் கடற்கரைப் பட்டினத்தோடும் எளிதாக நம்மால் அடையாளம் காணமுடியும். இக்கல்வெட்டில் குறிப்பிடப்பெற்றுள்ள பிற சந்தைகள்: 1.விஜயநகர், 2.ஹஸ்திநாவதி, 3.துவாரசமுத்ரா, 4.குத்தி, 5.பெனுகொண்டா, 6.அதவானி, 7.உதயகிரி, 8.சந்திரகிரி, 9.முளுவாயி, 10.மங்களூரு, 11.பாரகூறு, 12.ஹொன்னவர, 13.சந்தவர, 14.சந்திரகுத்தி, 15.அந்நிகேரி, 16.ஹுலிகரே, 17.நிடுகல், 18.சிமந்தனகல்லு, 19.தரியகல்லு, 20.அனேவித்த, 21.சரிகல்லேஹய, 22.தெலகலம்பி, 23.ஸ்ரீரங்கபட்டண.[70] இச்சந்தையில் செயல்பட்ட வணிகர்கள் கருநாடக, தெலிங்கானா, ஆந்திரபிரதேசப் பகுதிகளோடும் அப்பகுதி வணிகர்களோடும் நெருங்கிய தொடர்பில் இருந்திருக்கலாம்.

மேற்கண்ட சந்தைகளைத் தவிற பல சந்தைகள் இக்காலகட்டத்தில் செயல்பட்டுள்ளன. தம்மம்பட்டியில் (ஆத்தூர் தாலுகா, சேலம் மாவட்டம்) பொ.ஆ. 1428இல் சிறப்பாகச் செயல்பட்ட சந்தையில் உற்பத்திக்குத் தேவையான கச்சாப் பொருள்களும், உற்பத்தி செய்யப்பட்ட சரக்குகளும் விற்கப்பட்டன. பலநாட்டுப் பகுதிகளில் இருந்து வந்த வணிகர்கள் இச்சந்தையில் வியாபாரம் செய்யதுள்ளனர்.[71] கோபிநாத பெருமாள் கோயில்

(தஞ்சாவூர் மாவட்டம்) ஊரில் உள்ள சத்திமுத்தத்தில் 1450 ஆம் ஆண்டுவாக்கில் ஒவ்வொரு திங்கட் கிழமையும் சந்தை கூடியது. இந்த சத்திமுத்தம் சந்தை முடிகொண்ட சோழபுரம் என்றும் அழைக்கப்பட்டது.[72] செஞ்சியில் இருந்த சந்தை ஒவ்வொரு வெள்ளிக்கிழமைகளிலும் கூடியது.[73] அன்றைய விசயநகர ஆட்சியாளர் சதாசிவ ராயரால் பொ.ஆ. 1550 இல் இச்சந்தையின் வருமானம் முழுவதும் கோயிலுக்கு அளிக்கப்பட்டது. திருவண்ணாமலையில்[74] செவ்வாய், புதன் கிழமைகளில் சந்தை செயல்பட்டது. வெங்கடாத்திரி நாயக்கரின் செயல் அலுவலரான வைய்யப்ப நாயக்கரின் பெருமைக்காக குமுதரசரால் ஒரு வாரச்சந்தை ஏற்படுத்தப்பட்டது. இச்சந்தை வனவன்மாதேவி (மானாமதி) ஊருக்கு வடக்கே ஒவ்வொரு புதன்கிழமையும் கூடியது.[75] தென்மகாதேவி மங்கலம்,[76] ஆராதப்பட்டு ஆகிய ஊர்களில் ஞாயிற்றுக் கிழமைகளில் சந்தை செயல்பட்டது. விசுவநாத நாயக்கரால் பொ.ஆ. 1532இல் ஆராதப்பட்டு சந்தை புதிதாக ஏற்படுத்தப்பட்டது.[77] புதன் கிழமைகளில் கிடங்கில் (திண்டிவனம்) சந்தை கூடியது.[78] திருமலைய தேவ மகாராயர் காலத்தில் இச்சந்தையில் வசூலிக்கப்பட்ட சந்தை ஆயம் ஆதிநாயக கோயிலின் வழிபாடு, திருப்பணி, விளக்கு எரிப்பதற்கான செலவினங்களுக்கு தரப்பட்டது.[79] தேவனாம் பட்டினம், கிருஷ்ணபூபாலன் பட்டினம் ஆகிய ஊர்களில் மிகச் சிறப்பான முறையில் சந்தை செயல்பட்டுள்ளது. இச்சந்தை அரிச்சியப்ப முதலியார் என்பாரால் நிருவகிக்கப்பட்டது. இச்சந்தையில் பலவிதச் சரக்குகள் விற்பனை செய்யப்பட்டன.[80]

13.விற்பனைச் சரக்குகள்

விசயநகர ஆட்சிக்காலத்தில் கூடிய சந்தைகளில் பலவிதமான சரக்குகள் விற்பனை செய்யப்பட்டன. வேளாண் பொருள்கள், உற்பத்தி செய்வதற்கான கச்சாப் பொருள்கள், உற்பத்தி செய்யப்பட்ட பொருள்கள் எனப்பட்ட பலவகைச் சரக்குகள் இச்சந்தைகளில் விற்பனை செய்யப்பட்டன. உயர் மக்கள் பயன்படுத்தும் உயர்ரகச் சரக்குகளும் இச்சந்தைகளில் விற்கப்பட்டன. இச்சந்தைகளில் விற்கப்பட்ட

பொருள்களில் மிளகு பல சந்தைகளில் மிக அதிக அளவில் விற்பனை செய்யப்பட்டு முக்கிய இடத்தை வகித்துள்ளது. ஆறு பற்றுக்களில் அமைந்த கெங்கொண்டம், அரசு தென்கரைக்கோலியூர், காவனூர், அலிசிகட்டி, எறும்பூர் (சிதம்பரம், பொ.ஆ. 1582) ஆகிய ஊர்களில் வியாபாரம் செய்யப்பட்ட முக்கிய பொருள் மிளகாக உள்ளது. ஆயினும் இப்பகுதிகளில் அல்லது சுற்று வட்டாரப் பகுதிகளில் மிளகு விளைவிக்கப்படவில்லை.[81]

தமிழகத்தில் மிக அதிகமாக விற்பனை செய்யப்பட்ட சரக்குகளில் மற்றுமொரு முக்கிய சரக்காக பருத்தியும் அதிலிருந்து நெய்யப்பட்ட துணிவகைகளும் உள்ளன. இச்சரக்குகளுக்கு மிக அதிகமான தேவை தமிழகம் முழுவதிலும் இருந்துள்ளது. படைவீடு உசாவடியில் ஆவூர், திருவண்ணாமலை, விரிஞ்சிபுரம் சந்தைகள் பருத்தி மற்றும் பருத்தித் துணிவகைகள் விற்பனை செய்யப்பட்ட முக்கிய சந்தைகளாகும்.[82] திண்டிவனத்தின் வாராந்திர சந்தையில் கச்சாப் பருத்தி, பருத்தி நூல், மற்றும் உற்பத்தி செய்யப்பட்ட பருத்தித் துணி வகைகள் விற்பனை செய்யப்பட்டன. இச்சந்தையில் 56 நாட்டுப் பகுதிகளிலிருந்து கொண்டுவரப்பட்ட சரக்குகள் விற்பனை செய்யப்பட்டன.[83] இங்கே குறிப்பிடபெறும் 56 நாட்டுப்பகுதிகள் பரம்பரையாக சொல்லப்படும் நாடுகள் என்றாலும் குறிப்பாக பல நாடுகள் என்று இத்தொடருக்கு விளக்கம் அளிக்கலாம். பருத்தி பொருள்களை விற்ற மற்றொரு முக்கிய சந்தை விரிஞ்சிபுரமாகும்.[84] இங்கு செயல்பட்ட சந்தையில் நான்குதிசை பதினெண் விசையம் என்ற வணிகக் குழு முதன்மையாக இருந்து செயல்பாடுகளை மேற்கொண்டது. இங்கு விற்பனை செய்யப்பட்ட சரக்குகளில் பருத்திப் புடவை, பேர் முடிச் சீலை ஆகியவை முக்கியமான துணி வகைகளாகும். பேர்முடிச் சீலை என்பது ஒரு வகையான சீலையாகலாம். சதிரவாசகன் பட்டினம் துறைமுகமாக உள்ளதால் இங்குள்ள சந்தை மிகச் சிறப்பானதாகும். இங்குள்ள சந்தையிலிருந்து பருத்தித் துணி ரகங்கள் விற்பனை செய்யப்பட்டன. இத்துணிகளில் பெரும்பாலானவை அருகில் உள்ள திருக்கழுகுன்றம் நெசவாளர் ஊரிலிருந்து கொண்டு வரப்பட்டவை.[85] இங்கே நானாதேசி என்ற

வணிகக்குழு சிறப்பாக செயல்பட்டுள்ளது. புடவை, பெருங்கட்டுகளில் கொண்டுவரப்பட்டு விற்கப்பட்டுள்ளது. இத்துணிகள் பெரும்பாலும் இத்துறைமுகத்திலிருந்து ஏற்றுமதி செய்யப்பட்டன. விரிஞ்சிபுரம் சந்தையில் பட்டுவர்கம் எனப்படும் பட்டு துணிவகைகளும் விற்பனை செய்யப்பட்டுள்ளன. தேவனாம் பட்டினம், கிருஷ்ணபூபாலன் பட்டினம் (தஞ்சாவூர் மாவட்டம்) சந்தைகளில் பட்டு நூல் விற்பனை செய்யப்பட்டுள்ளது. தாரமங்கலத்திலும் (சேலம் மாவட்டம்) பட்டு நூல் விற்கப்பட்டுள்ளது.

விலைமதிப்புடைய பொருள்களும், ஆடம்பரப் பொருள்களும் இச்சந்தைகளில் விற்கப்பட்டுள்ளன. இவ்வகைப் பொருள்களில் முத்து, பவளம், தந்தம் ஆகியன அடங்கும். முத்துக்கள் தம்மம்பட்டி (சேலம் மாவட்டம்), சதுரவாசகன் பட்டினம் (காஞ்சிபுரம் மாவட்டம்), கீழக்கரை (ராமநாதபுரம் மாவட்டம்) ஆகிய சந்தைகளில் விற்பனை செய்யப்பட்டன. தம்மம்பட்டி, தாரமங்கலம் (சேலம் மாவட்டம்) ஆகிய சந்தைகளில் பவளம் விற்கப்பட்டுள்ளது. ஒத்தக்கால் மண்டபம் (கோயமுத்தூர் மாவட்டம்) சந்தையில் தந்தம் விற்கப்பட்டுள்ளது.

இரும்பு மற்றும் இரும்பு கருவிகள் தம்மம்பட்டி, தேவனாம் பட்டினம், கிருஷ்ணபூபாலன் பட்டினம், துவரங்குறிச்சி ஆகிய சந்தைகளில் விற்பனை செய்யப்பட்டுள்ளன. செம்பு, தேவனாம் பட்டினம், கிருஷ்ணபூபாலன் பட்டினம் ஆகிய சந்தைகளில் விற்கப்பட்டுள்ளன. துவரங்குறிச்சியில் வெண்கலம் விற்கப்பட்டுள்ளது.

கால்நடைகள், காளைகள், குதிரைகள் விசயநகர ஆட்சிக்காலத்தில் விற்கப்பட்டுள்ளன. வேளாண் பொருள்களான நெல், அரிசி போன்ற பல வகை தானியங்கள், கொள்ளு, போன்ற பருப்பு வகைகள், எண்ணை விதைகளான எள்ளு, ஆமணக்கு விதைகளும் இச்சந்தைகளில் விற்பனையாயின. இச்சந்தைகளில் விற்கப்பட்ட பிற பொருள்களாக பாக்குக் கொட்டை, இஞ்சி, வெல்லம், உப்பு பெருங்காயம், கற்பூரம், சந்தனம், தேன், கஸ்தூரி, சாயப் பொருள்கள், மெழுகு மற்றும் மூலிகைப் பொருள்கள் ஆகியவற்றைக் குறிக்கலாம்.[86]

சான்று நூல்கள்

1. *ARE.,* 1935, 218; 1934, 59; 1921, 454.
2. *ARE.,* 1994, 562.
3. *SII.,* 26, 65.
4. *ARE.,* 1933, 170; *SII.,* 26, 65.
5. *ARE.,* 1940, 102.
6. *ARE.,* 1929, 263.
7. *ARE.,* 1939, 243.
8. *ARE.,* 1922, 65.
9. *ARE.,* 1935, A11.
10. *ARE.,* 1913, 25.
11. *ARE.,* 1929, 212, 215.
12. *ARE.,* 1913, 2.
13. T.N. Subramanian, ed., *ST.,* vol. 3, part 2, Glossary, p. Li; T.V. Mahalingam, *South Indian Polity,* 2nd ed. 1967, p. 436; Vijaya Ramaswamy, *Textiles and Weavers in Medieval South India,* pp.. 86, 88, 104.
14. Y.Subbarayalu, 'The Pesantry of the Tiruchirapalli district from the 13th to 17th centuries', *Socio - Cultural Change in Villages in Tiruchirapalli District, Tamilnadu, Inida:* part 1: Pre-Modern Period, ed. Noboru Karashima, 1983, p.128; P.Shanmugam, 'Pattadai and Industries in the Tamil Country Under the Vijayanagar Rule', in *Journal of Asian and African Studies,* no. 37, 1989, pp. 31&49.
15. *ARE.,* 1933, 170.
16. P.Shanmugam, *Journal of Asian and African Studies,* no. 37, 1989, pp. 31-49; P.Shanmugam, 'Some Socio Economic Terms in the Vijayanagar Inscriptions', *Sankaram,* eds. S.S.Ramachandra Murthy, *et.al.,* 2000, p. 105.
17. *ARE.,* 1931, 216; 1934, 55.
18. *ARE.,* 1921, 203; 1919, 34; 1905, 422; 1925, 401.
19. *ARE.,* 1929, 215; 1929, 250; 1912, 422.
20. *ARE.,* 1921, 203.
21. *ARE.,* 1919, 34.

22. *ST.*, 549.
23. *ARE.*, 1929, 414.
24. *SII.*, 26, 375; *ARE.*, 1923, 201.
25. *SII.*, 6, 72; *ARE.*, 1922, 65.
26. *ARE.*, 1914, 170.
27. *ARE.*, 1925, 429.
28. *ARE.*, 1922, 455.
29. *ARE.*, 1935, 220.
30. *ARE.*, 1913, 409.
31. *ARE.*, 1942, 138.
32. *ARE.*, 1966, 170.
33. *ARE.*, 1935, 164.
34. *ARE.*, 1913, 369.
35. *ARE.*, 1937, 136.
36. *ARE.*, 1933, 41.
37. J. Burgess, *Tamil and Sanskrit Inscriptions,* 1886, p.1, no.1.
38. *ARE.*, 1918, 112.
39. *ARE.*, 1943, 87.
40. *ARE.*, 1913, 360.
41. *ARE.*, 1905, 30.
42. P.Shanmugam, *Sankaram,* eds. S.S.Ramachandra Murthy, *et.al.,* 2000, p. 105.
43. *ARE.*, 1943, 81.
44. *ARE.*, 1913, 465.
45. *ARE.*, 1943, 88.
46. *ARE.*, 1938, 470.
47. *ARE.*, 1943, 81.
48. *ARE.*, 1925, 379.
49. *ARE.*, 1955, 9; SII., 8, 341; P.Shanmugam, *Sankaram,* eds. S.S.Ramachandra Murthy, *et.al.,* 2000, p. 105.
50. *IPS.*, 803; *SII.*, 6, 68; *ARE.*, 1919, 133; *IPS.*, 797; *SII.*, 22, 103; *IPS.*, 802.
51. *ARE.*, 1916, 133.

52. *IPS.*, 702; *ARE.,*1920, 246; 1925, 379; 1964, 180; *SII.*, 17, 676.
53. *SII.*, 26, 336.
54. *ARE.*, 1908, 112; 1944, 118; 1963, 539, 538; 1933, 173; 1916, 263.
55. *ARE.*, 1916, 98.
56. *ARE.*, 1910, 196, 193.
57. *SII.*, 23, 396.
58. *SII.*, 23, 398.
59. *ARE.*, 1916, 263.
60. *ARE.*, 1933, 173.
61. *ARE.*, 1947, A19.
62. *ARE.*, 1972, 213.
63. *SII.*, 22, 442.
64. *SII.*, 7, 21.
65. *ARE.*, 1959, 360.
66. *SII.*, 26, 398.
67. *IPS.*, 1022.
68. *SII.*, 26, 222.
69. *IPS.*, 689.
70. *EC.*, 5, BL.75.
71. *ARE.*, 1931, 4.
72. *ST.*, 549.
73. *SII.*, 17, 263.
74. *ARE.*, 1929, 427.
75. *ARE.*, 1931, 226.
76. *ARE.*, 1934, 45.
77. *ARE.*, 1941, 109.
78. *ARE.*, 1905, 30.
79. *ARE.*, 1933, 193.
80. *ARE.*, 1947, Cp19 (App.A).
81. *ARE.*, 1913, 348.
82. *ARE.*, 1919, 295.
83. *ARE.*, 1905, 30; *SII.*, 24, 635.

84. *ARE.*, 1940, 193; *SII.*, 4, 524a.
85. *ARE.*, 1933, 173.
86. P.Shanmugam, 'Pattanappagudi: A Voluntary impost of the Trade Guilds', in Noboru Karashima, ed. *Ancient and Medieval Activities in the Indian Ocean: Testimony of Inscriptions and Ceramic-sherds,* 2003, pp. 89-100.

6. விசயநகர ஆட்சியில் தொழில்கள்

1. தோற்றுவாய்

விசயநகர ஆட்சிக் காலத்தில் தமிழகத்தின் பொருளாதார நிலைகளில் சில மாற்றங்களைக் காணலாம். பழங்காலத்தில் நடைமுறையில் இருந்த பல தொழில்கள் யாவும் இக்காலத்திலும் சீறும் சிறப்பும் பெற்று விளங்கின. இத்துடன், விசயநகரப் பேரரசின் மற்ற பகுதிகளான ஆந்திரம், தெலிங்கானா, கருநாடகம் ஆகிய பகுதிகளில் ஏற்பட்ட பொருளாதார வளர்ச்சியின் சில பண்புகளையும் இக்காலத் தமிழகம் பெற்றது. இப்பொருளியல் மாற்றங்களின் ஒரு முக்கிய தன்மையாக தொழில்கள் வளர்ச்சியுற்று வணிகப் பொருள்கள் உற்பத்தி அதிகரித்தது. இவ்வுற்பத்திப் பெருக்கத்தின் விளைவாக உள்நாட்டு, அயல் நாட்டு வணிக வளர்ச்சியேற்பட்டு அக்கால ஊர்கள், நகரங்கள் மற்றும் துறைமுக நகரங்கள் செழித்தன.

இக்காலத்தில் ஏற்பட்ட தொழில்கள் வளர்ச்சி பற்றி வரலாற்றறிஞர்கள் பலர் சென்ற நூற்றாண்டிலேயே ஆய்வுகள் நடத்தியுள்ளனர். பி.ஏ.சலதோர், ஏ.அப்பாதுரை, தெ.வெ. மகாலிங்கம் ஆகியோர் முக்கியமானவர்கள். ஆயினும் அவர்கள் முன்னோடி ஆய்வுகள் ஒருவகைப்பட்டவை.

அக்காலத்தில் நிலவிய தொழில்கள் பலவற்றை அவர்கள் சுட்டிக்காட்டி அவற்றின் முக்கிய தன்மைகள் சிலவற்றை விவரித்துள்ளனர். கருநாடகம், ஆந்திரம், தெலிங்கானா ஆகிய பகுதிகளை உள்ளடக்கிய விசயநகரப் பேரரசின் தொழில் வளர்ச்சியோடு தமிழகப் பகுதிகளில் நிலவிய தன்மைகளையும் விவரித்துள்ளனர். இதனால் மேற்கண்ட நூல்களில் தமிழகத் தொழில் வளர்ச்சிபற்றிய செய்திகள் மிகக் குறைவாகவே காணப்படுகின்றன. விஜயா ராமசாமி, ராமசாமி, கனகலதா முகுந்த் போன்றோர் தம் நூல்களில் இது பற்றி ஆய்ந்துள்ளனர். இவர்கள் முக்கியமாக நெசவாளர்கள், பல்தொழிலாளர்கள், வணிகர்கள் ஆகியோரைப்பற்றி சிறப்பான ஆய்வுகளை வெளிக்கொணர்ந்துள்ளனர். கென்னத் ஆர்.ஹால், மீரா ஆப்ரகாம், கராஷிமா, போன்றோர் வணிகக் குழுக்கள் மற்றும் அவற்றின் செயல்பாடுகளை விரிவாக ஆய்ந்துள்ளனர்.

தமிழகத்தில் விசயநகர ஆட்சிக் காலத்தில் ஏற்பட்ட தொழில் பெருக்கத்திற்கு பல காரணங்கள் தூண்டுதலாயிருந்தன. விசயநகர அரசர்கள் தொழில்கள் முன்னேற்றத்திற்காகத் தொழில் கூடங்களை ஏற்படுத்துவதற்கும், அங்காடிகள் அமைப்பதற்கும் சில சலுகைகளை வழங்கினர். இதனால் உள்ளூர் வணிகர்கள் தம் வணிகத்தை பெருக்க முற்பட்டனர். இதேகாலகட்டத்தில் அயல்நாட்டு வணிகர்கள் பலர் தென்னிந்தியாவிற்கு வந்தனர். தமிழகத்துடனான அரேபியர்களின் குதிரை வணிகம் பல நூற்றாண்டுகளாக வெகு சிறப்பாக நடைபெற்றுவந்துள்ளது. பதினாறாம் நூற்றாண்டின் துவக்கத்திலிருந்தே ஐரோப்பியர்களும் ஆங்கிலேயர்களும் முறையான வணிகத்தில் ஈடுபட்டனர். இவர்கள் முக்கியமாக மிளகு, பருத்தி ஆடைகள், கனிப்பொருள்கள் மற்றும் முத்துக்கள் போன்ற வியாபாரப் பொருள்களின் ஏற்றுமதி வணிகத்தில் ஈடுபட்டனர். இதன் கரணமாகத் தென்னிந்தியப் பகுதிகளில் அதிகமான பொருள்கள் உற்பத்தி செய்யப்பட்டன.

2.தொழில்கள்

இக்காலத்தில் பல தொழில்கள் இயங்கி வந்துள்ளன. வேளாண் பொருள்கள் உற்பத்தியோடு வணிகப் பொருள்கள்

உற்பத்தியும் இக்காலத்தில் நடைபெற்றது. மிளகு போன்ற வேளாண் பொருள்கள் வணிக முக்கியத்துவம் வாய்ந்த பொருள்களாகும். பருத்தி, கரும்பு போன்ற வேளாண் பொருள்கள், துணி, வெல்லம் போன்ற பொருள்களாக மாற்றம் பெற்ற பின்னர் இலாபம் தரும் வணிகப் பொருள்களாயின. பொன், வெள்ளி, செம்பு போன்ற உலோகங்களில் பொருள்கள் ஆக்கப்பட்ட பின்னர் அவையும் வணிக முக்கியத்துவம் பெற்றன. இவ்வாறு வணிக முக்கியத்துவம் பெற்ற பொருள்களை பயனீட்டாளரிடம் கொண்டு செல்லும் வணிகர்கள், கடைவைத்து விற்பனை செய்வோர் ஆகியோரையும் தொழில் செய்வோராகக் கருதலாம்.

3.வேளாண்மை

இத்தொழில்களில் முதன்மைத் தொழிலாகக் கருதவேண்டியது வேளாண்மையாகும். மிகப் பழங்கால முதல் வேளாண்மை மிகச் சிறந்த தொழிலாக கருதப்பட்டு வந்துள்ளது. அக்காலத்தில் பயன்படுத்திய விவசாயக் கருவிகள், நிலத்தைப் பண்படுத்தும் முறைகள் ஆகியனவற்றில் ஏற்பட்ட மாற்றங்கள் பற்றி அறிய இயலவில்லை. விசயநகர அரசு தமிழகத்தில் கால் கொள்ளுவதற்கு முன்பு வழக்கிலிருந்த தொழில் நுட்பங்கள் பலவும் இக்காலத்திலும் பின்பற்றப்பட்டன. புதிய தொழில் நுணுக்கங்களைப்பற்றி விரிவாக அறிய கல்வெட்டுச் சான்றுகள் துணைபுரியவில்லை.

விசய நகர ஆட்சியாளர்களால் தமிழகத்தில் குடியேற்றப்பட்ட ஆந்திரா, கருநாடக விவசாயிகள் நீர்ப்பாசனம் மிக்க விளை நிலம் பகுதிகளில் மட்டுமல்லாது வரண்ட பகுதிகளிலும் பயிர் விளைவித்துள்ளனர். நிலங்கள் பண்படுத்தப்படுவதுடன், வேளாண்மைக்கு ஏற்ற நிலங்களாக மாற்றப்பெற்றன. வரண்ட பகுதிகளில் நீர்ப்பாசனக் குளங்கள் ஏற்படுத்தப்பட்டன. இதன் மூலம் பாசனத்துக்குத் தேவையான நீர் சேமிக்கப்பட்டது. குடியானவர்களுக்குச் சில சலுகைகள் அளிக்கப்பட்டு விவசாய உற்பத்தி பெருக்கப்பட்டது.

தமிழகத்தின் பெரும்பாலான ஊர்களில் உள்ள பயிரிடக்கூடிய நிலங்களில் விவசாயம் செய்யப்பெற்றது.

விவசாய நிலம் பொதுவாக நன்செய், புன்செய், தோட்டநிலம் என மூவகையாகப் பகுக்கப்பட்டிருந்தது. கார், பசானம் என்ற முறையில் இரு சாகுபடிகள் செய்தனர். முக்கிய பயிராக நெல் பயிரிடப்பட்டது. வரண்ட பகுதிகளில் வரகு, திணை, பயறு, அவரை வகைகள் பயிரிடப்பட்டன. கரும்பு, பருத்தி, எண்ணை வித்துக்கள் ஆகியனவும் பயிரிடப்பட்டன. இவர்களால் பயிரிடப்பட்ட வணிக முக்கியத்துவம் வாய்ந்த விளைபொருள் வெற்றிலை ஆகும். இதனைப் பயிரிட்டவர்களை கொடிக்காற்காரர்கள் என அழைக்கப்பட்டுள்ளனர். தமிழகத்தின் தென் மேற்கு மலைப்பகுதிகளில் பயிரிடப்பட்ட வேளாண் பொருளான மிளகு தென்னாட்டிலும் அயல் நாடுகளிலும் முக்கிய வணிகப் பொருளாக இருந்துள்ளது. சந்தைகள் பலவற்றிலும் மிளகு விற்பனை செய்யப்பட்டுள்ளது.

4.கால்நடை வளர்ப்பு

வேளாண்மையோடு தொடர்புடைய மற்றுமொரு முக்கியமான தொழிலாக கால் நடைகள் வளர்ப்பைக் குறிக்கலாம். கால் நடைகளில் பசு, எருது, ஆடு போன்ற விலங்குகள் முக்கியமாக இடையர்கள், மன்றாடிகளால் வளர்க்கப்பட்டன. பால் மற்றும் பால் பொருள்களான தயிர், வெண்ணைய், நெய் போன்ற பொருள்கள் விற்பனை செய்யப்பட்டன. மன்றாடிகள் ஸ்ரீமுஷ்ணம், கொருக்கை, விரிஞ்சிபுரம், திருமழபாடி போன்ற ஊர்களில் வாழ்ந்துள்ளனர். இருப்பினும் இவர்களைப் பற்றிய செய்திகள் மிகக்குறைவாகவே உள்ளன.

5.வெல்லம் காய்ச்சுதல்

வேளாண்மையோடு தொடர்புடைய மற்றுமொரு தொழில் வெல்லம் காய்ச்சுதல். இக்காலத்தில் முக்கிய தொழில்களில் ஒன்றாக செய்யப்பட்டுள்ளது. கரும்பு விளைவிக்கப்பட்ட பல ஊர்களில் இத்தொழில் சிறப்பாக நடைபெற்றது. கரும்பாலைகளில் எடுக்கப்பட்டக் கரும்புப் பாலைக் காய்ச்சி வெல்லம் எடுத்தனர். ஒருகாலகட்டத்தில் ஒரு ஊரில் உள்ள கரும்பாலைகள் அவ்வவ் ஊரில்

விளைவிக்கப்பெறும் கரும்பையே பயன்படுத்த வேண்டுமென்று கட்டாயப்படுத்தப்பட்டன. இதன் விளைவாக கரும்பாலைத் தொழில் அப்பகுதிகளில் நசித்தது. குடிகள் குலைந்து, தொழில் நசித்த நிலையைத் தென்கரை நாட்டார் அப்பகுதி நாயக்கருக்குத் தெரியப்படுத்தினர். இதன் விளைவாக கரும்பாலைகளில் எல்லா ஊர்க் கரும்புகளையும் பயன்படுத்திட அப்பகுதி நாயக்கர் 1482இல் ஆணை பிறப்பித்து இந்நிலையைச் சீராக்கினார்.[1] பனை மரங்களில் இருந்து கள் இறக்குதலும் பின்னர் அவற்றைக் காய்ச்சி வெல்லமாக்கி பல ஊர்களில் விற்பனை செய்துள்ளனர்.

6. எண்ணை ஆட்டும் தொழில்

வியாபார நோக்கில் மேற்கொள்ளப்பட்ட மற்றொரு தொழில் எண்ணை ஆட்டுதலாகும். எள் விதைகள், தேங்காய் ஆகியவற்றைச் செக்கிலிட்டு ஆட்டி எண்ணை எடுத்தனர். இத்தொழில் மிகப் பழங்காலத்திலிருந்தே சிறப்பாக நடைபெற்றுவந்துள்ளது. வாணியர் என்ற வகுப்பார் இத்தொழிலைச் செய்தனர். இவர்கள் ரிஷிவந்தியம், திருவொற்றியூர், தெள்ளார், சித்தலிங்கமடம், எலவானாசூர், கூகையூர் ஆகிய ஊர்களில் சிறப்பாக வாழ்ந்து தொழில் நடத்தினர். இவர்களால் உற்பத்தி செய்யப்பட்ட எண்ணை சந்தைகளில் விற்பனை செய்யப்பட்டுள்ளது. எள் விதைகள் துவரங்குறிச்சியிலும், ஆமணக்கு விதைகள் துவரங்குறிச்சி, தாரமங்கலம் ஆகிய பகுதிகளில் விளைவிக்கப்பட்டு விற்பனை செய்யப்பட்டன.

7. மண்பாண்டம் வனைதல்

மிகப் பழங்காலமுதல் வளர்ச்சிபெற்ற தொழில்களில் மிக முக்கியமானது மண்பாண்டங்கள் வனையும் தொழிலாகும். விசயநகரப் பேரரசுக் காலத்தில் சிறப்பிடம் பெற்ற படைவீடு, சேந்தமங்கலம், திருக்கோயிலூர் போன்ற சில ஊர்களில் நடைபெற்ற சிறு அகழாய்வுகளில் விசயநகரக் காலத்தைச் சார்ந்த மண்பாண்டங்களும், மண்பொருள்களும் கண்டெடுக்கப்பட்டுள்ளன. ஆயினும் இவை பற்றிய விரிவான தகவல்கள் இதுவரை வெளி

யிடப்படவில்லை. எனவே மண்பொருள்களின் முக்கிய இயல்புகளை நம்மால் அறிய முடியவில்லை. வீடுகள் கட்டுவதற்கான செங்கற்கள், தள ஓடுகள், மற்றும் வீட்டில் பயன்படுத்தப்படும் மண்பாண்டங்கள் ஆகியவற்றை இவ் ஆய்வுகள் வெளிக்கொணர்ந்துள்ளன. மண்பாண்டம் வனையும் குயவர்கள் மீது விலக்களிக்கப்பட்ட திரிகை ஆயம் (1405), குசவர் ஊழியம் (1497), குசத்துறை (1494) ஆகிய வரிகளைப்பற்றிச் சில கல்வெட்டுகள்[2] குறிக்கின்றன. இக்கல்வெட்டுகள் மூலம், இலுப்பைப்பட்டு, திருமழபாடி, திருச்செங்காட்டாங்குடி, லால்குடி, எலவானாசூர், பெண்ணாடம், ஸ்ரீமுஷ்ணம், கொருக்கை ஆகிய பல ஊர்களில் இத்தொழில் சிறப்பாக நடைபெற்றுள்ளது என அறியலாம். ஆயினும் இவர்களின் தொழில் முறை பற்றியும், விற்பனைக்கு உற்பத்தி செய்யப்பட்ட மண்கலன்கள் ஆகியன பற்றிய விவரங்களை அறிய இயலவில்லை.

இப்பாண்டங்களை உள்ளூர் அங்காடிகளிலோ, தொலைதூரங்களுக்கு எடுத்துச் சென்று விற்பனை செய்ததைப் பற்றியோ கல்வெட்டுகளில் விவரங்கள் இல்லை. ஆயினும் கோவில்களுக்குத் தேவையான மண்பாண்டங்களைச் செய்து தந்துள்ளமை பற்றி சில கல்வெட்டுகள் தெரிவிக்கின்றன. இவற்றைச் செய்தளிக்கும் தொழிலாளர்களுக்கு மானியம் வழங்கப்பட்டது. இக்குயவர்கள் திரிகை ஆயம் எனப்பட்ட வரி செலுத்தியுள்ளனர். இவ்வரி மண்கலன்கள் செய்யப் பயன்படும் திரிகை எனப்பட்ட வட்டச் சக்கரத்தின் மீது விதிக்கப்பட்டதாகும். எனவே இவர்களால் செய்யப்பட்ட மண்கலன்கள் மற்றவர்களுக்கு விற்பனை செய்யப்பட்டு அதன்மூலம் கிடைக்கும் வருவாயைக் கொண்டு வரி செலுத்தியிருக்கலாம். சில ஊர்களில் இவர்கள் பணி ஊழியமாகக் கருதப்பட்டிருக்கலாம். இவ்வூழியத்திற்காக ஊர்மக்கள் மானியம் அளித்திருக்கலாம்.

8. துணி உற்பத்தி

இக்காலத்தில் வணிகநோக்கில் நடைபெற்ற சிறப்பான தொழில் துணி உற்பத்தியாகும். நெசவாளர்கள் இத்தொழிலைச்

செய்தனர். தமிழகத்தில் நெய்யப்பட்ட ஆடைகள் மிக முக்கியமான வணிகப்பொருளாகும். பழங்காலமுதல் தமிழ்நாட்டு ஆடைகள் இந்தியாவின் பல பகுதிகளுக்கும், கடல் கடந்த நாடுகளுக்கும் ஏற்றுமதி செய்யப்பட்டன. விசயநகர அரசு காலத்திலும் தமிழகத் துணிகளுக்கு நல்ல வரவேற்பு இருந்திருக்கலாம். நெசவாளர்களில் சாலியர், கைக்கோளர், ஆகிய இரு பிரிவினர் முக்கியமானவர்கள். சேணியர், நியாயத்தார், சேடர், கோலியர் ஆகிய பிரிவினர்களும் துணி நெய்வதில் ஈடுபட்ட நெசவாளர்கள். இவர்களால் நெய்யப்பட்ட துணிவகைகளைப்பற்றி கல்வெட்டுகள் ஏதும் குறிப்பிடவில்லை. இவர்கள் பல ஊர்களில் குடியிருந்து துணிகளை உற்பத்தி செய்துள்ளனர். முக்கியமாக காஞ் சிபுரம், திருக்கழுகுன்றம், திருவண்ணாமலை, தேவிகாபுரம், திருவாமத்தூர், மடம், புலிப்பர்கோவில், பிரம்மதேசம், எலவானாசூர், விரிஞ்சிபுரம், ஸ்ரீமுஷ்ணம், வாலிகண்டபுரம் ஆகிய பல ஊர்களில் குடியிருந்து தொழில் செய்துள்ளனர். இவர்களால் நெய்யப்பட்ட ஆடைகள் தமிழகத்தின் பல சந்தைகளில் முக்கிய விற்பனைப் பொருளாக இருந்துள்ளது. பருத்திப் புடவைகள் சாமளாபுரம், தணாயக்கன் கோட்டை, துவரங்குறிச்சி, தாரமங்கலம் ஆகிய பகுதிகளில் விற்பனை செய்யப்பட்டன.[3] பல ஊர்களிலிருந்து இப்புடவைகள் விற்பனைக்காக கொண்டுவரப்பட்டன. இவற்றின் விற்பனை மீது பெறப்பட்ட வருமானம் கோவிலுக்குத் தானமாக தரப்பட்டது. நெசவுத்தொழில் முன்னேற்றத்திற்கு அக்கால அரசும், கோவில்களும் துணைபுரிந்துள்ளன. அரசர்கள் புதிய நெசவாளர் குடியிருப்புகளை ஏற்படுத்த சலுகைகளை வழங்கினர். இவர்களுக்கு வரிகளிலிருந்தும் விலக்களிக்கப்பட்டது.

துணி நெய்தலோடு தொடர்புடைய பல தொழில்கள் இக்காலகட்டத்தில் சிறப்பாக நடைபெற்றிருக்க வேண்டும். அவை பற்றிய நேரடிச் செய்திகள் மிகச் சிலவே. இத்தொழில்களில், பருத்தியைப் பண்படுத்தி நூல் நூற்றலும் அவற்றைச் சாயம் தோய்த்தலும் சிறப்பான தொழில்களாகக் கருதப்படவேண்டும். இத்தொழிலின் முக்கிய பரிமாணங்களைச் சரியாக அறிய இயலவில்லை.

இத்தொழிலில் ஈடுபட்ட தொழிலாளர்களைப்பற்றியும் ஏதொன்றும் அறியக்கூடவில்லை. கொருக்கை, திருப்பனந்தாள் ஆகிய ஊர்களில் பருத்தி விளைவிக்கப்பட்டுள்ளது.[4] விரிஞ்சிபுரம், ஓமலூர் ஆகிய சந்தைகளில், பருத்தி பொதிகளாகக் கட்டப்பட்டு விற்பனை செய்யப்பட்டுள்ளன.[5] பருத்தியிலிருந்து பஞ்சைப் பிரிப்பது, அதனை நூலாக நூற்பதற்கேற்பப் பண்படுத்துவது போன்ற பணிகளைச் செய்துள்ளனர். வில் எனப்பட்ட உபகரணத்தின் மூலம் பஞ்சினைப் பதப்படுத்தியுள்ளனர். இவர்கள் பயன்படுத்திய வில் கருவியின் மீது வரி விதிக்கப்பட்டுள்ளது. ஆசுவர்கள் எனப்பட்ட சமூகப்பிரிவினர் வில்லில் பஞ்சடிக்கும் தொழிலில் ஈடுபட்டிருந்தனர். சில சந்தைகளில் சாயம் தோய்க்கும் பொருள்களையும் விற்பனை செய்துள்ளனர். அப்பொருள்களின் உற்பத்தி மையங்கள் பற்றி நம்மால் அறிய இயலவில்லை.

9.உலோகப் பொருள்கள் உற்பத்தி

உலோகப் பொருள்கள் உற்பத்தி இக்காலத்தில் நடைபெற்ற மற்றுமொரு சிறப்பான தொழிலாகும். தங்கம், வெள்ளி, தாமிரம் ஆகிய உலோகங்களில் பொருள்களைச் செய்தபோதும் அப்பொருள்களின் விவரங்கள் சரியாகத்தொரியவில்லை. மேலும் இப்பொருள்கள் விற்பனை செய்யப்பட்டதற்கு சான்றுகள் மிகக்குறைவே. இரும்பு கனிமம் வெட்டி எடுக்கவும் அதனை உருக்கி கருவிகளாக செய்யும் தொழில்களைக் கம்மாளர்கள் செய்தனர். இருந்தபோதிலும் இவ்வகைத் தொழில் பற்றிய விவரங்கள் இக்காலச் சான்றுகளில் காணப்படவில்லை. இரும்பு பொருள்கள் தம்மம்பட்டி, தேவனாம்பட்டினம், துவரங்குறிச்சி ஆகிய ஊர்ச் சந்தைகளில் விற்கப்பட்டன. சல்லி, சவரம் ஆகிய இரும்பு (?) பொருள்கள் தாரமங்கலத்தில் விற்கப்பட்டன. பொன், வெள்ளி, இரும்பு, செம்பு, ஈயம், துத்தநாகம் ஆகிய உலோகங்கள் திருவாரூரில் விற்பனை செய்யப்பட்டன.[6]

விவசாயம், வீட்டு உபயோகம், மற்றும் பல்வகைப் பணிகளுக்குத் தேவையான உலோகப் பொருள்கள் இவர்களால் உற்பத்தி செய்யப்பட்டிருக்கலாம். உலோகப்

பொருள்களை ஆக்குபவர்களான கம்மாளர்களில் கொல்லன், தச்சர், தட்டான், சில்பாசாரி, கன்னார் ஆகிய ஐந்து வகைத் தொழில் வகுப்பார் அடங்குவர். இதனால் இவர்கள் பஞ்சாளத்தார் எனவும், மூன்று குடிக் கண்மாளர் எனவும் அழைக்கப்பட்டனர். திருவடி, திருக்காட்டுப்பள்ளி, எலவானாசூர், திருவாமத்தூர் திருவைகாவூர் போன்ற ஊர்களில் இத்தொழில் சிறப்புற்றிருந்தது. சில ஊர்களில் ஒரு பகுதியில் கம்மாளர்கள் வசித்து தம் தொழிலை நடத்தியுள்ளனர். அங்கெல்லாம் அப்பகுதிகள் கம்மாள தெரு என அழைக்கப்பட்டுள்ளன.

10. செம்பு கலைப் பொருள்கள்

இக்காலகட்டத்தில் கலைத் தொழிலாளர்கள் பெருமளவு பணியாற்றியுள்ளனர். செப்புப் படிமங்களை உருவாக்கும் தொழில் சிறப்பாகவே நடைபெற்றுள்ளது. செம்பு கனிமத்தாது தமிழகப் பகுதிகளில் காணப்படவில்லை என்றபோதும் அதிக எண்ணிக்கையிலான செப்பு படிமங்கள் இக்காலத்திலும் ஆக்கப்பட்டன. இவ்வுலோகத்தை எவ்விடத்திலிருந்து பெற்றனர் என்பதற்குத் தக்க சான்றுகள் இல்லை. வட இந்தியா மற்றும் தென்கிழக்கு ஆசியா நாடுகளிலிருந்து இவ்வுலோகத்தை இறக்குமதி செய்திருக்கலாம் என்ற கருத்தே நிலவுகிறது. செம்பு கலை வல்லுநர்கள் குறிப்பிட்ட சில ஊர்களில் வாழ்ந்து தொழில் புரிந்திருக்கலாம்.

நாணயங்களும் இக்காலத்தில் பெருமளவு அச்சிடப்பட்டன. தங்கம், வெள்ளி, செம்பு ஆகிய உலோகங்களில் அச்சிடப்பட்டாலும் மிக அதிக அளவில் வெளியிடப்பட்டவை செம்பு நாணயங்களே. இவற்றோடு நாணய அச்சுக்களைச் செய்யும் கலைத் தொழிலும் நடைபெற்றுள்ளது. நாணயம் அச்சிடும் தொழில் முக்கியமாக அரசின் மேற்பார்வையில் நடைபெற்றது. உலோகத் தொழில் செய்தோர் அக்கசாலை என்ற தொழில்கூடங்களில் இருந்து பணியாற்றியுள்ளனர். நாணயம் அச்சிடும் தொழிலும் அக்கசாலைகளில் நடைபெற்றுள்ளன. நாணயம் அச்சிடும் சாலை (இடங்கன் சாலை) ஒன்று திருவையாற்றில் இருந்துள்ளது.[7]

11. கனிமத் தொழில்

கனிப் பொருள்களை வெட்டியெடுத்தல் மற்றுமொரு சிறப்பான தொழில் ஆகும். தமிழகத்தில் இத்தொழிலின் தன்மைகளை அறிய இயலவில்லை. தமிழகப் பகுதிகள் சிலவற்றிலிருந்தும் பளிங்கு போன்ற மணிக் கற்கள் வெட்டி எடுக்கப்பட்டு விற்பனை செய்யப்பட்டுள்ளன. ஆந்திரா, மற்றும் வடபகுதியிலிருந்தும், இலங்கை, மியான்மர் போன்ற அயல் நாட்டுப் பகுதிகளில் இருந்தும் நவமணிக் கற்கள் இறக்குமதி செய்யப்பட்டு மெருகேற்றும் தொழிலும் நன்கு நடைபெற்றுள்ளது.

12. முத்துக்குளித்தல்

முத்துக் குளித்தல் பாண்டிய நாட்டுக் கடல் பகுதிகளில் நடைபெற்ற சிறப்பான தொழிலாகும். பாண்டிய நாட்டுக் கடல் பகுதிகளில் மிகச் சிறந்த முத்துக்கள் விளைவதற்கான இயற்கைப் பண்புகள் உள்ளன என அறிவியல் ஆய்வாளர்கள் கருதுகின்றனர். இவ்வியற்கைப் பண்பால் மிகப் பழையகால முதல் முத்துக் குளித்தல் சிறப்பாக இப்பகுதிகள் நடைபெற்று வந்துள்ளது. முத்துக் குளித்தல் பற்றி மார்க்கோபோலோ தாம் பார்த்தவற்றையெல்லாம் விவரித்துள்ளார். கடற்கரைகளில் வாழும் பரதவர், மீனவர்கள் இத்தொழிலில் ஈடுபட்டிருந்தனர். கண்டெடுத்த முத்துக்கள் யாவும் விற்பனைப் பொருளாக மதிக்கப்பட்டு வியாபாரிகளுக்கு விற்கப்பட்டன. சதிரவாசகன் பட்டினத்துத் துறைமுகத்தில் (சதுரங்கப்பட்டினம்) முத்துக்கள் ஒரு முக்கிய வியாபாரப்பொருளாக மதிக்கப்பட்டு அதன் மீது வரிவிதிக்கப்பட்டுள்ளது.[8] முத்து, பவளம் ஆகிய பொருள்கள் ஓமலூரில் விற்கப்பட்டுள்ளன.[9] கீழக்கரையில் செயல்பட்ட சந்தையிலும் முத்துக்கள் விற்பனை செய்யப்பட்டன.[10]

13. பொது வணிகம்

செட்டிகள் எனப்பட்ட வணிகர்களையும் தொழில் வகுப்பில் சேர்க்கலாம். இவர்கள் பொதுவாக பொருள் உற்பத்தியில் ஈடுபட்டதாகச் சான்றுகள் குறிப்பிடவில்லையென்றாலும் சிலவிடங்களில் மூலதனத்தை அளித்து பொருளுற்பத்திக்கு

ஆவன செய்திருக்கலாம். ஆயினும், உற்பத்தி செய்யப்பட்ட பொருள்களை பயனீட்டாளர்களிடம் கொண்டு சேர்ப்பதில் இவர்கள் பங்கு மிக முக்கியமானது என்பதில் எவ்வித சந்தேகமுமில்லை. இவர்களில் உள்ளூர் வியாபாரிகள், தொலைதூர வியாபாரிகள் உள்ளனர். மற்ற இடங்களில் உள்ள சந்தை மற்றும் அங்காடிகளுக்குப் பொருள்களை எடுத்துச்சென்று விற்பனை செய்தனர். இவர்களின் விற்பனை முறைபற்றியெல்லாம் சான்றுகள் ஏதும் உரைத்திடவில்லை. ஒரே வணிகர் எல்லாப் பொருள்களையும் விற்பதற்கான சூழ்நிலை இக்காலகட்டத்தில் இல்லையென்றே தோன்றுகிறது. பெரும்பாலான வணிகர்கள் ஒரேபொருளில் வியாபாரம் செய்துள்ளனர். அதாவது, துணி வகைகளை விற்கும் வணிகர்கள் மற்ற பொருள்களை விற்பதற்கான சூழ்நிலை மிகக்குறைவு. செட்டி வணிகர்களில் கடைவைத்து வியாபாரம் செய்தவர்களும் உண்டு. இவர்கள் கோயிலங்காடிகள், கச்சவட வாணியர் என அழைக்கப்பட்டனர். இவர்கள் தம் கடையில் பல பொருள்களை வைத்து விற்பனை செய்தனர்.

செட்டிகள் ரிஷிவந்தியம், புலிப்பர்கோயில், வெங்கனூர், மரக்காணம், திருக்கழுகுன்றம், விரிஞ்சிபுரம் போன்ற ஊர்களில் வாழ்ந்துள்ளனர். சிங்களாந்தகபுரத்தில் ஐயபொழில் எனப்பட்ட வணிகக்குழுமத்தார் வாழ்ந்துள்ளனர். கோமுட்டிகள், தெலுங்குபேசும் வணிக வகுப்பார். இவர்கள் நெடுங்குன்றம், வெங்கனூர் ஆகிய ஊர்களில் தம் தொழில் செய்துள்ளனர்.

14. தொழில் முனைவோர்

பொருள் உற்பத்தி செய்யும் வகுப்பார் பல கிராமங்களில் பிரிந்து வாழ்ந்துள்ளனர். சில கிராமங்களில் ஒரே தொழிலைச் செய்ததோர் வாழ்ந்துள்ளனர். ஒவ்வொரு கிராமத்திலும் பல தொழில் செய்வோர் இருந்துள்ளனர். இவர்களுக்கென்று தனியான குடியிருப்புகளும், தொழில் செய்வதற்கான பகுதிகளும் இருந்துள்ளன. இவற்றைத் தெரு என்று அழைத்தனர்.

இக்காலத்தில் தொழில் செய்த மக்களை உழுகுடி, காசாயக்குடி என இரண்டு பிரிவுகளாகப் பிரித்திருந்தனர். அவர்களில் உழுகுடி எனப்பட்டவர் விவசாயிகளாவர். நிலஉடைமையாளர்கள், குடியானவர் ஆகியோர் இப்பிரிவில் அடங்குவர். இவர்கள் நிலவிளைச்சலில் முழுமையாக ஈடுபட்டவர்கள். இவர்களின் ஒரே தொழில் வேளாண்மையாகும். அக்காலத் தமிழ்ச் சமுதாயத்தில் இக்குடியானவர்களை வெள்ளாளர்கள் என்றும் பிற பெயர்களிலும் அழைத்துள்ளனர்.

இரண்டாம் பிரிவான, காசாயக்குடிகளில் ஒரு பகுதியினர் விவசாயத்தில் ஈடுபட்டுள்ள போதும், மற்ற உற்பத்தித் தொழில்களிலும் ஈடுபட்டனர். இவர்கள் அரசுக்கு வரி செலுத்தும்போது பொருளாகச் செலுத்தாமல், காசாகச் செலுத்துவர். இதனாலேயே இவர்கள் காசாயக்குடி எனப்பட்டனர். நில விளச்சலில் ஈடுபட்ட குடியானவர்களில் புன்சைப் பயிர்களை விளைவித்தவர்களும் காசாயக்குடி பிரிவில் சேர்க்கப்படவேண்டியவர்கள். இவர்கள் யாவரும் அரசுக்குச் செலுத்தும் வரிகளில் பெரும்பகுதியைக் காசாகச் செலுத்தினர்.

இவர்களில் ஒரு பிரிவினர் விவசாயத்தில் ஈடுபடாமல் வணிகப்பொருள் உற்பத்தியில் ஈடுபட்டனர். இவ்வகைக்குடிகள் பட்டடைக் குடி என அழைக்கப்பட்டனர். பட்டடை எனப்பட்ட தொழில் கூடங்களில் இவர்கள் பணியாற்றியதால் இவ்வாறு அழைக்கப்பட்டனர். தொழில் உற்பத்தியாளர்களில் காணப்படும் இவ்வகைப் பிரி வினை விசயநகர அரசு தமிழகத்தில் நிலைகொள்ளுதற்கு முன்பாகவே தமிழகப் பகுதிகளில் காணப்படுகிறது. முக்கியமாக, 13 ஆம் நூற்றாண்டைச் சார்ந்த கல்வெட்டுகளில் இவ்வகைப்பாட்டை நாம் காணலாம்.[11] உற்பத்தியாளர்களில் காணப்படும் பிரிவுகள் 1405 ஆம் ஆண்டுக் கல்வெட்டு ஒன்றில் விவரிக்கப்பட்டுள்ளது. ஆடுதுறையில் காணப்படும் கல்வெட்டில்[12] உழு குடிகள் எனப்பட்டவர்கள் திருநாமத்துக்காணி நிலத்தை உழுகின்றவர்கள் எனவும், பட்டடைக் குடிகள் திருமடைவிளாகத்தில்

குடியிருப்பவர்கள் எனப் பிரித்துச் சொல்லப்பட்டுள்ளது. வெங்கனூர்க் கல்வெட்டில் இப்பிரிவினர் மிகத்தெளிவாகக் குறிப்பிடப்பட்டுள்ளனர்.[13] இக்காலத்தில் தெலுங்கு, கன்னட மொழி பேசும் பகுதிகளில் இருந்து குடியானவர்களை தமிழகத்தின் பலபகுதிகளில் குடியமர்த்தியுள்ளனர். இவர்களில் ரட்டியர் என்போர் தெலுங்கு மொழிபேசும் விவசாயிகள்.

15.தொழில் கூடங்கள்

தொழில்கூடங்கள் பட்டடை என அழைக்கப்பட்டன. சம்புவராயர்கள் கல்வெட்டுகளில் இச்சொல் தொழில் கூடங்களைக் குறிக்கப் பயன்படுத்தப்பட்டுள்ளது. தமிழகத்தில் விசயநகர அரசுக் காலத்தில் வழக்கில் இருந்த பட்டடைகள் பலவாகும். பாடியில் (திருவலிதாயம்) 1397இல் பதினெட்டுப் பட்டடைகள் இருந்துள்ளன. இப்பட்டடைகளின் விவரங்களை அக் கல்வெட்டு அளிக்கவில்லை,[14] என்றாலும் செட்டிகள், கைக்கோளர், எண்ணெ வாணியர் ஆகிய மூன்று முக்கிய வகுப்பாரைக் குறிக்கிறது. பலபட்டடை,[15] சில்லரைப் பட்டடை[16] என்றும் செக்கிட்டு எண்ணையாட்டும் தொழில் கூடத்தைச் செக்குப் பட்டடை[17] என்றும் தோல் தொழிலாளர் பணிசெய்யும் கூடம் சக்கிலிப் பட்டடை[18] என்றும் அழைக்கப்பட்டுள்ளன.

இப்பட்டடைகளை ஏற்படுத்தித் தொழில் உற்பத்தி செய்த குடிகளில் வியாபாரிகள், நெசவாளர்கள், கைவினையாளர்கள், எண்ணையாட்டுவோர், இடையர், மீனவர், மற்றும் செட்டிகள், மனைக்கடையர், சேனைக்கடையர், கோ யிலங்காடிகள் போன்ற பிறவகைத் தொழில் செய்வோரை அடக்கலாம். கைக்கோளர், சாலியர், நியாயத்தார், சேடர், சேணியர், கோலியர் போன்ற நெசவாளர்களும், கொல்லர், தச்சர், தட்டார், சில்பாசாரி, கன்னார், குசவர் ஆகிய கைவினையாளர்களையும் சேர்க்கலாம்.

ஒவ்வொரு தொழிலுக்கும் தனிப் பட்டடைகள் ஏற்படுத்தப்பட்டன. எல்லாப் பட்டடைகளும் ஒரே இடத்தில் செயல்பட்டன எனக் குறிப்பிடுவதற்குத் தக்க சான்றுகள் இல்லை. அதேபோல் இப்பட்டடைகளில்

பயன்படுத்தப்பட்ட முக்கிய கருவிகள், உபகரணங்களின் எண்ணிக்கை போன்றவற்றையெல்லாம் அறிய சான்றுகள் இல்லை. பொதுவாக ஊர்ப்பகுதி, கோயிலுக்கு உரிமையுள்ள பகுதி, பிராமணர்களுக்கு உரிமையுள்ள பகுதி ஆகிய இடங்களில் பட்டடைக் குடிகள் குடியிருப்புக்களை ஏற்படுத்திக் கொள்ளலாம் என்று வளவனூர்க் கல்வெட்டு குறிக்கிறது.[19] சில ஊர்களில் ஊர்ப்பகுதியிலும், கோவில் நிலங்களிலும் திருமடைவிளாகத்திலும் இருந்துள்ளன.[20] சில ஊர்களில் பட்டடைக் குடிகள் தொழில் செய்ய வரி விலக்குகளும் தரப்பட்டுள்ளன.[21]

16.புதிய தொழில் முனையங்கள்

தொழில் வளர்ச்சியை ஊக்குவிக்கும் நோக்கத்தில், விசயநகரப் பேரரசு பல இடங்களில் புதிய தொழில் மையங்களை ஏற்படுத்தின. இம்மையங்கள் பேட்டை, பாளையம், என அழைக்கப்பட்டன.[22] இவ்விரண்டு மையங்களுக்கும் விசயநகரப் பேரரசு பல சலுகைகளை அளித்து தொழில் உற்பத்தியை ஊக்குவித்துள்ளது. இவ்வூர்களில் விவசாயம் உள்ளிட்ட எல்லாத் தொழில்கள் நடைபெறுவதற்கான அனுமதி அளிக்கப்பட்டது. இரண்டாம் தேவராயர் காலத்தில் மூன்று பேட்டைகள் ஏற்படுத்தப்பட்டன. அவற்றில் ஒன்று தேவராயர் மஹாராயர் பேட்டை என்ற பெயரில் திருத்துறையூரில் ஏற்படுத்தப்பட்டது.[23] பல ஆண்டுகளாக இவ்வூரில் தொழில் உற்பத்தி நடைபெறாமல் இருந்துள்ளதால் தொழில்கள் முன்னைப்போல் நடைபெறவேண்டும் என்ற நோக்கில் இப்பேட்டை ஏற்படுத்தப்பட்டது. நிலையாகக் குடியேறவும், தற்காலிகமாக வந்து செல்லவும் (பரதேசி) கைக்கோள நெசவாளர்கள் அனுமதிக்கப்பட்டனர். இவர்களுக்கு வரிகளிலிருந்தும் விலக்களிக்கப்பட்டது. உற்பத்தியான பொருள்களை விற்பதற்காகச் சில பேட்டைகளில் அங்காடியும் அமையப்பெற்றிருந்தது. புதன்கிழமைகளில் திண்டிவனம் பேட்டையில் சந்தை கூடியது. இச்சந்தையில் உள்ளூர் வணிகர்களோடு 56 நாடுகள், 18 பூமிகளிலிருந்து வந்த வணிகர்கள் தம் பொருள்களை விற்றனர்.[24]

மற்றொரு உற்பத்தி மையமான பாளையம் விசயநகர அரசுக் காலத்தில் வணிக வளர்ச்சிக்காக ஏற்படுத்தப்பட்டது. பாளையக்காரர்களின் முக்கிய ஊராக இப்பாளையங்கள் நிலவின என்று கருதப்பட்டாலும் வணிக உற்பத்தி மையங்களாக இருந்துள்ளன. இப்பாளையங்களில் விவசாயத் தொழிலோடு, நெசவுத் தொழிலையும் செய்துள்ளனர். தொழில் வளர்ச்சிக்காக விசயநகர நாயக்கர்களும் பாளையங்களை ஏற்படுத்தினர். ஓபளராஜரால் வேளனேந்தலில், தேவராய பாளையம், 1530இல் ஏற்படுத்தப்பட்டது. இப்பாளையத்தில் குடியேறி தொழில் செய்வோருக்கு ஐந்தாண்டுகளுக்கு வரிவிலக்கும் அளிக்கப்பட்டது.[25]

17.தொழில் கருவிகள்

இக்காலத் தொழில்வகுப்பார் பயன்படுத்திய முக்கிய கருவிகளைப் பற்றி சிற்சில செய்திகள் உள்ளன என்றாலும் இச் சான்றுகள் முழுமையான தகவல்களைத் தரவில்லை. நெசவாளர்கள் துணி நெய்யப் பயன்படுத்திய முக்கிய பொறி தறி ஆகும். பொதுவாக தறி என்ற பொதுச் சொல்லையே கையாண்டபோதும் கைக்கோளத் தறி, சேணியத் தறி, பறைத் தறி, சாலிகர் அச்சதறி, சாலிகர் நிலைத்தறி போன்ற தறி வகைகளையும் காண்கிறோம். இத் தறிகளின் வடிவத்தையோ அதன் பகுதிகளையோ நம்மால் அறிய இயலவில்லை. அக்கால இலக்கியங்களும், தொல்லியல் சான்றுகளும் நமக்குத் துணை புரியவில்லை. ஆயினும் தறிகள் மீது விதிக்கப்பட்ட வரி வீதத்தின் அடிப்படையில் சில ஊகங்களை அளிக்கமுடியும். சாலியர்கள் பயன்படுத்திய தறி நிலைத்தறி எனப்பட்டது. அதாவது எளிதில் எடுத்துச்செல்ல இயலாமல் ஓரிடத்தில் நிலையாக அமைக்கப்பெற்ற தறி எனக் கொள்ளலாம். இதன் மீது அதிக அளவு வரிவிதிக்கப்பட்டுள்ளது. இதனால் இத்தறி மூலம் நெய்யப்பட்ட துணிகள் ஓரளவு விலைமதிப்புள்ளவை எனக் கருதலாம். சாதாரணத் தறியிலிருந்து சற்று மாறுபட்டு தொழில் நுணுக்கம் மேம்பட்டுள்ள தறியாக இருக்கலாம். இவைதவிர கொம்புத்தறி, சட்டித்தறி எனப்படும் இரண்டு வகைத் தறிகளும் உள்ளன. இவற்றின் தன்மைகளைப்பற்றி அறிய முடியவில்லை.

நெசவாளர்கள் பயன்படுத்திய பிற உபகரணங்களைப் பற்றியும் சில குறிப்புகளே உள்ளன. முக்கியமாக பருத்தி நூல் அல்லது பட்டு நூல் எவ்விடத்திலிருந்து பெற்றார்கள் என்பது தெரிந்திலது. சில சந்தைகளில் பஞ்சு, பருத்தி, நூல் ஆகியன விற்பனைப் பொருள்களாகக் குறிப்பிடப் பெற்றுள்ளது கொண்டு அருகமைந்த பகுதிகளில் பருத்தி, நூல் ஆகியன உற்பத்தி செய்யப்பட்டன எனக் கருதலாம். கொருக்கை, விராச்சிலை, ஆவூர் ஆகிய ஊர்களில் பருத்தி விளைவிக்கப்பட்டுள்ளன. பருத்தியிலிருந்து பஞ்சையும் விதையைப் பிரித்தெடுத்தல், அதனைப் பதம் செய்தல், பஞ்சிலிருந்து நூல் நூற்றமுறைகள், இச்செயல்களுக்கு பயன்படுத்திய உபகரணங்கள் ஆகியன பற்றி மிகச் சில செய்திகளே கிடைக்கின்றன. வில் என்ற உபகரணத்தினைப் பயன்படுத்துவதற்காக விசயநகரக் காலத்தில் வில் பணம் எனப்பட்ட வரி விதிக்கப்பட்டுள்ளது.[26] நூல் நூற்பதற்கான பக்குவத்தை பஞ்சு பெறுவதற்கு இக்கருவியைப் பயன்படுத்தியுள்ளனர். இதே வரி, வில்வரி, விற்பிடி என்றும், பஞ்சு பீலி என்றும் விசயநகர் கல்வெட்டுகளில்[27] வழங்கப்பட்டுள்ளன. மற்ற தொழில் வகுப்பாரில் கம்மாளர்களின் உலை, வாணியர்களின் செக்கும் கல்வெட்டுகளில் குறிப்பிடப்பெறுகின்றன.

18. மூலதனம், மூலப்பொருள்கள்

தொழில்செய்வதற்குத் தேவையான மூலதனம், கருவிகள், மூலப்பொருள்கள் ஆகியனவற்றை யாரிடமிருந்து எப்படிப் பெற்றனர் என இக்காலச் சான்றுகள் தெளிவாக உணர்த்தவில்லை. துணி உற்பத்தியில் ஈடுபட்ட நெசவாளர்களுக்குத் தேவையான மூலதனம், மற்றும் மூலப்பொருள்களைத் துணி வியாபாரிகள் தந்திருக்கலாம். நெசவாளர்களில் சிலர் ஒன்றுக்கு மேற்பட்ட தறிகளுக்குச் சொந்தக்காரர்களாக இருந்துள்ளனர். எலவானாசூர் கல்வெட்டில் சூரியதேவன் என்ற கைக்கோளனுக்கு இரண்டு தறிகள் மீது வரிவிலக்கு தரப்பட்டுள்ளதால் இவர் இரண்டு தறிகளுக்கு உரிமையாளராக இருந்துள்ளார் எனக்

கருதலாம்.[28] இவர்கள் தங்களுடைய மூலதனம், மற்றும் மூலப்பொருள்களைக் கொண்டு துணி நெய்து வணிகர்களுக்கு விற்றிருக்கலாம். மற்ற தொழில்களில் மூலதனம் மற்றும் மூலப்பொருள்கள் எவ்வாறு பெறப்பட்டன என்பதை ஊகிக்கமட்டுமே முடியும். சான்றுகள் நமக்கு எவ்விதத்திலும் உதவவில்லை.

19.சலுகைகள்

கோவில்களும் தொழிலாளர்களுக்குச் சில சலுகைகளை வழங்கியுள்ளன. முக்கியமாக குடியிருப்புகளை ஏற்படுத்திக் கொண்டு நெசவு செய்வதற்கான அனுமதியை பல கோவில்கள் அளித்துள்ளன. சேர்க்காட்டு திருமடைவிளாகத்தில் காசாயக் குடிகள் குடியிருப்புளை ஏற்படுத்திக்கொள்வதற்கு அவ்வூர்க் கோவில் அனுமதி வழங்கியுள்ளது.[29]

வழுவூரில் ஏற்படுத்திய புதிய குடியிருப்பில் தொழில் வகுப்பார் குடியேறுவதற்கு அனுமதி அளிக்கப்பட்டுள்ளது.[30] விருத்தாசலம் திருமடைவிளாகத்தில் குடியேறும் தொழில் வகுப்பாருக்கு எல்லாவகையான வரிகளிலிருந்தும் விலக்களிக்கப்பட்டது.[31] படைவீட்டில் பல பட்டடைக்குடிகள் குடியேற அனுமதி அளிக்கப்பட்டு வரிவிலக்குகளும் அளிக்கப்பட்டன.[32]

கைக்கோளர் போன்ற சில தொழில் வகுப்பாருடன் கோவில்கள் நல்ல தொடர்புகளைக் மேற்கொண்டிருந்ததால் கோவில்களே கருவிகள் வாங்குவதற்கும் மூலதனத்திற்கும் உதவி செய்திருக்கலாம். இவ்வகை மூலதன உதவி சில ஊர்களில் தரப்பட்டாலும் பெரும்பாலான ஊர்களில் இடப்பட்ட மூலதனம் எவ்வகையில் பெறப்பட்டது என்பதைச் சரியாக அறிய இயலவில்லை. ஆயினும் தொழில் வகுப்பாரில் முதலிகள் எனப்படும் தலைவர்கள் மூலதனம், மூலப்பொருள்கள் ஆகியனவற்றை அளித்திருக்கலாம். தொழில் சமுதாயத்திலுள்ள அனைவருக்கும் சேர்ந்து இப்பணியாற்றியிருக்கலாம்.

சான்று நூல்கள்

1. *ARE.,* 1908, 103.
2. *ARE.,* 1927, 135; 1920, 54; 1913, 74.
3. *ARE.,* 1978, 237; 1965, 296; *SII.,* 22, 442; 7, 21.
4. *ARE.,* 1917, 216; 1932, 78.
5. *ARE.,*1940, 193; *SII.,* 7, 21.
6. *ARE.,* 1946, 47, cp.19.
7. *SII.,* 5, 555.
8. *ARE.,* 1973, 33.
9. *SII.,* 7, 21.
10. *SII.,* 23, 396.
11. *ARE.,* 1935, 218; 1934, 59; 1921, 454.
12. *ARE.,* 1913, 25.
13. *ARE.,* 1913, 2.
14. *ARE.,* 1910, 221.
15. *SII.,* 22, 240; 4, 47; *ARE.,*1923, 367.
16. *SII.,* 4,524.
17. *ARE.,* 1923, 367.
18. *ARE.,* 1934, 35, A11.
19. *ARE.,* 1912, 422.
20. *ARE.,*1924, 112; 1929, 215.
21. *ARE.,*1929, 250.
22. P.Shanmugam, 'Centres of Production and Market System in Tamil Country', *Recent Advances in Vijayanagara Studies,* eds. P.Shanmugam and Srinivasan Srinivasan, 2006, pp. 127&130.
23. *ARE.,* 1925, 429.

24. *ARE.,* 1905, 30.
25. *ARE.,* 1943, 88.
26. *ARE.,*1940, 157.
27. *ARE.,*1911, 324; *SII.,* 8, 276; *IPS.,*682.
28. *ARE.,*1965, 303.
29. *ARE.,*1921, 203.
30. *ARE.,*1912, 422.
31. *ARE.,*1929, 250.
32. *ARE.,*1921, 120.

7. வணிகர்களின் செயல்பாடுகள்

1. வணிகர்கள்

தென்னிந்தியப் பொருளாதார வளர்ச்சிக்கு வணிகர்கள் முக்கிய பங்காற்றியுள்ளனர். இவர்கள் உற்பத்தியாளர்களுக்கும் பயனாளர்களுக்கும் இடையே தேவையான அளவில் நெருங்கிய தொடர்பை ஏற்படுத்தியுள்ளனர். இவர்கள் தொலைதூரப் பகுதிகளுக்கு பல்வேறுபட்ட விற்பனைச் சரக்குகளை சுமந்து சென்று பல பகுதி மக்களின் அன்றாட விருப்பங்களை நிறைவு செய்துள்ளனர். கடல் கடந்து சென்ற சில வணிகர்கள் வணிக மற்றும் சொகுசுப் பொருள்களை உள்நாட்டுப் பகுதிகளுக்குக் கொண்டு சென்று விற்றுள்ளனர். இவர்களில் சிலர் அயல் நாட்டுப் பகுதிகளில் குடியிருப்புகளை ஏற்படுத்திக் கொண்டும் வாழ்ந்துள்ளனர். இவ்வணிகர்களின் வணிகப் பொருள்கள் தேவையை நிறைவு செய்ய தென்னாட்டின் பல ஊர்களில் உற்பத்தி முனையங்கள் இருந்தன. இவ்வுற்பத்தி முனையங்கள் விற்பனைச் சந்தைகள் மற்றும் துறைமுக நகரங்கள் நெடுஞ்சாலைகளோடு நன்கு இணைக்கப்பட்டிருந்தன. கிழக்கு மற்றும் மேற்கு திசைகளின் இருபக்கத்திலும் கடல் வழித் தொடர்புகளை மேற்கொள்ள வசதியாக தென்னிந்தியாவின் இயற்கையான நில அமைப்பும் துணையாக இருந்துள்ளது.

தொல்பழங்காலத்திய கற்கால, மற்றும் புதுக்கற்காலத் தொல் மக்களின் பொருளியல் வாழ்க்கை முறை, முக்கியமாக வணிகம், வணிகர்கள், மற்றும் அவர்களில் செயல்பாடுகள் ஆகியன பற்றி அறிவதற்கு நேரிடையான சான்றுகள் இதுவரை கிடைக்கவில்லை என்பதால் சில பல செய்திகளை ஊகமாகக் குறிப்பிட இயலும். பெருங்கற்கால செய்பொருள்களை நோக்கினால் இக்காலகட்டத்தில் வணிகம் நிலை பெற்றுள்ளதை அறிய முடியும். மிகுதியான வேளாண் பொருள்கள் மற்றும் சில வணிகப் பொருள்களை பண்டமாற்றம் செய்த ஆரம்ப நிலை வணிகம் பெருங்கற்காலத்திற்கு முன்பே இருந்துள்ளதாகத் தெரிகிறது. பண்டமாற்றம் செய்யப்பட்ட வணிகப் பொருள்கள் வகையில் ஆபரணங்கள் செய்யப் பயன்படும் சூதுபவளம் (carnelian), பளிங்கு கற்கள் (quartz), கண்ணாடி மணிகள் (glass beads) ஆகிய பொருள்களைக் குறிக்கலாம். இவ்வாறே உற்பத்தி முனையங்கள் பலவற்றிலும் உற்பத்தி செய்யப்பட்ட வணிகப் பொருள்கள் தொலைதூரப் பகுதிகளுக்கு வணிகர்களால் எடுத்துச் செல்லப்பட்டு விற்பனை செய்யப்பட்டுள்ளன. இவ்வகையான வணிகச் செயல்பாடுகளில் வடநாட்டு வணிகர்கள், கடல்கடந்த அயல் நாட்டு கப்பலோட்டிகள், அயல்நாட்டு வணிகர்களைக் காண்கிறோம். இந்தியா மற்றும் அயல் நாட்டுத் தொல்லியல் அகழாய்வுகளில் கண்டெடுக்கப்பட்ட கணிசமான பலவகையான செய்பொருள்கள் தென்னிந்தியா மற்றும் வட இந்தியா வணிகர்களின் தீவிர ஈடுபாட்டை நன்கு புலப்படுத்துகின்றன.

2. உள்நாட்டு வணிகர்கள்

2.1. சங்க காலம்

உள்நாட்டு வணிகம் பற்றிய செய்திகள் பழந்தமிழ் இலக்கியமான சங்கத் தொகை நூல்களிலும் பழங் கல்வெட்டுகளிலும் காணப்படுகின்றன. பொ.ஆ.மு. 2 முதல் பொ.ஆ.3ஆம் நூற்றாண்டு வரையிலான காலகட்டத்தில் இவ்விலக்கியப் பாடல்கள் புலவர்கள் பலரால் இயற்றப்பட்டன. இப்பாடல்களில் உள்நாட்டு

வணிகர்கள் மற்றும் அவர்களின் வணிக நடவடிக்கைகள் குறிப்பிடப்பட்டுள்ளன. புறநானூறு, அகநானூறு ஆகிய தொகை நூல்களில் பாடல்களை இயற்றிய புலவர்களில் பலர் வணிகர்களாவர். இவர்கள் பொதுவாக வணிகர், வாணிகர் என்று அழைக்கப்பட்டுள்ளனர். உறையூரில் வாழ்ந்த பொன் வணிகர் ஒருவர் புறநானூற்றுப் பாடல் ஒன்றை இயற்றியுள்ளார்.[1] இவ்வணிகரின் இயற்பெயர் தரப்படாமல் வணிகர் (உறையூர் இளம் பொன் வாணிகர்) என்ற பொதுப் பெயராலேயே இவர் குறிக்கப்பட்டுள்ளார். மற்றொரு வணிகர் சீத்தலைச் சாத்தனார். இவர் மதுரையில் தானிய வியாபாரியாக (மதுரைக் கூல வாணிகன் சீத்தலைச் சாத்தனார்) இருந்துள்ளார். இவர் புறநானூறுவில் ஒரு பாடலையும் அகநானூறுவில் ஐந்து பாடல்களையும் இயற்றியுள்ளார்.[2] இளவேட்டனார் என்ற மற்றொரு வணிகர் மதுரையில் துணி வியாபாரம் (மதுரை அறுவை வாணிகன் இளவேட்டனார்) செய்தவர். இவர் புறநானூறுவில் ஒரு பாடலையும் அகநானூறுவில் ஆறு பாடல்களையும் இயற்றியுள்ளார்.[3] இளந்தேவனார் (மதுரைப் பொன் வாணிகன் இளந்தேவனார்) என்ற மற்றொரு வணிகர் அகநானூறுவில் 3 பாடல்களை இயற்றியுள்ளார். இவர் மதுரையில் பல பண்டங்களை வைத்து வியாபாரம் செய்துள்ளார்.[4] காவிதி என்ற பட்டம் பெற்ற வணிகர் ஒருவர் ஆவூரைச் சேர்ந்த சாதேவனார் (ஆவூர்க் காவிதி சாதேவனார்). இவர் அகநானூறுவில் ஒரு பாடலை இயற்றியுள்ளார்.[5] சாத்தன் என்ற பெயருள்ள வணிகர்கள் பலர் பல பாடல்களை இயற்றியுள்ளனர்.[6]

சங்க காலத்தில் சாத்தன் என்ற பெயர் வணிகர்களின் சிறப்புப் பெயராக இருந்துள்ளது. அதேபோல காவிதி என்பதும் வணிகர்களுக்கு இடப்பட்ட பட்டப் பெயராகும். எனவே இவ்விரண்டு சிறப்புப் பெயர்களைக் கொண்டவர்களை வணிகர் என்று அடையாளம் காண்பதில் எவ்விதச் சிரமமும் இல்லை.

2.2.தமிழ்–பிராமி கல்வெட்டுகள்

தமிழகப் பகுதிகளில் காணப்படும் மிகத் தொன்மையான கல்வெட்டுகள் பொ.ஆ.மு. 3 முதல் பொ.ஆ. 2 ஆம் நூற்றாண்டுகளைச் சேர்ந்தவை. இக்கல்வெட்டுகள் தமிழ்–பிராமி என்ற தொன்மையான வரிவடிவத்தில் உள்ளன. பொ.ஆ.மு. 2 ஆம் நூற்றாண்டைச் சேர்ந்தாகக் கருதப்படும் சமண இலக்கியங்களான சமயவாங்க சுத்த, பந்நவநா சுத்த என்ற இரண்டு பிராகிருத மொழி நூல்கள் 'தாமிளி' என்ற வரிவடிவத்தைக் குறிப்பிடுகின்றன. தற்காலத்தில் தமிழ்–பிராமி என்று அறியப்படும் வரிவடிவத்தையே பிராகிருத மொழியில் தாமிளி என்று குறித்துள்ளதாகப் பொதுவாகக் கருதப்படுகிறது. குகைத் தளங்களிலும் சுவர்களிலும் இக்கல்வெட்டுகள் வெட்டப்பட்டுள்ளன. அகழாய்வுகளில் கண்டெடுக்கப்பட்ட மண்பாண்டப் பொறிப்புகளும் இதே காலத்தைச் சேர்ந்தவை. கல்வெட்டுகளிலும் மண்பாண்டப் பொறிப்புகளிலும் வணிகர்கள் பலரின் பெயர்கள் காணப்படுகின்றன. மண்பாண்டப் பொறிப்புகளைத் தீவிரமாக ஆய்ந்த எ. சுப்பராயலு இப்பொறிப்புகளில் காணப்படும் பெயர்கள் பலவும் பிராகிருத மொழியில் உள்ளன என்று அறி வித்துள்ளார். மேலும் இவ்வணிகர்கள் தமிழகத்திற்கு அப்பால் இருந்து வந்திருக்கலாம் எனவும் கருதுவர். வட இந்தியா மற்றும் இலங்கை வணிகர்களின் பெயர்கள் இப்பொறிப்புகளில் உள்ளன.[7] இருப்பினும் இப்பொறிப்புகளில் தமிழ் வணிகர்களில் பெயர்களும் உள்ளன என்பதில் எவ்வித ஐயமுமில்லை.

அழகர்மலை (பொ.ஆ.மு. 2 ஆம் நூற்றாண்டு) கல்வெட்டு வணிகர்கள் சிலரைக் குறிக்கின்றன. மதிரையைச் சேர்ந்த பொன் வணிகனான (பொன் கொள்வான்) அதன் அதன் என்பான் இங்கே கொடை ஒன்றை அளித்துள்ளான்.[8] மதிரை பாண்டியர் தலை நகரான பழம் மதுரை என்பதில் எவ்வித ஐயமுமில்லை. உள்நாட்டு அன்றாடப் பொருள்களை விற்கும் வணிகர்களில் இருவர் இக்கல்வெட்டுகளில் காணப்படுகின்றனர். ஒருவர் வியகன் என்பார்; உப்பு வணிகராகச் சொல்லப்பட்டுள்ளார்.[9] மற்றொருவர்

நெடுமலன் என்பார்; கரும்புச் சாறு (பாணித வணிகன்) விற்பனை செய்பவர்.[10] மேலும் இரண்டு வணிகர்கள் இக்கல்வெட்டில் குறிப்பிடப்பெற்றுள்ளனர். இவர்களில் ஒருவரான எள சந்தன் என்பவர் இரும்பு பொருள்களை (கொளூ வாணிகன்) விற்பனை செய்துள்ளார்.[11] எள அதன் என்ற மற்றொருவர் துணி வியாபாரி (அறுவை வாணிகன்). இவர் வெண்பளி என்ற ஊரைச் சேந்தவர்.[12] புகளூரில் உள்ள கி.பி. 3ஆம் நூற்றாண்டைச் சேர்ந்த கல்வெட்டில் நத்தி என்ற பொன் வணிகர் குறிப்பிடப் பெற்றுள்ளார். கரூரைச் சேர்ந்த இவர் அதிட்டானம் ஒன்றை அளித்துள்ளார்.[13] மற்றொரு வணிகரான வெநி ஆதன் என்பான் எண்ணை வணிகராவார். இவரும் அதிட்டானம் ஒன்றை அளித்துள்ளார்.[14]

இவ்வணிகர்களில் சிலர் காவிதி என்ற சிறப்புப் பெயரை சூடியுள்ளார். காவிதி சிறப்புப் பெயரைக் கொண்ட வணிகர்கள் பலர் இக்கல்வெட்டுகளில் காணப்படுகின்றனர். மாங்குளம் கல்வெட்டில் காவிதி சிறப்புப் பெயரைப் பெற்ற அந்தை அசுதன் என்பான் வெள் அறை பகுதியில் உள்ள வணிகக் குழுவைச் சேர்ந்தவர். சித்தண்ணவாசல், திருமலை கல்வெட்டுகளில் காவிதி சிறப்புப்பெயரைக் கொண்ட வணிகர்கள் குறிப்பிடப் பெற்றுள்ளனர்.[15] இவ்வாறான வணிகர்கள் பலரும் இச்சிறிய கல்வெட்டுகளில் குறிப்பிடப் பெற்றுள்ளபோதும் அவர்களின் வணிகச் செயல்பாடுகள் போன்றவற்றை முழுவதுமாக அறிய இயலவில்லை.

இக்காலகட்டத்தில் பெரும்பாலான வணிகர்கள் தனித்து வணிகம் செய்திருக்கலாம். இருப்பினும் சில தொழில்களில் வணிகக் குழுவை அமைத்துக் கொண்டு வணிகம் செய்துள்ளனர். இவ்வணிகக் குழு நிகம என்று அழைக்கப்பட்டுள்ளது. காவிதி என்ற சிறப்புப் பெயரைப் பெற்ற அந்தை அசுதன் என்ற வணிகர் வெள் அறை நிகமத்தைச் சேர்ந்தவராகக் குறிப்பிடப்பட்டுள்ளார். இவர் அந்நிகமத்தின் உறுப்பினராகவோ முக்கிய நிர்வாகியாகவோ இருந்திருக்கலாம். இருப்பினும் இவரது பணிகள் பற்றி சரியாக அறிய முடியவில்லை.[16] இதே நிகமத்தைச் சேர்ந்த மற்றொரு வணிகர் மாங்குளம் கல்வெட்டில்

குறிப்பிடப்பெற்றுள்ளார்.[17] கொடுமணல் அகழாய்வில் எடுக்கப்பட்ட மண்பாண்டச் சில் ஒன்றிலும் நிகம என்ற வாசகம் உள்ளது.[18] இவ்வகையில் கொங்கு நாட்டுப் பகுதியிலும் நிகம என்ற வணிகக் குழுவினரின் செயல்பாடுகள் பொ.ஆ. முதல் நூற்றாண்டளவில் இருந்துள்ளன எனலாம்.

3. அங்காடிகள்

உள்நாட்டு அங்காடிகள் புகார் மற்றும் மதுரையில் செயல்பட்டுள்ளன. இங்கெல்லாம் வணிகர்கள் கடைகளை ஏற்படுத்திக் கொண்டு பொருள்களை விற்பனை செய்துள்ளனர். காவிரிப்பூம் பட்டினம் என்றும் அழைக்கப்பட்ட துறைமுக நகரான புகாரில் வெளிநாட்டுப் பகுதிகளில் இருந்து இறக்குமதி செய்யப்பட்டு விற்பனை செய்யப்பட்ட பொருள்களை பட்டினப்பாலை குறிக்கிறது. இவ்வாறு இறக்குமதி செய்யப்பட்ட பொருள்களில் காழகத்தின் பொருள்களும், இலங்கையின் உணவுப் பொருள்களும் அடங்கும். குதிரைகள் ஒரு முக்கியமான கால்நடை; கப்பல் வழியாக இக்குதிரைகள் இறக்குமதி செய்யப்பட்டன. இந்தியப் பகுதிகளில் உற்பத்தி செய்யப்பட்ட பல பொருள்கள் இத்துறைமுகத்தில் இறக்குமதி செய்யப்பட்டு விற்பனை செய்யப்பட்டுள்ளன. நவரத்தின மணிகள், பொன் போன்றவை வடபகுதி மலைகளிலிருந்து கொண்டுவரப்பட்டவை. சந்தணக் கட்டைகளும், அகில் கட்டைகளும் மேற்குமலைகளில் இருந்து எடுத்து வரப்பட்டவை. கங்கை ஆற்றுப் பகுதியிலிருந்து தானியங்களும், கிழக்குக் கடலில் இருந்து முத்துக்களும் விற்பனைக்கு கொண்டு வரப்பட்டன. நீர்வழிகள் மூலம் மிளகு, காவிரி ஆற்றுப் பகுதிகளில் இருந்து தானியங்களும் கொண்டு வரப்பட்டு புகார் கடைகளில் விற்கப்பட்டுள்ளன.[19] இவ்வகையான பல ஊர்களில் இருந்து விற்பனைப் பொருள்கள் வந்ததனால் தொலைதூர வணிகர்கள் அவர்கள் விற்பனைப் பொருள்களுடன் தங்கி வாழ்வதற்கான வாழ்விடங்களும் புகாரில் இருந்திருக்கலாம்.

மதுரையில் பல பொருள்களை விற்கும் அங்காடிகளைப் பற்றிய விவரங்களை மதுரைக்காஞ்சி தருகிறது.[20] மதுரை

நகரத்தில் நாளங்காடி, அல்லங்காடி என்ற இரண்டு கடைப்பகுதிகள் இருந்துள்ளன. நாளங்காடி பகல் நேரத்திலும் அல்லங்காடி இரவு நேரத்திலும் செயல்பட்டன. இங்குள்ள கடைகளில் துணி வகைகள், மலர்கள், வாசனைப் பொருள்கள், பொன், முத்து மற்றும் நவமணிகள், செம்பு, செம்பு பொருள்கள் போன்றவற்றை விற்றுள்ளனர். மேலும் நெல், உப்பு, மீன்,[21] இறைச்சி, கள்,[22] போன்ற அன்றாட உணவுப் பொருள்களையும்[23] விற்றுள்ளனர். சில வணிகர்கள் வளையல்கள்,[24] முத்துக்கள்,[25] போன்ற ஆபரணங்களையும் விற்றுள்ளனர்.

வணிகர்கள் தொலைதூரப் பகுதிகளுக்கும் சந்தைகளுக்கும் சென்று பொருள்களை விற்றுள்ளனர். கால்நடை வண்டிகள் குறிப்பாக எருது இழுக்கும் வண்டிகள் மூலம் வணிகச் சரக்குகள் கொண்டு செல்லப்பட்டன. சில பகுதிகளில் கழுதைகள் சரக்குகளைச் சுமந்து சென்றுள்ளன. இவ்வாறு சரக்குகளை ஏற்றிச் செல்லும் போது வணிகர்களையும் அவர்களது சரக்குகளையும் திருடர்கள் மற்றும் கொடிய விலங்குகளிடமிருந்தும் பாதுகாத்துக்கொள்ளும் பொருட்டு பல வணிகர்கள் ஒரு குழுவாகச் சேர்ந்து சென்றுள்ளனர். இவ்வாறு சேர்க்கப்பட்ட குழு சாத்து என்று பொதுவாக அழைக்கப்பட்டது. இந்த சாத்துவில் வணிக வீரர்களும் கூட சென்றுள்ளனர். எருது வண்டிகளில் உப்பு சரக்கினை ஏற்றிச் சென்ற உப்பு வணிகர்கள் குடும்பத்தோடு சென்றுள்ளனர்.[26]

வணிகர்களின் இயல்பு, செயல்பாடுகளை பட்டினப்பாலை விவரிக்கிறது. புகாரில் உள்ள வணிகர்கள் நீதி நெறி தவறாதவர்கள்; அவர்களுடைய செயல்பாடுகள் வெளிப்படையானவை; வணிகப் பொருள்களுக்கு அதிகப்படியான அல்லது குறைந்த விலையைக் குறிக்காமல் சரியான விலையில் விற்பவர்கள்; உண்மையையே எப்போதும் பேசுபவர்கள்.[27] வீரமிக்கவர்கள்; துணிச்சலானவர்கள் என்று பெரும்பாணாற்றுப்படை வணிகர்களைக் குறிப்பிடும். இவர்கள் கடுமையாகப் பணிபுரிபவர்கள்; நெடுஞ்சாலை கொள்ளையர்களைக் கண்டு அச்சப்படாதவர்கள். இவர்கள் இடுப்பில் வாள் அணிந்தவர்கள்; தீரமான வீரர்கள்;

கொள்ளையர்களை வேல் கொண்டு எதிர்ப்பவர்கள் என்றெல்லாம் இந்நூல் புகழ்கின்றது.[28]

4.1.கடல்வழி வணிகம்

ஆரம்ப வரலாற்றுக் காலகட்டத்தில் தமிழக வணிகர்களோடு மாலுமிகளான கடலோடிகளும் கடல் வழி வணிகத்தில் ஈடுபட்டிருந்தனர். இவ்வணிகர்களின் செயல்பாடுகள் மற்றும் அவர்களின் பயண விவரங்கள் பற்றி நேரிடையான தரவுகள் ஏதும் கிடைக்கவில்லை என்றாலும் இவ்வணிகர்கள் அயல் நாட்டுப் பகுதிகளில் விட்டுச் சென்றுள்ள செய்பொருள்கள் பலவும் இவ்வணிகர்களின் செயல்பாடுகளைப் பிரதிலிக்கின்றன. மத்திய தரைக்கடல் மற்றும் செங்கடல் பகுதி பழந் துறைமுகங்கள், இலங்கை, தென்கிழக்கு ஆசியா நாடுகளில் மேற்கொண்ட அகழாய்வுகள் பலவற்றாலும் சேகரிக்கப்பட்ட செய்பொருள்கள் மூலம் உள்நாட்டு வணிகர்களின் நடமாட்டம் பற்றிய செய்திகளை அறிவதற்கான ஆர்வம் தற்காலத்தில் மிக்குள்ளது. இச்செய்பொருள்கள் பழந் தென்னிந்தியா, தமிழக வணிகர்கள் மேற்கொண்ட கடல்வழி வணிகத்தை அறிய உதவுகின்றன.

4.2.தென்கிழக்கு ஆசியா நாடுகள்

தென்கிழக்கு ஆசியா நாட்டுப் பகுதிகளுடன் பழந் தமிழகம் மேற்கொண்ட வணிக நடவடிக்கைளை தாய்லாந்து நாட்டில் உள்ள குவான் லுக் பத் என்ற தொல் துறைமுக ஊரில் கண்டெடுக்கப்பட்ட தொல்லியல் எச்சங்கள் தெளிவாகப் புலப்படுத்துகின்றன. இங்கே சேகரிக்கப்பட்ட முக்கிய செய்பொருள்களில் தமிழ்–பிராமி எழுத்துருவில் இரண்டு வரிகளில் பொறிப்பு உள்ள உரைகல் (படம்:6.1) ஒன்றாகும். இந்த எழுத்துகளை பெரும்பதன் கல் என்று வாசித்து இவ்வுரைகல் பெரும்பதன் என்ற பொன் வணிகருடையது என்று குறிக்கின்றனர்.[29] இக்கல்பொறிப்பில் காணப்படும் தமிழ்–பிராமி எழுத்துருக்கள் பொ.ஆ.மு. முதல் நூற்றாண்டைச் சேர்ந்ததென்று கணிக்கப்பட்டுள்ளது. இவ்வுரைகல் பெரும்பதன் என்ற தமிழக பொன்

வணிகருடையது[30] என்பதில் எவ்வித ஐயமுமில்லை. இவ்வாறான கைக்கு அடக்கமான உரைகற்கள் இன்றும் தமிழகப் பொன் வணிகர்களின் பயன்பாட்டில் உள்ளன. இதே போன்று கி.பி. 2 ஆம் நூற்றாண்டைச் சேர்ந்த தமிழ்–பிராமி எழுத்துருக்களைக் கொண்ட மண்பாண்டப் பொறிப்பு ஒன்றை தாய்லாந்து–பிரான்சு அகழாய்வாளர்கள் கண்டுபிடித்துள்ளனர்.[31] உடைபட்ட சிறிய மண்பாண்டச் சில்லில் காணப்படும் மூன்று எழுத்துகளை துறவோ என்று வாசிக்கலாம். இது தமிழ் வணிகர் ஒருவரின் பெயராகும்.

இங்கே எடுக்கப்பட்ட தொல் செய்பொருள்களில் சங்க காலச் சோழ மன்னர்களில் காசு (படம்: 6.3). ஒன்றும் உள்ளது.[32] இக்காசு 2 செ.மீட்டர் சதுர வடிவில் உள்ளது. அதன் ஒரு பக்கத்தில் வாலை உயர்த்தி முன்னங் காலைத் தூக்கி நின்றுள்ள புலி உருவமும் பின் பக்கத்தில் குதிரை இழுக்கின்ற ரதத்தின் பின்னே நின்றுள்ள யானை உருவங்களும் உள்ளன. இக்காசு சங்க காலச் சோழ மன்னரால் வெளியிடப்பட்ட காசு என்பதில் எவ்வித ஐயமுமில்லை. இவ்வகைச் சின்னங்கள் உள்ள காசுகள் பலவும் தமிழகப் பகுதிகளில் கண்டெடுக்கப்பட்டுள்ளன.[33] எனவே மேற்கண்ட செய்பொருள்கள் மூலம் தமிழக வணிகர்கள் தென்கிழக்கு ஆசியா நாடுகளில் வணிகம் புரிந்துள்ளனர் என்பது தெளிவாகிறது.

4.3. இலங்கை

பொது ஆண்டின் ஆரம்ப ஆண்டுகளுக்கு முன்பிருந்தே பழந்தமிழக வணிகர்கள் இலங்கையில் செயல்பட்டுள்ளனர். அங்குள்ள தொல் கல்வெட்டுகளும், தமிழகக் காசுகளும் தக்க சான்றளிக்கின்றன. தமிழ்ச் சொற்கள் பல பாலி மொழி வடிவத்தைப் பெற்றுள்ளன என்பதற்கு அங்குள்ள பாலி மொழிக் கல்வெட்டுகள் சான்றாக உள்ளன. இக்கல்வெட்டுகளில் பயன்படுத்தப்பட்டுள்ள நாவிக, தோட, படகே போன்ற பாலி மொழிச் சொற்கள் முறையே நாவாய், தோணி, படகு ஆகிய தமிழ் மொழிச் சொற்களின் பாலி வடிவமாகக் கருதப்படுகிறது. மேலும் சிறப்புப் பெயர்களில் காணப்படும் பருமகன், வேலா என்ற பாலி மொழிச்

சொற்கள் முறையே பெருமகன், வேலன் என்ற தமிழ்ச் சொல் வடிவத்தின் திரிபு ஆகும்.[34] இவ்வாறான மொழிப் பரிமாற்றங்கள் பொ.ஆ.மு. 2–1 ஆம் நூற்றாண்டுகளிலேயே இலங்கையில் ஏற்பட்டிருக்கவேண்டும். மேலும் தமிழ்–பிராமி எழுத்துருக்களைக் கொண்ட மண்பாண்டச் சில்லுகள் பலவும் இலங்கையில் அநுராதபுரம் போன்ற தொல் ஊர்களிலும் காணப்பட்டுள்ளது (படம்: 5.1). தமிழக வணிகர்களின் செயல்பாடுகள் இலங்கையில் உள்ளதை மீண்டும் உறுதிப்படுத்தும்.

பெரிய புளியங்குளத்தில் உள்ள இரண்டு கல்வெட்டுகளும், குடவில் ஊரில் உள்ள கல்வெட்டு ஒன்றும் தமேத என்ற பகுதி வணிகர்கள் அளித்த கொடையைக் குறிக்கின்றன.[35] தமேத என்ற பகுதியை தமிழகப் பகுதியாக அடையாளம் கண்டுள்ளனர்.

மற்றொரு வகைச் சான்றுகளாக அங்கே கண்டெடுக்கப்பட்ட காசுகளைச் சுட்டலாம். சங்கப் பாண்டியர் அரசர்களின் காசுகள் பலவும் கண்டெடுக்கப்பட்டுள்ளன.[36] இலங்கை நாணயவியாலர்களான பி.ஈ.பெரேசு, கெ.என்.வி. சேயோன் ஆகியோர் இக்காசுகள் கிடைத்துள்ளதை தெரிவித்தனர்.[37] ஐராவதம் மகாதேவன், புஷ்பரட்னம்,[38] போப்பிராச்சி போன்றோரும் புதிய கண்டுபிடிப்புகளைக் குறித்துள்ளனர். இரா. கிருஷ்ணமூர்த்தியும் சேனரத் விக்கிரமசிங்கேயும் இணைந்து இலங்கை கொளும்பு அருங்காட்சியத்தின் இருப்பில் உள்ள பழந்தமிழக அரசுகள் வெளியிட்ட 41 செப்புக் காசுகளின் விவரங்களை வெளி யிட்டுள்ளனர்.[39] இக்காசுகள் யாவும் இலங்கையில் உள்ள யாழ்ப்பாணம், கந்தரோடை, வல்லிபுரம், மாந்தை, அநுராதபுரம் ஆகிய ஊர்களில் கண்டெடுக்கப்பட்டவை. இக்காசுகளில் ஒன்றில் தமிழ்–பிராமி எழுத்துருவில் பெருவழுதி என்ற பாண்டிய அரசனின் பெயர் பொறிக்கப்பட்டுள்ளது (படம்: 5.2). மற்றொரு காசில் பெருவழுதி பெருவழுதி என்று இரண்டு முறை சங்க பாண்டிய அரசனின் பெயர் பொறிக்கப்பட்டுள்ளது. இங்கே கண்டெடுக்கப்பட்ட காசுகள் சிலவற்றில் முத்திரை குத்திய காசுகளில் காணப்படும்

மும்முனைக் குன்றம், வேலியுள் மரம், மீன்கள், நீர்த்தொட்டி போன்ற உருவங்கள் உள்ளன. அக்குறுகோட[40] என்ற இடத்தில் கண்டெடுக்கப்பட்ட காசுகள் சிலவற்றில் தமிழக வணிகர்களின் பெயர்கள் காணப்பட்டுள்ளன. இக்காசுகளில் காணப்படும் தமிழ்-பிராமி எழுத்துருவில் உதிரன், மால சதா, கபதி கடலன், திச பிட்டன் என்ற தமிழ் வணிகர்களின் பெயர்கள் உள்ளன (படம்: 5.4-7). இவ்வகையில் மேற்கண்ட செய்திகள் யாவும் பொ.ஆ.மு.2 முதல் பொ.ஆ.2 ஆம் நூற்றாண்டு வரையிலான காலகட்டத்தில் தமிழ் வணிகர்கள் பலர் இலங்கையுடன் வணிகத் தொடர்புகளை மேற்கொண்டிருந்தனர் என்பதைத் தெளிவாகத் தெரிவிக்கின்றன.

4.4.மத்தியதரைக்கடல் நாடுகள்

மத்தியதரைக்கடல் நாடுகளுடனான வணிகத் தொடர்புகள் பொ.ஆ.மு. முதல் நூற்றாண்டுகளுக்கு முன்பே துவங்கியுள்ளது. தமிழக வணிகர்கள் இக்கடல் வணிகத்தில் பங்கேற்றுள்ளனர். செங்கடல் பகுதி பழந்துறைமுக நகரங்களில் மேற்கொண்ட அகழாய்வுகளில் தமிழ் வணிகர்களின் பெயர் பொறித்த மண்பாண்டச் சில்லுகள் சிலவற்றை எடுத்துள்ளனர்.

வியன்னா அருங்காட்சி சாலையில் கிரேக்க மொழியில் எழுதப்பட்ட பாபிரசு ஆவணம்[41] ஒன்றும் தமிழக வணிகர்கள் தீவிர வணிகத்தில் ஈடுபட்டுள்ளதைத் தெரிவிக்கும். இவ்வாவணம் கி.பி. இரண்டாம் நூற்றண்டின் இடைப்பகுதியைச் சேர்ந்தது முசிறியில் உள்ள வணிகரும் அலெக்சாண்டிரியா வணிகர் ஒருவரும் செய்து கொண்ட இவ் வணிக ஒப்பந்தத்தின்படி சரக்குகள் முசிறியில் ஏற்றப்பட்டு அலெக்சாண்டிரியா துறைமுகத்தில் இறக்குமதி செய்யப்படவேண்டும் என்பதோடு அச்சரக்குகளின் விலை மதிப்பு மற்றும் செலுத்தப்படவேண்டிய சுங்கக் கட்டணங்களையும் விரிவாகத் தெரிவிக்கிறது. கங்கைப் பகுதி நார், தந்தம், துணிக் கட்டுகள் போன்றவை இச்சரக்குகளில் அடக்கம்.

செங்கடல் பகுதியில் அமைந்த கைசர் அல் கதம் என்ற துறைமுக நகரத்தில் நடைபெற்ற அகழாய்வுகள் மூலம் தமிழக வணிகர்கள் அங்கெல்லாம் சென்றுள்ளனர் என்பதற்கான சான்றுகள் கிடைத்துள்ளன. அகழாய்வில் கண்டெடுக்கப்பட்ட தமிழ்–பிராமி வரி வடிவத்தில் எழுதப்பட்ட மூன்று மண்பாண்டச் சில்லுகள்[42] தமிழ் வணிகர்களின் பெயர்களைக் கொண்டுள்ளன (படம்: 7.1–3). சாதன், கணன், பனை ஓரி[43] ஆகிய தமிழ்ப் பெயர்கள் எழுதப்பட்ட மண்பாண்டச் சில்லுகள் யாவும் தமிழகத்தில் உற்பத்தி செய்யப்பட்டு தமிழ் வணிகர்களின் பயன்பாட்டுக்குக் கொண்டு செல்லப்பட்டவை. ரொபர்ட்டொ தோமர் என்ற இங்கிலாந்து நாட்டுத் தொல்லியல் ஆய்வாளர் பனை ஓரி என்ற பெயர் படைத்த மண்பாண்டத்தை ஆராய்ந்து இப்பாண்டம் இந்தியாவில் செய்யப்பட்ட சேமிக்கும் கலம் என்று குறித்துள்ளார். எனவே இவ்வகையான சேமிக்கும் கலங்களை தமிழக வணிகர்கள் கடல் பயணங்களில் எடுத்துச் சென்றிருக்கலாம். இப்பகுதியில் உள்ள பெரணிகே என்ற மற்றொரு துறைமுக நகரில் எடுக்கப்பட்ட பொ.ஆ. 60–70 ஆண்டினதான மண்பாண்டச் சில் ஒன்றிலும் தமிழ்–பிராமி எழுத்து வடிவில் கொறபூமான் (படம்: 7.4) என்ற பெயர் உள்ளது.[44] இவரையும் வணிகராகக் கருதலாம். இவ்வாறு தமிழ் வணிகர்களின் பெயர்கள் செங்கடல் பகுதி துறைமுக நகரங்களில் தென்படுவதால் தமிழக வணிகர்களின் நடமாட்டம் இப்பகுதிகளில் இருந்துள்ளது நன்கு புலப்படும்.

5.பிற்சங்க காலம்

வணிக நடவடிக்கைகள் பிற்சங்க (சங்கம் மருவிய) காலத்திலும் இருந்துள்ளன. சிலப்பதிகாரம், மணிமேகலை என்ற இரண்டு நூல்களும் வணிகர்களின் செயல்பாடுகளை ஓரளவு குறிக்கின்றன. சிலப்பதிகாரத்தின் மூல நிகழ்வுகளை சாத்தன் என்ற தானிய வணிகரே (கூல வாணிகன்) எடுத்துரைக்கிறார்.[45] இவரே மணிமேகலையின் ஆசிரியராகக் கருதப்படுகிறார்.[46] சிலப்பதிகாரத்தின் முதன்மை நாயகனான கோவலன் புகார் நகரத்தின் பெரு வணிகரின் மகனாவான்.[47] இவரே முன்பிறவியிலும் சிங்கபுரம் என்ற ஊரில் சங்கமன்

என்ற பெயரில் வணிகராக இருந்துள்ளார் என்பதை மதுரை நகரத்தின் தேவியானவள் குறிக்கிறாள்.[48] அரட்டன் செட்டி என்றொரு வணிகரும் இவ்விலக்கியத்தில் சொல்லப்பட்டுள்ளார்.[49] தானியங்கள், துணிவகைகள் ஆகிய பொருள்களை விற்கும் அங்காடிகள் பலவும் இவ்விலக்கியத்தில் சொல்லப்பட்டுள்ளன.[50]

வணிகர்களைப் பற்றி மணிமேகலையும் பல சுவையான செய்திகளை அளிக்கிறது. கணிகையர் தொடர்பில் செல்வத்தை இழந்த சாதுவன என்ற வணிகன் மீண்டும் செல்வம் சேர்ப்பதற்காக வங்கம் என்ற கடல் வழி செல்லும் கப்பலில் பயணித்தபோது அவர் சென்ற கப்பல் அலைக்கழிக்கப்பட்டு மூழ்கியபோது சந்திராதித்தன் என்ற மற்றொரு வணிகர் அவரைக் காப்பாற்றியுள்ளார்.[51] பீலிவளை என்ற நாக நாட்டு இளவரசி, சோழ அரசன் வென்வேற் கிள்ளியின் மகனை அரசனிடம் ஒப்படைக்கும்படி கம்பளச் செட்டி என்ற வணிகரிடம் கொடுத்துள்ளாள்.[52] வஞ்சி நகரில் வணிகர்கள் பலர் கடைகளை ஏற்படுத்திக் கொண்டு பொருள்களை விற்பனை செய்துள்ளனர். இக்கடைகளில் இறைச்சி, மீன், உப்பு, கள், மற்றும் அன்றாடம் சமைத்த உணவுப் பொருள்களான பிட்டு, அப்பம் ஆகியவற்றையும் வணிகர்கள் விற்றுள்ளனர். பிற வணிகர்கள் வாசனைப்பொருள்கள், மண்பாண்டங்கள், வெண்கலப் பொருள்கள், பொன் ஆபரணங்கள் போன்ற விலையுயர்ந்த பொருள்களையும் விற்றுள்ளனர்.[53]

6.பல்லவர்கள் காலம்

பல்லவர்களின் கல்வெட்டுகளில் சிலவற்றில் வணிகர்களின் பெயர்களும் அவர்களின் செயல்பாடுகளும் காணப்படுகின்றன. மத்தவிலாசப் பிரஹஸனம் என்ற சமஸ்கிருத இலக்கியத்தில் தனதாசன் என்ற வணிகன் குறிப்பிடப் பெற்றுள்ளான். அவரது வணிகச் செயல்பாடுகளை அந்நூல் விவரிக்கவில்லை.

இக்காலகட்டத்தில் வணிக நடவடிக்கைகளை மீறி உள்ளூர் நிர்வாகத்திலும் சில வணிகர்கள் ஈடுபட்டுள்ளனர்.

நடுப்பட்டியில் உள்ள பொ.ஆ. 609 ஆம் ஆண்டைய கல்வெட்டு ஒன்றில் மீவெண்ணாட்டுப் பகுதியின் (தருமபுரி) கிப்பை என்ற ஊரின் நிர்வாக சபையின் உறுப்பினராகச் செயல்பட்ட கினங்கன் என்ற வணிகன் ஊரைப் பாதுக்க நடைபெற்ற போரில் இறந்துபட்டான். இச்சிறிய கல்வெட்டில் போருக்கான காரணங்களோ இதர செய்திகளோ தரப்படவில்லை.[54] பையனூரில் உள்ள பொ.ஆ. 798 ஆம் ஆண்டைய கல்வெட்டு மாமல்லபுரத்தைச் சேர்ந்த நாகன் என்ற வணிகன் பைய்யனூர் ஏரியைத் தூர் வாருவதற்காக 6400 காடி நெல்லை அவ்வூர் நிர்வாகிகளிடம் (கணம்) கொடுத்துள்ளதும்[55] இந்நெல்லிலிருந்து கிடைக்கும் வட்டியைக் கொண்டு தூர் வாரும் பணியைச் செய்ய அவ்வூர் நிருவாகம் ஒத்துக் கொண்டுள்ளதைக் குறிக்கிறது. இவ்வகையில் பாண்டியர் கல்வெட்டுகள் சிலவும் வணிகர்களைக் குறிக்கின்றன

இரண்டாம் நந்திவர்மனின் காலத்தில் (பொ.ஆ.864) காஞ்சிபுரத்தில் விடேல் விடுகு குதிரைச் சேரி என்ற பெயரில் சந்தை ஒன்று அரசனால் ஏற்படுத்தப்பட்டுள்ளது. இச்சேரியின் உண்மையான இயல்புகளை தற்பொழுது அறிய இயலாவிடினும் விடேல் விடுகு என்ற பல்லவர் பட்டப் பெயரால் இச்சேரி அழைக்கப்பட்டுள்ளதால் அரச நிருவாகத்திற்குட்பட்டது இச்சேரி என்று ஊகிக்கலாம். மேலும் குதிரைச் சேரி என்பதால் குதிரை வீரர்களின் வாழ்விடமாக இப்பகுதி இருந்துள்ளது எனக் கருதலாம். இங்கே கற்பூரம் முதல் செருப்பு வரையிலான பல பொருள்கள் விற்கப்படுவதற்கான உரிமை வழங்கப்பட்டுள்ளது. இங்கே சந்தை ஏற்படுத்துவதற்கு அனுத்திரப் பல்லவரையன் என்பான் விண்ணப்பித்து உரிமையை பெற்றான். காடுபட்டிகள் தமிழப் பேரரையன் என்னும் அதிகாரி இவ்வாணையைச் செயல்படுத்தியுள்ளார்.[56]

வணிகர்கள் தம் பொருள்களை விற்பதற்கு பல இடங்களுக்கு பயணமாகச் சென்றுள்ளனர். பல இடங்களில் இவ்வணிகர்கள் காணப்பட்டுள்ளனர். அங்கெல்லாம் இவர்களின் பணிபற்றிய செய்திகளை முழுமையாக அறிய

முடியவில்லை. கருப்பூரைச் சேர்ந்த வணிகர் ஒருவர் தஞ் சாவூரில் (பொ.ஆ. 872) காணப்பட்டுள்ளார்.[57] திருவாரூரைச் சேர்ந்த காடன் என்ற வணிகர் (பொ.ஆ. 896) தஞ்சாவூரில் காணப்பட்டுள்ளார்.[58] திருக்கோகர்ணத்தைச் சேர்ந்த நக்கஞ்செட்டி என்ற வணிகர் கோகர்ணத்துக் கோயிலில் விளக்கெரிக்க 15 கழஞ்சு பொன்னை கொடையாகக் கொடுத்துள்ளார்.[59] இவர் அரையன் என்ற சிறப்புப் பெயரைக் கொண்டுள்ளார். இவ் வகையில் இவரை கல்குறிச்சி பகுதியின் குறுநில மன்னராகக் கருதலாம். திருக்கோட்டியூர் கல்வெட்டு ஒன்று கண்டன் சங்கர நாராயணன் (பொ.ஆ. 900) என்ற வணிகன் கோயிலில் விளக்கெரிக்க 12 பசுக்கள், 50 ஆடுகள் கொடையாகத் தந்துள்ளதைக் குறிக்கும்.[60] இடவை ஊரைச் சேர்ந்த அய்யக் கூத்தன் என்ற வணிகன் அரை விளக்கு எரிக்க திருக்குற்றாலம் கோயிலுக்கு 3 எருமைகளை கொடையாக அளித்ததை குத்தாலம் கல்வெட்டு (பொ.ஆ. 900) ஒன்றின் மூலம் அறிகிறோம்.[61]

7.1. சோழர் காலம்

சோழர் காலக் கல்வெட்டுகள் பலவும் வணிகர்களைப் பற்றிய செய்திகளைத் தருகின்றன. பத்தாம் நூற்றாண்டின் முற்பகுதியில் கருநாடகத்தைச் சேர்ந்த புழலய செட்டி என்ற வணிகனின் செயல்பாடுகளைக் காண்கிறோம். இவர். பல நாடுகளுக்கு வணிக முறையில் சென்று நவரத்தின மணிகள், ஆபரணங்கள் ஆகியவற்றை விற்பனை செய்துள்ளார். பல பகுதிகளுக்கு வணிகமுறைப் பயணம் மேற்கொண்ட பின்னர் இறுதியில் தமிழகத்தில் தஞ்சாவூரில் குடியேறினார். திருச்சிராப்பள்ளிக்கு அருகில் உள்ள ஈசானமங்கலத்தில் (திருச்செந்துறை, திருச்சிராப்பள்ளி மாவட்டம்) கோயில் ஒன்றைக் கட்டினார்.[62]

இக்காலத் தமிழக வணிகர்களில் செட்டி வணிகர்கள் முக்கிய இடத்தை வகிக்கிறார்கள். இவர்கள் சில சமயத்தில் ஒரு குழுவாக இருந்து பணியாற்றியுள்ளனர்; மற்றவர்கள் தனித்த வணிகத்தில் ஈடுபட்டிருந்தனர். திருமால்பாடியை சேர்ந்த ஏகாம்பன் செட்டி என்ற வணிகர் ஒருவர் பொ.ஆ.

927 இல் கோயிலில் மணிகள் கட்டுவதற்கு கொடை அளித்துள்ளார்.⁶³ திருவிளக்குடியில், அரங்கன் கண்ணன் என்ற வணிகர் இருந்துள்ளார்.⁶⁴ தஞ்சாவூர் வெளிப்புறப் பகுதி குடியிருப்பில் நாராயணன் காமப்பை செட்டி என்ற வணிகர் வாழ்ந்துள்ளார்.⁶⁵ ரத்னகிரி ஊர் பல வணிகர்கள் வாழ்ந்த பகுதியாக அறியப்பட்டுள்ளது. இங்கே கொங்குப் பகுதியின் ராஜராஜபுரத்தின் வணிகர்கள் சிலர் குடியேறியுள்ளனர்.⁶⁶

வணிகர்களில் சிலர் மாயிலட்டி என்ற சிறப்புப் பெயரோடு வணிகம் செய்துள்ளனர். மாயிலட்டி என்ற சிறப்புப் பெயரை உத்திரமல்லூர், உய்யக்கொண்டான் திருமலை, அம்பாசமுத்திரம் ஆகிய ஊர் வணிகர்களும் பெற்றுள்ளனர்.⁶⁷ மலைநாட்டைச் சேர்ந்த வணிகர் ஒருவர் இச்சிறப்புப் பெயரை சூடிக்கொண்டுள்ளார். இவர் குதிரை வியாபாரியாகலாம்.⁶⁸

அருகமைந்த பகுதிகளிலும் வணிகர்களில் சிலர் செயல்பட்டுள்ளனர். இவர்களின் வணிகச் செயல்பாடுகளின் பரப்பு குறுகிய வட்டத்தில் இருந்துள்ளதாகக் குறிக்கலாம். காஞ்சிபுரத்தைச் சேர்ந்த வணிகர் ஒருவர் அருகிலுள்ள உத்திரமேரூரில் காணப்பட்டுள்ளார். மற்றொரு சமயத்தில் பாண்டிய நாட்டில் உள்ள கரவந்தபுரத்து வணிகர் ஒருவர் சமய முக்கியத்துவம் வாய்ந்த சுசீந்திரத்தில் காணப்பட்டுள்ளார்.⁶⁹ தஞ்சாவூரின் திரிபுவனமாதேவிப் பேரங்காடியின் வணிகர் ஒருவர் தஞ்சாவூருக்கு அருகேயுள்ள கோயில் தேவராயன் பேட்டையில் காணப்பட்டுள்ளார்.⁷⁰

வணிகத்தின் பொருட்டு பல நாட்டுப் பகுதிகளுக்கும் தொலைதூரப் பகுதிகளுக்கும் வணிகர்கள் சென்றுள்ளனர். தஞ்சாவூர்ப் புறம்படியில் இருந்த வாணியர் ஒருவர் மேல்சேவூரில் (தென் ஆற்காடு மாவட்டம்) காணப்பட்டுள்ளார்.⁷¹ பனிரெண்டு-பதின்மூன்றாம் நூற்றாண்டுகளில் வட கொங்குவில் உள்ள ராஜராஜபுரத்தைச் சேர்ந்த வணிகர்கள் பலர் சோழமண்டலத்தில் உள்ள ரத்னகிரியில் காணப்பட்டுள்ளனர்.⁷² நெல்லூர் (நெல்லூர் மாவட்டம், ஆந்திரப் பிரதேசம்) வணிகர் ஒருவர் காஞ்சிபுரத்தில் இருந்துள்ளார்.⁷³

சொந்தப் பகுதியை விட்டு வேற்றிடம் சென்ற வணிகர்களின் வணிகச் செயல்பாடுகளைப் பற்றிய விவரங்கள் ஏதும் இச்சான்றுகளில் குறிப்பிடப்படவில்லை. பயணமாக வெளியூர்களுக்குச் சென்ற இவ்வணிகர்கள் பலரும் அவ்வூர்க் கோயில்களுக்கு கொடை அளித்துள்ளனர். இதனால் இவ்வணிகர்கள் சமய நோக்கத்திற்காக வேற்றிடம் சென்றனர் என்று கருதலாம். சமய நோக்கமாக இருப்பினும் தொழில் முறையிலும் இவ்வணிகர்கள் செயல்பட்டிருக்கலாம் என ஒரு வகையில் ஊகிக்கலாம். வணிகம் சிறப்பாக நடைபெற்றதன் அடையாளமாகக்கூட கோயில்களுக்கு கொடை அளிக்கப்பட்டிருக்கலாம்.

7.2.குதிரைச் செட்டிகள்

இக்காலத் தமிழக வணிக நடவடிக்கைகளில் அருகமைந்த கேரளம், ஆந்திரா, கருநாடகப் பகுதி வணிகர்களும் பங்கேற்றுள்ளனர். கேரளப் பகுதி வணிகர்கள் பலர் தமிழகத்தில் செயல்பட்டுள்ளதை கல்வெட்டுகள் தெரிவிக்கின்றன. கேரளத்தின் பந்தலாயினி கொல்லம், (கோழிக்கோடு), கொடுங்கல்லூர், மற்றும் குறக்கேணிக் கொல்லம் ஆகிய மூன்று முக்கிய வணிக முனையங்களிலிருந்து பொ.ஆ. 9 ஆம் நூற்றாண்டளவில் தமிழகத்திற்கு வந்து வணிகத்தில் ஈடுபட்டனர்.[74] மலைமண்டலத்துக் (கேரளம்) குதிரைச் செட்டிகள் என்று பொதுவாக அழைக்கப்பட்ட இவர்கள் குதிரைகளை விற்பனை செய்தனர். அரேபியா, மற்றும் பெகு போன்ற மேற்கத்தியப் பகுதிகளில் இருந்து குதிரைகளை இறக்குமதி செய்து தமிழக மன்னர்களுக்கும் செல்வந்தர்கள் பலருக்கும் கோயில்களுக்கும் விற்றுள்ளனர்.[75] இவ்விற்பனைகள் ஏறக்குறைய 9 ஆம் நூற்றாண்டிலிருந்து காணப்படுகின்றன. சங்க காலத்திலேயே குதிரைகள் இறக்குமதி செய்யப்பட்டன என்றாலும் இவை பற்றிய விவரங்கள் 10 ஆம் நுற்றாண்டு கல்வெட்டுகளிலிருந்து தான் தெரியவருகின்றன. முற்கால வணிகர்களின் செயல்பாடுகளை அறிய சில குறிப்புகள் காணப்பட்டுள்ளன.[76]

கேரளாவிலிருந்து குதிரைச் செட்டிகள் தமிழகத்திற்கு வருகை புரிந்துள்ளதைப் பற்றி 13 ஆம் நூற்றாண்டுக்

கல்வெட்டுகள் பலவும் சான்று பகர்கின்றன. குதிரைச் செட்டிகள் என்று அழைக்கப்பட்ட இவர்கள் கேரளத்தின் பாலக்காடு மாவட்டத்தின் குளமுக்கு, ஒருதலைப்பள்ளி போன்ற ஊர்களில் இருந்து வந்துள்ளனர்.[77] இவ்வணிகர்கள் சாத்து என்று குறிக்கப்படும் ஒரு கூட்டமாக இருந்து குதிரைகளை விற்றுள்ளனர். இவற்றில் வீரராஜேந்திரதேவ மங்கலச் சாத்துவைச் சேர்ந்த வணிகக் குழுவினர்[78] பொ.ஆ. 1125ல் திருவாரூருக்கு வந்துள்ளனர். இக்குதிரைச் செட்டிகள் சோழ நாட்டுக்கு பல தடவை வந்துள்ளனர். குளமுக்கைச் சேர்ந்த கொண்டநம்பிச் செட்டி 1241இல் ஸ்ரீரங்கம் கோயிலுக்கு வந்துள்ளார். பின்னர் பத்தாண்டுகள் கழித்து 1252இல் மீண்டும் ஸ்ரீரங்கத்திற்கு வந்துள்ளார். இக்குதிரைச் செட்டிகள் தமிழகத்தின் கோயில்கள் பலவற்றுக்கும் சென்று கொடை அளித்துள்ளனர். இக்கொடைகள் சிதம்பரம் (தென் ஆற்காடு மாவட்டம்), ஸ்ரீரங்கம் (திருச்சிராப்பள்ளி மாவட்டம்), பேரையூர் (புதுக்கோட்டை மாவட்டம்), திருவிராமேசுரம் (தஞ்சாவூர் மாவட்டம்), மாறமங்கலம் (திருநெல்வேலி மாவட்டம்) ஆகிய ஊர்க் கோயில்களுக்கு அளிக்கப்பட்டன.[79] இக்கொடைகள் இவ்வணிகர்களின் தொழில் நன்கு முடிவுற்ற பின்னர் நன்றிக் கடனாக கோயில்களுக்கு கொடை அளித்திருக்கலாம். பதிநான்காம் நூற்றாண்டில் மார்கோ போலோ மற்றும் வசாப் ஆகியோர் தமிழகத்தில் நடைபெற்ற குதிரை வணிகம் பற்றி விரிவான செய்திகளை அளித்துள்ளனர்.

8.1.போக்குவரத்து சாதனங்கள்

பெருவழிகளும் நெடுஞ்சாலைகளும் வணிகப் பொருள்கள் போக்குவரத்துக்கும் மக்கள் நடமாட்டத்திற்கும் இன்றியமையாதவை. உற்பத்தி முனையங்களுக்கும் வணிகச் சந்தைகளுக்கும் இணைப்புப் பாலமாக நெடுஞ்சாலைகள் இருந்துள்ளன. இவ்வகையான இணைப்பு வழிகள் இல்லையென்றால் வணிகம் சிறப்பாக நடைபெற இயலாது. இக்காலகட்டத்தில் செயல்பாட்டில் இருந்த நெடுஞ்சாலைகள், பெருவழிகளைப் பற்றிய தகவல்கள் மிக அருகியே உள்ளன.

இவ்வாறே நீர்வழிகளைக் கடந்து செல்லும் போக்குவரவுச் சாதனங்களைப் பற்றிய சான்றுகளும் மிகக்குறைவே. உள்நாட்டு நீர்வழிகளைக் கடக்கும் சாதனங்களும், கடல் வழிச் செல்லும் மரக்கலன்களும் மிகத் தொன்மைக்கால முதல் பயன்பாட்டில் இருந்துள்ளன. எனினும் அவை பற்றிய தகவல்களும் மிகக் குறைவாகவே காணப்பட்டுள்ளன.

8.2.நெடுஞ்சாலைகள்

தொல் பழங்காலத்திலேயே பெருவழிகளை மக்கள் உருவாக்கி பயன்படுத்தியுள்ளனர். பழந்தமிழகத்தில் சங்க கால முதல் பெருவழிகள் பல பயன்பாட்டில் இருந்துள்ளன. இந்தியத் துணைக்கண்டத்தின் வடபகுதிகளிலிருந்து தென்பகுதிகளைச் சென்றடைவதற்கான நீண்ட நெடிய பெருவழிகள் அக்காலத்தில் இருந்துள்ளன. பழந்தமிழகப் பகுதிகளிலிருந்து வெளி மாநிலப் பகுதிகளுக்குச் செல்லும் பெருவழிகளில் ஆந்திரப் பகுதிக்குச் செல்லும் பெருவழியான வடுக வழி மற்றும் ஆந்திரபதா என்ற சாலைகளை முக்கியம் வாய்ந்தவைகளாகக் கருதலாம். இப்பெருவழிகள் மிகத் தொன்மையான வழிகளாக இருந்தபோதிலும் பொ.ஆ. 793 இல் தான் வடுக வழி முதன்முதலாகக் குறிக்கப்பட்டுள்ளது.[80] இப்பெருவழியின் போக்கு, அமைப்பு பற்றி சான்றுகள் சரியாகக் குறிப்பிடவில்லை என்ற போதிலும் ஆந்திரா மற்றும் அதன் வடக்குப் பகுதிகளை இப்பெருவழி இணைத்துள்ளதாகக் கருதலாம்.

இவ்வாறே தமிழகத்திலிருந்து கேரளப்பகுதிக்குச் செல்லும் பெருவழி பாலக்காட்டுக் கணவாய் வழியாக அமைந்துள்ளது. ராஜகேசரிப் பெருவழி எனப்பட்ட இச் சாலை சோழ அரசன் முதலாம் ஆதித்யன் காலத்திற்கு முன்பே பயன்பாட்டில் இருந்திருக்கவேண்டும். கோயமுத்தூருக்கு அணித்தே உள்ள சுண்டக்காமுத்தூரில் இச்சாலையின் சிதைவுகளைக் கண்டுபிடித்துள்ளனர்.[81] மேற்குக் கடற்கரை நகரங்கள், துறைமுகங்கள் ஆகியவற்றோடு பேரூர், கரூர் வழியாக புகார் போன்ற கீழைக் கடல் நகரங்களையும் துறைமுகங்களையும் பாலக்காட்டுக் கணவாய் வழியாக இப்பெருவழி இணைத்தது.

உள்ளூர்ப் பெருவழிகள் பலவும் அக்காலத்தில் செயல்பாட்டில் இருந்துள்ளன. அவற்றுள் தஞ்சாவூரை இணைக்கும் தஞ்சைப் பெருவழி, காரைக்கால் வழியாகச் செல்லும் காரைக்காற் பெருவழி, கொங்கு நாட்டுப் பகுதிகளை இணைக்கும் கொங்கப் பெருவழி[82] (பொ.ஆ.925), மதுரைப் பெருவழி[83] (பொ.ஆ.993) ஆகியவற்றைக் குறிக்கலாம். கொங்குப் பகுதியில்[84] தருமபுரியை நாவற்தாவளம் என்ற வணிகச் சரக்ககத்தோடு இணைக்கும் பெருவழியாக அதியமான் பெருவழி இருந்துள்ளது. வீரநாராயணப் பெருவழி மேலைக் கொங்கு நாட்டுப் பகுதிகளை திண்டுக்கல், மதுரை நகரங்களோடு இணைக்கும் பெருவழியாகும். இவை தவிர சோழமாதேவிப் பெருவழி, கொழுமம் வழி, கொங்கு குலவல்லி வழி ஆகிய பெருவழிகளும் வணிகர்களின் பயன்பாட்டில் கொங்கு நாட்டில் இருந்துள்ளன.[85]

ஆரகளூரையும் காஞ்சிபுரத்தையும் இணைக்கும் பெருவழியாக மாகதேசன் பெருவழி இருந்துள்ளது. திருவடியில் இராஜராஜன் பெருவழியும்[86] (பொ.ஆ. 1082) திருவேந்திபுரத்தில் அவநிஆளப்பிறந்தான் பெருவழியும்[87] அமைந்திருந்தன. கன்னியாகுமரியில் பொ.ஆ. 1167இல் ஒரு பெருவழி பயன்பாட்டில் இருந்துள்ளது.[88]

திருக்குறுக்குடி (பொ. கா.772), தளபதி சமுத்திரம் (பொ.ஆ.1124) ஆகிய ஊர்களில் இருந்த பெருவழிகள் உள்ளூர்ப் பகுதிகளில் செயல்பட்டன.[89] திருவொற்றியூரில் அமைந்த சத்திரப் பெருவழி ஒன்றை பொ.ஆ.888ஆம் ஆண்டைய கல்வெட்டு ஒன்று குறிக்கிறது.[90] மேலைப்பெருவழி ஒன்று உக்கல் பகுதியில் பொ.ஆ.1014இல் செயல்பட்டுள்ளது.[91]

அதியமான் பெருவழியில் சாலைக் கற்கள் அமைக்கப்பட்டு இரு ஊர்களுக்கான இடைதூரமும் குறிக்கப்பட்டுள்ளது. இதே போல தருமபுரிக்கு அணித்தேயுள்ள பாபிநாயக்கனஹள்ளியிலும் மாட்டலாம்பட்டியிலும் உள்ள சாலைக்கற்களில் இடைதூரம் குறிக்கப்பட்டுள்ளது.[92]

நெடுஞ்சாலைகளில் வணிகர்களும் பொது மக்களும் செல்லும்போது பல இன்னல்களைச் சந்திக்கவேண்டியுள்ளது.

இவ்வகை இன்னல்களைப் பற்றி 13 ஆம் நூற்றண்டுக் கல்வெட்டு ஒன்று விவரிக்கிறது.[93] தனபாலன் என்ற மிளகு வணிகன் காஞ்சிபுரத்திற்குச் செல்லும் வழியில் விரிஞ்சிபுரத்தில் தங்க நேர்ந்துள்ளது. காஞ்சிபுரம் வரை எவ்வித இன்னலும் இல்லாமலும் தனக்கு நேரப்போகும் ஆபத்திலிருந்தும் காப்பாற்றினால் விரிஞ்சிபுரம் கோயில் தெய்வத்திற்கு தகுந்த கொடை அளிப்பதாக வேண்டிக் கொண்டான். காஞ்சிபுரத்தினை அடைந்த பின்னர் வேண்டுதலை மறந்துவிட்டான். இதனால் அவன் கொண்டு சென்ற மிளகு எல்லாம் உளுந்தாக மாறியது. வேண்டுதலை நிறைவேற்றிய பின்னர் மீண்டும் மிளகாக மாறியது. இக்கல்வெட்டு மூலம் 13ஆம் நூற்றாண்டில் சரக்குப் போக்குவரத்தில் வணிகர்களுக்கு ஏற்படும் இன்னல்களை அறிய முடிகிறது.

8.3. நீர்வழிகள்

தமிழகத்தில் ஆறுகளும் சிற்றாறுகள் பலவும் உள்ளபோதிலும் அவற்றில் பல இடங்களில் படகு போன்ற நீர்வழிச் செல்லும் சாதனங்களைப் பயன்படுத்த முடியாது. இருப்பினும் சில இடங்களில் ஆறுகளைக் கடக்கவும் சரக்குகளை ஏற்றி செல்லவும் படகுகள் போன்ற நீர்வழிச் சாதனங்களை தொல்பழங்கால முதல் மக்கள் பயன்படுத்தியுள்ளனர்.

சங்க இலக்கியங்கள் படகு, தெப்பம், ஓடம், தோணி, பரிசல், கலம், போன்ற நீர்வழிக் கலங்களைச் சுட்டுகின்றன. வங்கம் என்ற மரக்கலம் கடலில் செலுத்துவதற்குத் தகுதியானது.

பழந்தமிழக வணிகர்களும், மத்திய தரைக்கடல் நாடுகளின் கடலோடிகளும் மரக்கலங்களில் கடல்கடந்து சென்று வணிக நடவடிக்கைகளை மேற்கொண்டுள்ளனர். தக்காணத்தை ஆண்ட சாதவாகனர்களின் காசுகளிலும் பல்லவர் காசுகளிலும் பாய்மரங்கள் உள்ள மரக்கலங்களைப் பொறித்துள்ளனர். இவர்கள் சிறந்த கடலோடிகள் என்பதையே இப்பொறிப்புகள் காட்டுகின்றன. பின்னர்

பாண்டியர், சோழர் ஆட்சிக் காலங்களிலும் மரக்கலங்கள் கடலில் செல்லப் பயன்படுத்தப்பட்டுள்ளன.

மரக்கலங்கள் கடலில் செல்லும் போது புயல் மற்றும் பெருங்காற்றால் அலைக்கழிக்கப்பட்டு கவிழ்தலும் உண்டு. இவ்வகையான இடர்ப்பாடுகளால் அலைக்கழிக்கப்பட்ட நிகழ்வுகள் சிலவற்றை சிலப்பதிகாரமும் மணிமேகலையும் குறிப்பிடுகின்றன. சில சமயங்களில் கடல் கொள்ளையர்களும் வணிகக் கலங்களைக் கொள்ளையிட்டுள்ளனர். பிற்காலங்களிலும் இவ்வகை இடர்ப்பாடுகளைச் சில கல்வெட்டுகள் குறிக்கின்றன.

கடல் வழி செல்லும் மரக்கலங்கள் துறைமுகங்களில் சரக்குகளை இறக்கி உள் நாட்டுச் சந்தைகளில் பொருள்களை விற்பனை செய்தனர். இவ்வகையில் பழந்தமிழகத்தில் துறைமுகங்கள் பல தோற்றுவிக்கப்பட்டன. அரிக்கமேடு, காவிரிப்பூம் பட்டினம், கொற்கை, அழகன் குளம் போன்ற துறைமுகங்கள் சிறப்பாகச் செயல்பட்டுள்ளன. துறைமுகங்களில் கலங்கரை விளக்கங்களும் அமைக்கப்பட்டுள்ளன. இதனால் இரவு நேரங்களில் கரைப்பகுதி நகரங்களை எளிதில் அடையாளம் காணமுடியும்.

உள்ளூரில் வணிகச் சரக்குகள் எடுத்துச் செல்வதற்கு தெப்பம், படகு, தோணி போன்ற சிறியவகைக் கலங்கள் பயன்படுத்தப்பட்டுள்ளன. இவ்வாறு ஆற்றுப்பகுதிகளைக் கடக்கும் இடங்கள் துறை என்று அழைக்கப்பட்டுள்ளன. இங்கெல்லாம் படகுகளைக் கட்டுவதற்கு மரமுளைகளை நட்டுவைத்துள்ளனர். இவ்வாறான படகு கட்டும் துறைகள் ஆற்றங்கரை ஊர்கள் பலவற்றிலும் உள்ளன.

சான்று நூல்கள்

1. புறநானூறு, பா.264.
2. புறநானூறு, பா.59; அகநானூறு, பா. 54, 134, 229, 306, 320.
3. புறநானூறு, பா.329; அகநானூறு, பா. 56, 124, 230, 254, 272, 302.

4. அகநானூறு, பா. *58, 298, 328*
5. அகநானூறு, பா.*159.*
6. புறநானூறு, பா.*27–29, 30, 325*; அகநானூறு, பா.*13, 224.*
7. ஆவணம், தொகு.*19 (2008),* ப. *195.*
8. Iravatham Mahadevan, *Early Tamil Epigraphy (ETE.),* 2014, no. 36, ப. 427.
9. *ETE.,* 39, ப. 433.
10. *ETE.,* 42, ப. 439.
11. *ETE.,* 43, ப. 441.
12. *ETE.,* 46, ப. 447.
13. *ETE.,* 69, ப. 495.
14. *ETE.,* 70, ப. 497.
15. *ETE.,* 49, ப. 453; *ETE.,* 52, ப. 459.
16. *ETE.,* 3, ப. 361.
17. *ETE.,* 6, ப. 367.
18. ஆவணம், தொகு. *19*, எண். *61*, ப. *199.*
19. பட்டினப்பாலை, வரி. *185–92; 216–18.*
20. மதுரைக்காஞ்சி, வ. *424–30, 500–06, 513–515, 536–44;* அகநானூறு, பா.*301;* பட்டினப்பாலை, வ. *198.*
21. மலைபடுகடாம், வ. *413;* பதிற்றுப்பத்து, வ. *13–21.*
22. பட்டினப்பாலை, வ. *198.*
23. அகநானூறு, பா. *181.*
24. குறுந்தொகை, பா.*117.*
25. ஐங்குறுநூறு, பா.*195.*
26. பெரும்பாணாற்றுப்படை, வ. *46–65.*
27. பட்டினப்பாலை, வ. *206–12.*
28. பெரும்பாணாற்றுப்படை, வ. *68–75.*
29. *Journal of Epigraphical Society of India,* vol. 22, 1996, ப.100-103; Noboru Karashima (ed.), *Ancient and Medieval Commercial Activity in the Indian Ocean: Testimony of Inscriptions and Ceramic&sherds,* 2002, ப.10.
30. *Tamil Lexicon,* தொ. IV, பக். 2461, see *பத்தர்* 2 (=A caste title of goldsmiths); *பத்தர்3* (=merchants).

31. ஆவணம், தொகு. *17, 2006,* ப.*12–13.*
32. *SSIC.,* Vol., *4, 1994,* பக்..*97–8.*
33. R.Nagaswamy, *Tamil Coins-A Study, 1981,* ப.*34,* படம், *33,34;* இரா. கிருஷ்ணமூர்த்தி, *சங்ககாலச் சோழர் நாணயங்கள், 1986,* படம், *1–9.*
34. எஸ்.பத்மநாதன், *இலங்கைத் தமிழர் சாசனங்கள், 2006,* பக். xxx.
35. S.Paranavithana, *Inscriptions of Ceylon: Early Brahmi Inscriptions,* 1970, Nos. 94, 860, 792.
36. *JNSI.,* vol.66, 2004, ப.36&42.
37. P.E.Pieris, Nagadipa II (coins), *Journal of the Royal Asiatic Society* (Colombo Branch), 1919, ப. 73.
38. P.Pushparatnam, *Ancient Coins of Sri Lankan Tamil Rulers,* 2002; ஆவணம், தொகு. *9, 1998,* ப.*114;* செ. கிருஷ்ணராசா, 'யாழ்பாணக் குட நாட்டில் கிடைத்த நாணயங்கள்', *சிந்தனை,* தொகு. *1–3, 1983,* ப. *70–84.*
39. R.Krishnamurthy and Senarath Wickramasinghe, *A Catalogue of the Sangam Age Pandya and Chola Coins in the National Museum, Colombo,* 2005.
40. Osmund Bopearachchi, 'Ancient Sri Lankan and Tamil Nadu: Maritime Trade', in *South Indian Horizons (F. Gros Felicitation Volume),* eds. Jean Luc Chevillard and Eva Wilden, 2004, pp.539&551; Iravatham Mahadevan, 'Ancient Tamil Coins from Sri Lanka', in *Journal of the Institute of Asian Studies,* vol. xvii-2, 2000, ப. 147-156.
41. S.E.Sidebotham, 'Ports of the Red Sea and Arab&India Trade', in *Rome and India: The Ancient Trade,* Vimala Begley and R.D. De Puma, eds., 1991, p.30.
42. *ETE.,* p. 49.
43. *The Hindu* (Chennai edition), dated 21-11-07.
44. *ETE.,* ப. 49.
45. *சிலப்பதிகாரம், பதிகம், வ. 89.*
46. *மணிமேகலை, பதிகம், வ. 96.*
47. *சிலப்பதிகாரம், பதிகம், வ. 12–14.*

48. சிலப்பதிகாரம், பகு.23, வ. 149–160.
49. சிலப்பதிகாரம், பகு. 30, வ. 49, 129.
50. சிலப்பதிகாரம், பகு. 14, வ. 200–211.
51. மணிமேகலை பகு. 16, வ. 4–14; 40–41; 124–125.
52. மணிமேகலை, பகு. 25: வ. 178–190; தொகு. 29: வ. 3–10.
53. மணிமேகலை, தொகு. 28: வ. 30–55.
54. தருமபுரி கல்வெட்டுகள், தொகு. 1, எண். 1972/21, ப.82.
55. *SII.,* 12, 34.
56. *Madras Christian College Magazine,* vol. 8, ப. 98-104; T.V.Mahalingam, *Inscriptions of the Pallavas,* no. 135, ப. 404-5.
57. *SII.,* 13, 18.
58. *SII.,* 5, 546.
59. *SII.,* 14, 25.
60. *SII.,* 14, 49.
61. *SII.,* 14, 57.
62. *SII.,* 8, 633, 634, 636.
63. *SII.,* 5, 654.
64. *SII.,* 13, 346.
65. *SII.,* 2, 89.
66. *SII.,* 34, 155, 179, 182.
67. *SII.,* 3, 170,171; 13, 241; *ARE.,* 1962, 432.
68. *SII.,* 3, 228.
69. *SII.,* 3, 170,171; *EI.* 5, 6b.
70. *SII.,* 19, 24.
71. *SII.,* 17, 232.
72. *SII.,* 34, 155, 179, 182.
73. *ARE.,* 1919, 396.
74. *SII.,* 36, 260.
75. K.A. Nilakanta Sastri, *The Cōḷas,* reprinted, 2000, ப.607.
76. *ARE.,* 1911, 146, 147.
77. P. Jayakumar, 'Horse Traders of Malaimandalam in Chola country', *Sri Puspanjali,* ed., K.V. Ramesh, 2004, ப. 256-259.

78. *SII.,* 17,161
79. *SII.,* 8, 454; *ARE.,* 1911, 146; 1936,15; 1937, 77; 1939, 185.
80. *SII.,* 3,42.
81. *ARE.,* 1977, 214.
82. *ARE.,* 1911, 201.
83. *SII.,* 13, 182.
84. *ARE.,* 1969, 169.
85. தி.ஸ்ரீ.ஸ்ரீதர், பதி., கோயம்புத்தூர் மாவட்ட தொல்லியல் கையேடு, *2005,* ப. *17.*
86. *SII.,* 8, 319.
87. *ARE.,* 1944, 105.
88. *TAS.,* 1, p.169.
89. *SII.,* 14, 19, 206.
90. *SII.,* 12, 105
91. *SII.,* 3, 4.
92. *ARE.,* 1969, 169.
93. *ARE.,* 1940, 193.

8. இடைக்காலத் தமிழகத்தில் சந்தைகள்

1.சந்தை முறை

பொருள்களை விற்பனை செய்யும் விற்பனையாளர் மற்றும் வாங்குவேர் எனப்பட்ட பயனாளிகள் ஆகிய இருவருக்கும் இடையே பொருள் பரிமாற்றம் நடைபெறும் இடமே கடை என்று பொதுவாக அழைக்கப்படும் அங்காடி ஆகும். இவ்வகையான பல கடைகளின் தொகுப்பு அங்காடி வீதி அல்லது கடைத்தெரு என்று அழைக்கப்பட்டாலும் பொதுவாக இவற்றைச் சந்தை என்ற சிறப்பான சொல்லால் குறிக்கலாம். ஒரு நாட்டின் அல்லது ஒரு பகுதியின் பொருளாதார வளர்ச்சியில் இவ்வகையான பண்டப் பரிமாற்றம் நடைபெறும் அங்காடிகள் மற்றும் சந்தைகள் சிறப்பிடம் வகிக்கின்றன.

பழந்தமிழகத்தில் சந்தை முறை தொல்பழங்காலத்திலேயே தோன்றியிருக்கலாம். தொலைதூர வாணிகம் பெருங்கற்காலம் மற்றும் வரலாற்று ஆரம்ப கால கட்டங்களில் வெகுவாக செயல் பட்டுள்ளது. தென்னிந்தியாவிலிருந்து இந்தியத் துணைக்கண்டம் முழுவதிலும் உள்ள ஊர்களுக்கு சரக்குகள் எடுத்துச் செல்லப்பட்டிருக்கலாம். மேலும் கிழக்கு மற்றும் மேற்கு கடல்களைக் கடந்து வேற்று நாடுகளுக்கும்

சரக்குகள் சென்றுள்ளன. இவ்வகையில் தமிழகத்தின் ஆரம்ப வரலாற்றுக் காலம், சங்க காலங்களில் சந்தைப் பொருளாதாரம் செயல்பட்டுள்ளது எனக் கருதலாம்.

பழந்தமிழகத்தில் நடைமுறையில் இருந்த வணிக முறையின் தோற்றத்தை சில ஆய்வாளர்கள் கணித்துள்ளனர். வியாபாரம், வணிக நடவடிக்கைகளை மேற்கொள்ளுவதற்கான முக்கிய பொருளான உப்பு உற்பத்தி செய்யப்பட்டு விற்கப்பட்டுள்ளதைக் கருதி பி.டி. சீனிவாச அய்யங்கார் (1924) நெய்தல் நிலப்பகுதியில் (திணை) வணிகம் தோன்றிது என்று கருதினார்.[1] வணிகப் பொருளியலை ஊக்குவிக்கும் பல களன்களை நெய்தல் நிலப்பகுதி பெற்றுள்ள போதிலும் இம்மாதிரியான பொருளியல் நடவடிக்கைகள் பிற பகுதிகளிலும் செயல்படுவதற்கான தன்மைகள் உள்ளன. மக்களின் முக்கிய தேவையாக நெல் போன்ற தானியங்கள் இருந்துள்ளன என்பதால் அவரது கருத்து ஏற்கத்தக்கதல்ல என்று கே.கே. பிள்ளை மறுத்துள்ளார்.[2] மருதத் திணைப் பகுதிகளில் வேளாண் பொருள்கள் உற்பத்தி செய்யப்பட்டபோதும் கருவிகள் முதற்கொண்டு கூலிப் பணியாட்களின் தேவையும் இருந்துள்ளது. கால்நடை வளர்ப்பு போன்ற பிற தொழில் செய்த பகுதிகளிலும், கருவிகள் உற்பத்தி செய்த இடங்களிலும், வணிகப் பொருள்கள், கருவிகள், இவை சார்ந்த பொருள் உற்பத்தியான இடங்களிலும் வணிகமுறைப் பண்டமாற்றம் நடைபெற வாய்ப்புகள் இருந்துள்ளன.

இருப்பினும் வணிகப் பொருள்கள் விற்பனை முறைக்கு முன்பாக ஆரம்ப வணிக நடவடிக்கையான கொடைப் பரிமாற்றம் பழந்தமிழகத்தில் இருந்துள்ளதாகச் சில ஆய்வாளர்கள் கருதுகின்றனர். வணிக நடவடிக்கைகளின் முன்னேறாத பழைய முறையான கொடைப் பரிமாற்றம் சங்க காலத்தில் நிகழ்ந்துள்ளது என்றும் பின்னர் வணிக நோக்கில் பண்டத்துக்கு பண்டம் என்ற வகையில் உண்மையான பண்டமாற்று முறையாக மாறியது என்றும் சிங்காரவேலு (1966) கருதுகிறார்.[3] மேலும் ஆரம்ப நிலைக் கொடைப் பரிமாற்றத்தோடு வணிகப்

பொருள்கள் பரிமாற்றமும் நடைபெறுவதற்கான சூழல்கள் பலவிடத்திலும் இருந்துள்ளன. கொடைப் பரிமாற்றம் என்ற ஒரு வகையான முறை தொல்பழங்காலத்தில் வழக்கில் இருந்துள்ளதென்றாலும் அவ்வகைப் பரிமாற்றத்தோடு வணிக முறைப் பண்டமாற்றங்களும் நடைமுறையில் இருந்துள்ளன. ஆரம்ப வரலாறு, சங்க காலங்களிலும் கொடைப் பரிமாற்றத்தோடு முறையான வணிக முறைப் பண்டமாற்றங்களும் நிகழ்ந்துள்ளதை அக்கால இலக்கியங்கள் காட்டுகின்றன.

2. முன் ஆய்வுகள்

தமிழகத்தின் இடைக்காலச் சந்தைப் பொருளாதாரத்தைப் பற்றிய ஆய்வுகள் மிகச் சிலவே. வணிகம், வணிகச் சரக்குகள் மற்றும் பல்வேறு வணிகப் பொருள்களின் உற்பத்தி போன்ற பொருளியல் நடவடிக்கைகளைப் பல ஆய்வாளர்கள் ஆய்ந்துள்ளனர். இவ்வாய்வுகளை முதலில் கே.வி. சுப்பிரமணிய அய்யர், போன்றோர் துவக்கி வைத்தனர். பின்னர் கே.ஏ. நீலகண்டசாஸ்திரி, ஏ.அப்பாதுரை போன்றோர் ஆய்வுகளை மேற்கொண்டனர். கென்னத் ஆர். ஹால், ஆர். திருமலை, ஆர். சம்பகலக்குமி, போன்றோர் வணிகச் செயல்பாடுகளையும், சந்தைப் பொருளாதாரம், வணிகப்பொருள்களின் விலை முறை போன்றவற்றையும் விவரித்துள்ளனர். மீரா ஆபிரகாம், கராஷிமா போன்றோர் தென்னாட்டு வணிகக் குழுக்களின் செயல்பாடுகளை விவரித்துள்ளனர்.

தமிழகத் தொன்மையான இலக்கியங்களில் காணப்படும் தொழில்கள் போன்றவற்றை விவரித்து பொருளியல் நடவடிக்கைகள் மற்றும் சந்தைப் பொருளாதாரம் ஆகியவற்றை கே.கே.பிள்ளை, வி.வி. சசிவல்லி, பொ. அழகு கிருஷ்ணன், மற்றும் சிலர் ஆய்ந்துள்ளனர். மு.சண்முகம் பிள்ளை, சங்கத் தமிழர் வாழ்வியலின் ஒரு கூறாக தொழில்கள், தொழிலாளர்களைப் பற்றியும் விவரித்துள்ளார்.

பல்லவர், சோழர், பாண்டியர் ஆட்சிக்காலங்களில் தமிழகத்தின் பல பகுதிகளில் அங்காடிகள் சிறப்பாகச்

செயல்பட்டுள்ளன. கல்வெட்டுகள் வாணிகர்கள் பலரைப் பற்றியும், உற்பத்தி செய்யப்பட்ட சரக்குகள், சந்தைப்படுத்தப்பட்ட பொருள்கள், சந்தை முனையங்கள் மற்றும் வணிகர்களின் போக்குவரத்து போன்ற செய்திகளைத் தருகின்றன. விசயநகர மன்னர்களின் ஆட்சிக் காலங்களில்[4] வணிகச் சந்தைகள் எண்ணிக்கையில் பெருகின. பலவிதமான சரக்குகள் கொண்டுவரப்பட்டு விலை பேசப்பட்டன. இவ்வகையான சந்தைகள் சில அரசர்களால் ஏற்படுத்தப்பட்டு அவர்களின் கட்டுப்பாட்டிலும் நேரடிக் கண்காணிப்பிலும் இருந்துள்ளன. இவ்வணிகச் சந்தைகள் பற்றிய ஆய்வுகள் மூலம் உள்ளூர் கைவினைத் தொழில், வாணிகம், சாலைப் போக்குவரத்து போன்ற பலதிறப்பட்ட பொருளாதார வளர்ச்சி நிலைகளை அறியலாம். இவ்வகையில் பொருளாதாரத் தன்மைகளை சிலர் ஆய்வு செய்திருப்பினும் சந்தைப் பொருளாதாரத்தின் தன்மை, செயல்பாடுகள், வளர்ச்சி ஆகியன பற்றிய தெளிவான ஆய்வுகள் மிகச் சிலவே.

3. சான்றுகள்

சங்க காலச் சந்தைகளைப் பற்றிய சில செய்திகள் சங்க இலக்கியங்களான பத்துப்பாட்டு, எட்டுத்தொகை, தொல்காப்பியம் ஆகிய நூல்களில் உள்ளன. பிற்சங்க காலம் மற்றும் பிற்கால வணிகம், சந்தைப் பொருளாதார ஆய்வுகளுக்கு அடிப்படையாக உள்ளவை கல்வெட்டுகளே. இந்திய அரசின் தொல்பொருளாய்வுத் துறையின் கல்வெட்டுப் பிரிவினரால் நூறு ஆண்டுகளுக்கு மேலாக தமிழ் மொழிக் கல்வெட்டுகள் சேகரிக்கப்பட்டுள்ளன. பழம் கல்வெட்டுகளின் முழுமையான வாசகங்கள் பல தொகுப்புகளில் வெளியிடப்பட்டுள்ளன. இந்தியாவின் பிற பகுதிகளிலும், அயல் நாடுகளிலும் காணப்பட்ட வேற்று மொழிக் கல்வெட்டுகளையும் முக்கிய சான்றுகளாகக் கருதலாம். தமிழ்நாடு அரசின் தொல்பொருள் ஆய்வுத்துறையும் பல்கலைக் கழகங்களும், பிற நிறுவனங்களும் கூட கல்வெட்டுகளை வெளியிட்டுள்ளன. இவ்வாறு கண்டுபிடிக்கப்பட்டு வெளிக்கொணரப்பட்ட கல்வெட்டுகளில் பல்லவர், சோழர், பாண்டியர் மற்றும் விசயநகர ஆட்சிக் காலங்களில் நிலவிய சந்தை பற்றிய

குறிப்புகள் உள்ள கல்வெட்டுகள் மிகச் சிலவே. ஆயினும் சில கல்வெட்டுகள் விதிவிலக்காக சந்தைச் சரக்குகள், போக்குவரத்துச் சாதனங்கள் போன்ற முக்கிய தகவல்களை அளிக்கின்றன.

4.பழங் காலச் சந்தைகள்

சங்க காலத் (பொ.ஆ.மு. 3 முதல் பொ.ஆ. 3 நூற்றாண்டுகள்) தமிழகத்தில் வணிகச் செயல்பாடுகளின் ஒரு பகுதி ஆங்காங்கே நிறுவப்பட்ட சந்தைகள் வாயிலாக நடைபெற்றது. அங்காடி என்று அழைக்கப்பட்ட சந்தைகள் பற்றிய சில செய்திகளை அகநானூறு, மதுரைக் காஞ்சி ஆகிய நூல்கள் குறிப்பிடுகின்றன.[5] நாளங்காடி, அல்லங்காடி என்று இரண்டு சந்தைகளை மதுரைக் காஞ்சி[6] குறிக்கிறது. இவற்றுள் நாளங்காடி என்பது பகல் பொழுது சந்தையாகும்; அல்லங்காடி என்பது மாலை அல்லது இரவு நேரச் சந்தையாகும். இங்குள்ள கடைகளில் வணிகர்கள் துணி வகைகள், மலர்கள், வாசனைப் பொருள்கள், பொன், முத்து மற்றும் நவமணிகள், செம்பு, செம்பு பொருள்கள் போன்றவற்றை விற்றுள்ளனர். வணிகர்கள் நெல், உப்பு, மீன், இறைச்சிகள், போன்ற அன்றாட உணவுப் பொருள்களையும் விற்றுள்ளனர்.[7] மேலும் வளையல்கள், முத்துக்கள்,[8] போன்ற ஆபரணங்களும் விற்கப்பட்டுள்ளன.

குளத்து நீரில் விளைந்த அரிசியை காட்டுவாசிகளின் மான் கறிக்கும் இடைக்குலப் பெண்களின் தயிருக்கும் பண்டமாற்றுச் செய்துள்ளனர் என்பதை புறநானூறு[9] ஓரிடத்தில் குறிக்கிறது. இப்பண்டப் பரிமாற்றம் நடைபெற்ற சந்தை அல்லது உள்ளூர் அங்காடி எவ்விடத்தில் அமைந்திருந்தது என்பதை அப்பாடலிலிருந்து நம்மால் அறிந்துகொள்ள முடியவில்லை என்றாலும் காட்டுப் பகுதி மற்றும் இடையர் குடியிருப்புப் பகுதிகளுக்கு அண்மையில் நடைபெற்றது என்று ஊகிக்கலாம். அவ்வாறின்றி இப்பண்டப் பரிமற்றங்கள் ஏதேனும் ஒரு சந்தைப் பகுதியிலும் நடைபெற்றிருக்கலாம். இவ்வாறான சந்தையின் அமைவிடம் மற்றும் செயல்பாடுகள் மீண்டும் ஆராயப்படவேண்டுவன.

சிலப்பதிகாரம்[10] மதுரை, காவிரிப்பூம்பட்டினம் ஆகிய நகரங்களில் அமைந்திருந்த பெரிய அங்காடிகளைப் பற்றி தெரிவிக்கின்றது. காவிரிப்பூம்பட்டினத்தில் துறைமுகம் இருந்துள்ளதால் அவ்விடத்தில் பெரிய சந்தை செயல்பட்டதற்கான வாய்ப்புகள் அதிகம். இங்கிருந்த சந்தை நாளங்காடி என்று அழைக்கப்பட்டுள்ளது. இப்பெயரை விளக்க முற்பட்ட உரையாசிரியர், இவ்விடத்தில் இரவு நேர அங்காடி ஒன்றும் இருந்திருக்க வேண்டும் என்று குறிப்பிட்டுள்ளார். இக்குறிப்பு ஊகத்தின் அடைப்படையில் தரப்பட்டது என்றாலும் பிற ஆய்வாளர்களும் ஏற்றுக் கொண்டுள்ளனர். மதுரையிலும் காவிரிப்பூம்பட்டினத்திலும் உள்ள கடைத் தெருக்களில் கூலம் எனப்பட்ட தானியங்கள் மற்றும் விலை மதிப்புள்ள நகைகளை விற்பனை செய்வதற்கென்று தனித்தனியான கடைகள் இருந்துள்ளன. பொன் விற்பனைக்கென்று தனிப் பகுதிகளும் இருந்துள்ளன. மதுரையில் துணி வகைகள் மற்றும் பிற பொருள்களை விற்பதற்கும் தனித்தனியான கடைகள் இருந்துள்ளன. கடைத் தெருக்களின் விரிவான விளக்கம் அந்நூலில் காணப்படுகிறது.

5. பல்லவர் கால அங்காடிகள்

தொண்டை மண்டலத்தில் பல்லவர் காலத்தில் அங்காடிகள் எனப்பட்ட சந்தைகள் செயல்பட்டுள்ளன. ஆரம்ப காலப் பல்லவர்களில் சந்தைமுறை பற்றிய தகவல்கள் மிகச் சிலவே (நிலப்படம்:3.). பல்லவர் தலைநகரான காஞ் சிபுரத்தில் இரண்டாம் நந்திவர்மனின்[11] அனுமதியோடு சந்தை ஒன்று 864 ஆம் ஆண்டளவில் செயல்பட்டுள்ளது. இச்சந்தை, விடேல் விடுகு குதிரைச் சேரியில் அமைந்திருந்தது. இங்கு கற்பூரம் முதல் செருப்பு வரையிலான பொருள்கள் விற்பனை செய்யப்பட்டன. இந்த சந்தைக்கான அனுமதியை வேண்டிப் பெற்றவன் அணுத்திரப் பல்லவரையன் என்ற அலுவலர். இந்த சந்தையை காடுபட்டிகள் தமிழப் பேரரையன் என்ற மற்றொரு அலுவலர் செயல்படுத்தினார். இந்த விடேல் விடுகு குதிரைச் சேரியில் வாழ்ந்த குடிகள் மற்றும் விற்பனையில் ஈடுபட்ட வணிகர்களைப் பற்றியும் பிற வணிகப் பொருள்கள் போன்ற பிற விவரங்கள் ஏதும் நமக்குத் தெரியவில்லை.

ஆயினும் இச்சேரிக்கு அளிக்கப்பட்ட பெயரைக் கொண்டு குதிரை வீரர்களின் குடியிருப்பு முதன்மையானது என்று கருதலாம். மேலும் பல்லவ அரசர்களின் பட்டப் பெயரால் இக்குடியிருப்பு அழைக்கப்பட்டிருப்பதால் அரசனின் போர்ப் படையினரின் குடியிருப்பு என ஊகிக்கலாம். இவ்வங்காடியில் மக்களின் அன்றாடத் தேவைக்காகும் பல்வகைப்பட்ட பொருள்கள் விற்பனை செய்யப்பட்டதாகத் தெரிகிறது. இவ்வங்காடி உலகளந்த பெருமாள் கோயிலுக்கு அண்மையில் அழைக்கப்பட்டிருக்கலாம்.

பிரம்மதேய ஊர்களிலும் அங்காடிகள் அமைக்கப்பட்டுள்ளன. காஞ்சிபுரத்திற்கு அருகே அமைந்த முக்கிய பிரம்மதேயமான உத்திரமேரூரில் பல்லவ மன்னன் கம்பவர்மன் (பொ.ஆ. 878) காலத்தில் மூன்று அங்காடிகள் செயல்பட்டுள்ளன. தெற்கிலங்காடி[12] என்ற அங்காடி அவ்வரசனின் 9ஆம் ஆட்சியாண்டில் செயல்பட்டுள்ளது. இந்த அங்காடி இப்பிரம்மதேயத்தின் நான்காவது தெருவில் அமைந்திருந்தது. செட்டி என்ற ஒருவரின் மகனைப்பற்றி சொல்லப்பட்டுள்ளது. இதே தெற்கிலங்காடி பற்றி இவ்வரசனின் 18ஆம் ஆட்சியாண்டுக் (பொ.ஆ.887) கல்வெட்டும் குறிப்பிடுகிறது.[13] மண்ணிப்பாக்கிழான் என்பான் 100 கழஞ்சு பொன்னை வயிரமேக தடாகத்தின் பராமரிப்புச் செலவுகளுக்காக அளித்துள்ளான். இதே ஆள் தெற்கிலங்காடியில் வாழ்ந்துள்ளான். இவனே கம்பவர்மனின் 21 ஆம் ஆட்சியாண்டில் (பொ.ஆ. 890) 100 கழஞ்சு பொன்னை வயிரமேக தடாகத்தின் பராமரிப்புக்காக கொடுத்துள்ளான்.[14] வடக்கிலங்காடி என்ற கடைத்தெரு முற்சோழர் கல்வெட்டு (9ஆம் நூற்றாண்டு) ஒன்றில் காணப்படுகிறது. இவ்வங்காடியில் சங்கரபாடியார் என்ற எண்ணை வணிகர்கள் தொழில் செய்து வந்துள்ளனர். இவர்கள் 15 கழஞ்சு பொன்னைப் பெற்றுக்கொண்டு திருப்புலிவல மகாதேவர்க்கு ஒரு நொந்தாவிளக்கு எரிக்க ஒப்புக்கொண்டுள்ளனர்.[15] நடுவிலங்காடி என்றொரு அங்காடியும் உத்திரமேரூரில் இருந்துள்ளது. ஊரின் நடுவே அமைந்திருந்ததால் இவ்வங்காடி நடுவிலங்காடி என்ற பெயரால் அழைக்கப்பட்டது போலும். இவ்வங்காடி

பார்த்திவேந்திரவர்மனின் 13 ஆம் ஆட்சியாண்டு காலத்தில் (பொ.ஆ. 969) செயல்பட்டுள்ளது. இவ்வங்காடியில் வியாபாரிகள் செயல்பட்டுள்ளனர்.[16] இவ்வூரில் உள்ள கொங்கரையர் கோயிலின் வெள்ளை மூர்த்திப் பெருமானடிகளுக்கு ஒரு நொந்தாவிளக்கு எரிப்பதற்கு இவ்வியாபாரிகளிடம் 96 ஆடுகள் கொடுக்கப்பட்டுள்ளன.

அங்காடிகளின் விவரங்கள், விற்பனை செய்யப்பட்ட பொருள்கள், பணியாளர்கள் ஆகியோர் பற்றிய விவரங்கள் கல்வெட்டுகளில் தரப்படவில்லை. பெயர்களின் விவரங்களை ஆய்ந்தால் இவ்வங்காடிகள் யாவும் உத்திரமேரூர் ஊரினுள் நடுவே, வடக்கு தெற்கு ஆகிய பகுதிகளில் அமைந்திருந்தது என்று அறியலாம். இவ்வங்காடிகளில் ஏற்படுத்தப்பட்ட கடைகளின் கட்டுமானங்கள் அல்லது கடை அமைப்பு முறை பற்றியும் அறிய இயலவில்லை. இவ்வங்காடியில் பணிபுரிந்தோர் பற்றி சில அனுமானங்களைத் தரமுடியும். தெற்கிலங்காடியில் செட்டிகள் எனப்பட்ட வணிகர்கள் குடியிருந்து தொழில் செய்துள்ளனர். தெற்கிலங்காடியில் மண்ணிப்பாக் கிழான் என்றொருவர் குறிப்பிடப்பட்டுள்ளார். இவர் கிழான் என்ற வகையில் நில உடைமையாளராக இருந்தபோதிலும் வணிகர்களின் சிறப்புப் பெயரால் இவர் குறிப்பிடப்படாவிடினும் செட்டி வணிகர்களில் ஒருவராக இருக்க வாய்ப்புள்ளது. இவர் 100 கழஞ்சு பொன் கொடையாக அளித்துள்ளதால் இவர் செல்வாக்கு மிக்க நில உடைமையாளரும் வணிகருமாவார். வடக்கிலங்காடியில் சங்கரபாடியார் எனப்பட்ட எண்ணை வணிகர்கள் இருந்துள்ளனர். நடுவிலங்காடியில் வியாபாரிகள் எனப்பட்ட வணிகர்கள் தொழில் செய்துள்ளனர். இவ்வங்காடிகள் நிலையான நிரந்தரமான கடைவீதிகளாக இருந்துள்ளன என்றும் இவற்றில் குடியிருப்புகளும் கடைகளும் அமைந்திருந்தன எனக் கருதலாம்.

6.1. சோழர் கால அங்காடிகள்

சோழர் காலத்தில் நல்லூர் (திருமெய்ஞானம், தஞ் சாவூர் மாவட்டம்) பிரம்மதேய ஊரில் பொ.ஆ. 873 இல்

கடைத்தெரு ஒன்று இருந்துள்ளது.[17] ஊர்ப்பகுதியில் இருந்த இக்கடைத்தெருவில் நெல், அரிசி போன்ற தானியங்களும் முகத்தலளவையால் அளக்கக்கூடிய பிற தானிய வகைகளும் விற்பனை செய்யப்பட்டன. இவை யாவும் புறவூர்களில் இருந்து கொண்டுவந்து விற்கப்பட்டன. சில கடைகளில் பொருள்கள் குப்பலாகக் குவித்து வைக்கப்பட்டு விற்கப்பட்டன. இன்னும் சில கடைகளில் பொருள்களை எடையிட்டு விற்றனர். வெற்றிலை போன்றவை கூடைகளில் வைத்து பற்று என்ற வகையில் எண்ணிக்கையில் விற்கப்பட்டன. இவ்வகையான வியாபாரத்தை நோக்கினால் அன்றாடப் பயன்பாட்டுக்கான பொருள்களை விற்பனை செய்யும் கடைகள் அல்லது சந்தையாக நல்லூர் கடைகள் இருந்துள்ளன. இக்கடைகள் பொதுவாக வெளியூர்களிலிருந்து விற்பனை செய்யும் வணிகர்களின் கடைகளாக, காலமுறைப்படி கூடும் சந்தை போன்றவையாக உள்ளன என்பது புலப்படும்.

இக்கடைகளில் விற்பனை செய்யப்பட்ட பொருள்கள் மீது உள்ளூர் நிருவாகம் அங்காடிக் கூலி எனப்பட்ட வரியை கீழ்க்கண்டவாறு விதித்துள்ளது:

1. ஒரு நாழி தானியம் = வெளி ஊர்களிலிருந்து கொண்டுவரப்பட்ட நெல், அரிசி மற்றும் அளந்து விற்கும் தானியங்கள் மீது விற்பனை செய்யப்பட்ட ஒவ்வொரு காசுக்கும் ஒரு நாழி தானியம். நெல்லாக விற்பனை செய்யப்பட்டால் ஒரு நாழி நெல்; பிற தானியமானால் அவ்வகையான தானியத்தில் ஒரு நாழி;

2. ஒரு நாழி (விற்பனைப் பொருள்)=குப்பலாகக் குவித்து விற்கப்படும் பொருள்களில் ஒரு குவியலுக்கு;

3. ஒரு பலம் எடையுள்ள பொருள்கள்=எடையிட்டு விற்கப்படும் பொருள்கள்;

4. ஒரு பற்று வெற்றிலை=வெற்றிலைக் கூடை ஒன்றுக்கு;

5. இரண்டு பாக்கு=பாக்குக் கூடை ஒன்றுக்கு.

இவ்வகையான அங்காடிக் கூலி விதிக்கப்படுவதில் பிரம்மதேய சபை உறுப்பினர்கள் முக்கிய பங்கு

வகித்துள்ளனர். அங்காடிக்கூலியாக விதிக்கப்பட்ட வரித்தொகையை நல்லூர் மூலவருக்கு 25 காசுகளுக்கு விற்றுக்கொடுத்துள்ளனர். மேற்கண்ட செயல்பாடுகளால் அங்காடிக்கூலி எனப்பட்ட வரிகளை விதிப்பதற்கும் வசூலிப்பதற்கும் பிரம்மதேய ஊர்களில் அவ்வூர்ச் சபைக்கு தனி அதிகாரம் உள்ளதென்பதும் தென்படும். விதிக்கப்பட்ட வரிகளை வசூலிப்பதற்கு அவ்வூர்ச்சபைக்குள்ள அதிகாரத்தை வேறு ஒரு நிறுவனத்திற்கு அதாவது கோயிலுக்கு மாற்றி அளிக்கவும் அச்சபைக்கு உரிமை உள்ளது என்பதும் புலப்படும். இதனால் அங்காடிக் கூலி என்ற வரி பொதுவாக உள்ளூர் நிருவாகத்தால் விதிக்கப்பட்டது என்பது புலப்படுகிறது.

திருநெய்த்தானம் (தில்லைஸ்தானம், தஞ்சாவூர் மாவட்டம்) என்ற தேவதான ஊரிலும் அங்காடி ஒன்று செயல்பட்டுள்ளது. மீனவன் விளத்தூர் நாட்டுக் கோன் என்ற அரச அதிகாரி, பரகேசரி வர்மனின் 10 ஆம் ஆண்டில் ஊர் நிருவாகத்தை மேற்பார்வை செய்துள்ளான்.[18] இங்கே ஊராள்வார்கள் பெறுகின்ற அங்காடிக் கூலியான ஒரு உழக்கு எண்ணை நாள்தோறும் கோயிலில் விளக்கு எரிப்பதற்கு கொடையாக அளித்துள்ளான். இக்கூலி நகர வாரியருக்கு தரப்பட்டுள்ளது. இவ்வகையான சிறிய அளவிலான பொருள்கள் வசூலிக்கப்படடன என்றால் சிறிய கடைகள் அவ்வூரில் இருந்திருக்கவேண்டும் என்று கருதலாம். இக்கடைகளில் அன்றாடத் தேவைப் பொருள்கள் விற்கப்பட்டிருக்கலாம்.

வணிகர் சமூகங்களைச் சேர்ந்தவர்களின் பணிகளை பிரம்மதேயங்கள் பயன் படுத்திக் கொண்டுள்ளன. உத்தரமேரூர் சதுர்வேதிமங்கலத்தில் பிரம்மதேய சபை உறுப்பினர்களாகத் தேர்ந்தெடுக்கப்பட்டவர்களுக்கு பொன்னின் தரத்தைக் காண்பதற்கு உரிமை அளிக்கப்பட்டுள்ளது. பராந்த சோழன் காலத்தில் (பொ.ஆ. 921) இந்த நடைமுறை உள்ளதைக் காண்கிறோம். மாடவீதியார் நான்கு பேரும், சேணியர் சமூகத்தினர் இரண்டு பேரும், சங்கரபாடியார் சமூகத்திலிருந்து மூன்று பேரும் அவ்வவ் சமூகத்தினரால்

தேர்ந்தெடுக்கப்பட்ட குழுவினரே அவ்வூரில் புழங்கும் பொன்னின் தரத்தைக் காணவேண்டும் என்று அவ்வூர் மகாசபையில் தீர்மானம் நிறைவேற்றியுள்ளனர்.[19] மாடவீதியார் என்போர் நிரந்தரக் குடிமக்களாக கடைத் தெருவில் குடியிருக்கும் வணிகர்கள் என்று கருதலாம். சேணியர், சங்கரபாடியார் ஆகியோரும் நிரந்தரக் குடிகளாக தனிக்குடி யிருப்புகளில் வசித்து வந்தோர். இவர்களில் சேணியர் எனப்படுவோர் வெற்றிலை வியாபாரம் செய்வோர். சங்கரபாடியார் எண்ணை வணிகர்களாவர். எனவே பல வகை வியாபாரிகள் செயல்பட்ட கடைவீதி உத்தரமேரூரில் அமைந்திருந்தது. இக்கடைவீதி நிரந்தரமாக அமைக்கப்பட்டு செயல்பட்டுள்ளது. பொன் தரம் காணவல்லார் குழுவின் நடவடிக்கைகளை சபை மேற்பார்வையிட்டுள்ளது என்பதால் இக்குழுவினர் சபையின் அதிகாரத்திற்குக் கட்டுப்பட்டு செயல் பட்டுள்ளனர். முக்கியமாக பொன் தரம் காணவல்ல பொன்வாரியம் உறுப்பினர்கள் ஒவ்வொரு மூன்று மாத முடிவிலும் சபையின் ஆண்டுக் குழுவின் (சம்வத்ஸர வாரியம்) முன் அவர்கள் நன்னெறியுடன் செயல்படுவர் என்ற உறுதிமொழியை ஏற்கவேண்டும். இருந்தபோதிலும் இவ்வணிகர்கள் மற்றும் அவர்களின் செயல்பாடுகள் தன்னிச்சையாகவே நடைபெற்றிருக்கவேண்டும். இங்கு செயல்பட்டு வந்த கடைவீதியில் வியாபாரம் செய்யப்பட்ட சரக்குகள், பொருள்கள் பற்றியும் கிடைத்துள்ள சான்றுகளைக் கொண்டு நம்மால் அறிந்துகொள்ள முடியவில்லை.

6.2.தஞ்சாவூரில் அங்காடிகள்

சோழர்களின் தலைநகராக விளங்கிய தஞ்சாவூரில் பல அங்காடிகள் செயல்பட்டுவந்துள்ளன. நான்கு அங்காடிகள் உள்ளதென கல்வெட்டுகள் மூலம் அறியலாம். அவற்றுள் 1) திரிபுவன மாதேவிப் பேரங்காடி, 2)கொங்கவாளர் அங்காடி, 3) ராஜபிரம்மாதிராஜன் அங்காடி ஆகிய மூன்று அங்காடிகளின் பெயர்கள் தெரியவந்துள்ளன. நான்காவது அங்காடியின் பெயர் உள்ள பகுதி உடைபட்டுள்ளதால் அவ்வங்காடியின் பெயர் தெரியவில்லை. இந்நான்கு அங்காடிகளும் தஞ் சாவூரின் புறம்படி என்று அழைக்கப்பட்ட நகரத்தின்

வெளிப்பகுதியில் செயல்பட்டுள்ளன.[20] இதே பகுதியில் வாழ்ந்த 32 இடையர் குடும்பங்கள் பெரிய கோயிலுக்கு எண்ணை கொடுத்துள்ளன. இங்குள்ள அங்காடிகளின் முக்கிய செயல்பாடுகள் மற்றும் விற்பனைப் பொருள்களை அறிய இயலாவிடினும் அன்றாடம் பயன்படுத்தும் பல வகைப் பொருள்கள் விற்பன செய்யப்பட்டன என ஊகிக்கலாம்.

திட்டகுடியில் கடைப்பாட்டம் என்ற வகையில் வரி விதிக்கப்பட்டுள்ளது. மூன்றாம் குலோத்துங்கனின் 11ஆம் ஆட்சிக் காலத்தில் (பொ.ஆ. 1189) கோயிலில் திருமெய்ப்பூச்சு மற்றும் திருப்பரிச்சட்டம் சடங்குக்கு ராஜராஜ வங்கார முத்தரையன்[21] என்பாரால் இக்கடைப்பாட்டம் அளிக்கப்பட்டுள்ளது. இக்கல்வெட்டில் அங்காடிகளின் விவரங்களும் அவைகள் மீது விதிக்கப்பட்ட வரிக்கட்டணங்களும் சொல்லப்பட்டுள்ளன. இவ்வங்காடிகளில் கடைப்பாட்டம் மற்றும் அங்காடிப்பாட்டம் ஆகியவை வசூலிக்கப்பட்டன. எடை மற்றும் முகத்தல் அளவைகளை அடிப்படையாகக் கொண்டு வரி நிர்ணயிக்கப்பட்டது. இவ்வாறு வசூலிக்கப்பட்ட தொகையைக் கொண்டு திருப்படிமாற்று சடங்கு கோயிலில் நடத்தப்படவேண்டும் என்று கோயிற்றமர் என்ற அரச அலுவலர்களின் விண்ணப்பத்தின் பேரில் வாணாதராயரால் செயல் படுத்தப்பட்டது. இந்நடைமுறை அவ்வூர்க் கோயில் நிருவாகிகள் (ஸ்தானத்தார்), ஊர் நிருவாகத்தார் ஆகியோராலும் ஒப்புக்கொள்ளப்பட்டுள்ளது.[22]

6.3.நகர அங்காடிகள்

நகரங்கள் பலவிலும் அங்காடிகள் செயல்பட்டுள்ளன. நகரம் என்ற அமைப்பு இடைக்காலத் தமிழகத்தில் சிறப்பிடம் பெற்ற ஊர் நிருவாகமாக இருந்துள்ளது. இவ்வூரில் வணிகர்கள், வணிகப்பொருள் உற்பத்தியாளர்கள் ஆகியோர் குடியிருந்து அவரவர் தொழில்களை நடத்தியுள்ளனர். நகரத்தின் நிருவாகச் செயல்பாடுகளை நகரம் என்ற நிருவாகக் குழுவே மேற்பார்வை செய்தது. ஒவ்வொரு தொழில் செய்வோரும் சில இடங்களில் தனி நகரமாகச் செயல்பட்டுள்ளனர். பல தொழில் செய்த நகரங்களும்

இருந்துள்ளன. இந்நகரங்களில் அங்காடிகள் இருந்து பொருள்களைச் சந்தைப்படுத்தியுள்ளன. நகரங்களின் வணிகச் செயல்பாடுகளை ஆய்வு செய்த கென்னத் ஆர். ஹால் உள்ளூர் நிருவாகத்தை கவனித்துக்கொண்டு பிற பணிகளையும் நகரம் என்ற குழு செய்துள்ளது என்றும் ஒவ்வொரு வளநாட்டுப் பிரிவும் ஒரே ஒரு நகரத்தைக் கொண்டிருந்தது என்றும் கருத்தறிவித்தார். இவரது கருதுகோளை பின்னர் ஆராந்த வல்லுநர்கள் மறுத்து பல நகரங்கள் ஒரே வளநாட்டுப் பகுதியில் அமைந்துள்ளதை சுட்டிக்காட்டியுள்ளனர்.

இக்காலத்தில் செயல்பட்டு வந்த நகரங்களில் மிகச்சிறப்பு வாய்ந்த நகரங்களில் ஒன்றாகக் கருதப்படவேண்டியது தொண்டை மண்டலத்தில் அமைந்துள்ள காஞ்சிபுரம் நகரமாகும். மிகத்தொன்மையான இந்நகரத்திற்கு சிறப்பு அங்கீகாரம் அளிக்கப்பட்டு மாநகரம் என்று அழைக்கப்பட்டுள்ளது. மணிமேகலை[23] இலக்கியத்தில் இந்நகரம் காஞ்சிபுர மாநகரம் என்று அறியப்பட்டுள்ள போதிலும் இந்நகரத்தின் தன்மை, சிறப்புச் செயல்பாடுகள் பற்றி நம்மால் தெரிந்து கொள்ள முடியவில்லை. பல்லவர் ஆட்சிக் காலத்திலிருந்து இந்நகரத்தின் சில செயல்பாடுகளைக் கல்வெட்டுகள் தெரிவிக்கின்றன. முக்கியமாக இரண்டாம் நந்திவர்மனாக முடி சூட்டப்பட உள்ள இளவரசனை நகரத்தின் வாயிலில் வரவேற்கும் குழுவில் காஞ்சிபுர நகரத்தின் சபை உறுப்பினர்களும் இருந்துள்ளனர்.[24] மகாசாமந்தர்கள், மூலபிரகிருத்திகள் மற்றும் காடக்க முத்தரையர் ஆகியவர்களோடு இந்நகர உறுப்பினர்களும் இருந்து வரவேற்றுள்ளனர் என்பதால் நகரச் செயல்பாடுகளில் இவர்கள் முக்கியம் வாய்ந்தவர்களாக இருந்துள்ளனர் என்பது புலப்படும்.

வணிகர்கள் பலரது பெயர்கள் பல்லவர் கல்வெட்டுகள் காணப்படுகின்றன. ஆயினும் நகரத்திற்கும் இவ்வணிகர்களுக்கும் இடையிலான தொடர்புகள் பற்றி சரியாக அறியமுடியவில்லை. மகேந்திரவர்மனின் 19ஆம் ஆண்டுக் கல்வெட்டில்[25] வணிகர் ஒருவரை ‘ஊராளும்’

என்ற அடைமொழியிட்டு குறிப்பிடுவதால் நகரம் என்ற அமைப்பு இருந்துள்ளதென்றும் நகர நிருவாகத்தில் அவர் பங்கேற்றுள்ளதாகவும் கருதலாம். போரில் இவர் கொல்லப்பட்டதால் அவரது நினைவாக வீரக்கல் எழுப்பப்பட்டுள்ளது. வாணகோவரையர் போகியாரான ஒரு பெண் அளித்த 15 கழஞ்சு பொன்னுக்கு பெறப்படும் வட்டியால் திருவண்ணாமலை நகரத்தின் உறுப்பினர்கள் திருவண்ணாமலை உடைய நாயனாருக்கு ஒரு உழக்கு எண்ணை விளக்கெரிக்கத் தருவதாக ஒப்புக்கொண்டுள்ளது மூன்றாம் நந்திவர்மனின் 17ஆம் ஆட்சியாண்டுக் கல்வெட்டு மூலம் தெரியவந்துள்ளது.[26] இந்நகரத்தின் உறுப்பினர்கள் மற்றும் செயல்பாடுகளைப் பற்றி இக்கல்வெட்டு மூலம் ஏதும் அறிய இயலவில்லை.

6.4. காஞ்சிபுரம் அங்காடிகள்

சோழர் ஆட்சிக்காலத்திலும் காஞ்சிபுரத்திற்கு அளிக்கப்பட்ட நகரம் என்ற சிறப்பு அந்தஸ்து தொடர்ந்தது. உத்தமசோழர் காலத்தில் நெசவாளர் குடியிருப்புகள் நான்கு இருந்துள்ளன.[27] கருவுலான் பாடி, கம்சகப் பாடி, அதிமானப் பாடி, எற்றுவழிச் சேரி என்ற இந்த நான்கு குடியிருப்புகளில் பட்டுசாலியர் எனப்பட்ட நெசவாளர் குடியிருப்புகள் இருந்தன. இந்த பட்டுசாலி நெசவாளர்கள் பல்லவர் காலத்திலிருந்து அரசனின் ஆதரவு பெற்று தொழில் செய்து வந்துள்ளனர். சோழா நியமம் என்ற மற்றொரு நெசவாளர் குடியிருப்பு தேவர் சேரி என்ற சிறப்புப் பெயரில் அழைக்கப்பட்டுள்ளது. காலப்போக்கில் இவர்களுக்கு அளிக்கப்பட்டுவந்த அரச ஆதரவு குறைக்கப்பட்டதால் உத்தமசோழன் காலத்திற்கு முன்பாகவே இவர்கள் தொழில் நசித்துப்போய்விட்டது. ஏழ்மை நிலையில் இருந்த இந்நெசவாளர்கள் மீண்டும் தொழில் நடத்துவதற்கான சில செயல்கள் உத்தசோழன் காலத்தில் செய்யப்பட்டன.

6.5. சிதம்பரம் அங்காடிகள்

புதிய நகரங்களை உருவாக்கி வணிகப் பெருக்கத்தை ஊக்குவித்துள்ளனர் பல சோழ அரசர்கள். முதலாம்

இராசேந்திரனின் 24 ஆம் ஆட்சியாண்டில் (பொ.ஆ. 1036) குணமேநகைபுரம் என்ற பெயரில் நகரம் ஒன்று உருவாக்கப்பட்டது.[28] இந்நகரம் பெரும்பற்றப்புலியூரின் (சிதம்பரம்) கிழக்குப் பிடாகையான கிடாரங்கொண்ட சோழப் பேரிளமை நாட்டினைச் சேர்ந்த பராக்கிரம சோழநல்லூர்க்கு அருகே அமைக்கப்பட்டது. ராஜேந்திரசிங்க வளநாட்டின் தனியூராக பெரும்பற்றப்புலியூர் வகைப்படுத்தப்பட்டுள்ளது.

இங்கே இருந்த 47 ½ வேலி நிலத்தோடு அருகே உள்ள ஐந்து பகுதி நிலைங்களைச் சேர்த்து மொத்தமாக 78¼ வேலி பரப்புள்ளதாக அதிகரித்து குணமேனகை புரம் நகரம் உருவாக்கப்பட்டது. இதில் 34 வேலி நிலம் வரிவிலக்கு அளிக்கப்பட்ட நிலமாகும். இந்த நகரத்தில் இரண்டு வகையான வணிகத் தொழில் சமூகத்தினர் குடியேற அனுமதிக்கப்பட்டனர். இவற்றுள் முதல் வகையானவர்கள் குடிகள் என்ற பொதுப்பெயரால் அழைக்கப்பட்டுள்ளனர். இக்குடிகளில் கீழ்க்கண்ட வகையினர் அடங்குவர்: 1) வியாபாரிகள், 2) வெள்ளாளர், 3) சங்கரபாடியார், 4) சாலியர், 5) பட்டினவர். இரண்டாம் வகைத் தொழிலாளர்கள் கீழ்க்கலனை என்று அழைக்கப்பட்டு 1) தச்சர், 2) கொல்லர், 3)தட்டார், 4)கோலியர், 5)பிற வகைத்தொழில் செய்வோர் என்ற வகைப்பாட்டில் சேர்க்கப்பட்டுள்ளனர். இங்கு குடியேறிய வணிக மற்றும் தொழில் வகுப்பார் காலளவு கோல் கூலி உள்ளிட்ட அங்காடிப் பாட்டம் போன்ற வரிகளைச் செலுத்தவேண்டும். இவ்வாறு வசூலிக்கப்பட்ட அங்காடிப்பாட்டம் தொகையான 40 காசுகள், மற்றும் நிலங்களின்மேல் விதிக்கப்பட்ட மேல்வாரம் தொகையைக் கொண்டு கோயிலில் நடைபெறும் திருவாணி திருநாள் அன்று 1000 பிராமணர்களுக்கு உணவு அளிக்க வேண்டும்.

நகரம் அமைக்கும் செயல்பாடுகளை விரிவாகக் குறிப்பிடுவதால் இக்கல்வெட்டை மிக முக்கியமானதாகக் கருதவேண்டும். பதினொன்றாம் நூற்றாண்டில் நகரம் எவ்வாறு அமைக்கப்பட்டது என்பதற்கு இக்கல்வெட்டு முக்கிய சான்றாக உள்ளது. நகரக் குடிகளை இரண்டு வகையினராகப் பிரித்துச் சொல்லப்பட்டதன் நோக்கம்

நமக்குச் சரியாகப் புரிபடவில்லை என்றாலும் கூட தொழில் வகுப்பினர் இரண்டு பிரிவுகளாகக் கருதப்பட்டுள்ளனர் என்பது நன்கு தெளிவாகிறது. முதல் வகுப்பினர் குடிகள் என்ற வகையில் உயர்நிலையில் வைக்கப்பட்டுள்ளனர். இவர்கள் சுதந்திரமாக செயல்படும், சொந்த மூலதனத்தில் தொழில் நடத்துபவர்கள் என்ற அளவில் உற்பத்தியாளர்கள் எனக் கருதலாம். இப்பிரிவில் உள்ள வியாபாரிகள், வெள்ளாளர், சங்கரபாடியார், சாலியர் மற்றும் பட்டினவர் ஆகியோர் குறிப்பிட்ட தொழில்களைச் செய்கின்றவர்கள். இவர்களில் வியாபாரிகள் பல பொருள்களில் வணிகம் செய்கின்றவர்கள். சிலர் கடைகளையும் நிரந்தரமாக வைத்திருக்கலாம். இரண்டாவதாகக் குறிப்பிடும் வெள்ளாளர்கள் நில உடைமையாளர்கள் மற்றும் உழுபவர்களாகக் கருதலாம். இவர்கள் வேளாண் பொருள்களை விற்றவர்களாகலாம். மூன்றாவதாக் குறிப்பிடப்பட்டவர்களான சங்கரபாடியார் எண்ணை வணிகர்கள். சாலியர் என்போர் நெசவாளர்கள். பட்டினவர் சமூகத்தில் மீனவர்களும் மீன் விற்போரும் அடங்குவர்.

இரண்டாம் தரத்தில் உள்ள மக்கள் பிரிவினரைக் கீழ்க்கலனை என்ற வகுப்பில் சேர்த்துள்ளனர். இவர்கள் மற்றவர்களின் கீழ் அல்லது முதலாளியின் கீழ் பணியாற்றும் பணியாளர்கள் என்று வகைப்படுத்தலாம். இவர்களில் பெரும்பாலானவர்களை கைவினைக் கலைஞர்கள் என்று வகைப்படுத்தலாம். தச்சர், மர வேலை செய்பவர்கள்; கொல்லர் இரும்பு உருக்குதல் மற்றும் இரும்புப் பொருள்களைச் செய்பவர்கள்; தட்டார் பொன் வேலை மற்றும் ஆபரணங்கள் செய்பவர்கள். கோலியர் என்போர் நெசவுத்தொழில் செய்பவர்கள். பிறவகைத் தொழில் செய்வோர் என்ற பிரிவில் சிறு சிறு தொழில்கள் செய்வோர் உள்ளனராகக் கருதலாம்.

முதலாம் இராசேந்திரன் காலத்தில் (பொ.ஆ.1037) வாணகோப்பாடி நாட்டில் உள்ள வாளையூரில் நித்தவினோத புரம் என்ற பெயரில் நகரம் ஒன்று செயல்பட்டுள்ளது. இந்நகரம் கடைவீதியில் பெற்றுவந்த தொகையை கோயிலில் நந்தாவிளக்கு எரிக்க அளித்துள்ளது.[29] இந்நகரத்தில்

வெளியூரிலிருந்து கொண்டுவரப்பட்ட பொருள்கள் மீதும் வரி விதிக்கப்பட்டுள்ளது. காலளவு பாட்டம் என்ற வரி, முகந்து விற்கும் சரக்குகள் ஒவ்வொன்றின் மீதும் ஒரு கலம் அளவுள்ள சரக்கு வரியாக விதிக்கப்பட்டுள்ளது. இவ்வரியை, பொருள் விற்போர், வாங்குவோர் ஆகிய இருவரும் செலுத்தவேண்டும். இவ்வாறே கோல்கூலி என்ற வரி எடையிட்டு விற்கப்படும் சரக்குகள் ஒவ்வொன்றின்மீதும் ஒரு பலம் வரி, பொருள் வாங்குவோர், விற்போர் ஆகிய இருவர் மீதும் விதிக்கப்பட்டது. ஒவ்வொரு 1000 பாக்கு விற்பனையில் 10 பாக்குகள் வசூலிக்கப்படவேண்டும். பொதி என்ற வகையில் கொண்டு செல்லப்படும் சரக்குகள் மீது ஒரு நாழி நெல் வசூலிக்கப்படவேண்டும். இருப்பினும் இந்நகரத்தின் கடைவீதியில் விற்பனை செய்யப்பட்ட சரக்குகள் பற்றிய முழு விவரங்கள் நமக்குக் கிடைக்கவில்லை என்றபோதிலும் வேளாண் பொருள்களும் மக்களின் அன்றாடத் தேவைக்கான வணிகப் பொருள்களும் விற்பனை செய்யப்பட்டன என்று ஊகிக்கலாம். சில சரக்குகள், மூட்டைகளாக அல்லது பொதிகளாகக் கட்டப்பட்டு வெளியூர்களிலிருந்து கொண்டுவரப்பட்டன என்றாலும் சரக்குகளின் விவரங்கள் தெளிவாகவில்லை. உள்ளூர் மற்றும் வெளியூர் வணிகர்கள் இக்கடைவீதியில் பொருள்களை விற்பனை செய்துள்ளனர்.

திருக்கழுகுன்றம் மற்றுமொரு நகரமாகும். இந்நகரம் உலகளந்த சோழபுரம் என்ற பெயரில் முதலாம் இராஜாதிராஜன் காலத்தில் (பொ.ஆ. 1044) செயல் பட்டு வந்துள்ளது.[30] இந்நகரத்தின் உறுப்பினர்களான இரண்டு வியாபாரிகள் ஒரு சாலியர், இரண்டு சங்கரபாடியர் மற்றும் சிலர் சேரை சத்தியப்பாவை என்பாளுக்கு மலைமேலுள்ள கோயிலில் திருச்சென்னடை, அர்ச்சனாபோகம், மற்றும் ஸ்ரீபலி போகம் சடங்குகளுக்காக நிலம் ஒன்றை விற்று அதன்மீதுள்ள வரிகளை விலக்கியுள்ளனர். இவ்வகையில் நகர நிர்வாகமும் கோயில் நிருவாகமும் பொதுவாக அவ்வூரில் உள்ள வணிகர்களின் குழுவினரிடம் இருந்துள்ளது. நகர நிருவாகத்தில் வியாபாரிகள், நெசவாளர்களான சாலியர், எண்ணை வணிகர்களான சங்கரப்பாடியார் ஆகியோர் முதன்மை உறுப்பினர்களாக நிருவாகக் குழுவாகப்

பணியாற்றியுள்ளனர். வியாபாரிகள் என்ற பொதுச் சொல்லால் எல்லா வணிகர்களையும் வியாபாரிகளையும் குறித்தது எனலாம்.

சிதம்பரத்தில் ராஜதிவாகரப் பெருந்தெருவில் கடைகள் அமைக்கப்பட்டிருந்தன. இந்நகரத்தின் உறுப்பினர்கள் கடைவீதியில் உள்ள கடைகள் மீது விதிக்கப்பட்ட வரிகளிலிருந்து கிடைக்கும் தொகையைக் கொண்டு மஞ்சள், நெல்லி ஆகிய பொருள்களைக் கொண்டு செய்யப்பட்ட மருந்துப் பொருளை கடவுள் உருவத்தின் பாதுகாப்புக்காக உருவ உடல் மீது தேய்க்கும் பணிக்கு அளிக்கப்படவேண்டும் என்று சொல்லப்பட்டுள்ளது. மேலும் கோயிலுக்கு அருகாமையில் ஒரு கடை அமைக்கப்பட வேண்டும் என்றும் இக்கடையின் உரிமையாளர் வரிக்குப் பதிலாக வெற்றிலை, மஞ்சள், நெல்லி, தான்றி, மூதிரை போன்ற பொருள்களைக் கோயிலுக்கு அளிக்கவேண்டும். வெளியூரிலிருந்து பொருள்களைக் கொண்டுவந்து கடையில் வைத்து விற்கவும் அனுமதிக்கப்பட்டுள்ளார். இவ்விதச் சலுகைகள் நகரத்தாரின் ஆணையின் பேரில் தரப்பட்டன. இக்கல்வெட்டின் வாசகத்தை நகரக் கணக்கு எழுதினார்.[31]

7. முடிவுரை

ஒரு நாட்டின் பொருளியல் செயல்பாடுகள் சிறப்பாக நடைபெறுவதற்கு விற்பனை அங்காடிகளின் செயல்பாடுகள் முக்கியமானவை. தொல்பழங்காலத்திலேயே அங்காடிகள், சந்தைகள் செயல்பட்டுள்ளன என்பது புலனாகியுள்ளது. சங்க கால முக்கிய நகரங்களில் அங்காடிகளும் சந்தைகளும் சிறப்பாகச் செயல்பட்டுள்ளன. இவ்வங்காடிகளின் செயல்பாடுகள் பல்லவர், சோழர் ஆட்சிக்காலங்களிலும் தொடர்ந்துள்ளன. விற்பனை செய்யப்பட்ட பொருள்களின் முழு விவரங்கள் கிடைக்கவில்லை என்றபோதும் இவ்வங்காடிகளில் புழங்கு பொருள்களோடும் ஆடம்பரப் பொருள்களும் விற்பனை செய்யப்பட்டன. இவ்வங்காடிகள் பெரும்பாலும் உள்ளூர் நிர்வாகத்தின் கீழ் இருந்துள்ளன. நகர, ஊர் நிர்வாகக் குழுக்கள், கோயில்கள் அங்காடிகளை

நிர்வகித்துள்ளன. அங்காடிகள் மற்றும் சந்தைகளில் விற்பனை செய்யப்பட்ட சரக்குகள் மீது உள்ளூர் நிருவாகமும், வணிகர்களின் கூட்டமைப்பும் மகமை என்ற வரியை விதித்து வசூலித்துள்ளன.

சான்று நூல்கள்

1. P.T.Srinivasa Iyengar, *Pre Aryan Tamil Culture*, 1924, p.80.
2. K.K.Pillai, *A Social History of the Tamils*, 2 ed. 1975, p.239.
3. S.Singaravelu, *Social Life of the Tamils (The Classical Period)*, p. 54.
4. P.Shanmugam, 'Pattadai and Industries in the Tamil Country Under the Vijayanagar Rule', *Journal of Asian and African Studies,* No.37, 1989, pp.31&49.
5. அகநானூறு, பா. *93,* வ.10; மதுரைக்காஞ்சி, வ.*424–30, 500–06, 513–515, 536–44.*
6. மதுரைக்காஞ்சி, வ. *430, 544.*
7. மலைபடுகடாம், வ. *413;* பதிற்றுப்பத்து, வ. *13–21;* பட்டினப்பாலை, வ.*198;* அகநானூறு, பா. *181.*
8. குறுந்தொகை, பா.*117.*
9. புறநானூறு, பா. *33,* வ. *2–6.*
10. சிலப்பதிகாரம், பகு.*5,* வ.*63, 196;* பகு.*6,* வ.*137–147.*
11. *Madras Christian College Magazine,* vol.3, p. 128.
12. *SII.,* 6, 290.
13. *SII.,* 6, 348.
14. *SII.,* 6, 369.
15. *SII.,* 6, 363.
16. *SII.,* 3, 195.
17. *SII.,* 3, 90.
18. *SII.,* 5, 597.
19. *EI.,* 22, 24, p.146; *SII.,* 6, 295.
20. *SII.,* 2, 94, 95.
21. *SII.,* 8, 288.
22. *SII.,* 8, 252.

23. மணிமேகலை, பகு. 21, வ. 1154.
24. SII., 6, 136.
25. தர்மபுரி கல்வெட்டுகள், தொகு. *1,* ப. *82,* எண். *1972/ 21.*
26. ST., 113.
27. SII., 3, 128.
28. SII., 4, 223.
29. SII., 22, 82.
30. SII., 5, 463.
31. SII., 8, 712.

9. விசயநகர ஆட்சியில் துணி உற்பத்தி

1. முன்னுரை

விசய நகர ஆட்சிக் காலத் தமிழகத்தில் உள்ளூர் மற்றும் கைவினைத் தொழில்கள் பலவும் முன்னேற்றம் பெற்றன. இவ்வாறான தொழில் வளர்ச்சியில் முதன்மை பெற்றது துணி உற்பத்தி செய்யும் நெசவுத் தொழிலாகும். இத்தொழில் ஓரளவு சிறந்த கட்டமைப்போடு செயல்பட்டுள்ளது. நெசவுத் தொழிலாளர்களின் எண்ணிக்கை பல ஊர்களில் மிகுதியாகக் காணப்பட்டுள்ளது. விசய நகர அரசர்கள், நாயக்கர்கள் மற்றும் கோயில்களும் நெசவாளர்களுக்கு தேவையான உதவிகளை அளித்து ஊக்குவித்துள்ளன. இவர்களுக்கு வரிவிலக்குகளும் அளித்து நெசவுத் தொழிலைப் பாதுகாத்துள்ளனர். இதன் விளைவாக துணி உற்பத்தி அதிகரித்தது. உள்ளூரிலும் அயல் நாட்டிலும் இப்பகுதியில் நெய்யப்பட்ட துணிகளுக்கு வரவேற்பு அதிகரித்தது.

துணி உற்பத்தி பற்றியும் பழங்கால நெசவுத் தொழில் மற்றும் கருவிகள் ஆகியன பற்றி சில ஆய்வுகள் நடத்தப்பட்டுள்ளன.[1] இருந்தபோதிலும் மூலப்பொருளான பருத்தி விளைவிக்கப்பட்ட பகுதிகள், துணி நெய்வதற்கு பயன்படுத்திய தறிகள், உற்பத்தி செய்த துணி ரகங்கள்

போன்ற விவரங்கள் இதுகாறும் தெளிவாகவில்லை. குறிப்பாக துணி உற்பத்திக்குத் தேவையான மூலப்பொருளான பருத்தி தமிழகத்திலேயே விளவிக்கப்பட்டுள்ளது. தறிக்குத் தேவையான கருவிகளும் உபகரணங்களும் இங்குள்ள கைவினைஞர்களாலேயே உருவாக்கப்பட்டுள்ளன.

2.பருத்தி

துணி உற்பத்தி செய்வதற்கான பருத்தி இந்தியத் துணைக் கண்டத்தில் மிகப் பழங்காலத்திலேயே விளைவிக்கப்பட்டுள்ளது. குறிப்பாக கி.மு.1000 ஆண்டுவாக்கில் இங்கு பருத்தி உற்பத்தி துவங்கியது என்று பொதுவாக எல்லா வரலாற்று ஆய்வாளர்களும் கருதுகின்றனர். தென் இந்தியாவில் தமிழகத்தில் பருத்தி உற்பத்தியும் துணி நெய்தல் தொழிலும் மிகத் தொன்மையாவைகளாக உள்ளன. குறிப்பாக சங்க இலக்கியத்தில் துணிகளைப் பற்றிய பல செய்திகளைக் காண்கிறோம். இதனால் இப்பகுதியில் பருத்தி விளவிக்கப்பட்டு துணி நெய்யப் பயன்பட்டிருக்கலாம் என்று கருதலாம். பருத்தி பொதுவாக கரிசல் மண் பகுதியில் (கருப்பு மண் பகுதி) புன்செய்ப் பயிராக விளைவிக்கப்பட்டது. பருத்திச் செடியில் காய்க்கும் பருத்திக் காய் வெடிக்கும் பருவத்தில் அதனுள் இருக்கும் பஞ்சு வெடித்துச் சிதறும். இப்பஞ்சையே நூலாக நூற்று துணியாக நெய்யப் பயன்படுத்தியுள்ளனர். பருத்திக்காய் முற்றி வெடிக்கும் நிலையில் உள்ளேயுள்ள வெள்ளை நிறமான மெல்லிய காய்ந்த பஞ்சு விதையோடு ஒட்டிக்கொண்டிருக்கும். விதையையும் பஞ்சையும் தனித்தனியாக பிரித்தெடுத்து பஞ்சை மட்டுமே நூல் நூற்பதற்கான பதத்தில் காயவைத்துப் பயன்படுத்துவர்.

தமிழகத்தில் துணி உற்பத்தி முனையங்கள் பல காணப்பட்டபோதும் பருத்தி விளைவிக்கப்பட்ட பகுதிகளைப்பற்றிய விவரங்கள் அதிகம் கிடைத்தில. இருந்தபோதிலும் விசயநகர ஆட்சிக்காலத்தில் பருத்தி விளைவிக்கப்பட்ட பகுதிகள் பற்றிய செய்திகள் சில உள்ளன. இவ்விவரங்கள் யாவும் பதினைந்தாம் நூற்றாண்டுக் கல்வெட்டுகளில் காணப்படுகின்றன. தஞ்சாவூர் மாவட்டத்து

கொருக்கையில்[2] உள்ள இரண்டாம் தேவராயர் காலக் (பொ.ஆ.1429) கல்வெட்டும், திருப்பனந்தாளில்[3] காணப்படும் 15ஆம் நூற்றாண்டைச் சேர்ந்த கல்வெட்டும் தனி பருத்தி என்ற வகையில் பருத்தி பயிரைக் குறிக்கின்றன. புதுக்கோட்டை மாவட்டம், விராச்சிலையில்[4] உள்ள பொ.ஆ. 1443 ஆம் ஆண்டைய கல்வெட்டு பருத்தி செடியென்றே குறிக்கிறது. வட ஆற்காடு மாவட்டம் ஆவூரில்[5] உள்ள 16 ஆம் நூற்றாண்டுக் கல்வெட்டும் பருத்தி செடியை புன்பயிர் என்று வகைப்பாடு செய்துள்ளது. ஆமணக்கு, வரகு, கேழ்வரகு மற்றும் பயறு ஆகிய பயிர்களையும் இக்கல்வெட்டு புன்பயிர்களாக குறித்துள்ளன.

3.பருத்தி நூல்

இக்காலத் தமிழகத்தில் செயல்பட்டுவந்த சந்தைகள் சிலவற்றில் கச்சா பருத்தி, பஞ்சு மற்றும் பருத்தி நூல் ஆகியன விற்பனை செய்யப்பட்டுள்ளன. இச்சரக்குகள் மீது மகமை என்ற விருப்ப வரியை வணிகர்கள் விதித்து வசூலித்துள்ளனர். விரிஞ்சிபுரத்தில்[6] (வேலூர் மாவட்டம்) 13 ஆம் நூற்றாண்டில் கச்சா பருத்தியை பொதிகளாகக் கட்டி விற்பனை செய்துள்ளனர். ஓமலூர் சந்தையில்[7] (சேலம் மாவட்டம்) பொ.ஆ. 1531 இல் கச்சா பருத்தியைப் பொதிகளாக விற்றுள்ளனர். பருத்தியிலிருந்து விதைகளை நீக்கியபின் தனியாகப் பிரித்தெடுக்கப்பட்ட பஞ்சு திண்டிவனம் சந்தையில் (விழுப்புரம் மாவட்டம்) விற்கப்பட்டுள்ளது. துணி நெய்வதற்கான பட்டு வகையறாக்களும் கூட இச்சந்தையில் விற்பனை செய்யப்பட்டுள்ளன. விரிஞ் சிபுரம் சந்தையில் விற்பனை செய்யப்பட்ட பட்டுவற்கம் எனக் குறிப்பிடப்பெற்ற சரக்கில் பட்டு நூலும், பட்டு துணிகளும் அடங்கும். திருவாரூரில்[8] (திருவாரூர் மாவட்டம்) பொ.ஆ. 1625 இல் பட்டு நூல் விற்பனை செய்யப்பட்டுள்ளது. மேலே குறிப்பிட்ட சந்தைகளில் பருத்தி, பஞ்சு, பட்டு நூல் ஆகியன விற்பனை செய்யப்பட்டுள்ளன என்பதால் இச்சந்தைகளின் பின்புலப்பகுதிகளில் முக்கியமாக பருத்தி விளைவிக்கப்பட்டது எனக் கருதலாம்.

கச்சாப் பருத்தியை நூலாக நூற்பதற்கு முன்னர் பதப்படுத்த வேண்டும். இவ்வாறு பதப்படுத்தும் போது கச்சாப் பருத்தியில் உள்ள கசடுகள் மற்றும் அயல் பொருள்கள் நீக்கப்பட்டு நூலாகப் பிரிப்பதற்கான பக்குவத்தை அடையும். இவ்வாறான செயல் திறனை சங்க காலத்திலே மக்கள் அறிந்திருந்தனர்.

விசயநகர ஆட்சிக்காலத்தில் அக்காலக் கல்வெட்டுகள் இவைபற்றிய சில செய்திகளை அளிக்கின்றன. மாடம்பாக்கத்தில் (காஞ்சிபுரம் மாவட்டம்) வில்வரி,[9] என்ற வரி விதிக்கப்பட்டுள்ளது. வில்பணம்[10] என்றொரு வரி இனம் வடமாதேவிமங்கலத்தில் (வட ஆற்காடு மாவட்டம்) விதித்துள்ளனர். ஸ்ரீரங்கத்திலும் (திருச்சிராப்பள்ளி மாவட்டம்) வில்பணம் என்ற வரி விதிக்கப்பட்டுள்ளது.[11] விற்பிடி[12] என்றொரு வரி இனம் திட்டகுடியில்(விழுப்புரம் மாவட்டம்) விதிக்கப்பட்டுள்ளது. மேலே குறிக்கப்பட்டுள்ள வரி இனங்களான வில்வரி, வில்பணம், விற்பிடி ஆகிய எல்லாம் வில் மீது விதிக்கப்பட்ட வரி இனமாகும். பொதுவாக போர் ஆயுதமாக வில் கருதப்பட்டாலும் இவ்விடத்தில் பஞ்சை அடிக்கும் கருவியாக வில் உள்ளது. வில்லில் பஞ்சை பலவாறாக அடிக்கும் போது பஞ்சின் கடினத் தன்மை இளகி நூல் நூற்பதற்கான பக்குவத்தைப் பெறுகிறது. இத்தொழில் நுட்பத்தை பஞ்சடித்தல் என்றும் ஆங்கிலத்தில் கார்டிங் (carding) என்றும் குறிப்பிடுவர். பஞ்சை வில்லால் அடித்து இலகுவாக்கும் தொழிலாளர்கள் மீதே மேற்கண்ட வரி இனங்கள் விதிக்கப்பட்டுள்ளன. எனவே இவ்வரி விதிக்கப்பட்ட இடங்களில் இத்தொழில் மிக சிறப்பாக நடைபெற்றிருக்க வேண்டும் இதனாலேயே இவ்வரி இனச் சொற்கள் காணப்படும் பகுதிகளில் பருத்தி விளைச்சல், பஞ்சடித்தல், நூல் நூற்றல் மற்றும் நெசவு நெய்தல் ஆகிய தொழில்கள் சிறப்பாக செயல் பட்டிருக்கவேண்டும் எனக் கருதலாம். இருப்பினும் வில் கருவியை நம்மால் இனம் காணமுடியும் என்றாலும் அக்காலகட்டத்தில் பயன்பாட்டில் இருந்த வில்லின் வடிவம் ஊகத்திற்கிடமானதே. மேலும் பருத்தியை பக்குவப்படுத்தும் பிறதொழில் நுணுக்கங்களும் நமக்குத் தெரிந்தில. இருப்பினும் பிற்கால முஸ்லிம்

ஓவியங்களில்[13] இவை பற்றிய சில படங்கள் உள்ளன. அவை நமக்கு சற்றே தெளிவைக் கொடுக்கலாம்.

4.தொழில் கருவிகள்

இக்காலகட்டத்தில் நூல் நூற்பு எவ்வாறு நடைபெற்றது என்றோ நூற்பாளர்கள் யார் என்றோ, அவர்கள் பயன்படுத்திய கருவிகள் எத்தன்மையானது போன்றவற்றை அறியவும் மிகச்சில செய்திகளே கிடைக்கின்றன. ஆசுபொதுமக்கள் என்பார் மீது விதிக்கப்பட்ட வரி இவைங்களை இக்காலக் கல்வெட்டுகள் குறிப்பிடுகின்றன. இவர்கள் மீது பொதுவாக வரி விதிக்கப்பட்டுள்ளது என்றபோதிலும் அவ்வரிச் சொற்கள் பலவிதமாக கல்வெட்டுகளில் உள்ளன.[14] இருந்தபோதிலும் அச்சொற்கள் யாவும் நூல் நூற்கும் தொழில் சமூகத்தார் மீதே விதிக்கப்பட்டுள்ளன எனலாம். இவ்வரி இனத்தில் குறிப்பிடப்பெறும் ஆசு பொது மக்கள் யார் என்பது பற்றி பல்வேறு கருத்துகள் உள்ளன. இச்சொற்றொடரில் உள்ள ஆசு என்ற சொல்லுக்கு 1862 இல் வெளி யிடப்பட்ட தமிழ்–ஆங்கில அகராதியில்[15] 'நூலிழைக்குங் கருவிகளிலொன்று' என்று பொருள் தரப்பட்டுள்ளது. இதன்மூலம் ஆசு என்ற சொல் நூல் நூற்கும் கருவிக்கு இடப்பட்ட பெயராகும். ஆசு என்ற சொல்லுக்கு வேறுபல பொருள்களும் அகராதிகளில் தரப்பட்டுள்ளன. தற்காலப் பொது மக்கள் வழக்காறுகளில் ஆசு என்ற சொல் 'நெய்தல் கருவி' என்பதோடு நெசவுத் தொழிலின் சில செயல்பாடுகளைக் குறிக்கவும் பயன்படுத்தப்படுகிறது.

தறிகளில் துணி நெய்யப்பட்டது என்பது தெளிவு. இக்காலகட்டத்தில் பயன்படுத்தப்பட்ட தறியின் உருவம் பற்றி எவ்வித படமோ ஓவியமோ கிடைக்கவில்லை. விசயநகர கால இலக்கியங்களும் கல்வெட்டுகளும் தறி பற்றிய விவரங்களை அளிக்கவில்லை. ஆயினும் கல்வெட்டுகள் சில இக்காலகட்டத்தில் பயன்படுத்திய தறிகளின் பெயர்களை அளித்துள்ளன. இக்கல்வெட்டுகள் சாலியர் நிலைத் தறி,[16] கொம்புத் தறி,[17] சட்டித் தறி[18] என்று தறிகளின் வகைகளைக் குறிக்கின்றன. இத்தறிகளின் பெயர்களைக் கொண்டே தறிகளின் தன்மைகளை ஊகிக்கவேண்டியுள்ளது.

மேற்கண்ட தறிகளின் பெயர்களை நோக்கும்போது சாலியர் நிலைத் தறி சிறப்பானதாகத் தெரிகிறது. இத்தறியை சாலியர் என்ற நெசவாளர் சமூகத்தார் பயன்படுத்தியுள்ளனர் என்று எளிதில் ஊகிக்கலாம். நிலைத் தறி என்று குறிப்பிடப்பெற்றுள்ளதால் ஓரிடத்தில் நிலையாக நிரந்தரமாக அமைக்கப்பட்ட தறி எனக் கருதலாம். நிலையாக நிலை நிறுத்தப்படாமல் உடலோடு தூக்கிச் செல்லும் வகையில் வடிவமைக்கப்பட்ட சிறிய தறிகளை இன்றும் சில பழங்குடி யினர் பயன்படுத்துகின்றனர். இவ்வகையான சிறிய தறியாக இல்லாமல் ஓரிடத்தில் நிலையாக நிறுத்தப்பட்ட தறி என்பதால் இத்தறியில் பலவகையான நெசவுத் தொழில் நுணுக்கங்களைப் பெற்றிருக்கும் எனலாம். இத்தறிகள் மிகச் சிறப்பு வாய்ந்தவை என்பதால் மற்ற தறிகள் மீது விதிக்கப்பட்டதைவிட அதிக அளவு வரி இத்தறிகள் மீது விதிக்கப்பட்டுள்ளது. குறிப்பாக ஒரு தறி மீது ஆண்டொன்றுக்கு 9 பணம் வரியாக விதிக்கப்பட்டுள்ளது. எனவே இத்தறிகள் மிக சிறப்பான விலை மதிப்பான துணி வகைகளை உற்பத்தி செய்யப் பயன்பட்டிருக்க வேண்டும். இவ்வகைத் துணிகளுக்கு மக்கள் மத்தியில் அதிக வரவேற்பு இருந்திருக்க வேண்டும் எனவும் கருதலாம். இருப்பினும் இதுவரை இத்தறியின் அமைப்பு மற்றும் செயல்பாடு, பயன்படுத்திய துணைக் கருவிகள் ஆகியன பற்றி ஏதொரு விவரமும் கிடைக்கவில்லை.

பிற தறிகளில் கொம்புத் தறியும் சட்டித்தறியும் சாலிகர் நிலைத் தறியிலிருந்து மாறுபட்டவைகளாக இருக்கவேண்டும். இவ்விரண்டு தறிகளில் கொம்புத் தறி சாதாரண தறியாக இருக்கலாம். இத்தறியில் நுணுக்கமான துணைக் கருவிகள் இன்றி இருக்கலாம். கொம்பு என்று குறிப்பிடப் பெற்றுள்ளதால் தூணில் அல்லது ஏதாவதொரு கட்டுத்தறியில் பிணைக்கப்பட்டு நெசவு நெய்யப் பயன் பட்டிருக்கலாம். இவ்வகையில் இத்தறியை செங்குத்துத் தறியாக இருக்கலாம். மரக்கிளை அல்லது மேலுள்ள உத்திரத்தில் கட்டித் தொங்கவிட்டு துணி நெய்யப் பயன்பட்டிருக்கலாம். இவ்வகையில் சிறு துணிவகைகளை நெய்திருக்கலாம். இரண்டாவதாகச் சொல்லப்பட்ட

சட்டித்தறியும் மேலே சொல்லப்பட்ட சிறிய தறியாக இருக்க வாய்ப்புண்டு. பொதுவாக சட்டி என்பது சிறு பானையைக் குறிக்கும். இவ்வகையில் சிறிய வகைத் தறியாக இருக்கலாம். எளிதில் பிற இடங்களுக்கும் எடுத்துச் செல்லக்கூடியதாகவும் இருக்கலாம். இவ்விரண்டு தறிகள் மீது ஆண்டொன்றுக்கு 3 பணமே வரியாக விதிக்கப்பட்டுள்ளது. இவ்வாறு குறைந்த வரி வசூலிக்கப்பட்டதால் இத்தறிகளில் உற்பத்தி செய்யப்பட்ட துணிகள் விலை மதிப்பு குறைந்தவையாகவும் அன்றாட உபயோகத்துக்கு உகந்ததாகவும் இருக்க வாய்ப்புள்ளது.

மற்ற வகைத் தறிகளையும் கல்வெட்டுகள் குறிக்கின்றன. கைக்கோள தறி,[19] சேணியத் தறி,[20] பறைத் தறி[21] ஆகிய இத்தறிவகைகளை முறையே கைக்கோளர், சேணியர், பறையர் எனப்பட்ட நெசவாள சமூகத்தினரின் பயன்பாட்டில் இருந்துள்ளது. இருப்பினும் இவ்வகைத் தறிகளின் உருவம், செயல்பாடு போன்றவற்றை அறிவதற்கு சான்றுகள் துணை புரியவில்லை. இவற்றில் கைக்கோளர்கள் பயன்படுத்திய தறி பிற சமூகத்தாரின் தறி வகையிலிருந்து மாறுபட்டிருக்க வாய்ப்புள்ளது.

மேலே குறிப்பிடப்பட்டுள்ள தறிகளின் அமைப்பு மற்றும் தொழில் நுணுக்கம், செயல்பாடுகள் ஆகியன பற்றி நம்மால் அறிய இயலவில்லை. இருந்தபோதிலும் இத்தறிகளில் உற்பத்தி செய்யப்பட்ட துணி வகைகளைப் பற்றிய சில செய்திகளைக் கல்வெட்டுகள் தருகின்றன. இத்தகவல்களை ஆராய்ந்தால் துணிகளை உற்பத்தி செய்வதற்கான கருவிகள் போன்றவற்றையும் அறிய இயலும். விசயநகர ஆட்சிக்காலத்தில் பொன்னெழுத்துச் சேலை,[22] என்றொரு துணிவகை சொல்லப்பட்டுள்ளது. இச்சேலை, பொன் சரிகை கொண்டு பூ வேலைப்பாடு செய்யப்பட்ட சேலையைக் குறிப்பதாகக் கொள்ளலாம். ஆயினும் பொதுவாக, சரிகையில் செய்யப்பட்ட எழுத்துகள் அல்லது வேலைப்பாடு உள்ள சேலை என்று பொதுவாகக் குறிக்கலாம். சேலையின் உடம்பில் அல்லது ஓரங்களில் சரிகை வேலைப்பாடுள்ளதையும் குறிக்கலாம். இவ்வாறு நெய்யப்பட்ட வடிவங்கள் அல்லது வேலைப்பாடு நெய்யும்

ப.சண்முகம் ● 199

போதே செய்யப்பட்டிருக்க வேண்டும். சரிகை நூல்களை இடையில் சொருகி நெய்யும் முறையை அறிந்திருக்கலாம். இதற்கென தனியான கருவிகள் அல்லது தொழில் நுணுக்க முறைகள் தறிகளில் செய்யப்பட்டிருக்கலாம். எனவே இவ்வகைச் சேலை நெய்யப்படும் தறி சிறப்பான கருவிகள் அல்லது முறைகளைக் கொண்ட தறியாக இருக்கலாம்.

5.தொழில் நுணுக்கங்கள்

நெசவுத் தொழில் நுணுக்கங்கள் பற்றி விளக்கம் அளித்த வகையில் விசயா ராமசாமி தென் இந்தியாவில் முஸ்லிம்களால் புகுத்தப்பட்டதே இழுவைத் தறி (draw loom) என்று குறிப்பிட்டுள்ளார்.[23] இவ்வகைத் தறி மூலம் (embroided carpet) தரை விரிப்புகள், ஜமக்காளம் மற்றும் திரைச்சீலைகள் (brocades) நெய்தனர். இவ்வகைத் தறி தென் இந்தியாவில் பயன்பாட்டுக்கு வந்ததை விசயநகர கல்வெட்டு ஒன்று உணர்த்துகிறது என்றும் குறிப்பிட்டிருக்கிறார். திருப்பதியில் உள்ள இக்கல்வெட்டு அச்சுதராயர் காலத்தில் (பொ.ஆ.1538) வெட்டப்பட்டது.[24] கல்வெட்டின் ஆங்கில மொழிபெயர்ப்பை முக்கிய சான்றாகக் கொண்டதால் கல்வெட்டின் பொருளை அறிவதில் விசயா ராமசாமிக்கு சற்றே சிக்கல் இருந்துள்ளது. இதனால் இக்கல்வெட்டின் பொருளை அவரால் சரியாகப் புரிந்துகொள்ள இயலவில்லை.[25]

இந்தக் கல்வெட்டு சில இடங்களில் பொறிந்துள்ளதால் கல்வெட்டின் திரண்டபொருளை அறிவதில் சிக்கல் உள்ளது. இக்கல்வெட்டில் உள்ள சில வார்த்தைகளை புரிந்துகொள்ளவும் இயலவில்லை. எனினும் இக்கல்வெட்டு நெசவாளர் சமூகத்தாரின் தீர்மானத்தை பதிவு செய்கிறது என்பதில் எவ்வித ஐயமுமில்லை. தொண்டைமண்டலம், உள்மண்டலம், புறமண்டலம் மற்றும் விசநகரம், மகுதுப்பட்டனம், விதுரபட்டினம், புரன்பூர் ஆகிய நகரங்களில் உள்ள நெசவாளர் சமூகத்தாரின் பொதுக்கூட்டத்தில் இத்தீர்மானம் ஏற்றுக்கொள்ளப்பட்டுள்ளது. நெசவு செய்யும் முறைகளில் மேற்கொள்ளவேண்டிய செயல்கள் சிலவற்றை ஒழுங்குபடுத்தும் விதமாக இத்தீர்மானம்

உள்ளது. இத்தீர்மானத்தின்படி, ஒரு நூல் திரட்டு உருவாக்க ஒரு பகுதி சடி சரக்கு வடம்(?) கொண்டு அதோடு இரண்டு பகுதி நூல் சேர்க்கப்பட வேண்டும். இத்தீர்மானத்திற்கு மாறாக செயல்படுபவர்கள் மீது 12 வராகன் தண்டம் விதிக்கப்பட்டு வசூலிக்கப்பட்ட மொத்தப் பணம் திருவேங்கடமுடையான் (திருப்பதி) பண்டாரத்தில் செலுத்தப்படவேண்டும். இத்தீர்மானத்தைச் செயல்படுத்தும் பகுதிகளும் குறிப்பிடப்பட்டுள்ளன. திருப்பதிக்கும் காஞ்சிபுரத்துக்கும் இடைப்பட்ட ஊர்கள், மற்றும் இப்பகுதிகளில் உள்ள முஸ்லிம் குடியிருப்புகளும் (துலுக்கணம் காவல் ?) உள்பட இத்தீர்மானத்தை நடைமுறைப்படுத்தவேண்டும். மேலே குறிப்பிட்ட பகுதிகளுக்குத் தெற்கே உள்ள பகுதிகளில் யாரேனும் இத்தீர்மானத்தை செயல்படுத்தினால் 12 பொன் தண்டம் விதிக்கப்பட வேண்டும். இவ்வாறு வசூலிக்கப்பட்ட மொத்தத் தொகை திருவேங்கடமுடையான் கோயில் பண்டாரத்தில் செலுத்தப்படவேண்டும்.

சடி சரக்கு வடம் என்று கல்வெட்டில் குறிப்பிடப் பெற்றுள்ள தொடரின் முழுப்பொருளை அறிவதற்கு இன்றுள்ள நிலையில் கிடைக்கும் அகராதிகள் ஏதும் துணை செய்யவில்லை. எனினும் இக்கல்வெட்டை பதிப்பித்த ஆசிரியர் இச்சொற்றொடருடன் 'அச்சுக்கட்டு' என்றொரு சொல்லையும் சேர்த்து, இரண்டு சொற்றொடரும் ஒன்றையே குறித்ததாகக் குறிப்பிட்டுள்ளார். விசயா ராமசாமி சடி சரக்கு வடம்[26] என்றசொற்றொடரை 'நான்கு முனையுள்ள சட்டம்' (four cornered frame) என்று பொருள் கொள்கிறார். இவர் இந்தக் கல்வெட்டின் மூலம் புதிய தொழில்முறை இக்காலகட்டத்தில் புகுத்தப்பட்டுள்ளதாக உறுதியாக நம்புகிறார். இவர் 'பட வகைத் தறி'யிலிருந்து 'இழுவை தறி' என்ற வகையில் தொழில் முறை மாற்றம் பெற்றுள்ளது எனக் கருதுகிறார். (technological change from patterned loom to a draw loom). இருப்பினும் கல்வெட்டு ஆசிரியர் மற்றும் விசயா ராமசாமி ஆகியோரின் கருத்துகள் ஏற்க இயலாதவகையில் உள்ளன. இதே போல 'சடி சரக்கு வடம்' மற்றும் அதற்கு இணையாக சொல்லப்படும் 'அச்சுக்கட்டு' என்ற சொற்களின் தொடர்பும் சரியாகப் புலனாகவில்லை.

ப.சண்முகம் ○ 201

'அச்சுக்கட்டு' என்ற சொல் நெசவாளர் சமூகத்தில் வேறு விதமாகப் பொருள் கொள்ளப்படுகிறது. பழம் பாவுடன் புதுப்பாவினை பிணைக்கும் செயலே அச்சுக்கட்டு என்று பொதுவாக வழங்கப்படுகிறது. பாவு முழுவதுமாக நெய்யப்பட்டு துணி வெட்டி எடுக்கப்பட்ட பின்னர் எஞ்சியுள்ள பழம் பாவில் புதிய பாவு நூல் பிணைக்கப்பட்டு மீண்டும் துணி நெய்ய முனைவர். இதற்காக பழம் பாவுடன் கூடியவற்றையெல்லாம் தனியே பிரித்தெடுத்து புதுப்பாவினை பிணைக்க முற்படுவர். இதனையே அச்சுக் கட்டு என்று குறித்தனர். இதே சொல் வேளாண்மையில் வேறு விதமாகப் பயன்படுத்தப்படுகிறது. அதாவது, பண்படுத்திய நிலத்தை பயிர் செய்வதற்கும், நீர்ப்பாசன வசதிக்காகவும் பல பாத்திகள் கொண்ட பகுதிகளாகப் பிரித்து பாத்தி அமைத்தலையே 'அச்சுக்கட்டு' என்று குறிப்பிடுவர். எனவே நெசவுத் தொழிலில் 'அச்சுக்கட்டு' என்பது புது பாவினைப் பிணைப்பதையே குறிக்கும். விசயா ராமசாமி 'அச்சுக்கட்டு' என்ற சொல்லோடு 'அச்சுதறி' என்ற சொல்லையும் இணைக்கிறார். 'அச்சுத் தறி' என்பது படவடிவங்களை நெய்வதற்கான பொறிகளைக் கொண்டுள்ள தறி ஆகும். எனவே அவர் குறிப்பதுபோல அச்சுக்கட்டும் அச்சுத்தறியும்[27] ஒரே பொருள் கொண்ட சொற்கள் அல்ல. மேற்கண்ட விளக்கங்கள் மூலம் கல்வெட்டு ஆசிரியரும், விசயா ராமசாமியும் கல்வெட்டு வாசகங்களை சரியாக புரிந்து கொள்ளவில்லை என்பது தெளிவாகும். இவ்வகையில் விசயநகர ஆட்சிக் காலத்தில் இழுவைத் தறி புதிதாக பயன்படுத்தப் பட்டது என்ற விசயா ராமசாமியின் கூற்றை ஏற்க முடியாது. இக்கல்வெட்டு மூலம் எவ்வாறு நூல்கள் சேர்க்கப்படவேண்டும் என்ற கருத்தையே குறிக்கின்றன எனலாம். எதற்காக இவ்வாறு நூல்கள் சேர்க்கப்படவேண்டும் என்பதும் தெளிவாகவில்லை.

விசயா ராமசாமி 'சடி சரக்கு வடம்' என்ற சொல்லுக்கு ஏன் இவ்வாறு பொருள் தருகிறார் என்று விளங்கவில்லை. முதலில் சடி சரக்கு வடம் என்பதை நான்கு முனையுள்ள சட்டம் என்று ஏன் விவரிக்கிறார்

என்பதற்கான காரணத்தையும் அவர் சொல்லவில்லை. மேலும் இச்சொற்றொடர்களின் அடிப்படையில் அது இழுவைத் தறியைக் குறித்தது என்று எவ்வாறு கருதுகிறார் என்பதும் புரியவில்லை. அதே போலவே ‘அச்சுக்கட்டு’ என்ற சொல்லை இச்சொல்லோடு ஏன் பிணைக்கிறார் என்பதும் புரியவில்லை. நெய்வதற்காக நூலை உருவாக்கும் முறைபற்றியே இக்கல்வெட்டு எடுத்துரைக்கிறது. இவ்வகையில் ‘சடி சரக்கு வட'த்தோடு சேர்த்து நூலாக்கப்படும்போது எத்தனை நூல்களைச் சேர்க்கவேண்டும் என்று இக்கல்வெட்டு மற்ற நெசவாளர்களுக்கு அறிவுறை வழங்கியுள்ளது என்பது தெளிவு. இங்கே குறிப்பிடப்பெறும் ‘சடி சரக்கு வடம்’ சரிகை நூலாக இருக்கலாம். சரிகை நூலோடு பட்டு அல்லது சாதா பருத்தி நூல் எந்த அளவில் சேர்க்கப்படவேண்டும் என்பதையே இக்கல்வெட்டு குறிப்பிடுகிறது எனக் கொள்வதே சரியாக இருக்கும்.

6.துணி வகைகள்

இக்காலகட்டத்தில் பலவிதமான பருத்தி மற்றும் பட்டுத் துணிகள் உற்பத்தி செய்யப்பட்டுள்ளன. விரிஞ்சிபுரம் சந்தையில் பட்டு வற்கம், புடவை, பேர்முடிச் சீலை ஆகிய துணி ரகங்கள் விற்கப்பட்டன.[28] இவற்றில் பட்டு வற்கம் எனப்பட்ட துணி வகை பல வகையான பட்டுத் துணிகள் என்று பொருள் கொள்ளலாம். இப்பட்டு வற்கத்தில் சேர்க்கப்பட்ட பிற வகைத் துணி ரகங்கள் என்ன என்பதை அக்கல்வெட்டு குறிப்பிடவில்லை. பட்டு ரகத் துணிகள் விரிஞ்சிபுரத்திற்கு அருகே உள்ள ஊர்களில் உற்பத்தி செய்யப்பட்டிருக்கலாம். காஞ்சிபுரத்திலும் பட்டுத் துணிகள் உற்பத்தி செய்யப்பட்டுள்ளன. இங்கு உற்பத்தி செய்யப்பட்ட துணி வகைகள் பட்டுச்சேலை என்ற பொதுப் பெயரால் அழைக்கப்பட்டுள்ளது.[29] கல்வெட்டுகளில் காணப்படும் புடவை என்பதன் உண்மைப் பொருளை சரியாக அறிய இயலாவிடினும் பொதுவாக நீளமாக நெய்யப்பட்ட துணி என்று அடையாளப்படுத்தலாம்.[30] தற்காலத்தில் சேலைக்கு மாற்றாக புடவை என்ற சொல் பயன்படுத்தப்படுகிறது.

பேர்முடிச்சீலை என்ற துணி வகையை மடிச் சரக்கு[31] என்று கல்வெட்டு குறிக்கிறது. இச்சீலையின் உண்மைத் தன்மையை அறிய முடியாவிடினும் சீலை என்பது தெளிவு. குறிப்பிடப்பெற்றுள்ள பேர்முடி என்ற அடைமொழியிலிருந்து ஓரளவு ஊகிக்கலாம். இச்சீலை படம் அல்லது வரைகோடுகள் அமைப்பில் உள்ள சீலை என்று குறிக்கலாம். இருந்தபோதிலும் பேர் முடி என்ற சொற்கள் வேறு பொருளையும் தரலாம். முடி என்பது முடிச்சு என்று பொருள் கொண்டால் சீலையில் முடிச்சுகள் போடப்பட்டவை என்றாகலாம். ஆயினும் முடிச்சுள்ள சீலையை அணிவது கஷ்டமானது என்பதால் அதற்கு வேறு பொருளைத் தேடவேண்டும். இவ்வகையான சீலையில் முடிச்சுகள் இட்டு சாயம் தோய்த்தால் முடிச்சுள்ள இடத்தில் சாயம் ஏறாமல் மற்ற பகுதிகளில் மட்டும் சாயம் ஏறி இருக்கும். இந்த வகையில் சீலையில் வண்ணம் திட்டுத் திட்டாக ஒருவித படம் (pattern) போன்று காட்சியளிக்கும். தற்காலத்தில் இவ்வகைச் சீலைகள் 'சுங்கடி சீலைகள்' என்ற வகைப்படுத்தப்பட்டுள்ளன.

பச்சவடம்[32] என்றொரு வகையான துணி ரகம் கல்வெட்டுகளில் சொல்லப்பட்டுள்ளது. இத்துணிக்கு அதிக வரவேற்பு இருந்துள்ளதால் அதிக இடங்களில் சொல்லப்பட்டுள்ளது. இதன் முழு விவரங்களை அறிய முடியவில்லை. இத்துணி பொதுவாக பச்சை வண்ணத்தில் இருக்கலாம். இத்துணி துண்டாகவோ போர்வையாகவோ இருக்கலாம். பொன்னெழுத்துச் சேலை, மஞ்சட்டிச் சேலை என்ற இரண்டு வகைக் சேலைகளைப்பற்றியும் காஞ்சிபுரம் கல்வெட்டு குறிக்கின்றது.[33] இவ்விரண்டு வகைக் சேலைகளில் முன்னதாக சொல்லப்பட்டுள்ள பொன்னெழுத்துச் சேலை பொன் சரிகை கொண்டு நெய்யப்பட்ட சேலையாகலாம். இச்சேலையில் பூ வேலைப்படுகள் சரிகையில் செய்யப்பட்டிருக்கலாம். இரண்டாவதாகச் சொல்லப்பட்ட மஞ்சட்டி சேலை மஞ்சள் வண்ணத்தில் உள்ள சேலை எனக் கருதலாம். இச்சீலையில் நெய்யப்பட்ட படங்கள் அல்லது வரைவுகள் பற்றி ஒன்றும் தெரிந்திலது.

சான்று நூல்கள்

1. Vijaya Ramaswamy, *Textiles and Weavers in Medieval South India,* Delhi, 1985; Y.Subbarayalu and P.Shanmugam, 'A Note on the Rates of Assessment under the Vijyanagar Government' in N.Karashima, ed., *Socio-cultural Change in Villages in Tiruchirapalli District, Tamil-nadu, India,* part 1, 1983; P.Shanmugam, 'Pattadai and Industries in the Tamil Country under the Vijayanagar Rule', in *Journal of Asian and African Studies,* No. 37, 1989, pp. 31-49.
2. *ARE.,* 1917, 216.
3. *ARE.,* 1932, 78.
4. *IPS.,* 706.
5. *ARE.,* 1919, 295.
6. *ARE.,* 1940, 193.
7. *SII.,* 7, 21.
8. *ARE.,* 1947, cp19.
9. *ARE.,* 1911, 324.
10. *ARE.,* 1921, 203.
11. *SII.,* 24, 317.
12. *SII.,* 8, 276.
13. Ishrat Alam, 'Textile Tools as Depicted in Ajanta and Mughal Paintings', G. Kuppuram and K.Kumudamani, eds., *History and Science and Technology in India,* 1990, vol. 3, p. 102, 103, plate 4.
14. Noboru Karashima, *Towards a New Formation: South Indian Society Under Vijayanagar Rule,* 1992, p. 213.
15. M.Wilson, *A Comprehensive Tamil and English Dictionary,* 1862, p.63.
16. *ARE.,* 1914, 59.
17. *ARE.,* 1917, 216.
18. *ARE.,* 1916, 246.
19. *ARE.,* 1919, 91.
20. *ARE.,* 1914, 59.
21. *ARE.,* 1918, 91.

22. *SII.,* 7, 53.
23. Vijaya Ramaswamy, 'A Note on the Textile Technology in Medieval South India' in *The Proceedings of the Indian History Congress,* 1979, pp. 453-454; Vijaya Ramaswamy, 'Artisans in Vijayanagar Society' in *The Indian Economic and Social History Review,* vol. 22, 4, 1985, p.423.
24. *TD.,* vol. 4, no. 112.
25. Vijaya Ramaswamy, *Textiles and Weavers in Medieval South India,* Delhi, 1985, p.66.
26. எல்லா இடங்களிலும் 'சடிசரக்குடம்' என்று தவறாகவே இச்சொல்லைப் பயன்படுத்தியுள்ளார்.
27. நெசவுத் தொழிலில் அச்சு என்பது பாவு நூல் ஒரே வரிசையில் செல்லுவதற்காக அமைக்கப்பட்ட தடுப்பு. இத்தடுப்பு மூங்கில் பட்டைகளாலோ கோர்க்கப்பட்ட நூல் மூலமோ அமையப் பெற்றிருக்கும். பாவு நூல் இதன் வழியே செல்லும் போது கீழ் நூல் மற்றும் மேல் நூல் கீழும் மேலுமாக இயக்கத்தக்க பொறியோடு இணைக்கப்பட்டிருக்கும். ஒரு படம் அல்லது வரைவை உண்டாக்குவதற்கு இந்த அச்சுகளும் துணை புரியும். குறிப்பாக ஓரங்களில் உள்ள பூவேலைப்பாடுகள் இவ்வகை அச்சு மூலமே செய்யப்படுகின்றன.
28. *ARE.,* 1905, 30; *SII.,* 24, 635.
29. *SII.,* 7, 53.
30. *ARE.,* 1905, 30; *SII.,* 24, 635.
31. *ARE.,* 1940, 193.
32. *SII.,* 8, 156; *ARE.,* 1933, 170.
33. *SII.,* 7, 53.

10. மகமை: வணிகர்களின் விருப்ப வரிகள்

1. வணிகர்களின் பங்களிப்பு

தென்னிந்தியப் பொருளியல் வளர்ச்சியில் அக்காலச் சமூகங்களின் பங்களிப்பை மிக முக்கியமானதாகக் கருதவேண்டும். சமூகங்களின் பொதுவான வளர்ச்சி நிலைகள் மற்றும் பொருளாதார ஏற்றத்தாழ்வுகளை அறிவதற்கு அச்சமூகங்களிடையிலான உறவுகள், பிணக்குகள் மற்றும் முரண்பாடுகள் ஆகிய தன்மைகள் ஆராயப்பட்டுள்ளன. இவ்வாய்வுகளின் மூலமாக சமுதாய மாற்றங்கள் அல்லது சமூகங்களில் ஏற்பட்ட மறுமலர்ச்சி மற்றும் அச்சமூகங்களின் வரலாற்றுப் போக்குகள் போன்ற நிலைகள் ஓரளவு தெளிவாக்கப்பட்டுள்ளன. ஆயினும் மாற்றம், வளர்ச்சி அல்லது மறுமலர்ச்சி ஆகியவற்றை ஏற்படுத்த அச்சமூகங்களின் பொருளியல் சார்ந்த செயல்பாடுகளும் சமூகங்களுக்குள் நிலவிய ஒற்றுமை மற்றும் கட்டுப்பாடுகளும் கூட மிகத் தேவையானவைகளாகும். இச்செயல்பாடுகளின் தன்மை மற்றும் அவைகளுக்கு ஏற்ப சமூகங்களின் வளர்ச்சிப்போக்குகள் இருந்துள்ளன.

பொருளியல் செயல்பாடுகளின் அளவுக்கு ஏற்ப சமூகங்களின் வளர்ச்சி நிலைகள் இருந்துள்ளன என்றபோதும்

ஏறக்குறைய எல்லா சமூகங்களிலும் இந்நிலை இருந்துள்ளது என ஊகித்தாலும் ஒவ்வொரு சமூகத்தின் தனிப்பட்ட பொருளியல் செயல்பாடுகளைப் பற்றிய விவரங்கள் கிடைக்கவில்லை. சமூகக் கட்டமைப்பில் பொருளியல் நடவடிக்கைகள் இணைந்து செயல்பட்ட சில சமூகங்களில் வணிகர் சமூகம் மிக முக்கியமானதாகும். இவர்கள் ஒரு பகுதியின் பொருளியல் வளர்சிக்கு ஊக்கமும், உந்துதலும் கொடுத்தபோதும் அவர்கள் சார்ந்த சமூகத்தின் வளர்ச்சி, மற்றும் மாற்றங்களுக்கு சிறப்பான பங்களிப்பு தந்துள்ளனர். இவ்வகையில் சில பகுதிகளில் ஆதிக்கத்தை வளர்த்த இவ்வணிகர்கள் அவர்களது சமூக மக்களை தம் கட்டுப்பாட்டுக்குள் வைத்துக்கொண்டு சமூக வளர்ச்சி பெற முற்பட்டுள்ளனர். இவ்வகைச் செயல்பாடுகள் சிலவற்றைத் தமிழ்நாட்டின் இடைக்காலக் கல்வெட்டுகள், இலக்கியங்கள் புலப்படுத்துகின்றன.

வணிகச் செயல்பாடுகளில் வணிகர்களில் சிலர் தனித்தே ஈடுபட்டுள்ளபோதிலும் ஒரு கூட்டமாக அல்லது நெறிப்படுத்தப்பட்ட குழுவாகவும் சிலகாலங்களில் செயல்பட்டுள்ளனர். இவ்வகைக் குழு முறைச் செயல்பாடுகள் மிகத் தொன்மைக் காலமுதலே பல பகுதிகளில் புலப்பட்டுள்ளன. இக்குழு முறையை பழம் இந்தியாவிலும் தென்னிந்தியாவிலும் காணுகிறோம். வணிகச் சமூகத்தாரில் சில குழுக்கள் பொருள் உற்பத்தியில் ஈடுபட்டன. பிறகுழுவினர் சரக்குகளைக் கையாண்டு பல இடங்களுக்கு எடுத்துச்சென்று விற்பனை செய்தனர். இவ்வகையில் வணிகர்களுக்கு பாதுகாப்பு முக்கிய தேவையாயிற்று. வணிகர்களையும், சரக்குகளையும், பிறபொருள்களையும் பாதுகாக்க தனிப்படைத் தொகுதிகளை ஏற்படுத்திக்கொண்டனர். இப்பணிகளுக்குத் தேவையான பொருளை வணிக உறுப்பினர்களிடமிருந்து வசூலித்துக்கொண்டனர். இவ்வாறு வசூலித்த பொருளில் ஒரு பகுதியை சமய வழிபாட்டிற்கு சில குழுவினர் செலவிட்டனர். மேலும் நிர்வாகக் காரியங்களுக்கான நடவடிக்கைகளை மேற்பார்வையிடவும், தம் கட்டுப்பாட்டுக்குள் உள்ள வணிகப் பகுதிகளை வரையறுத்துக் கொள்ளவும் பெருங்குழுவாகக் கூடியுள்ளனர்.

2.சமூக வரிகள்

இவ்வகைக் குழுச்செயல்பாடுகளை மிகத் தெளிவாகத் தென்னிந்தியாவில் காணுகிறோம். தமிழ்நாட்டில் சங்ககால முதல் வணிகக் குழுக்களின் செயல்பாடுகள் இருந்துள்ளன என்றாலும் இவ்வகைச் செயல்பாடுகளில் 10ஆம் நூற்றாண்டிலிருந்து சில மாற்றங்கள் புலப்படுகின்றன. இம்மாற்றத்தின் ஒரு வடிவமாக வணிக உறுப்பினர்கள் விற்பனை செய்யும் சரக்குகள் மீது வரி அல்லது கட்டணங்களை விதித்து வசூலிக்கும் முறையைக் குறிப்பிடலாம். இம்முறையை 'சமூக வரி விதிப்பு' என்ற பொதுச் சொல்லால் குறிக்கலாம். இம்முறையில் வணிகச்சமூகம் தனக்குத்தானே கட்டணங்களை நிர்ணயித்து வசூலித்துக் கொண்டன என்றாலும் அவை கட்டாயமாகச் செலுத்த வேண்டியவை. இவை பற்றிய சான்றுகள் மிகச் சிலவே என்றாலும் அரசுகள் தோன்றாத காலத்திலிருந்த பழங்காலச் சமூகங்களில் இம்முறையின் வேர்களைக் காணலாம்.

இவ்வகைச் சமூக வரி அல்லது கட்டணங்கள் விதிப்பது தொடர்பாக பத்தாம் நூற்றாண்டுக்குப் பிற்பட்ட தமிழகக் கல்வெட்டுகள் இம்முறையை மகமை என்று அழைக்கின்றன. சற்று பிற்காலக் கல்வெட்டுகள் இதன் மற்றொரு வடிவமான பட்டினப்பகுதி (இதன் மற்றொரு வடிவம் பட்டணப்பகுதி) என்ற சொற்றொடரை சமூக வரிவிதிப்பைக் குறிக்கப் பயன்படுத்தியுள்ளன. மகமை வரி விதிப்பு 19ஆம் நூற்றாண்டு வரை நிலவியுள்ளது. இவ்வகை வரி விதிப்பு இன்றும் சில சமூக வகுப்பாரிடையே நிலவியுள்ளதைக் காணலாம். இவர்கள் அச்சமூக வணிகர்களிடம் இன்றும் மகமை என்ற வரியை வசூலித்துக்கொண்டு வருகின்றனர். முக்கியமாக நாடார், செட்டியார் சமூக வணிகர்களிடம் இவ்வழக்கத்தைக் இன்றும் காணலாம்.

மகமை என்ற வரிவிதிப்பைப் பற்றி பல்லவர், முற்காலப் பாண்டியர் கல்வெட்டுகள் ஏதொரு தகவலையும் அளிக்கவில்லை. இவ்வரிவிதிப்பைப் பற்றிய தகவல்கள் இக்காலகட்டத்தில் காணப்படாததற்கு மிகக்குறைந்த எண்ணிக்கையில் உள்ள கல்வெட்டுகளும் அவையும்

மிகக்குறைந்த எண்ணிக்கையிலேயே வரிகளைக் குறிக்கின்றன என்பன தக்க காரணங்களாக இருக்கலாம். ஆயினும் இவ்வரிவிதிப்பு பற்றி 11 ஆம் நூற்றாண்டு முதல் 17 ஆம் நூற்றாண்டு வரையிலான கல்வெட்டுகள் விவரங்களைத் தருகின்றன. தமிழ்க் கல்வெட்டுகள் மகமை என்ற சொல்லின் பிற வடிவங்களாக மகழ்மை, மகள்மை, மகண்மை என்று சுட்டுகின்றன.[1] வரிவிலக்கு அளிக்கப்பட்ட பட்டியலில் எவ்வித பொருள் விளக்கமும், வரிவீதம், மற்றும் வரிவிதிப்புக்கு உட்பட்ட பொருள்கள் போன்ற கூடுதல் விவரங்களுமற்று மேற்கண்ட சொற்கள் காணப்படுகின்றன. இவ்வரி இனம் பொதுவாக வணிக வரிகளைக் குறிப்பிடும் கல்வெட்டுப் பகுதியிலேயே காணப்படுகிறது. எனவே வணிக வரியோடு தொடர்புபடுத்தலாம் என்ற ஊகம் சரியானதாகலாம். சிறு வரி இனம் என்ற வகையில் இவ்வரி இனத்தை அந்தராய மகன்(ண்)மை என்றும் சில கல்வெட்டுகள் குறிக்கின்றன. செட்டிகள், கம்மாளர், வலங்கை இடங்கை வகுப்பார் மீதும் இவ்வரி விதிக்கப்பட்டுள்ளது. இவர்கள் பொருள் உற்பத்தி, பலதொழில் செய்தோர் மற்றும் வணிகத்தில் ஈடுபட்டவர்கள் என்ற அளவில் இவ்வரியினை வணிக வரிகளுள் ஒன்றாகக் கருதலாம். வணிகர்களைத் தவிற மற்ற சமூகங்கள் இவ்வித வரியை தம் மக்கள் மீது விதித்துள்ளனர் என்பதற்கும் சில சான்றுகள் உள்ளன. வலங்கை மற்றும் இடங்கைச் சமூகத்தார் மீது இவ்வகை வரி விதிக்கப்பட்டது. தண்ணாயக்கர் மகமை என்றொரு மகமை வரி யார் மீது விதிக்கப்பட்டது என்று சரியாக அனுமானிக்க இயலவில்லை என்றாலும் இம்மகமை தண்டநாயக்கருக்காக, அல்லது படைப்பராமரிப்புக்காக எல்லா சமூகத்தார் மீதும் விதிக்கப்பட்டது என்று கருதலாம்.

3.மகமை

மகமை, மகண்மை என்ற சொற்களுக்கு பலவகைகளில் பொருள் சொல்லப்பட்டுள்ளது. மகண்மை என்ற சொல்லை கல்வெட்டுகளில் கண்ட அறிஞர்கள், மகள், மகன் என்ற வேர்ச்சொற்களை அடையாளப்படுத்தி குடும்ப உறுப்பினர்கள் மீது அல்லது அவர்களின் பயனுக்குக்காக இவ்வரி விதிக்கப்பட்டிருக்கலாம் என்று ஊகித்தனர்.[2] இவ்

ஊகத்திற்கான தெளிவான அடிப்படை ஏதும் உள்ளதாகத் தெரியவில்லை. தமிழ்ப் பேரகராதி, விவசாயிகளிடமிருந்து வசூலிக்கும் வரி, வணிகர்கள் தருமத்துக்குக் கொடுக்கும் நிதி, நில வரி என்று மூன்று வகையாக பொருள் தந்துள்ளது.[3] பிற கல்வெட்டு அகராதிகளில் வணிகர்கள் விதித்துக்கொண்ட வரி என்று குறிப்பிட்டாலும் சில குழப்பமான விளக்கங்களும் அவ்வகராதிகளில் தரப்பட்டுள்ளன.[4] இப்பொருள் விளக்கங்களுக்கு மாற்றாக “பொதுக் காரியங்களுக்கு வீடு அல்லது ஆள் மீது இவ்வளவு என்று மனமுவந்து கொடுக்கும் பொருள்”[5] என்ற விளக்கம் சற்று ஏற்றுக்கொள்ளத்தக்கதாக உள்ளது. இவ்வகையில் இச்சொல்லின் திரண்ட பொருளாக, வணிகர்கள் விற்பனைப் பொருள்கள் மீது அவர்களே விரும்பி விதித்துக்கொண்ட வரி அல்லது கட்டணங்கள் என்று குறிப்பிடலாம். இக்கட்டணங்களை வசூலிக்கும் சமூகத்தார் இக்கட்டணங்களை ‘வரி’ என்ற சாதாரணச் சொல்லாலேயே குறிப்பிடுவர்.

பொதுவாக, பதினெண்விஷையம், திசையாயிரத்து ஐநூற்றுவர், நகரத்தார் போன்ற பல வணிகக் குழுக்களின் பிரதிநிதிகள் கலந்துகொண்ட பெருங்குழுக் கூட்டத்தில் உறுப்பின வணிகர்கள் விற்பனை செய்த பொருள்கள் மீது இவ்வரி விதிக்கப்பட்டதாக சற்று பிற்காலக் கல்வெட்டுகளிலிருந்து தெரியவருகிறது. சில ஊர்களில் இவ்வகைப் பெருங்குழுவாக இல்லாமல் ஒன்று அல்லது இரண்டு வணிகக் குழுவினர் கொண்ட சிறு அமைப்பே இவ்வரிவிதிப்பை நிர்ணயித்துள்ளது. இவ்வகையில் விண்ணமங்கலத்தில் திசையாயிரத்து ஐநூற்றுவர் வணிகக் குழுவினரால் வரித்தீர்வை தீர்மானிக்கப்பட்டது.[6] பல கல்வெட்டுகள், மகமை என்று இனம் காட்டப்படாமல், வணிகக் குழு உறுப்பினர்களின் விற்பனைச் சரக்குகள் மீது இதேபோல விதிக்கப்பட்ட வரிகளைப் பற்றி குறிப்பிடுகின்றன. திட்டகுடியில், சித்திரமேழிப்பெரிய நாட்டார் அவர்கள் அதிகாரப் பரப்புக்குள் விற்பனை செய்யப்பட்ட பொருள்கள் மீது இவ்வரியை விதித்துள்ளனர்.[7] பிரான் மலையில் பெருவணிகர்கள் குழு பல பொருள்கள்மீது வரிகளை நிர்ணயம் செய்துள்ளது. இவ்வரிகள் பெரும்பாலும் சமய

நோக்கத்திற்காகவே விதிக்கப்பட்டன. வணிகக் குழுவின் மகாசபை கூடி முடிவெடுத்ததால் வணிகக்குழுவின் இந்நடவடிக்கைகளைக் கல்வெட்டுகள் "தன்மசமயக் காரியம்" அல்லது "சமையதன்மம்" என்று விளிக்கின்றன.[8] பன்னிரண்டாம் நூற்றாண்டு கல்வெட்டுகள் சித்திரமேழி பெரியநாட்டார்[9] மற்றும் வாணிய நகரத்தார்[10] ஆகிய வணிகக் குழுவினர்களால் அளிக்கப்பட்ட மகமை கொடைச் செய்திகளைப் பதிவு செய்கின்றன.

தானாகவே விருப்பப்பட்டு வரிவிதித்துக் கொள்ளும் முறையை, 13 முதல் 15 ஆம் நூற்றாண்டு காலம் வரையிலான தமிழ்க் கல்வெட்டுகள் பட்டினப்பகுதி என்ற புது சொற்றொடரால் விளிக்கின்றன. இச்சொல்லின் பின்பகுதியை (பகுதி) 'பங்கு' என்று பொருள் கொண்டோம் என்றால், பட்டினப்பகுதி என்ற முழுசொல்லை, 'பட்டினத்தின் பங்கு'[11] என்று மொழி பெயர்க்கலாம். பட்டினம் என்ற அமைப்பு வணிகர்களின் நிருவாக அமைப்பைக் குறித்ததாகக் கொள்ளலாம். ஆந்திரா, கருநாடகப் பகுதிகளிலும் வணிகக்குழுப் பிரதிநிதிகள் மகாசபையாகக் கூடி இதேபோன்ற வரிவிதிப்பை உறுப்பினர்கள் மீது விதித்துள்ளனர். அங்கெல்லாம் இவ்வகையான வரிவிதிப்பு 'ஆயம்' என்ற சொல்லால் குறிப்பிடப்பட்டுள்ளது. இப்பகுதிகளில் தானாக விதிக்கப்பட்ட இவ்வகை வரிகளுக்கும் தமிழகத்தில் விதிக்கப்பட்ட பட்டினப்பகுதி வரிவிதிப்பு, மற்றும் முறைகளுக்கும் மிகுந்த ஒற்றுமை உள்ளது.

4. விருப்ப வரிகள்

மகமை, பட்டினப்பகுதி ஆகிய விருப்ப வரிவிதிப்புகள் தென்னிந்தியாவின் முக்கிய வணிக முனையங்களில் நடைபெற்றுள்ளன. இப்பகுதிகளில் வேளாண் பொருள்களும் பிற வணிகப் பொருள்களும் உற்பத்தி செய்யப்பட்டன. சில இடங்களில் சந்தைகளும், விற்பனை அங்காடிகளும் இருந்துள்ளன. இப்பகுதியில் செயல்பட்ட வணிகக் குழுவினர், பிரதிநிதிகள் பெருங்குழுவாகக் கூடி மகமை, பட்டினப்பகுதி விருப்ப வரிகளை விதித்துள்ளனர்.

5.1.பரிவர்த்தனைகள்: சின்னமனூர்

தேனி – உத்தமபாளையம் பகுதியில் அமைந்துள்ள மலைப் பிரதேச ஊர் சின்னமனூர். இப்பகுதியில் பாக்கு, மிளகு, லவங்கம் போன்ற பொருள்கள் விளைந்தன. இவ்வூரில் பொ.ஆ. *1276* முதல் *1309* வரை நடைபெற்ற நான்கு பரிவர்த்தனைகளில் பதினெண்விஷயம் எனப்பட்ட வணிகக்குழு முதன்மையாக இருந்துள்ளது.[12] இவர்களுடன் இணைந்து *18* ராஜ்யங்களுக்கு உட்பட்ட நகரப பிரதிநிதிகள், நாட்டுச் செட்டிகள், தளச்செட்டிகள், திருச்சோணாட்டுச் செட்டிகள் ஆகியோரும் பங்கேற்று வரிவிதிப்பை தீர்மானித்தனர். இங்கே குறிப்பிடப்பெறும் பதினெட்டு ராஜ்யங்கள் என்பது பழம் வழக்காறுகள் குறிப்பிடும் எண்ணிக்கையாகும். பொதுவாக "பல நாடுகள்" அல்லது "பல பகுதிகள்" என்ற பொருளில் இச்சொற்றொடர் பயன்படுத்தப்பட்டுள்ளது. சின்னமனூரின் கீழை வட்டை எனப்பட்ட கிழக்குப்பகுதி ஊர்கள் மற்றும் சின்னமனூரைச் சார்ந்த நாலு நகரப் பகுதிகள், உத்தமசோழபுரம் துறை, மற்றும் ஆங்குள்ள அரிகேசரிநல்லூர் பண்டகசாலை, ஸ்ரீவல்லவன் படைவீடு பண்டகசாலை ஆகிய பண்டகசாலைகளின் மீதும் வரிவிதிக்கப்பட்டுள்ளது. இப்பகுதியில் விளையும் பாக்கு, மிளகு ஆகியவற்றின் மீதே வரி விதிக்கப்பட்டுள்ளன.

மன்னார்குடியில் பிற்பாண்டியர் காலத்தில் *1267–1284* வரை மூன்று பரிவர்த்தனைகள் நடைபெற்றுள்ளன.[13] சாரிகைக்கோட்டையில் (மன்னார்குடி) அமைந்திருந்த புவனேக வீரன் மடிகை, விக்கிரமபாண்டியன் மடிகை ஆகிய இரண்டு அங்காடிகளில் விற்பனைக்கு கொண்டுவரும் பாக்கு, மிளகு, புடவைக் கட்டுகளின் மீது நகரம், நான்குதிசை பதினெண் விஷயம் பிரதிநிதிகள் வரிகளை விதித்துள்ளனர். இச்சரக்குகள் சாரிகைக்கோட்டைக்குள் நுழையாமல் பெருவழியில் வெளிப்புறமாகச் சென்றாலும் வரி செலுத்தவேண்டும் என்று விதித்துள்ளது இவ்வணிகக் குழுவினரின் அதிகார வரம்பை நிலைநிறுத்தும்.

கோவில்பட்டியில் (குளித்தலை, பொ.ஆ. *1305*) கீழ்க்கண்ட நான்கு பகுதியில் உள்ள நகரத்தார்களால்

பட்டினப்பகுதி விதிக்கும் தீர்மானம்[14] நிறைவேற்றப்பட்டது: 1.சுந்தரசோழபுரம் (தேசி உய்யக்கொண்ட பட்டினம், ஒல்லையூர்க்கூற்றம்), 2.மணிக்கிராமம் (கொடும்பாளூர்), 3.தெலிங்ககுலகாலபுரம் (குலோத்துங்க சோழபட்டினம்), 4.கொன்றையூர் (உத்தமசோழபுரம்). மற்ற வணிகர்களும் இக்கூட்டத்தில் பங்கேற்றுள்ளனர்.

5.2.பிரான்மலை

பிரான்மலை[15] கல்வெட்டில் (13 நூ.) பட்டினப்பகுதி என்று குறிப்பிடப்படவில்லை என்றபோதிலும் வணிகக் குழுவினரின் முக்கிய தீர்மானமான வரிவிதிப்பு விவரிக்கப்பட்டுள்ளது. நான்குதிசை பதினெண்விஷயம், திசையாயிரத்தைஞ் ஞூற்றுவர், 27 நகரங்களின் பிரதிநிதிகள் கூடி, கீழ்க்கண்ட பொருள்கள் மீது வரிவிதித்துள்ளனர்: உப்பு, நெல், அரிசி, பயறு, அவரை, துவரை, பாக்கு, மிளகு, கடுகு, நெல்லி, இரும்பு, பருத்தி, நூல், புடவை, மெழுகு, கோணி, சந்தனம், தேன், அகில், பட்டு, கற்பூரத்தைலம், குதிரை, ஆனை. பல பிரதிநிதிகள் இத்தீர்மானத்தை ஏற்று கையெழுத்து இட்டுள்ளனர்.

5.3.கொங்கு பகுதி

கொங்கு நாட்டுப்பகுதியில் மூன்று முக்கிய பரிவர்த்தனைகளைக் காணலாம்.[16] சர்கார் பெரியபாளையத்தில் (பொ.ஆ. 1289) 18 பட்டினங்கள், 32 வேளாபுரங்கள், 64 கடிகைத் தாவளங்களின் உறுப்பினர்கள் பங்கேற்ற கூட்டத்தில் தீர்மானம் நிறைவேற்றப்பட்டது. இத்தீர்மானத்தை ஏற்றுக்கொண்டு பலபகுதிகளில் இருந்து வந்த 64 உறுப்பினர்கள் கையெழுத்து இட்டுள்ளனர். சாமளாபுரம் (பல்லடம், கோயமுத்தூர்) (பொ.ஆ. 1332) சந்தைப் பகுதிக்கு வந்து செல்லும் சரக்குகள் மீதான பட்டினப்பகுதியை அளிப்பது குறித்து 18 மண்டலங்களைச் சேர்ந்த பதினெண்விஷயத்தாரின் பெருங்கூட்டத்தில் தீர்மானிக்கப்பட்டது. தணாயக்சன்கோட்டை (கோபிசெட்டிபாளையம்) (பொ.ஆ.1346) யில் வணிகக் குழுவினரின் கீழ்க்கண்ட உறுப்பினர்கள் சேர்ந்து

பட்டினப்பகுதி அளித்துள்ளனர்: 1.வைசிய வாணிய நகரத்தார், 2.நாற்பத்தெண்ணாயிரவர், 3.கைக்கோளர், 4.சாலியர். இந்த வணிகக் குழுவினரின் ஒப்பந்தத்திற்கு ஏற்புடையவர்களின் தொழில் முறைப் பகுதி ஊர்கள் கீழே தரப்பட்டுள்ளன: வல்லூர், நெல்லூர், பிரம்மபுரி, மைலாப்பூர், காஞ்சி, பூம்புகார், உறையூர், கருவூர், பழையாறை, மற்றும் தென்மதுராபுரி. இவ்வணிகர்களின் வணிகப் பகுதிகளில் வைகுந்த வளநாட்டில் உள்ள பெருமலைக்கு அருகில் உள்ள பகுதிகளோடு கம்பையாற்றுப் பகுதிகளும் குறிப்பிடப்பட்டுள்ளன. தணாயக்கன்கோட்டைக்கு வெகு தொலைவில் உள்ள நெல்லூர் (ஆந்திரப் பிரதேசம்), மைலாப்பூர் (சென்னை), காஞ்சிபுரம், பூம்புகார் ஆகிய ஊர் வணிகர்களும் இத்தீர்மானத்திற்கு உட்பட்டுள்ளனர் என்பது இவ்வணிகர்கள் தொலைதூர வணிகத்தையும் தம் கட்டுப்பாட்டுக்குள் வைத்திருந்தனர் என்பது புலப்படும்.

5.4.சித்திரமேழிப் பெரியநாட்டார்

திட்டகுடியில்[17] (பொ.ஆ.1168) நான்கு திசை பதினெண்பூமி திசை ஆயிரத்தைனூற்றுவர் கூடி விருப்ப வரிகளை விதித்துக் கொள்வதான தீர்மானத்தை சித்திரமேழிப் பெரியநாட்டார் நிறைவேற்றியுள்ளனர். இவர்கள் வேளாண் உற்பத்திக் குழுவானதால் வேளாண் பொருள்கள் மற்றும் உற்பத்தியில் ஈடுபட்ட தொழிலாளர்கள் மீது விதித்துள்ளனர். உழுதொழிலுக்கு இன்றியமையாதாகிய கலப்பை மீதும், பணிமக்கள், கோபாலர் குடி ஆகியோர் மீதும் மாலைகட்டிப் பரிமாறுவார் எனப்படும் தொழிலாளர் சமூகத்தின் மீதும் விதித்துள்ளனர். இவ்வரிகளை வசூலிக்குமிடத்து தண்டும் பணியாட்களுக்கு உணவு, பாக்கு, வெற்றிலை, உப்பு போன்றவற்றை அளிக்கவேண்டும் என்றும் தண்டுமிடத்து வெண்கலம் பறித்தும், மண்கலம் தகர்த்தும் வசூலித்துக் கொள்ளலாம் எனவும் சொல்லப்பட்டுள்ளது. திருக்கோயிலூரிலும்[18] 79 நாட்டு 18 பூமி சித்திரமேழி விண்ணகர் குழு முடிவெடுத்துள்ளது. இங்கும் கலப்பை, ஆள்கள் ஆகியவற்றின் மீதே வரி விதிக்கப்பட்டுள்ளது.

6.1.கருநாடகம்: முடிகொண்டம்

கொங்குப் பகுதியோடு கருநாடகம் மேற்கொண்ட வணிக நடவடிக்கைகள் யாவும் கொள்ளேகால் – முடிகொண்டம் – தலைக்காடு பெருவழியில் நடைபெற்றது. முற்சோழர் காலத்திலிருந்தே இவ்வணிகப் பெருவழி தீவிர செயல்பாட்டில் இருந்துள்ளது. ஒய்சாள அரசன் பள்ளாளன் காலத்தில் இப்பகுதிகள் தீவிர வணிகத்தில் ஈடுபட்டிருந்தன. முடிகொண்டசோழபுரம், தழைக்காடு ஆகிய ஊர்கள் முக்கிய வணிக முனையங்களாக இருந்தன. முடிகொண்டத்தில் 1323 ஆம் ஆண்டில்[19] பட்டணபகுதி நிர்ணயிக்கப்பட்டுள்ளது. தழைக்காடான ராஜராஜபுரம் முதலான 18 பட்டணங்கள், முடிகொண்ட சோழபுரமான தேசியுய்யக்கொண்ட பட்டண முதலான தென்கரை 18 பட்டணங்கள் மீது பட்டணப்பகுதி வரி விதிக்கப்பட்டுள்ளது. இவ்வரிவிதிப்புக்கு நான்கு திசைப் பதினெண்பூமி திசையாயிரத்து ஐநூற்றுவர் பெருங்கூட்டமாகக் கூடி முடிவெடுத்துள்ளனர். இவர்கள் கீழ்க்கண்ட வணிகப்பொருள்கள் மீதி வரிவிதித்துள்ளனர்: 1.எடையிட்டு விற்கப்படும் பொருள்கள், 2.எண்ணிக்கையால் கணிக்கப்பட்டு விற்பனையாகும் பொருள்கள், 3. கால்நடைகள் சுமந்து வரும் பொருள்களான மிளகு, பாக்கு, புடவை சுமை, 4.பலமண்டலச் சரக்கான பட்டு நூல், சந்தனம், பருத்தி நூல், பருத்திப்பொதி, வெல்லப்பொதி, உப்புப்பொதி ஆகியன.

6.2.கோலாபூர்

வடகருநாடகத்தில் கோலாப்பூரில்[20] (கோலாப்பூர் மாவட்டம்), (பொ.ஆ. 1136) ஆயம் என்ற விருப்ப வரி விதிக்கப்பட்டுள்ளது. இதற்கான தீர்மானம் 1.அய்யவோலு, 2.ஐநூறு சுவாமிகள், 3.கவரர்கள், 4.காத்ரியர்கள், 5.செட்டிகள், 6.செட்டி குத்தர்கள், 7.காமுண்டர்கள், 8.காமுண்டசுவாமி, 9.பீரர், 10.பீர வணிகர் ஆகிய வணிகக் குழுவின் பிரதிநிதிகள் அடங்கிய பெருங்கூட்டத்தில் நிறைவேற்றப்பட்டது. இவ்வரி யிலிருந்து கிடைக்கும் தொகை கோயிலுக்கு தரப்பட்டது. இக்கூட்டத்தில் மேற்கண்ட பிரதிநிதிகளோடு கொல்லாபுரம், மிநிநிஜே, குண்டி நகரம், தொரம்பகே, பலேயவட்டன,

500 அய்யவோலு, கவடேகொல்ல ஆகிய பகுதிகளின் செட்டிகளும் இருந்துள்ளனர்.

வணிகக் குழுவின் பெருங்கூட்டம் 1.ஐநூற்றுவ சுவாமிகள், 2.பள்ளங்கி தண்ட ஹஸ்தர், 3.மும்முரி தண்டம், 4.சேதம்பால் செட்டிகள் ஆகிய உறுப்பினர்களோடு மிராஜில்[21] (சாங்கிலி மாவட்டம்), (பொ.ஆ. 1143) நடைபெற்றது. வெள்ளிக்கிழமை சந்தையில் விருப்ப வரி வீதம் மூலம் கிடைக்கும் வருமானத்தை சேதாம்பல் மாதவேசுவரர் கோயிலுக்கு அளித்து தீர்மானம் நிறைவேற்றியுள்ளனா. நான்கு மாவட்டப் பகுதிகளின் நான்கு செட்டிகள் குறிப்பிடப்பட்டுள்ளனர். மிநிநிஜே, பாகே, தோணிகோடு, தொளகடே, குந்திலி, சேதாம்பல் ஆகிய பகுதிகளின் பிரநிதிகளும் இக்கூட்டத்தில் கலந்து கொண்டுள்ளனர்.

பெலகாமியில்[22] (சிமோகா மாவட்டம்), (பொ.ஆ. 1150) ஐநூறு அய்யவோலு, பட்டண செட்டிகள், நகரம் ஆகிய வணிகக் குழுவின் பிரதிநிதிகளின் பெருங்கூட்டத்தில் விருப்ப வரி விதிப்புக்கான தீர்மான நிறைவேற்றப்பட்டுள்ளது. இவ்வரி விதிப்பின் மூலம் கிடைக்கும் மொத்தத் தொகை கடவுள் அலங்காரத்திற்கும் கோயில் புனரமைப்புக்கும் செலவிடப்படவேண்டும்.

எண்ணை வணிகர்கள் குழு ஒன்றாகக் கூடி விருப்ப வரி மூலம் பெறும் தொகையை கோகட்னூர்[23] (பெல்காம் மாவட்டம்), (பொ.ஆ. 1235) கோயிலுக்கு அளித்துள்ளது. இவ்வாறே வெற்றிலை வணிகர் குழுவும் கூடை பின்னும் தொழிலாளர் குழுவும் கூட்டமாகக் கூடி விருப்ப வரி மூலம் கிடைக்கும் வருவாயை பவசுத்தர் என்ற தெய்வத்திற்கு அளித்துள்ளனர்.

ஹலசிகே 12,000 என்ற பகுதிக்குள் அடங்கிய தாரவாட, நரேந்திர புர, தாட கோடு, அம்மேய்யபவை என்ற நான்கு பட்டினங்களின் செட்டி குத்தர்களோடு, அய்நூற்றுவர்கள், மும்முறி தண்டர்களோடு, நெல், எண்ணை, வெற்றிலை, பணம் ஆகியவற்றை விருப்ப வரியாக அளிப்பதற்கு தார்வாரில்[24] (தார்வார் மாவட்டம்), (பொ.ஆ. 1206) தீர்மானம் நிறைவேற்றியுள்ளனர்.

7.வரிவிதிப்பின் தன்மைகள்

மேலே விவரிக்கப்பட்ட கல்வெட்டுகள் மற்றும் பிற கல்வெட்டுகளின் படி மகமை, பட்டினப்பகுதி வரிவிதிப்பில் அரசன் அல்லது உள்ளூர் அரசாங்கம் ஆகியவைகளின் தாக்கம் ஏதும் இல்லை என்பது தெளிவாகிறது. கல்வெட்டுகள் தரும் செய்திகளை உற்று நோக்கினால் அரசனால் அல்லது அவரது ஆணைக்கு உட்பட்டு இவ்வரிகள் விதிக்கப்படவில்லை. ஆட்சியில் இருந்த அரசரைப் பற்றிய குறிப்பும் அரசனின் மெய்க்கீர்த்தியும் தரப்படவில்லை என்பதையும் சிறப்பாகக் கருதவேண்டும். இக்கல்வெட்டுகளில் எந்த அரசியல் அதிகாரியின் பெயரும் காணப்படவில்லை என்பதால் எவ்வித அதிகார வட்டாரங்களும் இத்தீர்மானங்களுக்கு பொறுப்பில்லை என்றும் குறிக்கலாம். எனவே இவ்வரிவி திப்புகள் யாவும் வணிகக்குழு உறுப்பினர்கள், பிரதிநிதிகள் ஆகியோரின் முழுமையான தன்னார்வ விருப்பத்தினால் விதிக்கப்பட்டவை என்றும் வணிகக்குழுவின் முழுப் பொறுப்பாகும் என்பதை மிகத்தெளிவாகக் காட்டுகின்றன. மேலும், வரிவசூலிப்பிலும் கூட அரசியல் அதிகாரிகள் ஈடுபடுத்தப்படாமல், வணிகக் குழுவின் பணியாளர்கள், பிரதிநிதிகள் மட்டுமே ஈடுபடுத்தப்பட்டுள்ளனர். மேற்கண்ட காரணங்களால் அரசாங்கமோ அல்லது அரசனோ இவ்வரிகளை விதிக்காமல் வணிகக்குழு உறுப்பினர்களாலேயே அவர்களின் முழு விருப்பத்துடன் இவ்வரிகள் விதிக்கப்பட்டன என்பது தெளிவு.

வணிகக் குழுவினரால் அளிக்கப்பட்ட பட்டினப்பகுதியின் மற்றொரு தன்மை மிகத் தெளிவாகப் புலனாகியுள்ளது. பட்டினப்பகுதியிலிருந்து பணம் அல்லது பொருளாக வசூலிக்கப்பட்ட வருமானம் கோவில்களுக்கு கொடையாக அளிக்கப்பட்டன. இவ்வருமானம் கோயில்களில் திருவிழா நடத்துவதற்கும், கோயில் புனரமைப்பு போன்ற திருப்பணிகளுக்குப் பெரும்பாலும் செலவு செய்யப்பட்டது. சில சமயம் கோயில் நந்தவனம் அமைப்பதற்கும், கோயில் மண்டபம் கட்டுவதற்கும், கோயில் புனரமைப்புக்கும் செலவு செய்யப்பபட்டுள்ளது.

8.வணிகக் குழுவின் உறுப்பினர்கள்

பட்டினப்பகுதி வரிவீதத்தை முடிவு செய்வதற்கு பதினெண்விஷையம் என்ற வணிகக்குழு முக்கியமாக இருந்துள்ளது. இக்குழுவினர் தணாயக்கன் கோட்டை கல்வெட்டைத் தவிர பிற கல்வெட்டுகளில் பிரதிநிதிகளாகக் காணப்படுகின்றனர். இவர்களுடன் பலபகுதிகளில் உள்ள நகரம் பிரதிநிதிகளும் பங்கேற்றுள்ளனர். நகரப் பிரதிநிதிகளில் நாலுநகரம் (சின்னமனூர்), மலைமண்டலத்து நகரம் (சர்க்கார் பெரியபாளையம), 18 ராஜ்ய நகரம் (சின்னமனூர்), வைசிய வாணிய நகரம் (தணாயக்கன் கோட்டை) ஆகிய நகரங்களின் பிரதிநிதிகள் இக்கூட்டத்தில் பங்கேற்றுள்ளனர்.

செட்டிகளில், நாட்டுச் செட்டிகள், தளச்செட்டிகள் என்ற இருபிரிவினரை சர்க்கார் பெரியபாளையம், கோவில்பட்டி, சின்னமனூர் கல்வெட்டுகள் பதிவு செய்கின்றன. இவர்கள் அப்பகுதியின் உள்ளூர்ச் செட்டி வணிகர்களாக அடையாளம் காணவேண்டும். நாட்டுச் செட்டிகள் பல ஊர்களை உள்ளடக்கிய ஒரு நாட்டுப் பிரிவைச் சேர்ந்த வணிகர்கள் என்றும், தளச்செட்டிகள் சிறிய பகுதியாக உள்ள உள்ளூர்ப்பகுதியைச் சேந்தவர்கள் என்று குறிப்பிடலாம். இவ்வகையில் சின்னமனூர் கல்வெட்டுகள், சோணாட்டுச் செட்டிகள் என்று தெளிவாகக் குறிப்பிடுகின்றது. நாட்டுச் செட்டிகள், தளச் செட்டிகள் ஆகிய இவ்விரண்டு செட்டிப் பிரிவினர் வணிகக்குழுவின் கீழ்ப்படிநிலையைச் சேர்ந்தவர்கள்.

அறுபத்துநான்கு முனை, முனை, முனை வீரக்கொடியார் ஆகியோர் சர்க்கார் பெரியபாளையம், கோவில்பட்டி கல்வெட்டுகளில் காணப்படும் வணிகக்குழுவின் மற்ற பிரதிநிதிகள். இவர்களில் அறுபத்துநான்கு முனை, முனை வீரக்கொடியார் ஆகியோரை 'நம்மக்கள்' என விளிக்கப்பட்டுள்ளதால் முன்பு சொல்லப்பட்ட நாட்டுச் செட்டிகள் மற்றும் தளச்செட்டிகளை விட இவர்கள் கீழ்நிலைகளில் உள்ளனர் எனக் கருதலாம். கோவில்பட்டி கல்வெட்டில் மட்டுமே சித்திரமேழிப் பெரியநாட்டார் குறிப்பிடப்பட்டுள்ளனர்.

தணாயக்கன்கோட்டை கல்வெட்டு பிற கல்வெட்டுகளிலிருந்து சிறிது மாறுபட்டுள்ளது. இக்கல்வெட்டு வைசியர், கைக்கோளர், சாலியர், போன்ற கைவினைஞர்கள் பலரைப் பதிவு செய்வதோடல்லாமல் பதினெண்விஷையத்தார் பற்றிய எந்தப் பதிவும் இல்லை. கோவில்பட்டி கல்வெட்டு வணிகக்குழுவின் 8 உறுப்பினர்களைப் பற்றி குறிப்பிட்டபோதும் நகரத்தின் நான்கு பிரதிநிதிகளே இறுதி முடிவை எடுத்துள்ளனர்.

9.கட்டுப்பாட்டுப் பகுதி

வணிகக்குழு உறுப்பினர்களின் பங்கேற்றலை ஆராய்ந்தால் வரிவிதிப்பிற்கு உட்பட்ட கட்டுப்பாட்டுப் பகுதிகளை நம்மால் அடையாளம் காண இயலும். சின்னமனூர்–1 கல்வெட்டுப்படி கீழைவட்டை, நாலு நகரம் என்ற சிறிய பகுதியே வரிவிதிப்பு அதிகாரத்துக்கு உட்பட்ட பகுதியாகத் தென்படுகிறது. மேலும் உள்ளூர் அங்காடியில் கொண்டு வந்து விற்கப்பட்ட பாக்கு மற்றும் மிளகு ஆகிய இரண்டு பொருள்கள் மீதே வரி விதிக்கப்பட்டுள்ளது. சின்னமனூர் கல்வெட்டின்படி கீழைவட்டை, உத்தமசோழபுரம் ஆகிய இரண்டு ஊர்களே வரிவிதிப்பின் அதிகார வரம்புக்குள் உள்ளன. நாட்டில் உள்ள பண்டகசாலையும் (சேமிப்புக்கிடங்கு, அங்காடி) பட்டினப்பகுதி வரிவிதிப்பு அதிகார வரம்புக்கு உட்பட்ட மற்றுமொரு பகுதியாகும். ஆனால் சாமளாபுரம் கல்வெட்டு 18 மண்டலம் கொண்ட ஒரு பெரும்பகுதியை அதிகார வரம்புக்குள் உட்படுத்துகிறது. இப் 18 மண்டலங்களின் எல்லைகளைத் தெளிவாக வரையறுக்க இயலாவிடினும் பல பகுதிகளில் இருந்து கொண்டுவரப்பட்டு விற்பனை செய்யப்பட்ட பொருள்கள் மீது வரிவிதிப்பு இருந்துள்ளது புலனாகும். பதினெண்விஷையம் என்ற ஒரே அமைப்பு மட்டுமே குறிப்பிடப்பட்டிருப்பினும் இவ்வரிவிதிப்பின் கீழ் 15 பொருள்கள் உட்படுத்தப்பட்டுள்ளன.

தீர்மானம் நிறைவேற்றப்பட்டபோது அங்கிருந்த பிரதி நிதிகள் பலர் கையெழுத்திட்ட நீண்ட பட்டியலை சர்கார் பெரியபாளையம் கல்வெட்டு தருகின்றது. பாண்டிமண்டலம், சோழமண்டலம் ஆகிய பகுதிகளில் உள்ள பல்வேறு

அங்காடிகள் உள்ள ஊர்களைச் சேர்ந்த 64 பிரதிநிதிகள் இவ்வாறு கையெழுத்திட்டுள்ளனர். இவ்வணிகர் பெருங்குழுக் கூட்டத்தில் 1.செட்டி வணிகர்கள், 2.பல்வேறு தாவளங்களைச் சேர்ந்த செட்டி வீரபுத்திரர், 3.மலை மண்டலத்தைச் சேர்ந்த பல நகரங்கள், 4.பதினெண்விஷையம், 5.பதினெண்விஷையம் பெருநிரவி, 6.திசையாயிரத்து ஐநூற்றுவர், 7.ஐநூற்றுவர் பெருநிரவி, 8.நாட்டுச்செட்டி, 9.தளச்செட்டி, 10.அறுபத்து நான்கு முனை, 11.முனை வீரக்கொடி ஆகிய பிரிவுகளின் பிரதிநிதிகளோடு வணிகக்குழுவின் வழக்கமான உறுப்பினர்களான 18 பட்டினம், 32 வேளாபுரம், 64 கடிகைத் தாவளம் ஆகியவற்றைச் சேர்ந்தவர்களும் பங்கேற்றனர்.

கருநாடகத்தில் 12ஆம் நூற்றாண்டளவில் சான்றுகள் தென்படுகின்றன. ஐநூற்றுவர், அய்யாவுளே ஆகியோரைத் தவிர பல வணிகக் குழுக்களும், உறுப்பினர்களும் வரிவி திப்பு நடவடிக்கைகளில் ஈடுபட்டுள்ளனர். கோலாப்பூர், மிராஜ், பெலகாமி ஆகிய ஊர்களின் செட்டிகளைப் பற்றி சொல்லப்பட்டுள்ளது. கோலாப்பூர், தார்வார் கல்வெட்டுகளில் குறிப்பிடப்பட்டுள்ள செட்டிகுத்தர், வணிகக்குழுவின் பல்வேறு முக்கிய பகுதிகளின் பிரதிநி திகளாகத் தென்படுகின்றனர்.

காத்திரிகள், கவரர்கள், மற்றும் எண்ணை வணிகர்கள், போன்ற வணிகக்குழுவின் உறுப்பினர்கள் செட்டிகள் மற்றும் இன்ன பிற வணிகர்களோடு நடவடிக்கைகளில் ஈடுபட்டிருந்தனர். கோலாப்பூரின் பிரார், மற்றும் பிரா வணிகர்கள், பல்லங்கி தண்ட ஹஸ்தர், மிராஜின் மும்முரிதண்டர் ஆகியோர் வணிகக்குழுவின் படைப்பிரிவைச் சேர்ந்தவர்கள். கராஷிமாவின் கருத்துப்படி, மேற்கண்ட படைப்பிரிவுகள் தமிழ்நாட்டின் முனைவீரர், முனைவீரக்கொடி போன்ற பிரிவுகளின் மறுவடிவமாகும். கருநாடக வணிகக்குழுவில், நகரம் அமைப்பின் செயல்பாடுகள் மிகவும் குறைவு. பெலகாமி, மாநாகொலி கல்வெட்டுகள் மூலம் நகரம் செயல்பாடுகளை ஓரளவு அறியலாம். தமிழகத்தில் நகரம் செயல்பாடுகள் மிக அதிகமாக உள்ளன. பிரான்மலை போன்ற கல்வெட்டுகளில் 16க்கும் மேற்பட்ட நகர பரிமாற்றங்களைக் காணலாம்.

10.விற்பனைச் சரக்குகள்

வரி விதிக்கப்பட்ட விற்பனைப் பொருள்கள் பலவகையானவை. இப்பொருள்களில் அன்றாட பயன்பாட்டுப் பொருள்களும், ஆடம்பரப் பொருள்களும் அடங்கும். பல இடங்களுக்குச் சரக்குகள் எடுத்துச் செல்லப்பட்டு வியாபாரத்தில் ஈடுபடுத்தப்பட்டன என்பதை இவ்வகைப் பொருள் பரிமாற்றங்கள் உறுதியாக உணர்த்துகின்றது. சாதாரண மக்கள் பயன்படுத்தும் பதினெண் வகைக் கூலங்கள் எனப்பட்ட நெல், அரிசி, ஆகிய தானியங்கள் விற்பனை செய்யப்பட்டன. சாமை, வரகு, ராகி, கம்பு போன்ற சிறுதானிய வகைகளும் விற்பனை செய்யப்பட்டன. இவை தவிற புல், அவரை, கடலை, உளுந்து, பயறு, துவரை, கொள்ளு ஆகிய பயறு வகைகளும் விற்பனை செய்யப்பட்டன. இவ்வணிகக் குழுவினரால் விற்பனை செய்யப்பட்ட எண்ணை வித்துக்களில் தேங்காய், ஆமணக்கு, எள்ளு, கடுகு ஆகியனவும் அடங்கும். வேளாண் பொருள்களில் வெற்றிலை, மற்றுமொரு முக்கிய விளைபொருளாகும். மற்ற வேளாண் பொருள்களில் இஞ்சி, சுக்கு, மஞ்சள், வெள்ளைப் பூண்டு, சீரகம், கடுகு, போன்ற பிற பொருள்களும் விற்பனை செய்யப்பட்டன. வெண்ணை, வெல்லம், உப்பு, காய்கறிகள், மலர்கள், மருத்துவ மூலிகைகள், மரக்கட்டை, ஆகிய பலவிதமான சரக்குகளும் விற்பனை செய்யப்பட்டன. இவ்வணிகர்களால் விற்பனை செய்யப்பட்ட பிற பொருள்களில் அன்றாட பயன்பாட்டுப் பொருள்களான புளி, உப்பு, தேன், மெழுகு ஆகியனவும் அடங்கும்.

வணிகப் பரிமாற்றத்தின் மிக முக்கியமான விலைமதிப்புடைய வேளாண் சரக்காக உள்ள மிளகு அனைத்து சந்தைகளிலும் விற்பனை செய்யப்பட்டுள்ளது. மிளகின் பிற வகைப் பொருள்களாக கரு மிளகு, வால் மிளகு ஆகியவற்றைக் குறிக்கலாம். மற்றுமொரு முக்கியமான வணிகச் சரக்காக பாக்கு, பல சந்தைகளில் விற்பனை செய்யப்பட்டது. மற்ற மசாலாப் பொருள்களான கடுக்காய், தான்றி, நெல்லி, ஆகியவற்றுடன் குங்குமப்பூ, தனியா, இஞ்சி, மஞ்சள் ஆகியனவும் இவ்வணிகக் குழுக்காளால் விற்பனை செய்யப்பட்டன.

பருத்தி, மற்றும் அதன் துணைப் உற்பத்திப் பொருள்களான நூல், நென்புடவை, புடவை, பலவகையான விடு புடவை, சேலை ஆகியன விற்பனை செய்யப்பட்ட பிற பொருள்களாகும். பட்டு மற்றும் கம்பளி மூலப்பொருள்களும், அவற்றால் செய்யப்பட்ட ஜவுளிப் பொருள்களும் வணிகக் குழுவினரால் விற்பனை செய்யப்பட்டன.

விலை மதிப்புடைய பிற பொருள்களில் மணம் தரும் பொருள்களான அகரு (அகில்), கஸ்தூரி, சந்தனம், கற்பூரம், பலவகை வேர்கள், பெருக்கு (?) ஆகியன அடங்கும். சங்கு, தந்தம், விலை மதிப்புடைய ரத்தினக் கற்கள், பவளம், முத்து போன்ற பல பொருள்கள் சந்தைகளில் விற்கப்பட்ட பிற பொருள்களாகும். உலோகப் பெருள்களில் தங்கம், செம்பு, பித்தளை, இரும்பு (கம்பி) பொருள்கள் விற்பனை செய்யப்பட்டன. குதிரை, யானை, ஒட்டகம், பசு, எருது, எருமை, ஆகியன விற்பனை செய்யப்பட்ட கால்நடைகளில் அடங்கும்.

சரக்குகளில், பாக்கும், மிளகும் தமிழகம், கருநாடகம் ஆகிய இரண்டு பகுதிகளிலும் பரிமாற்றத்தில் உள்ளன. தமிழகப் பகுதியில் உள்ள சந்தைகளில் பருத்தி பட்டு, கம்பளி வகையிலான பலவகைப் பொருள்கள் வியாபாரம் செய்யப்பட்டன. இவற்றில் சில வகைகளே கருநாடகச் சந்தைகளில் விற்பனை செய்யப்பட்டன. தமிழகச் சந்தைகளில் பலவகையான கால்நடைகள் விற்பனை செய்யப்பட்டன என்றாலும் கருநாடகச் சந்தைகளில் எவ்வகைக் கால்நடைகளும் விற்பனைப் பொருள்களாக மதிக்கப்படவில்லை. கருநாடகத்தில் பொன் முக்கியமான விலைமதிப்புடைய சரக்காக இருந்துள்ளபோதும் தமிழ் பகுதிகளில் அவ்வாறு இருக்கவில்லை. தலைச்சுமையாகவும், விலங்குகள் மீது சுமை ஏற்றப்பட்டும், சிப்பங்களாகக் கட்டியும், பைகளில் அடக்கியும் விற்பனைக்கான சரக்குகள் சந்தைகளுக்கு கொண்டுவரப்பட்டன. விற்பனைச் சரக்குகள் வண்டிகளில் ஏற்றப்பட்டும் சந்தைகளுக்கு கொண்டு செல்லப்பட்டன.

11.சமூக ஒற்றுமை

வணிகமும் வணிகச் செயல்பாடுகளும் மிகத்தொன்மையான பொருளியல் நிலைகள் என்றபோதிலும் இவ்வணிகர்களின் செயல்பாடுகளில் அக்கால சமூகத்தன்மை பிரதிபலிக்கின்றது. ஒரு சமூகமக்கள் மற்றும் குறுகிய நாட்டு எல்லைகளை மீறி யாதும் ஊரே என்ற பேரெல்லையை மனதில் நிறுத்தி இவ்வணிகர்கள் பணியாற்றியுள்ளனர். விதிக்கப்பட்ட கட்டணங்கள் அவர்களுக்குள் விவாதிக்கப்பட்டு ஏறக்குறைய ஒருமனதாக ஏற்கப்பட்டுள்ளதை நோக்கும்போது வணிகச் சமூகங்களில் அக்காலகட்டங்களில் நிலவிய ஒற்றுமை மற்றும் ஏற்புத்தன்மைப் பண்புகள் புலனாகின்றன. பலசமூகங்களுக்குள் ஊடாடிய ஒருங்கிணைப்பு தெளிவாகிறது. அக்கால அரசியல் ஆதிக்கங்களை மீறியும் சில சமயங்களில் மறுத்தும் இவ்வணிகர்கள் செயல்பட்டுள்ளனர். சோழர், பிற்காலப் பாண்டியர், பின்வந்த விசயநகர அரசுக் காலங்களிலும் வணிகர்களின் செல்வாக்கு, சிறப்புச் செயல்பாடுகள் நிறைய காணப்படுகின்றன. சில துணை அமைப்புகளையும் ஏற்படுத்திக் கொண்டுள்ளதோடு வட்டாரக்குழுக்கள் பலவற்றையும் ஏற்படுத்திக்கொண்டு சமூக நிலைகளை பெருவட்டப்பார்வையோடு செயல்பட்டுள்ளனர். வணிகப்பொருள் பரிமாற்றம் மட்டுமில்லாமல் பொதுக் காரியங்கள் பலவற்றையும் இவ்வணிகர்கள் தனித்தும், குழுவாகச் சேர்ந்தும் செயல்பட்டுள்ளனர். இப்பொதுக் காரியங்களைச் செய்வதற்குத் தேவையான பொருளை வணிகர்களே உருவாக்கிக்கொண்டனர்.

சான்று நூல்கள்

1. *SII.*, 17, 143; 7, 21.
2. *SII.*, 3, ப. 177, அடிக்குறிப்பு 2.
3. *Tamil Lexicon*, ப. 2979.
4. சி.கோவிந்தராசன், கல்வெட்டுக் கலைச்சொல் அகரமுதலி, 1987, ப.394–95. ("ஆண்மக்கள் செய்யும் வணிகத்திறனுக்குரிய நியதியாக அளிக்கும் வரியும் மகமையேயாகும்", "மகன்மை என்பது மக்கட்பேறில்லாதார்

தத்தாகப் பிறர் பிள்ளையை எடுத்துக் கொள்ளுதலையும் குறிக்கும்")

5. *தமிழ்க் கல்வெட்டுச் சொல்லகராதி, இரண்டாம் தொகுதி, 2003, ப. 471.*
6. *SII.,* 6.457.
7. *SII.,* 8,291.
8. *SII.,* 6, 40; K.V. Subrahmanya Aiyer, *Largest Provincial Organisation in Ancient India,* ப. 9.
9. *SII.,* 8, 291; 7, 129.
10. *ARE.,* 1944-264.
11. R.Champakalakshmi, *Trade, Ideology and Urbanization & South India 300 BC. to AD. 1300,* 1996, ப. 219-220.
12. *SII.,* 23, 434; 429; 431
13. *SII.,* 6, 40; 41; 47.
14. *ARE.,* 1965-286.
15. *SII.,* 8, 442.
16. ஆவணம், 6, 1995, ப. 36-40; *ARE.,* 1978-237; *SII.,* 22, 442.
17. *SII.,* 8, 291.
18. *SII.,* 7, 129.
19. *SII.,* 36, 3.
20. *EI.,* 19, 4, pp. 30-35.
21. *EI.,* 19, 4, pp. 35-41.
22. *EC.,* 7, Shk.118.
23. *Karnataka Inscriptions,* 2, pp. 129-37.
24. *SII.,* 15, 232; *Karnataka Inscriptions,* vol. 5, 66.

பின்னிணைப்பு 1

வணிகக் குழுவினரால் விற்பனை செய்யப்பட்ட பொருள்களின் பட்டியல்

குறிப்பு: *கீழ்க்கண்ட பட்டியலில் உள்ள எண்களுக்கு நேரான கல்வெட்டு விவரங்கள்:1.கொல்லாபுரம் 1136, 2.மிராஜ் 1143, 3.பெலகாமி 1150, 4.திருப்பழனம் 12 நூ. 5.காமரசவல்லி 1263, 6.மன்னார்குடி 1267, 7.சின்னமனூர் 1275, 8.சின்னமனூர்–1 1276, 9.சின்னமனூர்–2, 1279, 10.சர்க்கார் பெரியபாளையம் 1289, 11.பிரான் மலை 13 நூ., 12.விரிஞ்சிபுரம் 13 நூ., 13.பேலூர் 1304, 14.கோவில்பட்டி 1305, 15.முடிகொண்டா 1323, 16.சாமளாபுரம் 1332, 17.தணாயக்கன் கோட்டை 1346, 18.துவரங்குறிச்சி 14 நூ., 19 கீழைக்கரை 1531, 20.தாரமங்கலம் 1541.*

	பொருள்	1	2	3	4	5	6	7	8	9	10	11	12	13	14	15	16	17	18	19	20
1	அகில், அகா											+		+	+						
2	அரிசி				+	+				+		+	+	+	+				+		
3	அவரை											+			+						
4	ஆடு													+							
5	ஆமணக்கு விதைகள்											+	+						+		+
6	இஞ்சி	+		+										+	+						
7	இரும்பு				+							+									

8	இரும்பு கம்பி														+						
9	இரும்பு சல்லி சவரம்																				+
10	உப்பு	+										+	+	+	+	+		+	+		
11	உளுந்து													+							
12	எண்ணை	+	+	+										+							
13	எருமை													+	+		+				
14	எலுமிச்சை													+							
15	எள்ளு											+	+	+							+
16	ஏலக்காய்			+																	
17	ஒட்டகம்													+	+		+				
18	ஓமம்			+																	
19	கடலை													+					+		
20	கடுகு	+		+							+	+		+	+				+		
21	கடுக்காய்	+										+									
22	கம்பளி உலண்டு											+									
23	கம்பளி- உலண்டு புடவை														+						
24	கருஞ் சரகு										+										

25	கரும்பு													+							
26	கற்பூர எண்ணை											+									
27	கற்பூரம்			+									+	+	+						+
28	கஸ்தூரி			+							+			+	+						+
29	காய்கறிகள்													+							
30	கால்நடைகள்														+						+
31	காளை													+	+						
32	கிடா												+		+		+				
33	குங்குமப்பூ			+				+						+							
34	குங்குமம்												+								
35	குதிரை										+	+	+	+	+		+	+			
36	கொட்டைகள்													+							
37	கொள்ளு													+					+		
38	கோணி											+									
39	சங்கு														+						
40	சணல்													+							
41	சந்தனம்			+							+	+	+	+	+	+					+
42	சர்க்கரை			+																	

43	சவரி மயிர்											+	+		+						
44	சவுக்கு																				+
45	சாமை பஜ்ரா														+						
46	சீரகம்	+		+								+		+							
47	சுக்கு	+		+				+				+							+		
48	செவு												+					+			
49	சோளம்													+							
50	தந்தம்														+						
51	தனியா			+																	
52	தானியங்கள்													+				+	+		
53	தானியங்கள்- 18 வகை	+		+								+									
54	தான்றி												+								
55	துணி	+		+													+				
56	துணி- கீழாடை				+																
57	துணி-சீலை																+				
58	துணி- துவைத்தது													+							

59	துணி- தேவகிரி													+							
60	துணி- படவை				+	+		+			+	+	+		+		+	+	+		+
61	துணி- போர்வை													+							
62	துணி- மெல்சொனது											+							+		
63	துணி- விருபடவை										+										
64	துவரை											+			+						
65	தேங்காய்													+							
66	தேன்											+									
67	தோட்டி													+							
68	நவ மணிகள்													+							
69	நெய்													+							
70	நெல்					+						+	+	+	+		+		+		
71	நெல்லி											+									
72	பசு														+		+				
73	பசும்பை										+										
74	பட்டு-துணி											+	+	+							

230 ○ தென்னிந்தியப் பொருளாதாரம்: சில பரிமாணங்கள்

75	பட்டு-நூல்													+		+					+
76	பயறு											+		+							
77	பருத்தி	+	+																		
78	பருத்தி-கச்சா												+	+					+		+
79	பருத்தி-நூல்										+	+		−		−	+	+	+		+
80	பருத்தி-நென் புடவை												+								
81	பவளம்																				+
82	பழங்கள்													+							
83	பழங்கள்- காய்ந்தவை	+																			
84	பழங்கள்- புதியவை	+																			
85	பனை ஓலை													+							
86	பன்னீர்											+									+
87	பாக்கு	+	+		+	+	+	+	+	+	+	+	+	+	+	+		+			+
88	பித்தளை																		+		
89	புல்													+	+						
90	புனுகு											+		+							

91	பூக்கள்	+		+																	
92	பூக்கள்-சாதா			+																	
93	பூண்டு	+																			
94	பெருக்கு														+						
95	பெருங்காயம்			+														+			
96	பொன்	+		+		+															
97	மஞ்சள்	+		+								+	+	+	+						
98	மண் கலயம்	+																			
99	மருந்துகள்			+																	
100	மாலை														+						
101	மிளகு					+		+	+	+		+	+		+	+	+	+	+		+
102	மிளகு- கரு	+		+										+							
103	மிளகு- வால்			+																	
104	முத்துக்கள்			+																+	+
105	மூலிகைகள்																				+
106	மெழுகு											+									
107	யானை										+	+	+	+							

108	ரசாயனம்																				+
109	ராகி													+							
110	வசம்பு												+								
111	வரகு													+	+						
112	வாசனைப் பொருள்கள்													+							
113	விறகு													+							
114	வெண்காயம்											+	+	+							
115	வெண்ணை	+	+																		
116	வெந்தயம்													+							
117	வெல்லம்												+			+					
118	வெள்ளாட்டி																				+
119	வெற்றிலை	+	+	+										+							
120	வேர்கள்			+																	
121	ஜவ்வாது											+		+							

11. பெண் தொழிலாளர்கள்

1. முன்னுரை

வணிகப் பொருள்கள் உற்பத்தி ஒரு நாட்டின் முக்கிய தொழிலாகும். இயற்கை வளங்களைப் பயன்படுத்தி தொழில்களைத் துவக்குவதற்கு மூலதனம் முக்கியமாகும். அதேபோல் தொழில்சாலைகளில் பணிபுரியத்தக்க நுணுக்கமான வேலைப்பாடுகளைச் செய்யும் திறமை வாய்ந்த தொழிலாளர்கள் தேவை. இத்தொழிலாளர்களில் ஆண், பெண் என்று இருபாலருமே உள்ளனர். இவர்களில் ஆண் பணியாளர்கள் சில பணிகளைச் செய்யும் திறமை வாய்ந்தவர்களாக உள்ளனர். அதேபோல குறிப்பிட்ட சில பணிகளைப் பெண் தொழிலாளிகள் செய்வதில் திறமை வாய்ந்தவர்கள். இருப்பினும் முதலீட்டாளர்களாக பெரும்பாலும் ஆண்களே உள்ளனர் என்றபோதும் பெண்முதலீட்டாளர்களும் உற்பத்தியில் ஈடுபட்டுள்ளதைக் காணலாம். இவர்கள் மிகக் குறைந்த எண்ணிக்கையிலேயே காணப்படுகின்றனர். இவர்களின் நிலை பற்றிய ஆய்வுகளும் மிகக் குறைவே.

பெரும்பாலான தமிழக வரலாற்று ஆய்வு நூல்களில் பெண்களின் நிலை பற்றிய கருத்தோட்டம் இருந்துள்ளது. பி.டி.சீனிவாச அய்யங்கார், கே.ஏ.நீலகண்ட சாஸ்திரியார், கே.கே. பிள்ளை, சி.மீனாட்சி போன்றோர் அவர்களது

நூல்களில் பெண்களின் நிலை பற்றி விவரித்துள்ளனர். சங்க காலத்திய பெண்கள் நிலை பற்றிய ஆய்வுகளும் உண்டு. இவற்றில் டி. நடராஜா, பாலசுப்பிரமணியன், என். சுப்பிரமணியன் ஆகியோரது ஆய்வுகள் முக்கியமானவை. இவை விளக்கமான ஆய்வுகள் என்றாலும் இவற்றில் பெண்களின் நிலை பற்றிய சங்க இலக்கியத் தரவுகள் பெரிதும் கையாளப்பட்டுள்ளன. பெண்கள் மனைவியராகச் செய்யும் பணிகள், குழந்தைகளின் தாயாக அன்பு செலுத்தும் பண்புகள் போன்றவைகளுக்கு முக்கியத்துவம் அளிக்கப்பட்டுள்ளன. வீரத் தாய்மார்களின் செயல்பாடுகளும் இவ்வாய்வில் விளக்கமாக சொல்லப்பட்டுள்ளது. பெரியவர்களுக்கு கொடுக்கவேண்டிய மரியாதை, அன்பு, போன்றவைகளும் குறிப்பிடப்பட்டுள்ளன. இது தவிர பொதுப் பெண்கள் எனப்படும் பரத்தையர் நிலை, அவர்களின் சமூக நெறிமுறைகள் போன்றனவும் இவ்வாய்வுகளில் முன்னிறுத்தப்பட்டுள்ளன. பெண்களின் கற்பு நெறிக்கு அதிக முக்கியத்துவம் அளிக்கப்பட்டுள்ளது. இவை தவிர அவர்களின் ஆடை, ஆபரணங்கள் போன்றவைகளும் விவரிக்கப்பட்டுள்ளன.

இக்காலகட்டத்தில் பெண்களைப் பற்றிய் பிற ஆய்வுகளில் பிரசன்ன லட்சுமி, லலிதா ஆகியோரின் ஆய்வுகளிலும் பரம்பரையாக கருதப்பட்டுவந்த பெண்களின் நிலைமைகளையே விவாதிக்கப்பட்டுள்ளன. தொழில் நிலைகள் மற்றும் பொருளாதார மேம்பாட்டுக்கான முறைகள் பற்றியும் அக்காலத்தில் நிலவிய தன்மைகள் சிலவற்றையும் இவர்கள் விவாதித்துள்ளார்.

2. பெண் பணியாளர்கள்

பழந் தமிழகத்தில் பலசமூகங்களைச் சேர்ந்த பெண்கள் பலவிதமான பொருளாதாரச் செயல்பாடுகளில் ஈடுபட்டிருந்தனர். இவர்களில் சிலர் பணிப் பெண்களாகவும், சிலர் உருவிய வாளுடன் அரசனின் மாளிகைப் பாதுகாவலர்களாகவும் செயல்பட்டுள்ளனர். இன்னும் சிலர் செவிலித்தாயாகவும், குறிசொல்லும் கட்டுவிச்சிகளாகவும் பணியாற்றியுள்ளனர். இவர்களில் சிலர் நாடு சுற்றும்

நடனப் பெண்களாகவும் பாடினிகளாகவும் இருந்துள்ளனர். இன்னும் பிறர் மாலை கட்டுவோராகவும் விற்போராகவும் பணிசெய்துள்ளனர். இவ்வாறான பணிகள் சிலவற்றுக்கு ஊதியம் அல்லது பரிசு பெற்றுக் கொண்டு பணி செய்தனர் என ஊகிக்கலாம். இவர்களுக்கு அளிக்கப்பட்ட ஊதியம் அல்லது பரிசுத்தொகை எவ்வளவு என்று சரியாகக் கணக்கிட சான்றுகள் இல்லை. இருப்பினும் இப்பணிகளில் சிலவற்றுக்காவது பணம் அல்லது பொருள் பெற்றுக்கொண்டு பணியாற்றினர் எனக் கருதலாம். இவ்வகையில் மேற்கண்ட பணிகள் யாவற்றையும் தொழில் உற்பத்திசாரா சேவைப் பணிகள் என்ற வகையில் விவரிக்கலாம். இப்பணிகளில் ஏதும் பொருளாதார அல்லது வணிகம் சார்ந்த முறைகளில் இல்லை.

3. உற்பத்தியில் பெண்கள்: சங்க காலம்

மேற்கண்ட பொதுச்சேவைப் பணிகளைத் தவிர தொழில் உற்பத்தியில் ஈடுபட்டுள்ள பெண்கள் பலரையும் காண்கிறோம். இத்தொழில்களில் முதன்மையாக உள்ளவை வேளாண் மற்றும் கால்நடை வளர்ப்புத் தொழில்கள் ஆகும். இவ்விரண்டு தொழில் முறைகளிலும் தொழில் செய்வோர் வெவ்வேறான பணிகளைச் செய்கின்றனர். வேளாண் தொழில் தானிய உற்பத்தியை முதன்மையாகக் கொண்டது. முக்கியமாக நெல், கம்பு, சோளம் ஆகிய பயிர்களை விளைவித்தனர். பயிர் விளைவித்தலில் நாற்று நடுதல், களை பிடுங்குதல் போன்ற சில பணிகளை பெண் மக்களே செய்துள்ளனர். அறுவடை, போக்குவரத்து போன்ற செயல்களில் பெண்களின் ஈடுபாடு முழுவதுமாக இல்லை. ஆயினும் கதிர்களிலிருந்து தானியங்களைப் பிரித்தெடுப்பதற்கும், காயவைப்பதற்கும், தானியங்களைக் குத்துவதற்கும் பெண் தொழிலாளிகளே உதவியுள்ளனர்.

இவ்வகையிலேயே கால்நடை வளர்ப்பில் ஈடுபட்ட பெண் தொழிலாளிகள் சில பல வேலைகளை மட்டுமே செய்துள்ளனர். ஆடு, மாடுகளைச் சில சமயங்கள் மேய்ச்சலுக்கு கூட்டிச் செல்வதைத் தவிர அவைகளை

வீடுகளில் பராமரித்தால் போன்ற பணிகளைச் செய்துள்ளனர். பால் கறப்பதும் அவற்றை மோர், வெண்ணையாக மாற்றுவதும் சந்தை அல்லது வீடுகளுக்கு கொண்டு சென்று விற்பனை செய்தலே இவர்களின் மிக முக்கியமான பணிகளாக இருந்துள்ளன.[1] பொதுவாக இப்பணிகள் தொன்றுதொட்டு பெண்மக்களே செய்துள்ளனர். இவர்களில் சிலர் தொழில்முறையில் சிறந்து விளங்கினர். பொன் அணிகளைப் பெறுவதற்குப் பதிலாக விற்பனை செய்த பணத்தை அல்லது பொருளைக் கொண்டு கால்நடைகளை வாங்கி தொழில் முதலீடாக மாற்றியுள்ளனர்.[2]

துணி வகைகள் உற்பத்தியில் பல பணிகளை பெண் மக்களே செய்துள்ளனர். இப்பணிகள் பெரும்பாலும் பல்லாண்டுகளாக தொன்றுதொட்டு நடைமுறை வழக்கமாக இருந்துள்ளன. முக்கியமாக விளைந்த பருத்தியிலிருந்து கொட்டையை நீக்கி பஞ்சை தனியாக பிரித்தெடுத்தல், நூலாக நூற்றல், மற்றும் நெசவு நெய்தலுக்கு ஏற்ற நூல் திரித்தல் போன்ற பணிகளைப் பெண்களே செய்துள்ளனர். முக்கியமாக நூல் நூற்பதை பெண்கள் மட்டுமே செய்துள்ளனர். மேலும் இவ்வகைப் பணியை பொதுவாக கணவனை இழந்த பெண்களே செய்துள்ளனர்.

மீனவ சமூகப் பெண்களும் மீன் பிடித் தொழிலில் பங்கேற்றுள்ளனர். பிடிக்கப்பட்ட மீன்களை இவர்களே கடைகளை அமைத்து விற்றுள்ளனர். இவர்கள் சில சமயம் தொலை தூர நகரங்களுக்கு மீன் சுமையை தூக்கிச் சென்று விற்றுள்ளனர். இவ்வாறே உப்பளப் பெண் தொழிலாளர்களும் உப்பளங்களில் உப்பு சேகரிக்கும் பணியைச் செய்துள்ளனர். தொலை தூரத்திற்கு உப்பு பொதிகளை எடுத்து சென்று விற்றுள்ளனர். உப்பு வண்டிகளை இப்பெண்மக்கள் ஓட்டிச் சென்றும் விற்றுள்ளனர்.

மேலே குறிப்பிடப்பட்ட சான்றுகள் யாவும் அக்காலப் பெண் மக்கள் வீடு மற்றும் தொழில் சார்ந்த முறைகளில் ஆற்றிய பணிகளைத் தெரிவிக்கின்றன. இவ்வகையில் பெண்மக்கள் செய்த பொதுவான பணிகளையே இவை

குறித்தன. சங்க இலக்கியத்தில் பெண் மக்கள் பணியாற்றிய பல செய்திகள் சொல்லப்பட்டிருப்பினும் அவர்களின் பணி பற்றி செய்திகள், பணி இடங்கள், பெற்ற ஊதியம் பிற சலுகைகள் போன்றவற்றைக் குறிப்பிடவில்லை. சில சமூகங்களில் பெண்களே முக்கிய உற்பத்தியாளர்களாக இருந்து அவர்கள் மூலமாகவே உற்பத்தி நடைபெற்றுள்ளது. சில சமூகங்களில் வீட்டுத் தொழில் முறையில் முக்கிய பங்காற்றியுள்ளனர். முன்னரே குறிப்பிட்டது போல வேளாண் மற்றும் கால்நடை வளர்க்கும் சமூகங்களில் பெண் தொழிலாளர்களின் பங்கு அளப்பரியது. இவர்கள் வீட்டைச் சார்ந்து அல்லது வீட்டுப் பணியாக செய்திருக்கையில் ஊதியம் பெறாமல் இலவசமாக சமூகப் பணி ஆற்றினரா என்பதைத் தெளிவாகக் கணிக்க இயலாது. இவ்வாறே வீட்டுப் பணியாக இல்லாமல் மற்ற இடங்களில் பணி செய்திருந்தால் ஊதியம் பெற்றிருக்கலாம். ஆயினும் எவ்வளவு ஊதியம் பெற்றனர் எனக் கணிக்க இயலாது. வேறிடங்களுக்குச் சென்று பணியாற்ற அவர்களுக்கு சுதந்திரம் இருந்ததா என்பதையும் நம்மால் தீர்மானிக்க இயலாது. இவ்வாறான தொழில் சுதந்திரத்தைக் காட்டவல்ல சான்றுகள் ஏதும் தற்போது கிடைத்தில. மேலும் பெண் தொழிலாளர்களின் எண்ணிக்கை மற்றும் அவர்கள் பெற்ற ஊதியம் போன்றவற்றையும் அறிய இயலவில்லை.

பொருள்கள் உற்பத்தியில் குடும்பப் பெண் தொழிலாளிகளின் பங்கு அதிக அளவில் இருந்துள்ளதாக கணித்தாலும் இதன் மூலம் தொழில் தேவைகளை முழுமையாக பூர்த்திசெய்துள்ளனரா என்பதை சரியாக அளவிட முடியாது. குடும்ப பணியாக வேளாண் தொழில் நடைபெற்றது என்று கருதினாலும் குடும்ப உறுப்பினர்களை மட்டுமே கொண்டு பயிர்த்தொழிலின் அனைத்துப் பணிகளையும் செய்ய இயலாது. எனவே குடும்பத்துக்கு வெளியிலிருந்து பெண் தொழிலாளிகளை பணியில் அமர்த்துவது அவசியமாகிறது. இவ்வகையில் பெண் தொழிலாளர்கள் பல படிநிலைகளில் இருந்திருக்க வாய்ப்புள்ளது.

4.பல்லவர் காலத்தில் பெண்களின் நிலை

தொழில் மற்றும் உற்பத்தியில் ஈடுபட்ட பல்லவர் காலத்திய பெண்கள் நிலை பற்றி அறிய மிகக் குறைந்த அளவு சான்றுகளே கிடைத்துள்ளன. ஆயினும் சமூக மற்றும் பண்பாட்டு நிலைகளில் பெண்கள் ஆற்றிய பணிகளைப் பற்றிய தரவுகள் ஓரளவு கிடைக்கின்றன. இவ்வகையான செய்திகள் கல்வெட்டுகளில் உள்ளன. கோயில்களை கட்டுவதற்கும் அவற்றைப் பராமரிப்பதற்கும் அரசிகள் அளித்த கொடைகள் பலவற்றை கல்வெட்டுகள் பதிவு செய்துள்ளன. இவ்வாறே பொதுமக்களில் வசதிவாய்த்த பெண்கள் சிலரும் கோயில் செலவினங்களுக்கு கொடைகள் அளித்துள்ளனர்.

தொழில் மற்றும் உற்பத்தி பொருளாதார நிலைக் களன்களில் பணி செய்த சில பெண்களும் தெரியவந்துள்ளனர். இத்தரவுகள் பெரும்பாலும் சிற்பங்களில் காணப்பட்டுள்ளன. மகாபலிபுரத்தில் உள்ள கற் சிற்பங்கள் சிலவற்றில் பணியாற்றும் பெண் உருவங்கள் செதுக்கப்பட்டுள்ளன. இச்சிற்பங்களில் ஒன்றில் பால் பொருள்களை எடுத்துச் செல்லும் காட்சி வெட்டப்பட்டுள்ளது. இதனால் இப்பெண்களில் ஒரு சாரார் பால் பொருள்கள் உற்பத்தி, விற்பனை ஆகிய செயல்களை செய்திருக்கலாம்.

பெண்களில் பலர் கோயில் பணிகளைச் செய்துள்ளனர். முக்கியமாக கோயிலில் முதன்மைக் கடவுள் முன்பாக நடனமாட பெண்கள் பலரை ஏற்பாடு செய்துள்ளனர். இவ்வகையில் பணியாற்றிய நடன மங்கையர் இவ்வகைத் தொழில் செய்வதில் சிறப்புற்றவர்கள். சில கோயில்களில் பல நடன மங்கையர் சேர்ந்த குழு இருந்துள்ளது. காஞ்சிபுரத்தின் முக்தேசுவரர் கோயிலில் அடிகள்மார் எனப்பட்ட நடன மங்கையர் குழு இருந்துள்ளது. இவர்களுக்கு ஊதியமும் தரப்பட்டுள்ளது.[3]

5.1.சோழர் காலம்

சோழர் காலத்தில் அதிக எண்ணிக்கையிலான கல்வெட்டுகள் காணப்படுகின்றன. இத்துடன் அதிக

அளவிலான சமய இலக்கியங்கள் இயற்றப்பட்டுள்ளன. இவ்வகையில் பெண்களின் நிலை பற்றி அறிவதற்கு ஓரளவு நல்ல சான்றுகள் உள்ளன எனக் கருதலாம். இருப்பினும் தொழில், உற்பத்தி போன்ற பொருளாதாரச் செயல்கள் இச்சான்றுகளில் மிகக் குறைவாகவே உள்ளன. அரச மாளிகைகள், அரசிகள், ஆகியோரிடம் பணிபுரியும் பெண் தொழிலாளர்கள் பற்றிய சில செய்திகள் உள்ளன. மேலும் கோயில்கள் வீடுகள் மற்றும் பொது இடங்களில் பணியாற்றிய பெண்களைப்பற்றிய செய்திகள் சிலவும் உள்ளன.

5.2.அரசு மாளிகைப் பணிகளில் பெண்கள்

சோழர் காலத்தில் அரசுப் பணிகளில் பல பெண்கள் பணியாற்றியுள்ளனர். அரச மாளிகைகள், அரசியரின் அந்தப்புரங்கள், ஆகிய இடங்களில் பணியாற்றியுள்ளனர். இப்பெண்கள் ஊழியம் செய்து ஊதியம் பெற்றிருப்பர். இவ்வகையில் இப்பெண்களின் பணி உற்பத்தி நிலையைச் சேர்ந்தது எனக் கருத முடியாது. பெண் அதிகாரிகள் சிலரும் அரசியின் பணியில் இருந்துள்ளனர். இவர்கள் அதிகாரிச்சி என அழைக்கப்பட்டனர்.[4]

அரச மாளிகையில் அரசனுக்கு பணியாற்ற பெண்கள் பலர் அமர்த்தப்பட்டிருந்தனர். இவர்கள் அரசவை போன்ற முக்கிய இடங்களில் பல்வேறு பணிகளைச் செய்தனர். சீனப் நூலாசிரியரான செள ஜூ குவா என்பார் சுமார் 3000 நடன மங்கையர்கள் அரசவைப் பணிகளில் இருந்துள்ளதாகக் குறிக்கிறார். சுழற்சி முறையில் இப்பெண்கள் அரசவையில் பணியாற்றியதாகக் குறித்துள்ளார்.

அரசியருக்கு நெருக்கமான பணியில் இருந்த பெண் பணியாளர்கள் அகப்பரிவாரம், அணுக்கியர் என்று அழைக்கப்பட்டனர்.[5] இவர்கள் பல பணிகளைச் செய்திருக்கவேண்டும் என்றாலும் பணி விவரங்கள் ஏதும் தெரிந்தில. இப்பெண்களில் சிலர் தாதிகளாகவும் செவி லியர்களாகப் பணியாற்றியுள்ளனர்.[6]

சமையல்கூடம் மற்றும் குளியல்கூடங்கள் சிலவற்றிலும் பெண் பணியாளர்கள் இருந்துள்ளனர். இப்பணியாளர்கள்

பொதுவாக வேளம் அல்லது பரிவாரம் என்ற கூட்டப் பெயரால் அழைக்கப்பட்டனர். வேளம் எனப்பட்ட குழுவில் போரில் கைப்பற்றப்பட்ட பெண்களே அமர்த்தப்பட்டிருந்தனர் என்ற பொதுவான கருத்து உண்டு. கே.ஏ.நீலகண்ட சாஸ்திரியார் கருத்துப்படி வேளத்துப் பெண்கள் அடிமைகள் எனக் கருதப்படாமல் கடுமையான பணிகள் கொடுக்கப்படாமல் எளிமையான பணிகளில் மட்டுமே ஈடுபடுத்தப்பட்டனர். பரிவாரம் என்ற குழுவில் பல பணிகளைச் செய்யும் பெண் பணியாளர்கள் இருந்துள்ளனர். பெண் பணியாளர்களில் சிலர் அரச குடும்பத்தைச் சேர்ந்தவர்களாயினும் மற்றவர்கள் அரச குடும்பத்தவர்களாக இருக்க வாய்ப்பில்லை. இவர்களுக்கு தரப்பட்ட ஊதிய விகிதம் பற்றி சான்றுகள் ஏதும் இல்லை.

சில பெண்கள் போர் வீரர்களாகவும் பணியாற்றியுள்ளனர். கடுமையான இப்பணிகளைப் பெண்களால் செய்ய இயலாது என்று கருதப்பட்டாலும் இப்பணியைச் சில பெண்கள் செய்துள்ளனர். இவர்கள் உயர்த்திய வாளோடு நின்றுள்ளதாக சான்றுகள் குறிக்கின்றன.

5.3. கோயில் பணிகளில் பெண்கள்

பணிசெய்வோருக்கு கோயில்கள் முக்கிய நிறுவனமாக இருந்துள்ளது. இக்கோயில்களில் பல தரங்களில் பெண்கள் பணியாற்றியுள்ளனர். கோயில் பணிகளில் ஈடுபட்டோரில் பெரும்பாலானவர்கள் இசை, நாடக, நடனக் கலைஞர்கள். இவர்களைப் பற்றி கல்வெட்டுகள் பலவும் குறிப்பிடுகின்றன. ஒவ்வொரு முக்கிய கோயிலிலும் இவ்வகையான பெண் கலைஞர்கள் குழு இருந்துள்ளது. சில கோயில்களில் அதிக எண்ணிக்கையிலான கலைஞர்கள் பணியாற்றியுள்ளனர். கோயிலின் முக்கியத்துவம் மற்றும் கோயிலின் பொருளாதார வளமை ஆகியவற்றை நோக்கி கலைஞர்களின் எண்ணிக்கை கூடவோ குறையவோ இருக்கலாம். தஞ்சைப் பெருவுடையார் கோயிலில் 350 தளியிலார் என்ற நடன மங்கையர் இருந்துள்ளனர். திருவொற்றியூர் கோயிலில் 22 நடன மங்கையர் இருந்துள்ளனர். திருக்கோயிலூர் வீரட்டானேசுவரர் கோயிலில் 32 நடன மங்கையர் இருந்துள்ளனர்.

இவ்வாறு கோயிலில் அமர்த்தப்பட்ட இசைக் கலைஞர்களுக்கும் நடன மங்கையருக்கும் ஊதியம் தரப்பட்டுள்ளது. தஞ்சாவூர் கோயிலில் பணியாற்றிய தளிச்சேரிப் பெண்டுகள் என்ற நடனப் பெண்களுக்கு ஊதியமாக குறிப்பிட்ட பரப்புடைய நிலமும் குடியிருக்க வீடும் தரப்பட்டுள்ளது.[7] இவ்வாறு பணியில் அமர்த்தப்பட்ட பெண்களில் சிலர் திருப்பதியம், திருவெம்பாவைப் பாடல்களைப் பாடினர். இவர்களுக்கு ஊதியமாக நிலமும் குடியிருக்க வீடும் தரப்பட்டுள்ளது.

கோயில் பணியில் அமர்த்தப்பட்ட பெண் பணியாளர்கள் பலவாறு அழைக்கப்பட்டனர். சிலர் தேவரடியார், தேவர் கன்மி என்று இறைவனின் பணியாளர்கள் என்ற நிலையில் விளிக்கப்பட்டனர். இவ்வாறு கோயில் பணியில் அமர்த்தப்பட்ட பெண் பணியாளர்களில் ஒரு சாரார் கோயிலைச் சுத்தம் செய்தல், கோலமிட்டு கோயிலை அழகுபடுத்தல், விளக்கெரித்தல் போன்ற துணைப் பணிகளையும் செய்துள்ளனர்.[8] இவ்வாறான பணிகளுக்கும் ஊதியம் தரப்பட்டுள்ளது. பெண் பணியாளர்களில் சிலர் கோயிலில் நிறுவப்பட்டுள்ள கடவுள் படிமங்களுக்கு கவரி வீசும் பணிகளைச் செய்துள்ளனர். இவர்களுக்கு ஊதியமும் தரப்பட்டுள்ளது.[9]

அடிமைகளாகவும் பெண்களில் சிலரை கோயிலுக்கு விற்றுள்ளனர்.[10] இவர்களும் கோயில் பணிகளைச் செய்தனர். திருவொற்றியூர் கோயிலுக்கு அடிமைகளாக கொண்டுவரப்பட்ட ஐந்து பெண்கள் நெல் குத்தும் பணியைச் செய்துள்ளனர்.[11] இவர்களும் இவர்களின் சந்ததியாரும் இதே பணியைத் தொடர்ந்து செய்ய வேண்டும் என்றும் விதிக்கப்பட்டுள்ளது. ஆயினும் இவர்களுக்கு அளிக்கப்பட்ட ஊதியம் மற்றும் பணி விவரங்கள் தெரிந்திலது. இதேபோல திருமுக்கூடல் மருத்துவ சாலையில் பெண் பணியாளர்கள் இருந்துள்ளனர்.[12] இவர்கள் தாதி மற்றும் பிரசவம் பார்த்தல் போன்ற பணிகளைச் செய்துள்ளனர். இன்னும் சில பெண்கள் கடைகளில் பொருள் விற்பனை

செய்யும் விற்பனையாளர்களாகவும் செயல்பட்டுள்ளனர். மதுரைத் தெருக்களில் பிட்டு விற்ற பெண்மணியைப் பற்றி பெரியபுராணம் குறிப்பிடும். உழத்தியர் எனப்பட்ட புலைய சமூகப் பெண்கள் நெல் பயிர் விளைவித்தனர் என்று பெரிய புராணம் குறிப்பிடும். கொள்ளிடம் ஆற்றின் கரையில் அமைந்த ஆதனூரில் பெண் ஒருத்தி நெல் குத்தும் பணியில் இருந்துள்ளது தெரியவருகிறது.

பெண்கள் ஊதியம் பெற்று பணி செய்துள்ளனர் என்று கல்வெட்டுகள் பலவும் குறிப்பிட்டாலும் தொழில் மற்றும் உற்பத்திப் பொருளாதாரத்தில் அவர்களின் பங்கு பற்றி சரியாக அறிய முடியவில்லை. உழவுத் தொழிலில் அவர்கள் ஈடுபட்டுள்ளதை முக்கியமான தொழிலாகக் குறிக்கலாம். சிலசமயம் நிலத்தோடு சேர்த்து பணியாளர்களான ஆண்களும், பெண்களும் விற்கப்பட்டுள்ளனர். இவ்வகையில் உழவுத் தொழிலில் பெண் ஊழியர்களின் முக்கியத்துவம் புலப்படும். இவ்வகையில் பெண் ஊழியர்களின் வயல்வெளிப் பணிகளைச் சில சான்றுகள் மூலம் அறியலாம்.

மற்ற தொழில் துறைகளிலும் பெண்கள் நன்கு பணியாற்றியுள்ளனர். துணி உற்பத்தியில் பெண் தொழிலாளிகளுக்கு பெரும் பங்கு இருந்துள்ளது. இவ்வாறே உலோகப் பொருள் உற்பத்தி, மண்பாண்டத் தொழில் ஆகியவற்றிலும் பெண் தொழிலாளர்கள் முக்கிய பங்கேற்றுள்ளனர். பல தொழில்களில் பெண்கள் துணை நிலையில் பணியாற்றியுள்ள போதும் அவர்களைப் பற்றிய தரவுகள் நமக்குக் கிடைக்கவில்லை. இவ்வகையில் ஆண் தொழிலாளிகளைப் பற்றியும் கூட தேவையான அளவு தரவுகள் கிடைக்கவில்லை என்பதைக் கருத்தில் கொள்ளவேண்டும். கல்வெட்டுகளும் இலக்கியங்களும் இவ்வகைச் செய்திகளை பதிவு செய்யாததற்கு தக்க காரணங்கள் இருக்கலாம் என்றாலும் இவ்வெற்றிடத்தை நிரப்ப தேவையான அளவு சான்றுகளைத் தேடிச் செல்லவேண்டுவதே ஆய்வாளர்களின் முதன்மைக் கடமையாகும்.

சான்று நூல்கள்

1. *புறநானூறு,* பா.33, வ.1–6.
2. *பெரும்பாணாற்றுப்படை,* வ. 164.
3. *SII.,* 4, 827.
4. *SII.,* 7, 1017.
5. *ஆவணம்,* 10, ப. 22.
6. *ஆவணம்,* 9, ப. 70.
7. *SII.,* 2, 66.
8. *SII.,* 13, 106; 19, 357.
9. *SII.,* 3, 143; *ஆவணம்,* 10, ப.22.
10. *நன்னிலம் கல்வெட்டுகள்,* தொ. 1, எண் 157/77.
11. *SII.,* 4, 558.
12. *EI.,* 36, 15b; *SII.,* 2,99.

12. கூலி, ஊதிய முறை

1. முன்னுரை

பல்வேறுபட்ட தொழில்களைச் செய்யும் பணியாட்களுக்கு கூலி அல்லது ஊதியம் நிர்ணயிக்கப்பட்ட விவரங்கள் பல கல்வெட்டுகளில் காணப்படுகின்றன. இக்கல்வெட்டுகள் சிலவற்றில் பணிகளுக்குத் தரப்படவேண்டிய ஊதியம் பற்றிய செய்திகளும் உள்ளன. இக்கல்வெட்டில் உள்ள விவரங்கள் அக்காலப் பொருளாதார நிலைமைகளை குறிப்பாக தொழில் சமூகத்தாரின் பொருளியல் நிலைமைகளை ஓரளவு விளக்குவனவாக உள்ளன. மேலும் அக்காலத்தில் செலாவணியில் உள்ள காசு, பணம் போன்றவற்றையும் இவற்றின் மூலம் அறிந்துகொள்ளலாம்.

முன்னர் தொழிலாளர்களின் கூலி, ஊதியம் போன்ற செயல்களை வரலாற்று ஆய்வாளர்கள் சிலர் ஆய்வு செய்துள்ளனர். இவர்களில் குறிப்பாக கே.ஏ.நீலகண்ட சாஸ்திரி, ஏ.அப்பாதுரை, சி.மீனாட்சி ஆகியோரின் ஆய்வுகளைக் குறிப்பிடலாம். நீலகண்ட சாஸ்திரி அவருடைய மிகச் சிறந்த நூலான சோழர்கள்[1] நூலில் பல்துறைத் தொழிலாளர்களுக்கு கொடுக்கப்பட்ட ஊதியம் பற்றி விவாதித்துள்ளார். கோயில் ஊழியர்களான திருமெய்க்காப்பு, தோட்டக்காரர், பிராமண சமையல்காரர், பெண் ஊழியர்கள்

மற்றும் குயவர் ஆகிய பணியாளர்களுக்கு விதிக்கப்பட்ட ஊதிய விவரங்களை குறிப்பிட்டுள்ளார். ஏ.அப்பாதுரை[2] தொழிலாளர்களுக்கு அளிக்கப்பட்ட ஊதியம் பற்றி விவரித்துள்ளார். நீதி சாஸ்திரத்தில் உள்ள செய்திகளையும் அவர் ஆய்வுக்கு உட்படுத்தியுள்ளார். மீனாட்சியும் பல்வேறு ஊழியர்களின் ஊதிய விகிதங்களைக் குறிப்பிட்டுள்ளார். குறிப்பாக பல்லவர் காலத்துக் கோயில்களில் பணியாற்றிய பணியாளர்கள், இசைக் கலைஞர்கள், நடன மங்கையர் ஆகியோரின் ஊதிய விவரங்களை ஆராய்ந்துள்ளார்.[3] அண்மைக் காலங்களில் சில ஆய்வாளர்களும் இவ்வகை ஆய்வில் ஈடுபட்டுள்ளனர். தஞ்சாவூர், பெருவுடையார் கோயில் கோயில் பணியாளர்களின் ஊதிய விவரங்களை இரா.நாகசாமி விரிவாக ஆய்ந்துள்ளார். பெருவுடையார் கோயிலில் வெட்டப்பட்டுள்ள முதலாம் இராசராசனின் கல்வெட்டுகளை முக்கிய சான்றாக எடுத்துக்கொண்டு ஆய்வு செய்துள்ளார்.[4]

மேற்கண்ட முன்னோடி ஆய்வுகள் மூலம் பணியாட்களுக்கும் தொழிலாளர்களுக்கும் இடைக்காலத்தில் தரப்பட்ட ஊதியம் பற்றிய செய்திகள் கல்வெட்டுகளில் உள்ளன என்பது தெரியவந்துள்ளது. ஊதிய விகிதங்கள் தரப்பட்டபோதும் அவற்றில் முறையான ஆய்வுகள் மேற்கொள்ளப்படவில்லை. தொழிலாளர்களுக்கு அளிக்கப்பட்ட பணத்தொகையின் அடிப்படையில் அக்கால பொருளியல் நிலைகளையும் தொழிலாளர்களின் படிநிலைகளையும் அறிய முயலவில்லை.

தமிழகத்தின் தொன்மையான இலக்கியமாகக் கருதப்படும் சங்க இலக்கியத்தில் பலவகைத் தொழிலாளர்கள் குறிப்பிடப்பட்டுள்ளனர். ஆண், பெண் பணியாளர்கள் வேளாண் நிலங்களிலும், தோட்டங்களிலும் பணியாற்றியுள்ளனர். இவர்களே கால் நடை மேய்ப்பர்களாகவும் பாதுகாப்பவர்களாகவும் பணியாற்றியுள்ளனர். பெண்களில் ஒரு பிரிவினர் பருத்தியிலிருந்து பஞ்சை பிரித்தெடுக்கும் பணிகளைச் செய்துள்ளனர். இவர்களில் ஒரு பிரிவினர் நூல் நூற்பதிலும் ஈடுபட்டுள்ளனர். இவ்வகையான விவரங்களை

சங்க இலக்கியங்கள் தந்தாலும் இப்பணியாளர்களைப் பற்றிய முழு விவரங்கள் மற்றும் அவர்களுக்குத் தரப்பட்ட ஊதியம் போன்ற விவரங்கள் காணப்படவில்லை.

2. ஊதியங்கள்

பணியாளர்களின் சேவைக்கு கூலியாகத் தரப்படுவதே ஊதியம். இவ்வூதியம் பணியாளரின் முதலாளி எனப்படும் மேலாளரால் தரப்படுவது. பழங்காலத்திலும் இடைக்காலத்திலும் தொழிலாளர்களுக்கு அவர்களின் பணிச்சுமைக்கு ஏற்ப ஊதியம் அல்லது கூலி தரப்பட்டுள்ளது. இருப்பினும் இவ்வகையில் தரப்பட்ட கூலியின் அளவு அல்லது காலம் ஆகியன பற்றி நம் சான்றுகளில் எவ்வித விளக்கமும் இல்லை. முக்கியமாக அரசர்கள், கோயில்கள், நில உடைமையாளர்கள் மற்றும் தொழில் செய்வோரே தொழிலாளர்களை அமர்த்தி ஊதியம் கொடுத்தனர். இவ்வாறு கொடுக்கப்பட்ட ஊதியம் தனி ஆட்களுக்கு அவர்களது பணியைப் பொறுத்து நிர்ணயிக்கப்பட்டது. தனி ஆள்கள் சிலர் முதலாளிகளாக இருந்து பணியாளர்களுக்கு ஊதியத்தை வழங்கியுள்ளனர்.

பணியாளர்களுக்கு ஊதியம் வழங்கப்பட்டதை இடைக்காலக் கல்வெட்டுகள் தெரிவிக்கின்றன. இப்பணியாளர்களுக்கு குறிப்பிட்ட அளவில் ஊதியங்கள் வழங்கப்பட்டுள்ளன. இவ்வூதியம் பொதுவாக சில பணிகளுக்கு நாள் முறையிலும் சில பணிகளுக்கு மாதந்தோறும் ஊதியம் தரப்பட்டுள்ளது. சில பணிகளுக்கு ஆண்டு முறையிலும் ஊதியம் நிர்ணயிக்கப்பட்டுள்ளது. நாள் ஒன்றுக்கு நிர்ணயிக்கப்பட்டாலும் பல சமயங்களில் ஆண்டுக்கணக்கிலேயே ஊதியம் வழங்கப்பட்டுள்ளது. சில பணிகளுக்கு கொடுக்கப்பட்ட ஊதியத்தில் சலுகைக் கட்டணங்கள் சிலவும் உள்ளடங்கியுள்ளன. சில பணிகளுக்கு சிறப்பு ஊதியமும் தரப்பட்டுள்ளது.

இவ்வாறு ஊதியம் நிர்ணயிக்கப்பட்டாலும் பல விதமான பொருள்களில் ஊதியம் தரப்பட்டுள்ளது. பெரும்பாலான பணிகளுக்கு நெல்லையே ஊதியமாக கொடுத்துள்ளனர்.

சில பல பணிகளுக்கு காசாகவும் பொன்னாகவும் கொடுத்துள்ளனர். பொன்னாக நிர்ணயிக்கப்பட்டபோதும் பல சமயங்களில் நெல்லாக கணித்து ஊதியத்தை அளித்துள்ளனர். முக்கியமான பெரும் பணிகளைச் செய்யும் அதிகாரிகள் போன்ற மேல் மட்டப் பணியாளர்கள் மற்றும் அலுவலர்களுக்கு நிலம் ஊதியமாக தரப்பட்டுள்ளது. நிலமாக தரப்பட்டபோது நில விளைச்சலில் ஒரு பங்கு என்ற முறையில் ஊதியம் பிரித்தளிக்கப்பட்டுள்ளது. இவ்வாறு நிலம் கொடுக்கப்படும் போது பணி செய்யும் காலம் வரையே நிலம் மற்றும் அதன் விளைச்சலில் பங்கு என்ற முறையைக் காண்கிறோம். சில சமயங்களில் இவ்வித நில உரிமை பாரம்பரியமாக பின் வரும் சந்ததியினருக்கும் சேருமாறு விதிக்கப்பட்டு தரப்பட்டுள்ளது.

இவ்வகையில் ஊதியமாக தரப்பட்ட கூலியை 1.பொருள் (நெல்) மற்றும் 2.பணம் (காசு), 3.நிலம் என்ற வகையில் மூன்றாகப் பிரிக்கலாம். நிலமாக ஊதியம் தரப்படுதலை 1.முழு உரிமை, மற்றும் 2.பங்கு என்ற வகையில் இரண்டு வகையாகப் பிரிக்கலாம்.

3.பொருளாகத் தரப்படும் ஊதியம்

பொருளாக ஊதியம் தரப்படும்போது பொதுவாக நெல் தானியமே கொடுக்கப்பட்டுள்ளது. பழங்காலத் தமிழகப் பொருளாதாரத்தில் நெல் முக்கிய தானியமாக இருந்துள்ளது. எல்லாவித பொருளாதாரச் செயல்பாடுகளும் நெல் தானியம் மூலமே நடைபெற்றுள்ளது. தொன்மையான குடிகள் வாழும் பகுதிகளிலும் அங்கு பயிரிடப்படும் முக்கிய தானியம் பொருளாதார நடவடிக்கைகளில் முக்கிய பங்கை வகித்துள்ளது. சங்க காலத் தமிழகத்தில் நெல் மூலமாக பொருளியல் நடவடிக்கைகள் பல செய்யப்பட்டுள்ளன என்பதை அவ்விலக்கியம் குறிக்கிறது. குறிப்பாக உப்பு, மீன், தேன், மான்கறி, தயிர் ஆகியவை நெல்லுக்கு மாற்றாக பரிமாற்றம் செய்யப்பட்டுள்ளதை குறிக்கிறது.[5] எனவே நெல் தானியம் பழங்காலத்திலும் இடைக்காலத்திலும் பண்டப்பரிமாற்றத்திற்கான முக்கிய தானியமாக இருந்துள்ளது.

இக்காலப் பணியாளர்களில் கோயில் பணியாளர்கள் ஒரு வகையினர். இவர்களுக்கு ஊதியம் பொதுவாக நாள் ஒன்றுக்கு நிர்ணயிக்கப்பட்டது. ஆண்டு முறையிலும் இவர்களில் சிலருக்கு ஊதியம் வழங்கப்பட்டுள்ளது. தற்காலிகப் பணியாளர்கள் பலரும் இருந்துள்ளனர். இவர்களுக்கு பொதுவாக பணிசெய்யும் நாள்களுக்கு மட்டுமே தரப்பட்டது. ஆண்டு முறையில் ஊதியம் நிர்ணயிக்கப்பட்ட போதும் நாள் கூலி குறிப்பிடப்பட்டுள்ளது. இவர்களுக்கு வேறு சலுகைகள் வழங்கப்பட்டதாகத் தெரியவில்லை.

பெருவுடையார் கோயிலில் பணியாளர்களுக்கு இரண்டு முறைகளிலும் ஊதியம் வழங்கப்பட்டுள்ளது. ஊதியம், கூலியைக் கல்வெட்டுகள் நிவந்தம் என்று குறிப்பிடுகின்றன. பிடாரர், திருப்பதியம் விண்ணப்பம் செய்வோர், உடுக்கை அடிப்போர், கொட்டி மத்தளம் வாசிப்போர் ஆகிய கோயில் இசைக்கலைஞர்கள் ஒவ்வொருவருக்கும் நாளொன்றுக்கு 3 குறுணி நெல் தரப்பட்டுள்ளது.[6] இக்கோயிலில் பணியாற்றும் கணக்கன், கீழ் கணக்கு, திருமெய்காப்பு ஆகிய ஊழியர்கள் ஒவ்வொருவருக்கும் ஆண்டு அளவில் ஊதியம் நிர்ணயிக்கப்பட்டுள்ளது. கணக்கன் ஒருவனுக்கு 200 கலம் நெல் ஆண்டொன்றுக்கு நிர்ணயிக்கப்பட்டுள்ளது. கணக்கனுக்கு உதவியாக பணியாற்றும் கீழ் கணக்கு ஒருவனுக்கு 75 கலம் நெல் ஆண்டொன்றுக்கு நிர்ணயிக்கப்பட்டுள்ளது.[7] திருமெய்காப்பு ஒருவனுக்கு ஆண்டொன்றுக்கு 100 கலம் நெல் தரப்பட்டுள்ளது.[8] மேற்கண்டவாறு ஊதியம் நிர்ணயிக்கப்பட்டபோது அவர்கள் உடுத்தும் உடைகளுக்கான செலவுப் படியும் கொடுக்கப்பட்டுள்ளது.

திருவக்கரை கோயிலில் (தென் ஆற்காடு மாவட்டம்) பொ.ஆ. 1001இல் மாணி எனப்படும் கோயில் ஊழியர் ஒருவருக்கு 1 குறுணி, 4 நாழி நெல் நாளொன்றுக்கு ஊதியமாக நிர்ணயிக்கப்பட்டுள்ளது. தலைமை இசைவாணரான தலைப்பறை கொட்டுவான் ஒருவனுக்கும் ஸ்ரீகார்யம் செய்வான் ஒருவனுக்கும் நாளொன்றுக்கு ஒரு குறுணி நெல் கொடுக்கவேண்டும்.[9] மேல்சேவூரில் உள்ள தாந்தோன்றீசுவரர் கோயில் பணியாளர்களின் ஊதியம்

பொ.ஆ. 1008இல் உயர்த்தப்பட்டு நாளொன்றுக்கு என்ற முறையில் நிர்ணயம் செய்யப்பட்டுள்ளது. கரணத்தான் என்ற கோயில் கணக்காளருக்கு ஒரு நாளுக்கு ஒரு பதக்கு நெல் என்ற வகையில் நிச்சயிக்கப்பட்டுள்ளது. கோயில் தோட்டங்களைப் பராமரிக்கும் தோட்டக்காரர் ஒருவனுக்கு நாளொன்றுக்கு ஒரு குறுணி நெல்லும், கோயில் அடுக்களைப் பணியாளான மடையாள் ஒருவனுக்கு 4 நாழி நெல் நிச்சயிக்கப்பட்டுள்ளது.[10]

காஞ்சிபுரம் ஏகாம்பரநாதர் கோயில் வளாகத்தில் உள்ள ஸ்மசானேசுவரர் கோயிலில் உள்ள முதலாம் ராசாதிராசனின் 1045 ஆம் ஆண்டுக் கல்வெட்டு கோயில் பணியாளர்கள் மற்றும் அவர்களுக்கு கொடுக்கப்பட்ட ஊதியங்கள் பற்றிய நீண்ட பட்டியல் ஒன்றைத் தருகிறது. இப்பணியாளர்களில் திருமஞ்சன நீர் சுமப்பான் என்ற பணியாளுக்கு நாளொன்றுக்கு 3 நாழி நெல் தரப்பட்டுள்ளது. கோயில் பூசாரியான திருவாராதனை செய்வான் ஒருவனுக்கு ஒரு குறுணி 2 நாழி நெல் ஊதியமாகத் தரப்பட்டுள்ளது.[11]

4. பொருள், பணம், பொன் வகையில் தரப்பட்ட ஊதியம்

பணியாளர்களின் ஊதியமாக இரண்டாவது வகையில் நெல்லுடன் உடுத்துவதற்கான ஆடை செலவினத்துக்கும் படி என்ற வகையில் பணம் கொடுக்கப்பட்டுள்ளது. நாளொன்றுக்கு நெல் நிர்ணயிக்கப்பட்டபோதும் ஆண்டு ஒன்றுக்கு கணக்கிடப்பட்டு கொடுக்கப்பட்டுள்ளது. இம்முறையை இலக்கை என்று சில கல்வெட்டுகளும் கொற்று என்று பிற கல்வெட்டுகளும் குறிக்கின்றன. ஆடைக்கான படி பொதுவாக புடவை முதல் அல்லது கப்படம் என்று சொல்லப்பட்டுள்ளது. கோயில் பூசாரிகள், கணக்காளர்கள், இசைக் கலைஞர்கள், மத்தளம் கொட்டுவோர், கோயில் நிலங்களைப் பயிரிடும் வேளாண் தொழிலாளர்கள், ஆகியோருக்கு மேற்கண்ட வகையில் ஊதியம் கொடுக்கப்பட்டுள்ளது. மாணி எனப்படும் இளைய பூசாரிக்கு நாளொன்றுக்கு 1 பதக்கு நெல்லும் உடைக்கான படி செலவுக்கு (புடவை முதல்) ஆண்டொன்றுக்கு 4

காசும் கொடுக்கப்பட்டுள்ளது. தீட்சிதர் ஒருவனுக்கு நாளொன்றுக்கு 3 குறுணி நெல்லும் புடவை முதலாக ஆண்டொன்றுக்கு 4 காசும் கொடுக்கப்பட்டுள்ளது. மற்றொரு கோயில் பணியாளர் ஒருவருக்கு நாளொன்றுக்கு 1 பதக்கு நெல்லும் புடவை முதலுக்கு ஆண்டொன்றுக்கு 5 காசும் கொடுக்கப்பட்டுள்ளது.[12]

சிதம்பரம் கோயில் நிலங்களில் பணிபுரியும் திருநந்தவனக் குடிகளுக்கு நாளொன்றுக்கு 1 பதக்கு நெல்லும் புடவை முதலுக்கு ஆண்டொன்றுக்கு 2 காசும் கொடுக்கப்பட்டுள்ளது. திருப்பள்ளித்தாமம் தொடுப்போர்[13] என்ற பூமாலை கட்டும் தொழிலாளர்கள், நாயகஞ் செய்வார்[14] என்னும் மேற்பார்வையாளர்கள் ஆகியோர் ஒவ்வொருவருக்கும் நாளொன்றுக்கு 3 குறுணி நெல்லும் புடவை முதலுக்கு ஆண்டொன்றுக்கு 3 காசும் கொடுக்கப்பட்டுள்ளது. மற்றொரு பூகட்டும் தொழிலாளி ஒருவனுக்கு நாளொன்றுக்கு 2 குறுணி நெல்லும் படியென்னும் புடவை முதலுக்கு ஆண்டொன்றுக்கு 3 காசும் கொடுக்கப்பட்டுள்ளது.[15] பிற தொழிலாளர்களில் 150 ஆடுகளை மேய்க்கும் இடையன்[16] ஒருவனுக்கு நாளொன்றுக்கு 1 பதக்கு நெல்லும் புடவை முதலுக்கு ஆண்டொன்றுக்கு 1½ காசும் கொடுக்கப்பட்டுள்ளது. மேற்கண்ட சான்றுகளில் நாளொன்றுக்கு நெல் நிர்ணயிக்கப்பட்ட போதும் ஆண்டு ஒன்றுக்கான நெல் கணிக்கப்பட்டு கொடுக்கப்பட்டுள்ளது. கல்வெட்டுகளில் காணப்படும் குறிப்புகள் மூலம் ஒரு காசுக்கு 15 கலம் நெல் என்ற வீதத்தில் கணக்கிடப்பட்டுள்ளது.

சில சமயங்களில் ஊதியம் நெல்லாகவும் பொன்னாகவும் நிர்ணயம் செய்யப்பட்டுள்ளது. இவ்வகையில் திருவக்கரை யிலுள்ள (தென் ஆற்காடு மாவட்டம்) சந்திரமௌலீசுவரர் கோயில் கல்வெட்டுகள் சான்றுகளை அளிக்கின்றன.[17] மூத்த பூசாரியான நம்பி ஒருவனுக்கு நாளொன்றுக்கு 1 குறுணி 7 நாழி நெல்லும் புடவை முதலுக்கு ஆண்டொன்றுக்கு அரை கழஞ்சு பொன்னும் கொடுக்கப்பட்டுள்ளது. திருப்பதியம் விண்ணப்பம் செய்யும் இசைக் கலைஞர் ஒருவருக்கு நாளொன்றுக்கு 1 பதக்கு நெல்லும் புடவை முதலுக்கு ஆண்டொன்றுக்கு ஒரு கழஞ்சு பொன்னும்

கொடுக்கப்பட்டுள்ளது. கோயில் தோட்டத்தை பராமரிக்கும் ஆண் தோட்டத் தொழிலாளி ஒருவருக்கு நாளொன்றுக்கு 1 பதக்கு நெல்லும் புடவை முதலுக்கு ஆண்டொன்றுக்கு 9 மஞ்சாடி பொன்னும் கொடுக்கப்பட்டுள்ளது. இவருடைய பணியாக திருப்பள்ளித்தாமம் பறிப்பது சொல்லப்பட்டுள்ளது. கோயில் சுற்றாலைகளைச் சுத்தம் செய்து திருப்பள்ளித்தாமம் தொடுக்கும் பணிகளைச் செய்யும் பெண் தொழிலாளி ஒருத்திக்கு நாளொன்றுக்கு 3 நாழி நெல்லும் புடவை முதலுக்கு ஆண்டொன்றுக்கு 4 மஞ்சாடி பொன்னும் கொடுக்கப்பட்டுள்ளது.

இதேமாதிரியான ஊதியம் கொடுக்கும் வழக்கத்தை மேல்சேவூரில் (தென் ஆற்காடு மாவட்டம்) உள்ள 1008 ஆம் ஆண்டைய கல்வெட்டு குறிப்பிடுகிறது. இவ்வூரில் உள்ள திருத்தாந்தோன்றீசுவரர் கோயிலில் பணியாற்றும் பணியாளர்களுக்கு நாளொன்றுக்கும் ஆண்டுக்குமாக ஊதியம் நிர்ணயிக்கப்பட்டுள்ளது. திருமெய்க்காப்பு, சிவ பண்டாரி ஆகிய பணியாளர்கள் ஒவ்வொருவருக்கும் ஒரு குறுணி நெல் தரப்பட்டுள்ளது. இதோடு ஆண்டொன்றுக்கு ¾ கழஞ்சு பொன்னும் அவர்களின் புடவை முதலுக்கு கொடுக்கப்பட்டுள்ளது.[18]

உத்தமசோழரின் 986ஆம் ஆண்டைய சென்னை அருங்காட்சியகச் செப்பேடுகள் கோயில் பணியாளர்களைப் பட்டியல் இட்டு அவர்களுக்கு கொடுக்கப்பட்ட ஊதிய விவரங்களைக் குறிக்கிறது.[19] இவர்களில் வேத பிராமணர், பிராமண மாணவர், கோயில் காவலாளர், தோட்டக்காரர், ஆகியோருக்கு நாள் ஊதியமாக நெல்லும் ஆண்டு ஊதியமாக கழஞ்சு பொன்னும் தரப்பட்டுள்ளது. ஒவ்வொரு ஊழியருக்கு வேறுவேறாக புடவை முதல் நிர்ணயம் செய்யப்பட்டுள்ளது. வேத பிராமணருக்கு மிக அதிக அளவாக 5 கழஞ்சு பொன் படியாக தரப்பட்டுள்ளது. கோயில் தோட்டக்காரன் ஒருவனுக்கு மிகக் குறைந்த அளவான ½ கழஞ்சு பொன் படியாக கொடுக்கப்பட்டுள்ளது.

இன்னும் சில வகைகளில் ஆண்டொன்றுக்காக படியாகக் கொடுக்கப்படும் புடவை முதலுக்கான பணம்

அப்பணியாளரின் நாள் ஊதியத்தில் சேர்க்கப்பட்டு நிர்ணயிக்கப்பட்டுள்ளது. திருத்தாந்தோன்றிசுவரர் கோயிலில் திருப்பதியம் விண்ணப்பம் செய்யும் இசைக் கலைஞர்கள் ஒவ்வொருவருக்கும் 1 குறுணி 2 நாழி நெல் நாளொன்றுக்கு நிர்ணயம் செய்யப்பட்டுள்ளது. இவ்வாறு நிர்ணயிக்கப்பட்ட ஊதியம் ஆண்டுக்கான படியை உள்ளடக்கியது.[20] சில சமயங்களில் குழுவினர் அனைவருக்கு மொத்தமாக ஊதியம் நிர்ணயிக்கப்பட்டுள்ளது. காஞ்சிபுரத்தில் 9 கலைஞர்கள் கொண்ட இசைக் கலைஞர்கள் குழுவினருக்கு நாளொன்றுக்கு 150 காடி நெல் கொடுக்கப்பட்டுள்ளது. இந்த ஊதியத்தில் உடைக்கான படியும் சேர்ந்துள்ளது. தலைப் பறை ஒருவர், மத்தளம் கொட்டுவோர் இருவர், கரடிகை வாசிப்போர் ஒருவர், தாளம் கொட்டுவோர் ஒருவர், சேகண்டிகை கொட்டுவோர் ஒருவர், காளம் ஊதுவோர் ஒருவர், கைம்மணி கொட்டுவோர் இருவர் என ஒன்பது இசைக் கலைஞர்கள் குழுவில் உள்ளனர்.

5. நிலமாக கொடுக்கப்படும் ஊதியம்

மூன்றாவது வகையில் ஊதியமாக நிலம் தரப்படுதலைக் குறிக்கலாம். இவ்வாறு கொடுக்கப்பட்ட நிலத்தை பணியாளாகப் பணியாற்றும் காலம் வரை வைத்திருக்கலாம் என்றும் அந்நிலத்தில் பெறும் வருமானம் முழுவதும் அவருக்கே சேரும் என்ற வகையில் குறிக்கப்பெறும். ஆயினும் கொடுக்கப்பட்ட நிலத்தின் மீது அப்பணியாளருக்கு உள்ள பிற உரிமைகள் பற்றி சரியாகத் தெரிந்திலது. ஆயினும் கல்வெட்டுச் செய்திகள் சிலவற்றைக் கொண்டு அவ்வுரிமைகளை ஊகிக்கலாம். இவ்வாறு கொடுக்கப்பட்ட நிலம் அவரது குடும்பத்தார் அல்லது சந்ததியினரும் அனுபவிக்க முடியும். அவ்வாறு அனுபவிக்கும் உரிமை பெற்றவர் முன் பெற்றவர் செய்த அதே பணியைத் தொடர்ந்து செய்துவரவேண்டும். இவ்விதமான அனுபோக உரிமையை கல்வெட்டுகள் பலவும் குறிப்பிடுகின்றன. இவ்விதமான நில அனுபோகத்தை கல்வெட்டுகள் ஜீவிதம், காணி, போகம், அல்லது விருத்தி என பல சொற்களால் குறிக்கின்றன.

பல்லவர் ஆட்சிக் காலத்தில் கோயில் பணியாளர்கள் பலருக்கும் ஊர் கிராமம் அல்லது சில நிலக்கூறுகள் ஊதியமாகத் தரப்பட்டுள்ளன. கோயிலில் பூசகர்களாகப் பணியாற்றும் பிராமணப் பூசாரிகளுக்கு ஊரில் அல்லது கிராமத்தில் ஒரு பங்கு நிலம் தரப்பட்டுள்ளது.[21] மகாபாரதம் வாசித்தல், மண்டபத்தை நீர் கொண்டுவந்து தூய்மை செய்தல், விளக்குகள் எரித்தல் போன்ற கோயிலில் செய்யப்படும் பிற சேவைகளுக்கும் கூட ஒவ்வொருவருக்கும் தனித்தனியாக ஊர் அல்லது கிராம நிலத்தில் பங்கு தரப்பட்டுள்ளது.

முன்னர் குறித்த சிதம்பரம் கல்வெட்டு இவ்வகையான நடைமுறைகள் வழக்கில் இருந்துள்ளதைத் தெரிவிக்கிறது. நிலங்கள் ஜீவிதமாக கொடுக்கப்பட்டு அந்நிலத்திலிருந்து பெறப்படும் வருவாய் பணியாளர்களுக்கு ஊதியமாகக் கொடுக்கப்படவேண்டும் எனக் குறிக்கிறது. சிதம்பரத்தில் உள்ள மற்றொரு கல்வெட்டு,[22] 5 மா பரப்பளவுள்ள நிலத்தை கொடுத்து அதிலிருந்து வரும் வருமானத்தை திருநந்தவனம் செய்யும் பணியாளர்களுக்கு ஊதியமாகத் தரப்படவேண்டும் என்று குறிக்கிறது. இதே கல்வெட்டு மற்றொரு சான்றையும் தருகிறது. இவ்வகையில் 7 மா பரப்புள்ள நிலம் திருநந்தாவிளக்குப் புறம் என்ற வகையில் நந்தவனத்தில் பணிபுரியும் தொழிலாளர்களுக்கு ஊதியமாக நிர்ணயிக்கப்பட்டு கொடுக்கப்பட்டுள்ளது. இவ்விரண்டு சந்தர்ப்பங்களிலும் பணியாளர்களுக்குக் கொடுக்கப்படவேண்டிய ஊதிய விவரங்கள் தரப்படவில்லை. மற்றொரு சந்தர்ப்பத்தில்[23] திருத்தோப்புக் குடிகள் எனப்பட்ட தோட்டத் தொழிலாளர்கள் 50 பேருக்கு மொத்தமாக 100 மா பரப்புள்ள நிலம் அவர்களின் ஊதியத்திற்காகக் கொடுக்கப்பட்டுள்ளது. இங்கு ஒரு தொழிலாளிக்கு 2 மா பரப்புள்ள நிலம் என்ற வீதத்தில் கணக்கிடப்பட்டு நிலம் தரப்பட்டுள்ளது. அவர்கள் ஒவ்வொருவருக்கும் ஊதியமாக நாளொன்றுக்கு 1 பதக்கு நெல்லும் ஆண்டொன்றுக்கு 2 காசும் இந்நிலவருவாயிலிருந்து கொடுக்கப்படவேண்டும் என்று குறிக்கப்பட்டுள்ளது.

காணி என்றொரு வகையிலும் நிலங்கள் கொடுக்கப்பட்டுள்ளன. பொதுவாக இவ்வகையில் பல

நிலைகளில் நிலங்கள் கொடுக்கப்பட்டுள்ளன. திருப்பதியம் விண்ணப்பம் செய்யும் இசைவாணர்களுக்கு திருப்பதியக் காணி என்ற வகையில் நிலம் கொடுக்கப்பட்டுள்ளது. இதே போல உவச்சக் காணி,[24] நட்டுவக் காணி[25] என்ற வகையில் முறையே உவச்சர்களுக்கும் நடன ஆசிரியர்களுக்கும் காணிகள் தரப்பட்டுள்ளன. போகம், விருத்தி ஆகிய இரண்டும் சில சிறப்பான தொழில் செய்யும் பணியாளர்களுக்கு கொடுக்கப்பட்ட காணி வகை ஊதியமாகும். இந்நிலங்களிலிருந்து வரும் வருமானத்தின் ஒரு பகுதி ஊதியமாகக் கருதப்படவேண்டும்.

அரசில் பணியாற்றும் மந்திரிகள் போன்ற உயர்மட்ட அரச ஊழியர்களுக்கும் இவ்வகையில் நிலம் அளிக்கப்பட்டுள்ளது. இந்நிலங்களிலிருந்து வரும் வருமானத்தை இம்மேலதிகாரிகளின் ஊதியமாகக் கருதப்படவேண்டும். சில சமயங்களில் இம்மேல்மட்ட அலுவலர்களுக்கு ஒரு ஊர் அல்லது கிராமம் கொடுக்கப்பட்டுள்ளது. அமைச்சர் அனிருத்தன் பிரம்மாதிராஜருக்கு 10 வேலி நிலம் நன்முலான்குடியில் ஏகபோக முறையில் கொடுக்கப்பட்டுள்ளது.[26] கிராம ஊழியர்களுக்கும் ஊதியமாக நிலப்பிரிவுகள் தரப்பட்டுள்ளன. குயவர்களுக்கு குசப்பட்டி என்ற வகையில் நிலப்பிரிவு தரப்பட்டுள்ளது.[27] நாவிதர்களுக்கும் நாவிசப்பட்டி என்ற வகையில் நிலம் கொடுக்கப்பட்டுள்ளது. மருத்துவர்களுக்கு வைத்தியக் காணி என்றவகையில் நிலம் தரப்பட்டுள்ளது.[28] கிராமக் கணக்கனுக்கும் கணக்கக் காணி மற்றும் காவிதிக் காணி என்ற வகைகளில் நிலங்கள் கொடுக்கப்பட்டுள்ளன.[29]

6. கோயில் அல்லது கிராம நிலத்தில் பங்கு

நான்காவது பிரிவில் நில உடைமை கோயிலுக்குச் சொந்தமாக இருக்கும் போது அந்நிலத்தின் வருவாயில் பங்கு தரப்பட்டுள்ளது. இதுவும் பணியாளர்களுக்கு கொடுக்கப்பட்ட ஆண்டு ஊதியமாகும். இவ்வூதியம் பொதுவாக நெல்லாகவே தரப்பட்டுள்ளது. இவ்வகையான பங்கு தரப்படுதலை முதலாம் இராஜராஜன் காலத்தில் தஞ்சாவூரில் மட்டும் காண்கிறோம். தஞ்சாவூர் பெருவுடையார் கோயிலில் பணிசெய்த சில வகை இசை வாணர்கள்,

தளிச்சேரிப் பெண்டுகள் எனப்பட்ட நடன மங்கையர் ஆகியோருக்கு ஊதியம் இவ்வாறு கொடுக்கப்பட்டுள்ளது. இராசராசன் காலத்தில் ஒரு பங்கு என்பது 1 வேலி நிலம். இந்நிலத்தின் மூலம் 100 கலம் நெல் ஆண்டொன்றுக்கு வருவாயாக நிர்ணயிக்கப்பட்டுள்ளது. இந்த 100 கலம் நெல்லே ஓராண்டு ஊதியமாக கொடுக்கப்பட்டுள்ளது. இவ்வகையில் புடவை முதல் எனப்பட்ட சிறப்புப் படிகள் ஏதும் குறிப்பிடப்படவில்லை. தஞ்சை பெருவுடையார் கோயிலிலும் பிற முக்கிய கோயில்களிலும் பணிசெய்யும் மேல்மட்ட ஊழியர்களுக்கு கூடுதலாக பங்குகள் தரப்பட்டுள்ளன. எல்லா வகை இசைவாணர்கள், கணக்காளர்கள், குசவர், வண்ணத்தார், தையல்காரர், கன்னான், போன்ற பல பணியாளர்கள் அனைவருக்கும் இவ்வாறே ஊதியம் கொடுக்கப்பட்டுள்ளது. தஞ்சை பெருவுடையார் கோயில் தளிச்சேரிப் பெண்டுகள் 408 பேருக்கு பங்கோடு ஒவ்வொருவருக்கும் குடியிருக்க வீடும் தரப்பட்டுள்ளது. தஞ்சை பெருவுடையார் கோயில் பணியாளர்களுக்கு கொடுக்கப்பட்ட எட்டு வகையான பங்கு ஊதிய விவரங்கள்[30] கீழே பட்டியல் இடப்பட்டுள்ளன:

எண்	பணியாளர்	பங்குகள்	நெல் முதல் (ஓராண்டுக்கு)
1	கானபாடி - முதல் நிலை	4 ½	450
2	ஆரியம் பாடுவார்	3 ½	350
3	வீணை வாசிப்பார்	3	300
4.1	கானபாடி - இரண்டாம் நிலை	2	200
4.2	நட்டுவம் இசைப்பார்	2	200
4.3	மோரியம் இசைப்பார்	2	200
4.4	பதவியம் இசைப்பார்	2	200
4.5	மேற்பார்வையாளர் - தளிச்சேரிப்பெண்டுகளின்	2	200
4.6	மேற்பார்வையாளர் - காந்தருவர்	2	200
5.1	கணக்கர்	1 ½	150
5.2	நாடகம் செய்வார்	1 ½	150

5.3	சாக்கியர்	1 ½	150
5.4	வங்கியம் இசைப்பார்	1 ½	150
5.5	உடுக்கை அடிப்பான்	1 ½	150
5.6	தமிழ் பாட்டு பாடுவார்	1 ½	150
5.7	ரத்ன தையான்	1 ½	150
5.8	தச்சாசிரியன்	1 ½	150
6.1	தளிச்சேரிப் பெண்டுகள்	1	100
6.2	கொட்டி மத்தளம் வாசிப்போர்	1	100
6.3	முத்திரைச் சங்கு ஊதுவார்	1	100
6.4	பொற்கொல்லன் - மேற்பார்வை	1	100
6.5	திருப்பள்ளித் தொங்கல் - துணை	1	100
6.6	விளக்கு பிடிப்பார்	1	100
6.7	வண்ணான்	1	100
6.8	நாவிதர்	1	100
6.9	தையல்காரன்	1	100
6.10	கன்னான்	1	100
7.1	பக்க வாத்யர்	¾	75
7.2	காந்தர்வியர்	¾	75
7.3	கணக்காளர் - கீழ்	¾	75
7.4	மரத் தச்சன்	¾	75
8.1	தையல்காரர்	½	50
8.2	இசை கலைஞர் - துணை	½	50
8.3	சகடை கொட்டி	½	50
8.4	விளக்குப் பிடிப்பார் - துணை	½	50
8.5	கணக்காளர் (காவிதிமை) - 2 ம் நிலை	½	50
8.6	நாவிதர் - துணை	½	50

7. முடிவுரை

தமிழகத்தில் நிலவிய இடைக்காலப் பொருளாதாரத்தில் ஊதிய முறைகள் ஏற்படுத்திய தாக்கத்தை வரலாற்று முறைப்படி

ஆராயலாம். ஊதிய முறையின் உண்மையான பரிமாணங்களை தற்போது நம்மால் அறிய முடியவில்லை. நமக்கு கிடைத்த சான்றுகளும் தெளிவாக இல்லையென்பதையும் கருத்தில் கொள்ளவேண்டும். இவ்வாறு நிர்ணயம் செய்யப்பட்ட ஊதிய விகிதங்கள் ஒரு சட்ட அல்லது வழக்கு முறைக்கு ஒப்ப உள்ளனவா என்பதையும் நம்மால் புரிந்துகொள்ள இயலவில்லை. இருப்பினும் பணியாளர்களின் பணிச்சுமைக்கு ஏற்பவே ஊதிய விகிதங்கள் நிர்ணயம் செய்யப்பட்டுள்ளன என்பதில் எவ்வித ஐயமுமில்லை. பணிகளுக்கான ஊதியம் நாள் முறையில் கணக்கிடப்பட்டாலும் ஆண்டு முறையில் பெரும்பாலும் கொடுக்கப்பட்டுள்ளது. இவ்வகையைக் கவனித்தால் ஒரு முறையான வழக்காறுகளின் அடிப்படையில் இவை நிர்ணயம் செய்யப்பட்டன எனக் கருதலாம். இவ்வகையான வழக்காறுகள் தொழிலாளர் பொருளாதார நிலைகளை அறிவதற்கு உதவும்.

ஊதிய விகிதங்கள் மற்றும் அவற்றைக் கொடுக்கும் கால வரையறை ஆகியவற்றை நோக்கினால் இக்காலகட்டத்தில் பொருளாக முக்கியமாக நெல் தானியமாகக் கொடுக்கப்பட்டிருப்பதால் பணம் அல்லது காசு வகைப் பரிமாற்றங்கள் மிகக் குறைந்த அளவிலேயே காணப்படுகின்றன. இவ்வகைக் பொருளாதார நிலைக்கு பல காரணங்கள் சொல்லப்பட்டபோதும் புழக்கத்தில் விடப்பட்ட காசுகளின் எண்ணிக்கை தேவையான அளவுக்கும் குறைவாக உள்ளதை ஒரு காரணமாக ஊகிக்கலாம். காசுகள் முறையாக அச்சடிக்கப்பட்டு புழக்கத்தில் இருந்தபோதும் பணப்புழக்கம் ஒரளவு கட்டுப்படுத்தப்பட்டுள்ளதாகத் தெரிகிறது. இவ்வாறுள்ள பொருளாதார நிலையில் தொழிற்சாலைகள் மற்றும் தொழில்களின் வளர்ச்சியை காண இயலவில்லை. தொழிலாளர்கள் பலரும் கோயில் மற்றும் ஊர், மற்றும் அரசைச் சார்ந்தே இருந்துள்ளனர். முக்கியமாக கிராம ஊழியர்களில் பலருக்கும் அவ்வவ்வூரிலேயே நிலம் தரப்பட்டுள்ளதால் வெளியிடங்களுக்குச் சென்று தொழில் செய்வதற்கு ஊக்கமும் உந்துதலும் கிடைக்கவில்லை. இவ்வாறு தொழிலாளர்கள் பல இடங்களுக்குச் சென்று பணியாற்ற இயலாததால் இக்காலகட்டத்தில் தொழில் வளர்ச்சியில் சுணக்கம் ஏற்பட்டுள்ளதாக கருதலாம்.

சான்று நூல்கள்

1. K.A.Nilakanta Sastry, *The Colas,* 1975, pp.557-59.

2. A.Appadorai, *Economic Conditions in Southern India (1000-1500 A.D.), 1936,* pp.145-46, 275-76, 764-65.

3. C.Minakshi, *Administration and Social Life under the Pallavas,* reprint, 1977, pp.215.

4. R.Nagaswamy, 'Pay Structure under Rajaraja Chola', in R.Nagaswamy, *Studies in Ancient Tamil Law and Society, 1978,* pp.62-366, 135-40.

5. *அகநானூறு; பா.390–61; புறநானூறு, பா.343, 33.*

6. *SII.,* 2, 65; P.Shanmugam, 'Management of Temple Musicians and Dancers', in *the Bulletin of the Institute of Traditional Cultures,* 1989-1990, pp.69,72-73.

7. *SII.,* 2, 65.

8. *SII.,* 2, 69.

9. *SII.,* 17, 222.

10. *SII.,* 17, 234.

11. *SII.,* 4, 867.

12. *SII.,* 2, 69.

13. *SII.,* 8, 55,56.

14. *SII.,* 8, 55,56.

15. *SII.,* 8, 56.

16. *SII.,* 8, 54.

17. *SII.,* 17, 222.

18. *SII.,* 17, 234.

19. *SII.,* 3, 128.

20. *SII.,* 17, 234.

21. *பல்லவர் செப்பேடுகள் முப்பது, ப. 51, வ. 51–52.*

22. *SII.,* 12, 151.

23. *SII.,* 8, 53.

24. *ARE.,* 1920, 203.

25. *ARE.,* 1924, 361.

26. *EI.,* 15, no.5, p. 64.

27. *TD.,*1, 9.

28. *TD.,*1, 9.

29. *ARE.,* 1930, 184.

30. *SII.,* 2, 66.

13. தமிழகத்தின் தொன்மையான கடலோடிகள்

1. தோற்றுவாய்

பழங்காலத் தென்னிந்தியாவில் கடல்வழி வாணிகத்தை முக்கியமான பண்பாட்டுக் கூறுகளில் ஒன்றாகக் கருத வேண்டும். இதற்கு முக்கிய காரணமாக உள்ளது தென்னிந்தியாவின் புவியியல் தன்மையாகும். அரபிக் கடல், வங்காள விரிகுடா மற்றும் இந்தியப் பெருங்கடல் ஆகிய மூன்று கடல்களால் முப்புறமும் சூழப்பட்டு வடபுறம் மட்டும் பெரு நிலப்பரப்போடு அமைந்துள்ள முக்கோண வடிவத் தீவாக அமைந்துள்ள இப்பகுதி கடல் வாணிகத்திற்கு இயற்கையிலேயே வழிசெய்துள்ளது. இருந்தபோதிலும் துறைமுகங்கள் அமையத்தக்க இயற்கையான புவியியல் தன்மையை இப்பகுதியில் உள்ள கடற்கரைகள் பெற்றிருக்கவில்லை. ஆயினும், கடல் வணிகத்தின் பொருட்டு கலங்களை நிலை நிறுத்தவும் சரக்குகளை ஏற்றவும் இறக்கவும் வசதியாக அமைந்த மறைவிடங்கள் பலவும் கடலோடிகளால் அடையாளம் காணப்பட்டு துறைமுகங்களாகப் பயன்படுத்தப்பட்டுள்ளன.

இவ்வகையில் கடல் வழி வாணிகத்தை செம்மையாக நடத்திட பழங்காலத் தென்னிந்தியா வணிகப் பொருள்கள் பலவற்றை உற்பத்தி செய்துள்ளது. இவ்வணிகப்

பொருள்களில் வேளாண் விளைபொருள்களும் விலையுயர்ந்த மணிகளும், நவரத்தினக் கற்களும் அடங்கும். உற்பத்தி முனையங்கள் தென்னிந்தியாவின் பலவிடங்களில் அமையப்பெற்றிருந்தன. இம்முனையங்கள் துறைமுகப் பட்டினங்களோடு தொடர்புகொள்வதற்கு வசதியான சாலைக் கட்டமைப்பும் அக்காலத்தில் ஏற்படுத்தப்பட்டிருந்தது. மேலும் தென்னிந்தியக் கடற்பரப்பின் இருபகுதிகளுமே கிழக்கு மற்றும் மேற்குப் பகுதி நாட்டுச் சரக்குகளைப் பரிமாறிக்கொள்வதற்கு தக்க வசதிகளோடு இருந்துள்ளன. இவ்வகைக் கடல் வாணிகத்தின் தன்மைகள் பொ.ஆ.மு. முதல் நூற்றாண்டளவில் நூல்கள் பலவற்றிலும் நன்கு பதிவேற்றம் செய்யப்பட்டிருப்பினும் பல்வேறு அகழாய்வுகள் மூலம் கிடைக்கப்பெற்ற தொல்செய்பொருள் சான்றுகள் இக்காலகட்டத்திற்குப் பலநூற்றாண்டுகளுக்கு முன்னரே வாணிகம் சீராக நடைபெற்றுள்ளதைத் தெரிவிக்கின்றன.

2.பழங்கால வணிகம்

தென்னிந்தியக் கடல் வழி வாணிகத்தை மிகத் தொன்மையான வணிக நடவடிக்கையாகக் கருதவேண்டும். இவ்வணிகத்தின் வேர்கள் மிகத் தொன்மையான காலமாகக் கருதப்படும் தொல் பழங்காலத்தில் புதையுண்டுள்ளன. பெருங்கற்காலத்திற்கு முன்னரே வணிகப் பொருள்கள் கடல் வழியாகப் பரிமாறிக்கொள்ளப்பட்டுள்ளதென ஆய்வாளர்கள் குறிக்கின்றனர். புதிய கற்காலத்திலேயே ஆப்பிரிக்கப் பகுதிகளின் தாவரங்கள் சில தென்னிந்தியாவில் பயிரிடப்பட்டன என தொல்பழங்கால ஆய்வாளர்கள் சிலர் குறித்துள்ளனர். தென்னிந்திய விளை பொருளான தேக்கு சுமேரியாவின் உர் (Ur) நகரத்தில் காணப்பட்டுள்ளதை நோக்கி தென்னிந்தியாவுடனான வாணிகம் பொ.ஆ.மு. 4000 ஆண்டு வாக்கில் நடைபெற்றிருக்கலாம் என்பர். பாபிலோனியா மொழியில் 'சிந்து' என்ற தமிழ் மொழிச் சொல் பயன்படுத்தப்பட்டுள்ளது. இச்சொல் பாபிலோனியாவில் மஸ்லின் துணியைக் குறிக்க பயன்படுத்தப்பட்டுள்ளது. துளு, கன்னட மொழிகளில் மஸ்லின் துணிவகையைக் குறிக்க இதே சொல் கையாளப்பட்டுள்ளது. இவற்றால் மிகத்

தொன்மையான கால கட்டத்தில் அதாவது பொ.ஆ.மு.4000 ஆண்டுவாக்கிலேயே தென்னிந்தியாவுடன் வணிகம் நடைபெற்றிருக்கலாம் எனவும் கருதுவர். மேலும் பொ.ஆ.மு. 3000 ஆண்டுவாக்கில் தென்னிந்தியாவுடன் வணிகம் மேற்கொண்டதற்கான சான்றுகளுள் மஸ்லின் துணிவகைகள், வாசனை, கறிமசாலாப் பொருள்கள் தென்னிந்தியாவிலிருந்து எகிப்திற்குச் சென்றதாகக் குறிக்கின்றனர். தென்னாட்டு வாசனைப் பொருள்கள், (சின்னமன்) இலவங்கப் பட்டை, சந்தணம் மற்றும் மயில் பறவை ஆகியவற்றை ஷீபா அரசி இஸ்ரேல் அரசர் சாலமனுக்கு பரிசுப் பொருள்களாக அளித்துள்ளது (பொ.ஆ.மு.990) இவ்விடத்தில் கருதத்தக்கது. ஹிப்ரூ மொழியில் மயிலைக் குறிக்க ‘துகி’ என்ற சொல் பயன்படுத்தப்பட்டுள்ளது. இது தோகை என்ற தமிழ்ச்சொல்லின் மருவாகும். எனவே பொ.ஆ.மு. 10 நூற்றாண்டில் மேற்கு ஆசிய நாடுகளுடன் வணிகத் தொடர்பு இருந்துள்ளது புலப்படும். ஹிப்ரூ, அரமிய மொழிகளில் காணப்படும் தமிழ் மொழிச் சொற்கள் இவ்வணிகம் நடைபெற்றதை உறுதி செய்யும். வெற்றிலை (betel), ஏலம் (hel), கறி (keri), அரிசி (oretz), திப்பிலி (pipal), அகில் (ahil) தோகை (tuki) போன்ற சொற்கள் மருவிக் காணப்படுகின்றன.[1]

3.தொல்பொருள்கள்

அகழாய்வுகளில் கண்டெடுக்கப்பட்ட ஆரம்ப வரலாறு, சங்க காலங்களைச் சார்ந்த பொருள்கள் தொலை தூர வாணிகத்தையும் கடல் வழி வாணிகத்தையும் சுட்டுவனவாக உள்ளன. சூதுபவளம் (carnelian), பளிங்கு (quartz), பச்சைக் கல் (beryl) போன்ற உயர் மதிப்புடைய நவரத்தினக் கற்களும், கண்ணாடி மணிகளும் பழந் தமிழகத்தின் பல பகுதிகளில் உற்பத்தி செய்யப்பட்டு வணிகர்களால் அயல் நாடுகளுக்கு அனுப்பப்பட்டன. இவற்றை அனுமானித்து சங்க காலத்தில் (பொ.ஆ. 1–3 ஆம் நூற்றாண்டுகள்) கடல் வழி வாணிகம் சிறப்பாக நடைபெற்றுள்ளது எனக் குறிக்கலாம். இக்கால கட்டத்தில் கிழக்கே இலங்கை மற்றும் தென் கிழக்கு ஆசியா நாடுகளோடு கடல் வழி வாணிகம் நடைபெற்றுள்ளது. மேற்கே செங்கடல் நாடுகளோடும், மத்திய தரைக்

கடல் நாடுகளோடும் சிறப்பாக வணிக நடவடிக்கைகள் மேற்கொள்ளப்பட்டன. இவைபற்றியெல்லாம் சங்க கால இலக்கியங்களும் பழம் கல்வெட்டுகளும் சான்று பகர்கின்றன.

ஆரம்ப வரலாற்றுக் காலத்தில் மத்திதரைக்கடல் நாடுகளைச் சேர்ந்த வணிகர்கள் கடல் வழியாகத் தென்னிந்தியாவையும் தென்கிழக்கு ஆசியாப் பகுதிகளையும் அடைந்தனர். இந் நடவடிக்கைகளுக்கான சான்றுகள் தென்னிந்தியாவில் காணப்படுகின்றன. இவற்றில் முக்கியமாக அவர்கள் பயன்படுத்தியபின் விட்டுச்சென்ற மண்பாண்டங்கள், காசுகள் ஆகியவற்றிக் குறிக்கலாம். உரோம நாட்டுக் கடலோடிகளின் பயணக் குறிப்புகள் உள்ள இலக்கியங்கள் அக்காலத்திய தென்னாட்டில் பயன்பாட்டில் இருந்த துறைமுகங்கள் மற்றும் ஏற்றுமதி இறக்குமதி செய்யப்பட்ட சரக்குகள் பற்றிய விவரங்களைத் தருகின்றன. இக்காலக் கடல் வழி வாணிபத்தை ஆராய்ந்த முன்னோடி வரலாற்று ஆய்வாளர்கள் உரோம நாட்டுக் கடல் பயண நூல்களை அடிப்படையாகக் கொண்டு அயல் நாட்டு கடலோடிகளும் வணிகர்களுமே இவ் வணிக நடவடிக்கைகளில் பெரும்பாலும் ஈடுபட்டிருந்தனர் என்று கருதினர். இவர்களது ஆய்வுகளில் உள்நாட்டு வணிகர்கள் மற்றும் அவர்களது செயல்பாடுகளுக்கு முக்கியத்துவம் அளிக்கவில்லை.

4.கடலோடிகளும் வணிகர்களும்

கடல் வழி வாணிகத்தில் இந்தியா மற்றும் பழந் தமிழக வணிகர்களும் கடலோடிகளும் பங்கு பெற்றுள்ளனர். இந்தியத் துணைக்கண்டத்தின் பகுதிகளில் உற்பத்தி செய்யப்பட்ட மண்பாண்டங்கள், மணிகள் போன்றவை தென்கிழக்காசிய நாடுகள் பலவற்றில் கண்டெடுக்கப்பட்டுள்ளன. முக்கியமாக பழந்தமிழகத் தொழிலாளிகளால் உற்பத்தி செய்யப்பட்ட வணிகப் பொருள்களும் அவர்கள் பயன்படுத்திய செய்பொருள்களும் கடல் கடந்த பகுதிகளில் கிடைத்துள்ளன. இப்பொருள்கள் அயல் நாடுகளில் இவர்களது செயல்பாடுகளைப் பிரதிபலிக்கின்றன.

உள்நாட்டு வணிகர்களின் உதவி அயல் நாட்டு வணிகர்களுக்கு கிடைக்கும் இன்றியமையாத தேவையாகும். உள்நாட்டு வணிகர்கள் மூலமே அந்நாட்டு வணிக முனையங்களை அடையாளம் காணவும், அவற்றை அடையும் சாலை மார்க்கங்களையும் தெரிந்துகொள்ளவும் முடியும். இவ்வகையான உள்ளூர் வணிகர்களின் உதவி மற்றும் வழிச்செயல் பற்றிய ஆய்வுகளில் தற்பொழுது பல ஆய்வாளர்கள் தம் கவனத்தைச் செலுத்தியுள்ளனர். இவ்வகை ஆய்வுகளுக்கு முக்கிய காரணமாக மத்திய தரைக் கடல் மற்றும் தென்கிழக்கு ஆசியா நாட்டுப் பகுதிகளில் கண்டெடுக்கப்பட்ட தொல் செய்பொருள்களைக் குறிக்கலாம்.

கடல்வழி வாணிகத்தில் ஈடுபட்ட தென்னிந்திய வணிகர்களை அடையாளம் காண அயல்நாடுகளில் கிடைக்கின்ற தொல் செய்பொருள்கள் மிகச் சிலவே. சங்க இலக்கியங்களிலும் (பொ.ஆ. 1–3 ஆம் நூற்றாண்டுகள்) பழங் கல்வெட்டுகளிலும் தமிழகக் கடலோடிகளைப் பற்றிய சில சான்றுகள் உள்ளன. கடல் பயணங்களுக்குத் தகுதியாகவுள்ள உள்நாட்டு மரக் கலங்கள், மாலுமிகள் மற்றும் கடல் பயணங்களைப் பற்றிய விவரங்களும் இவ்விலக்கியங்களில் உள்ளன. நாவாய், வங்கம், கலம் என்ற நீர்வழிச் செல்லும் கலன்களைச் சங்க இலக்கியங்கள் குறிப்பிடுகின்றன. இவை உள்ளூர் சரக்குகளையும் ஏற்றிச் செல்லவும் பயன்படுத்தப்பட்டுள்ளன. நெல்லைச் சுமந்து வந்த பஃறி என்ற கலம் புகார் துறையில் பிணிக்கப்பட்டதாக பட்டினப்பாலைக் குறிக்கிறது.[2] கலங்களை இயக்கிய பரதவர் போன்ற சமூகத்தாரையும் இவ்விலக்கியங்கள் குறிப்பிடுகின்றன. கலங்களில் ஏற்றப்பட்டிருந்த பாய்கள் கட்டப்பட்ட மரத்தூண்கள் சூறாவளிக் காற்றால் உடைபட்டு கப்பல் நிலைகுலைந்த செயல்களும் இலக்கியங்களில் உள்ளன. பிற் சங்க இலக்கியமான மணிமேகலை கப்பல் கட்டும் தொழில் கலைஞர்களை 'கலம் புணர் கம்மியர்' என்று அழைக்கிறது. கலங்களை நிறுத்துவதற்கான துறைமுகங்களை அடையாளம் காண கலங்கரை விளக்கங்களும் அமைக்கப்பட்டிருந்தன. புகாரில் அமைக்கப்பட்டிருந்த கலங்கரை விளக்கம்,

உயர்ந்த கூறை வேயப்படாத மாடத்தில் இருந்தது என்று பெரும்பாணாற்றுப்படை குறிக்கிறது.[3]

காலந்தோறும் தவறாமல் வீசுகின்ற பருவக்காற்றுகளை நம்பியே தென்னிந்தியாவின் வாழ்க்கை முறை உள்ளது. இப்பருவக் காற்றுகள் தென்னிந்தியப் பகுதிகளுக்குத் தேவையான மழை, இயற்கைச் சூழல் ஆகியனவற்றை ஆண்டாண்டுதோறும் அளிக்கின்றன. கடல் பயணங்களுக்கு பருவக்காற்றுகளின் இன்றியமையாத தன்மையை அறிந்து கடல் பயணங்களை மாலுமிகள் மேற்கொண்டனர். இவ்வகையான பருவக்காற்றுகளின் இயல்புகளை ஹிப்பாலாஸ் என்ற மாலுமியே கண்டறிந்து அரேபிய கடல் பகுதிகளிலிருந்து தென்னிந்தியா கடல் பகுதிகளுக்கு நேரிடையான பயணங்களை மேற்கொண்டார் என்று இதுவரை நம்பப்பட்டு வந்துள்ளது. ஆயினும் காற்று என்ற பொருள் உள்ள ஹிப்பாலாஸ் என்ற சொல் ஆள்பெயராக தவறாக புரிந்துகொள்ளப்பட்டுள்ளது என்று தற்கால ஆய்வுகள் புலப்படுத்தியுள்ளன.[4] இந்தியத் துணைக்கண்டக் கடல் பகுதிகளில் பயணம் செய்ய பருவக் காற்றுகளின் துணை இன்றியமையாததாக இருந்துள்ளது.

இதே கால கட்டத்தில் தமிழகத்து கடலோடிகளும் பருவக்காற்றுகள் வீசும் திசை, காலம் ஆகியவற்றை அறிந்து மரக்கலங்களைச் செலுத்தியுள்ளனர். இதற்கு ஏற்றாற்போல கடல் வழிச் செல்லும் கலன்களில் பாய்மரங்கள் இருந்தன. இவ்வாறு கட்டப்பட்ட பாய் என்பதை, சங்க இலக்கியம் இதை என்று குறித்துள்ளது.[5] நெடிய தூணில் கட்டப்பட்ட பாய்களைச் சுருட்டாமல் புகார் துறைமுகத்தில் கப்பல் நுழைந்தது என புறநானூறு குறிக்கிறது.[6] மேலும் கப்பலில் கட்டப்பட்ட பாய்களும், அவற்றைக் கட்டிய மரத்தூண்களும் சூறாவளியால் சிதறுண்டு போனதை மற்றொரு பாடல் குறிக்கும். இப்பாய்மரங்கள் மூலமாகவே காற்றடிக்கும் திசையில் கப்பலைச் செலுத்தியுள்ளனர். இவ்வகைப் பாய் மரங்கள் உள்ள மரக்கலங்கள் சிலவற்றை தக்காணத்தை ஆண்ட சாதவாகனர், மற்றும் பல்லவர் காசுகளில் காணலாம். எனவே பருவக் காற்றுகளை அறிந்து அவற்றை முறையாகப்

பின்பற்றிக் கடல் பயணங்களை மேற்கொள்வதற்குத் தக்கதான பாய் மரங்கள் உள்ள மரக்கலங்களை தமிழகக் கடலோடிகள் பயன்படுத்தியுள்ளனர்.

இவ்வகையில் சங்க இலக்கியப் பாடல் ஒன்று முக்கிய செய்தியைக் குறிக்கிறது. சங்ககாலச் சோழ அரசர்களில் ஒருவனான கரிகால் வளவனைக் 'வளி தொழில் ஆண்ட உறவோன் மருக' என்று புறநானூற்றுச் செய்யுள் ஒன்று குறிப்பிடும்.[7] இச்சொற்றொடர் ஒரு முக்கியமான செய்தியைப் பதிவு செய்கிறது. வளி தொழில் என்பது பருவக் காற்று எனப் பொருள்படும். அதாவது பருவக் காற்று வீசும் திசை அறிந்து கப்பல்களைச் செலுத்தும் மூத்தவரின் பரம்பரையில் வந்தவன் என்பதாக பொருள் கொள்ளலாம். இதே பாடலில் முந்நீர், நாவாய் போன்ற சொற்கள் உள்ளன. இவற்றில் முந்நீர் கடலையும் நாவாய் கடல் பயணங்களுக்குத் தகுதியான கப்பலையும் குறிக்கின்றன. இம்மரக் கலங்களில் மரத்துடுப்புகள் பயன்படுத்தப்பட்டிருப்பினும் பாய்மரங்களும் இருந்துள்ளன. இப்பாய் மரங்கள் மூலமாகவே காற்றடிக்கும் திசையில் கப்பலைச் செலுத்தியுள்ளனர். எனவே கரிகால் வளவனின் முன்னோர்கள் பருவக் காற்றுகளின் இயல்பை அறிந்து கடல் பயணங்களைச் செய்துள்ளனர். எனவே பொ.ஆ.மு. முதல் நூற்றாண்டிற்கு முன்னரே தமிழகத்து வணிகர்கள் கடல் வழி பயணம் செய்துள்ளனர் என்பதும் பருவக் காற்றுகளை நம்பி பயணங்களை மேற்கொண்டனர் என்பதும் புலப்படும்.

கடல் நீரோட்டங்கள், மற்றும் ஓதம் எனப்படும் கடல் அலை உயர வேறுபாடுகளையும் சங்க காலக் கடலோடிகள் அறிந்துள்ளனர். இயற்கையாக கடல்பகுதிகளில் காணப்படும் நீரோட்டங்கள் மூலமாக அதிக மனித ஆற்றல் இல்லாமல் தொலைதூர நாட்டுப்பகுதிளை எளிதில் அடைய முடியும். இவ்வகையில் தமிழகத் துறைமுகங்களிலிருந்து எளிதாக தாய்லாந்து, இந்தோநேசியா ஆகிய நாடுகளை அடையமுடியும் என அருணாசலம் தெரிவிக்கிறார்.[8] இவ்வாறே கடல் நீர்மட்டங்களில் காணப்படும் ஏற்றத் தாழ்வுகளை கணித்து கப்பல், படகுகளை கரை சேர்க்கவும், கடலுக்குள்

செலுத்தவும் முடியும் என்ற கடல் ஓதங்களின் பயன்பாட்டை சங்கக் கடலோடிகள் அறிந்திருந்தனர் என்பதை நற்றிணை, அகநானூறு பாடல்கள் குறிக்கின்றன.[9]

சங்க இலக்கியங்களில் கப்பற் படை மற்றும் கடல் போர்களும் சொல்லப்பட்டுள்ளன. ஒரு சேர அரசனிடம் சிறந்த கப்பற் படை இருந்துள்ளது. இப்படை எதிரிகளின் கப்பல்களை விரட்டியடித்துள்ளது.[10] மற்றோரிடத்தில் சேரலாதன் என்ற சேர அரசன் சிறந்த கப்பற் படையைப் பெற்று எதிர்களைக் கடலில் தோற்கடித்துள்ளான் என்று புகழப்பட்டுள்ளான்.[11] மற்றோரிடத்தில் சேர அரசனின் கடல் எல்லைக்குள் நுழைந்த பகைவர்களின் கப்பல் செயல்பாடுகள் தடுக்கப்பட்டன என்று சொல்லப்பட்டுள்ளது.[12] மேற்கண்ட செயல்பாடுகள் மூலம் சங்க காலச் சேர அரசர்கள் அவர்கள் பகுதி கடல் ஆதிக்கம் செலுத்துவதற்குண்டான வலிமையான கப்பற் படையைக் கொண்டிருந்தனர் என்பது புலப்படும். கப்பற் படையின் முதன்மைப் பணியாக கடற்கரைப் பாதுகாப்பாக இருந்தாலும் கடல் பயணங்கள், கடலோர மற்றும் ஆழ்கடல் வணிக நடவடிக்கைகளுக்கும் அரசரின் கப்பற் படை பாதுகாப்பாக இருந்துள்ளது.

5.தென்கிழக்காசிய நாடுகள்

தென்கிழக்காசிய நாடுகளில் தமிழக வணிகர்கள் பொதுக் காலத்தின் ஆரம்ப ஆண்டுகளுக்கு முன்பே தென்படுகின்றனர். இந்திய அல்லது தென்னிந்திய வணிகர்கள் எப்போதிருந்து இப்பகுதிகளின் வணிக நடவடிக்கைகளை மேற்கொண்டனர் என்பது பற்றி சரியாகத் தெரிந்திலது. உண்மையில் இத்தொடர்புகள் பொ.ஆ.மு. 4ஆம் நூற்றாண்டிலேயே நிலவியதாகக் கருதுவர். இந்தியா மற்றும் பழந்தமிழகத் தொழில் வல்லுநர்களால் உற்பத்தி செய்யப்பட்ட பொருள்கள் சிரிசேத்ரா (மியான்மர்), கிளாங்தோம், சான (தாய்லாந்து), கிலிமானுக் (இந்தோநேசியா) ஆகிய தொல்லூர் அகழாய்வுகளில் கண்டெடுக்கப்பட்டுள்ளன. இதனால் இந்தியா மற்றும் தென்னிந்திய வணிகர்கள் மிகத் தொன்மையான கால முதல் தென்கிழக்காசிய நாடுகளுடன்

கடல் வழி வாணிகத்தில் ஈடுபட்டிருந்தனர் என்பது புலப்படும்.

பழந்தமிழக இலக்கியத்தில் காணப்படும் சில செய்திகள் தென்கிழக்கு ஆசிய நாடுகளில் தமிழக வணிகர்களின் தொடர்புகளைப் பிரதிபலிக்கும். தகடூர் அரசனான அதியமானின் முன்னோர்கள் தென்கிழக்காசிய நாடுகளிலிருந்து கரும்பைக் கொண்டுவந்தனர் என்பது கடல் வழி உறவுகளை முன்னிறுத்தும். ஆயினும் எக்காலகட்டத்தில் இப்பரிமாற்றம் நடைபெற்றது என்பதும் மற்ற விவரங்களையும் சரியாக அறியமுடியவில்லை. இருப்பினும் பட்டினப்பாலையில் காணப்படும் காழகம் என்றொரு பகுதியின் செய் பொருள்கள் தமிழகப் பகுதிகளின் பயன்பாட்டில் இருந்துள்ளன என்ற குறிப்பு[13] இதன் தொடர்ச்சியைக் குறிக்கலாம். தமிழகத்தில் பரிமாறிக்கொள்ளப்பட்ட பொருள்கள் எவை என்பது பற்றிய விளக்கமேதும் அப்பாடலில் காணப்படவில்லை என்பதால் செய்பொருள்கள் பற்றி நம்மால் அறிய முடியவில்லை. மேலும் இந்நாடுகளுக்கு இடையிலான வணிக நிலை மற்றும் பரிவர்த்தனைகளின் தன்மைகள் பற்றியும் அப்பாடலில் குறிப்பேதும் இல்லை. ஆயினும் காழகம், கடாரம் என்ற பகுதிகள் இன்றைய மலேசிய நாட்டில் அமைந்துள்ள கெடா என்ற மாநிலப் பகுதியைக் குறிக்கும். இரண்டு கடல்களுக்கு இடையிலான குறுலான நிலப்பகுதியென்பதும் இப்பகுதியை எளிதில் கடந்து சென்றுவிடலாம் என்பதாலும் இப்பகுதி மிக முக்கியம் வாய்ந்த பகுதியாகக் கருதப்பட்டுள்ளது.

தென்கிழக்கு ஆசிய நாடுகளில் தமிழக வணிகர்களின் செயல்பாடுகளப் பற்றிய முக்கிய தடயங்கள் 1990 ஆம் ஆண்டுவாக்கில் கண்டறியப்பட்டன. இக்கால கட்டத்தில் தாய்லாந்து தொல்லியலாளர்கள் குவான் லுக் பத் (7^{0}.55' வடக்கு அட்சரேகை, 99^{0}.9' கிழக்கு தீர்க்கரேகை) என்ற பழம் துறைமுக நகரில் அகழாய்வுகளை மேற்கொண்டிருந்தனர் (நிலப்படம்: 4.). கடற்கரையிலிருந்து சுமார் 5 கிலோ மீட்டர் தொலைவிலும், மேற்கே அந்தமான் கடலில் கலக்கும் கிளாங் தோம் என்ற சிற்றாற்றின் கரையிலும் பழம் மேடு அமைந்துள்ளது. இம்மேட்டை அகழ்ந்தபோது பொ.ஆ.மு.

முதல் நூற்றாண்டிலிருந்து பொ.ஆ. 6ஆம் நூற்றாண்டு வரையிலான காலகட்டத்திற்குட்பட்ட செய்பொருள்கள் கிடைத்தன. இவற்றில் பொது ஆண்டுக் காலத்தின் ஆரம்ப ஆண்டுகளில் தமிழகத்தில் உருவாக்கப்பட்ட செய்பொருள்களும் உள்ளன. இச்செய்பொருள்களில் சதுர வடிவிலான 2 செ. மீ. அளவுடைய செப்புக் காசும் ஒன்றாகும்.[14] இக்காசின் முன்புறத்தில் வளைவாக வாலைச் சுழற்றி, வலது முன்னங்காலைத் தூக்கி இடதுபுறம் நோக்கி நின்றவாறுள்ள புலியின் உருவம் உள்ளது (படம்:6.3.). இக்காசின் பின்புறத்தில் குதிரை பூட்டிய ரதமும் அதன் முன்னே யானையும் உள்ள உருவங்கள் உள்ளன. இக்காசில் எவ்விதமான எழுத்துப் பொறிப்புகளும் இல்லை. ஆயினும் சங்க காலச் சோழ அரசர்களின் அரசச் சின்னமான புலி இக்காசில் இடம் பெற்றுள்ளதால் இக்காசு சோழ அரசர் ஒருவரால் வெளியிடப்பட்டது என்பது மிகத் தெளிவாகும். இதேபோன்ற உருவங்களுடைய சோழ அரசர்களின் காசுகள் பலவும் தமிழகத்தில் கண்டெடுக்கப்பட்டுள்ளன.[15]

இங்கே கிடைத்த மற்றுமொரு முக்கிய செய்பொருள் பொன் உரைக்கும் கல் (படம்:6.1.) ஆகும். மாக்கல்லால் ஆன இது சுமார் 7.5x3.7 செ. மீ. அளவில் உள்ளது. இதன் பின் பக்கத்தில் இரண்டு வரிகளாலான 8 எழுத்துக்களைக் கொண்ட பொறிப்பு உள்ளது. தமிழ்–பிராமி வரிவடித்தில் உள்ள இவ்வெழுத்துகளை ‘பெரும்பதன் கல்’ என்று வாசிக்கலாம். பெரும் பதன் என்பவர் தமிழகத்தைச் சேர்ந்த பொன் வாணிகராவார்.[16] இவ்வகையான உள்ளங்கைக்கு அடக்கமான உருவில் உள்ள உரைகற்கள் தற்காலத் தமிழகப் பொன் வினைஞர்கள் மற்றும் வணிகர்களின் பயன்பாட்டில் இன்றும் உள்ளன. மேலும் பெரும்பதன் என்ற சொற்றொடரில் இரண்டாவதாக உள்ள பதன் என்ற சொல் பொதுவாக பத்தன்(ர்) என்று வழங்கப்படும் பொன் கலைஞர்களின் சிறப்புப் பெயரின் சுருக்க வடிவமாகும்.[17] இவ்வகையில் பெரும் பதன் என்பவர் பொன் வணிகர்களில் முக்கிய சிறப்புவாய்ந்த பெரும் வணிகர் என்று குறிப்பிடலாம். இவ்வுரைகல் தமிழகத்திலிருந்து சென்றுள்ளது என்பதில் எவ்வித ஐயமுமில்லை. இவ்வுரைகல்லில் காணப்படும்

தமிழ்–பிராமி எழுத்துப் பொறிப்பும் பொ.ஆ. முதல் நூற்றாண்டைச் சேர்ந்தன என்பதும் உறுதி. தமிழகத்துக் குகைத் தளங்களிலும் சுவர்களிலும் காணப்படும் தமிழ்–பிராமி கல்வெட்டுகளில் உள்ள எழுத்து வடிவங்களோடு ஒத்துள்ளன. சங்க இலக்கியங்களும், இக்காலத்தைச் சேர்ந்த தமிழ்–பிராமி கல்வெட்டுகளும் கூட பொன் வணிகர்கள் தமிழகத்தில் இருந்துள்ளனர் என்பதைத் தெளிவு படுத்தும்.

இவ்வகையில் இன்னும் சில தமிழ்–பிராமி எழுத்துப்பொறிப்புள்ள மண்பாண்டச் சில்லுகள் தாய்லாந்து மற்றும் பிரான்சு நாட்டு அகழாய்வாளர்கள் கூட்டுக்குழுவினரால் கண்டுபிடிக்கப்பட்டன.[18] இப்பானைச் சில்லு ஒன்று பொ.ஆ. 2 ஆம் நூற்றாண்டைச் சார்ந்தது. இப்பானையோட்டில் தமிழ்–பிராமி எழுத்து வடிவில் துறவோ என்று மூன்று எழுத்துகள் உள்ளன (படம்:6.2.). இவற்றில் நடுவில் உள்ள ‘ற’ என்ற வல்லின எழுத்து தமிழ்–பிராமி எழுத்து வடிவில் உள்ளது. இவ்வாசகத்தை ஆராய்ந்த ஐராவதம் மகாதேவன் இச்சொல் துறவி ஒருவரைக் குறித்ததாகும் என்றார். ஆயினும் இவரது கருத்து ஏற்க இயலாது. இப்பெயர் வணிகர் ஒருவருடைய பெயராகும். இப்பானைச் சில்லின் இருபக்கமும் உடைந்துள்ளதால் முழுப் பெயரை அறிவது இயலாதது.

தாய்லாந்தில் கண்டெடுக்கப்பட்ட மேற்கண்ட செய்பொருள்கள் யாவும், பொதுக் காலத்தின் ஆரம்ப ஆண்டுகளில் தமிழகக் கடல் வணிகர்கள் தாய்லாந்துடன் வியாபார உறவுகளை மேற்கொண்டிருந்தனர் என்பதைத் தெளிவாகப் புலப்படுத்துகின்றன. தமிழ்–பிராமி எழுத்துப்பொறிப்புள்ள பொன்னுரைக்கும் கல் இங்கு கண்டெடுக்கப்பட்டதிலிருந்து தமிழகப் பொன் வணிகர்கள் பலர் வணிகப் பரிவர்த்தனைகளுக்குச் சென்றிருக்கவேண்டும் என்று ஊகிப்பதில் தவறேதுமில்லை. சங்க இலக்கியங்களும், இக்காலக் கல்வெட்டுகளும் பொன் வணிகர்கள் மற்றும் பொன் ஆபரணங்களைப் பற்றி பல குறிப்புகளைத் தருகின்றன. பொன் அணிகலன்கள்,[19] பாண்டங்கள்,[20] மற்றும் பொன் காசுகளை[21] சங்க கால மக்கள் பயன்

படுத்தியுள்ளனர். அக்கால வணிகத்தில் பண்டமாற்றுப் பொருளாக பொன் இருந்துள்ளது.[22] புகளூர் தமிழ்-பிராமி கல்வெட்டொன்று கருவூர் பொன் வாணிகன் ஒருவன் அதிட்டானம் ஒன்றை அளித்ததைக் குறிக்கிறது.[23] பாண்டியர் தலை நகரான மதுரையின் கடைத் தெருவில் பொன் நகை செய்வோரும், பொன் மதிப்பீட்டாளர்களும் (பொன்னுரை காண்மர்), இருந்துள்ளனர்.[24] எனவே சங்க காலத் தமிழகத்தில் பொன் வணிகர்கள் முக்கிய பங்காற்றியுள்ளனர். இவ்வகையில் தமிழகத்து பொன் வணிகர்கள் தாய்லாந்திலும் தென்கிழக்கு ஆசிய நாடுகளிலும் வணிகப் பரிவர்த்தனைகளை மேற்கொண்டிருந்தனர் என்பதில் வியப்பேதுமில்லை. வணிகப் பரிவர்த்தனைகளுக்காக வணிகர்கள் தமிழகக் காசுகளைக் கொண்டு சென்றிருக்கலாம். எனவே குவான் லுக் பத் துறைமுக நகரில் கண்டெடுக்கப்பட்ட பொன்னுரைக்கும் கல் மற்றும் காசுகள் தமிழக வணிகர்களால் கொண்டு செல்லப்பட்டவை என்று கருதலாம். எனவே தமிழக வணிகர்கள் பொ.ஆ. முதல் நூற்றாண்டு வாக்கில் தென்கிழக்கு ஆசிய நாடுகளில் வணிகத்தில் ஈடுபட்டிருந்தனர் என்பது தெளிவாகப் புலப்படும்.

பல்லவர், சோழர் ஆட்சிக் காலங்களில் தமிழக வணிகர்கள் தென் கிழக்கு ஆசிய நாடுகளில் தாய்லாந்து, வியட்நாம், மலேசியா போன்ற நாடுகளில் வணிகம் செய்துள்ளனர். ஆங்குள்ள தமிழ்க் கல்வெட்டுகளும், கடவுள் படிமங்களும், தென்னிந்தியக் கோயில்களின் இடிபாடுகளும் தமிழக வணிகர்களின் செயல்பாடுகளை அறிவிக்கும். வியட்நாமில் கண்டெடுக்கப்பட்ட கடவுள் பெயர்கள் பொறித்த தங்க ஓலைகள் அக்காலகட்டத்தில் கோயில் கட்டுமானத்தின் அடிப் பகுதியில் வைக்கப்பட்ட உருக்கள் என்பதும் தெளிவு. எனவே பிற்காலங்களில் பொ.ஆ. 1300 வரையிலும் தமிழக வணிகர்களின் செயல்பாடுகள் இங்கு இருந்துள்ளது நன்கு புலப்படும்.

6. இலங்கை

பொதுக் காலத்தின் ஆரம்ப ஆண்டுகளுக்கு முன்பிருந்தே இலங்கையோடு வணிக உறவுகள் ஏற்பட்டிருந்தன.

தமிழக வணிகர்கள் பலரது செயல்பாடுகளை அங்குள்ள கல்வெட்டுகளும் நாணயங்களும் பிற தொல்லியல் சான்றுகளும் புலப்படுத்துகின்றன. இவ்வணிக உறவுகளின் ஒரு முக்கிய கூறாக இலங்கையின் பிராகிருத, பாலி மொழியில் தமிழ் மொழிச் சொற்கள் பலவும் பயன்படுத்தப்பட்டுள்ளதைக் குறிக்கலாம். மரக் கலங்களைக் குறிக்கும் பாலி மொழிச் சொற்களான நாவிக, தோடா, படகே ஆகியவை முறையே நாவாய், தோணி, படகு ஆகிய தமிழ் மொழிச் சொற்களின் மருவு வடிவங்களாகும். மேலும் பெருமகன், வேளான் ஆகிய தமிழ்ச் சொற்கள் பாலியில் பருமக, வேள என்று வழங்கப்பட்டுள்ளன.[25] மேற்கண்ட சொற்கள், தமிழக மக்கள் குறிப்பாக வணிகர்கள் குடியேறி வாழ்ந்திருந்தனர் என்றும் காலப்போக்கில் இச்சொற்கள் உள்ளூர் மக்களால் பயன்படுத்தப்பட்டன என்பதைப் புலப்படுத்துகின்றன.

சங்க இலக்கியங்களில் குறிப்பிடப்பெறும் சமூகங்களில் பரதவர் சமூகமும் ஒன்று. இவர்கள் கடல் கரைப் பகுதிகளில் வாழ்ந்து மீன்பிடித்தலை முதன்மைத் தொழிலாகச் செய்துள்ளனர். இவர்கள் கப்பலோட்டிகளாகவும் முத்துக்குளித்தல் தொழில்களைச் செய்து வந்துள்ளனர். இலங்கையில் காணப்படும் புத்த சமய பிராமிக் கல்வெட்டுகள் பலவற்றில் பரத சமூகத்தினர் காணப்படுகின்றனர். ஒரு பிராகிருத பிராமி கல்வெட்டில் பரத என்ற சமுகப் பெயருடன் கப்பல் படம் ஒன்றும் வெட்டப்பட்டுள்ளதைக் கொண்டு இவர்கள் கப்பல் ஓட்டிகளாகவும் இருந்துள்ளனர் எனலாம். இவர்கள் கொடையாளிகளாகவும் உள்ளனர். இவர்களே மீன்பிடித்தலோடு முத்துக்குளித்தல் தொழிலையும் செய்து வந்திருக்கலாம் எனக் கருதுகினறனர்.[26]

இலங்கையில் காணப்படும் பழம் பிராமி கல்வெட்டுகளில் தமிழ் வணிகர்களைப் பற்றிய செய்திகள் காணப்படுகின்றன. கொடுவில் (அம்பாரை மாவட்டம்) காணப்படும் பொ.ஆ.மு. 2 ஆம் நூற்றாண்டுக் கல்வெட்டும் அபயகிரி (அநுராதபுரம்) பாறைக் கல்வெட்டும் தமிழ் வணிகர்களைக் குறிப்பிடுகின்றன.[27] அநுராதபுரத்தில் பொ.ஆ.மு. 1–2ஆம் காலகட்டத்தில் வெட்டப்பட்ட பிராமி கல்வெட்டுகளில் தமிழ் வணிகர்களின்

செயல்பாடுகளைக் பற்றிய குறிப்புகள் உள்ளன. பெரிய புளியங்குளத்தில் உள்ள இரண்டு கல்வெட்டுகளும் கொடுவில் உள்ள ஒரு கல்வெட்டும் 'தமேத' என்ற இடத்திலிருந்து வந்த வணிகர்கள் அளித்த கொடைபற்றிய செய்திகளைத் தருகின்றன.[28] இக்கல்வெட்டில் குறிப்பிடும் 'தமேத' என்ற பகுதி தமிழ் மொழி பேசுவோர் வாழ்ந்த பகுதி என்று அடையாளம் காணப்பட்டுள்ளது. 'தமேத' என்ற பிராகிருதச் சொல் தமிழ் என்ற சொல்லின் பிராகிருத வடிவம் என்று மொழியியல் அறிஞர்களால் ஏற்றுக் கொள்ளப்பட்டுள்ளது. எனவே தமிழகப் பகுதிகளிலிருந்து சென்ற வணிகர்களே இக் கொடையை அளித்திருக்கவேண்டும்.

தமிழக வணிகர்கள் இலங்கை வணிகப் பரிவர்த்தனைகளில் ஈடுபட்டிருந்தனர் என்பதற்குச் சான்றாக பழந்தமிழக மன்னர்கள் வெளியிட்ட காசுகள் பலவும் இங்கே கிடைத்துள்ளதைக் குறிக்கலாம். இங்கே கிடைத்த சங்கப் பாண்டிய மன்னர்களின் காசுகளை இலங்கை மற்றும் இந்திய நாணயவியல் ஆய்வாளர்கள் பலர் ஆய்வு செய்துள்ளனர். பி. ஈ. பெரிசு, கே.என்.வி. சேயோன், ஐராவதம் மகாதேவன், புஷ்பரட்னம், ஆச்மண்ட் பொப்பிராச்சி[29] போன்றோர் இலங்கையில் கிடைத்த பழந்தமிழகக் காசுகளை விவரித்துள்ளனர். இலங்கை, கொளும்பு அருங்காட்சியகம் வெளியிட்ட சிறு நூலில் இரா.கிருஷ்ணமூர்த்தியும், சேனரத் விக்கிரமசிங்கே ஆகியோர் அவ்வருங்காட்சியகத்தின் இருப்பில் உள்ள சங்க கால மன்னர்களின் காசுகள் பற்றி தெரிவித்துள்ளனர்.[30] அந்நூலில் இலங்கையில் பல ஊர்களில் கண்டெடுக்கப்பட்ட 41 பாண்டிய மன்னர்களின் காசுகளைப் பற்றிய விவரங்கள் உள்ளன. இக்காசுகள் யாழ்ப்பாணம் (Jaffna), கந்தரோடை, வல்லிபுரம், மாந்தை, அநுராதபுரம் ஆகிய ஊர்களில் கண்டெடுக்கப்பட்டவை. சதுர வடிவிலும் செப்பு உலோகத்திலான இக்காசுகள் யாவும் சுமார் *0.8 கிராம் முதல் 11.67 கிராம்* வரை எடையுள்ளவை. இக்காசுகளில் முன்பக்கத்தில் குதிரை, யானை அல்லது காளை உருவங்கள் பொறிக்கப்பட்டுள்ளன. ஒரு காசில் நின்றவாறுள்ள குதிரையைச் சுற்றி பெருவழுதி பெருவழுதி என்று பாண்டிய அரசனின் பெயர் இரண்டு முறை தமிழ்-பிராமி எழுத்து

வடிவத்தில் பொறிக்கப்பட்டுள்ளது. இரண்டு காசுகளில் பெரு வழுதி என்ற பெயர் மட்டும் உள்ளது (படம்:5.2.). இக்காசுகளின் பின்பக்கத்தில் பாண்டிய அரசர்களின் குலச் சின்னமான மீன் உருவம் பொறிக்கப்பட்டுள்ளது. சில காசுகளில் இரட்டை மீன்கள் தென்பட்டாலும் மற்ற காசுகளில் ஒரு மீன் மட்டுமே காணப்படுகிறது.

சில காசுகளில் மும்முகடுள்ள குன்று, வேலிக்குள் மரம், மீன்கள் உள்ள நீர்த்தொட்டி போன்ற அச்சுகுத்திய காசுகளில் (punch marked coins) காணப்படும் குறியீடுகள் உள்ளன. யானை உருவம் உள்ள காசுகள் சிலவற்றில் அவ்வுருவத்திற்கு மேல் பகுதியில் எட்டு மங்கலக் குறிகள்(அஷ்ட மங்கலம்) பொறிக்கப்பட்டுள்ளன. இக்காசுகளின் பின் பக்கத்தில் கோட்டுருவத்தில் மீன் உருவம் பொறிக்கப்பட்டுள்ளது.

இங்கே கிடைத்த இரண்டு காசுகளில் தூண்களால் அமைக்கப்பட்ட கோவில் போன்ற கட்டடம் ஒன்று யானை மற்றும் மும்முகடுள்ள குன்று ஆகிய குறிகளின் மேல் புறத்தில் உள்ளது. இக்கட்டுமானத்தை புத்த சமயத்தைச் சார்ந்த சைத்தியம் எனப்படும் கோவிலாக இருக்கலாம் எனக் கருதுகின்றனர். இவ்வகையான பிற காசுகள் லண்டனில் (இங்கிலாந்து) உள்ள பிரிட்டிஷ் அருங்காட்சியகத்தின் இருப்பில் உள்ளன. இவ்வகைக் காசுகள் மதுரையிலும் கண்டெடுக்கப்பட்டுள்ளன.[31] இவ்வகையான கோவில் போன்ற கட்டுமானங்களை அவுதும்பரர்கள் (Audumbarar) என்ற வட நாட்டு அரச குலம் வெளிட்ட காசுகளில் காணலாம்.[32] இவ்வாறான கட்டுமானங்கள் பொ.ஆ.மு. 3–4 ஆம் நூற்றாண்டில் வெளியிடப்பட்ட சொககவுரா (கோரக்பூர் மாவட்டம், உத்திரப் பிரதேசம்) கல்வெட்டு ஒன்றிலும் காணப்பட்டுள்ளது.[33] மேற்கூறிய காசுகள் யாவும் தமிழகத்தில் அச்சடிக்கப்பட்டு இலங்கையில் செலாவணிக்காக பரிமாறிக் கொள்ளப்பட்டவை என்பது புலனாகும். தூண்களாலான கோவில் போன்ற கட்டுமானம் (சைத்தியம்) உள்ள காசுகள் பலவும் இலங்கை மற்றும் தமிழத்தின் பலவிடங்களில் கண்டெடுக்கப்பட்டுள்ளன.[34]

மேலே குறிப்பிட்ட காசுகளைத் தவிர அக்குறுகோடா[35] என்ற இடத்திலிருந்து ஈயக்காசுகள் சில கண்டெடுக்கப்பட்டன (படம்:5.4-7.). இலங்கை அரசுகளால் வெளியிடப்பட்ட காசுகள் என்று முதலில் கருதப்பட்டாலும், பிற சான்றுகளை நோக்கி இவையாவும் தமிழகத்து வணிகர்களால் வெளி யிடப்பட்டவை என்று முடிவு செய்தனர். இக்காசுகளில் உள்ள உதிரன், மால சத, கபதி கடலன், திஸ்ஸ பிடன் ஆகிய பெயர்கள் யாவும் தமிழக மக்கள் பெயர்கள் என்பதிலும் அவர்கள் அனைவரும் வணிகர்கள் என்பதிலும எவ்வித ஐயமுமில்லை. எனவே இக்காசுகள் யாவும் தமிழகத்தில் உருவாக்கப்பட்டு செலாவணிக்காக இலங்கைக்கு கொண்டு செல்லப்பட்டவை.

7. மத்திய தரைக்கடல் நாடுகள்

மத்திய தரைக்கடல் நாடுகளுடனான வாணிகம் மிகத் தொன்மையானது. உரோமானிய அராபிய வணிகர்கள் தென்னிந்தியாவில் குறிப்பாக தமிழகத்தில் வணிகம் மேற்கொண்டனர் என்றே முதலில் கருதப்பட்டது. ஆயினும் அண்மையில் கண்டெடுக்கப்பட்ட தொல்லியல் சான்றுகள் பலவும் பொது ஆண்டுக் காலத்தின் ஆரம்ப ஆண்டுகளில் தமிழக வணிகர்கள் இப்பகுதி வணிகத்தில் ஈடுபட்டிருந்தனர் என்பதைப் புலப்படுத்துகின்றன.

எகிப்தில் செங்கடல் பகுதியில் அமைந்த குவைசர் எல் காதிம் (Quseir al Qadim) என்ற பழந்துறைமுக நகரத்தில் தொன்மையான மண்பாண்டச் சில்லுகள் அகழாய்வில் கண்டெடுக்கப்பட்டன.[36] இச்சில்லுகளில் பொ.ஆ. முதல் நூற்றாண்டைச் சேர்ந்த தமிழ்-பிராமி எழுத்து வடிவில் சில சொற்கள் காணப்பட்டுள்ளன. இவற்றில் ஒன்றில் 'சாதன்' என்றும் மற்றொன்றில் 'கணன்' என்ற பெயர்கள் உள்ளன (படம்:7.1,2.). இவை ஆள்பெயர்கள் என்பதில் ஐயமில்லை. இப்பெயர்கள் தமிழ் வணிகர்களின் பெயர்களாகும்.

மேற்கண்ட இடத்தில் காணப்பட்ட (1970) பொ.ஆ.மு. முதல் நூற்றாண்டைச் சேர்ந்த மற்றொரு மண்பாண்டச் சில்லில் ஒரே சொற்றொடர் இரண்டு இடங்களில் பொறிக்கப்பட்டுள்ளது (படம்:7.3.). இச்சொல்லை 'பானை

ஒறி' எனப் படித்து ஐராவதம் மகாதேவன் தூக்கு ஒன்றில் தொங்கவிடப்பட்ட பானை என்று குறித்துள்ளார்.[37] அவரது கருத்துப்படி தூக்கில் தொங்கவிடப்படும் பானையைக் குறிக்கும் உறி என்ற தமிழ்ச் சொல்லே 'ஒறி' என்று சில்லில் பொறிக்கப்பட்டுள்ளது. இந்தியாவில் செய்யப்பட்ட இப்பானை சேமக் கலம் அதாவது சேமித்து வைக்கப் பயன் படும் பாத்திரம் என்று ராபர்ட் தோம்பர் என்ற தொல்லியல் ஆய்வாளரும் கருத்தறிவித்துள்ளார். இக்கருத்துகள் சற்றே ஏற்றுக்கொள்ளக் கூடியதாக இருப்பினும் இப்பாண்டச் சில்லில் காணப்படும் சொல்லின் உண்மையான வாசகம் 'பனை ஒறி' என்பதாகும். இச்சொல் ஓராளின் அல்லது ஒரு வணிகரின் பெயராகும். பனையோன், ஓரி என்ற பெயர்கள் சங்ககால மக்கள் பெயர்கள் என்பதில் ஐயமில்லை. வல் வில் ஓரி என்பது ஒரு சிற்றரசனின் பெயர். எனவே பனை ஒறி என்பது வணிகர் ஒருவரின் பெயராக அனுமானிப்பதே சரியாகும்.

எகிப்தின் செங்கடல் பகுதியில் உள்ள மற்றுமொரு முக்கியமான துறைமுகமான பெரனிகேயில் (Beranike) பொ.ஆ. 60–70 ஆம் ஆண்டு என்று கணிக்கப்பட்ட ஆம்பொரா சாடியின் உடைந்த பகுதி கண்டெடுக்கப்பட்டது. இச்சாடியில் தமிழ்–பிராமி எழுத்துருவில் 'கொறபூமான்' என்று பொறிக்கப்பட்டுள்ளது (படம்:7.4.). இச்சாடியை ஆராய்ந்த ஐராவதம் மகாதேவன் 'கொற்றன்' என்ற பெயர் படைத்த சிற்றரசன் என்று கருத்தறிவித்தார்.[38] இவரது முடிவுகள் குறிப்பிட்ட சிலரால் மிகக் கடுமையாக விமரிசிக்கப்பட்டன. இப்பெயரைச் சரியாக படிக்காதது மற்றும் ஏற்கத்தக்க விளக்கம் இல்லையென்ற போதிலும் இப்பெயர் வணிகர் ஒருவரின் பெயராக இருக்க வாய்ப்புள்ளது. கொறபூமான் அல்லது வேறு வகையில் இப்பெயர் அறியப்பட்டாலும் தமிழக வணிகரின் பெயர் என்பதும் வணிகத்தின் பொருட்டு இவர் செங்கடல் பகுதியில் பயணித்திருக்கலாம் என்பதும் சரியாகலாம்.

மேலே தரப்பட்ட மண்கலச் சில்லுகள் யாவும் பொ.ஆ.மு. முதல் நூற்றாண்டு மற்றும் பொதுக் காலத்தின் ஆரம்ப ஆண்டுகளில் தமிழகத்தில் உருவாக்கப்பட்டவை

என்பது தெளிவாகப் புலப்படும். இம்மண்கலச் சில்லுகள் முறையாக நடத்தப்பட்ட அகழாய்வுகளில் பண்பாட்டுப் படிவுகளிலிருந்து எடுக்கப்பட்டவை. எனவே இச்சான்றுகள் யாவும் தமிழக வணிகர்கள் மற்றும் கடலோடிகள் செங்கடல் துறைமுகங்களை வணிக முறையில் நாடிச் சென்றுள்ளனர் என்பது தெளிவாகப் புலப்படும்

இவ்வகையில் வியன்னா அருங்காட்சியகத்தின் இருப்பில் உள்ள பாபிரசு ஆவணம் மிக முக்கியமானது. பண்டைய கிரேக்க மொழியில் எழுதப்பட்டுள்ள இவ்வாவணம் பொ.ஆ. 2ஆம் நூற்றாண்டின் மத்தியகாலத்தைச் சேர்ந்தது. முசிறியில் இருந்த வாணிகன் ஒருவர் அலெக்சாண்ரியாவில் உள்ள மற்றொரு வணிகனுடன் ஏற்றுமதிக்கான ஒப்பந்தத்தை இவ்வாணம் பதிவு செய்துள்ளது. முசிறியில் சரக்குகள் ஏற்றப்படுவதிலிருந்து அலெக்சாண்ரியாவில் இறக்குமதி செய்வது வரையிலான காலகட்டத்தைக் உள்ளடக்கி இவ்வொப்பந்தம் செய்யப்பட்டுள்ளது. முசிறியிலிருந்து பெறப்படவேண்டிய கங்கைக் கயிறு, தந்தம், ஜவுளி கட்டுகள் ஆகியனவும் ஏற்றப்படவேண்டிய சரக்குகள் என்று இவ்வாவணத்தில் செல்லப்பட்டுள்ளது. இச்சரக்குகளின் மொத்த விலை மற்றும் உரோமானிய அரசுக்கு வரியாக செலுத்தப்படவேண்டிய 25 சதவீதக் கட்டணமும் சொல்லப்பட்டுள்ளது.[39]

மேலே விவரிக்கப்பட்ட தொல்லியல் செய்பொருள்கள் முக்கிய செய்திகள் சிலவற்றை அறிவுறுத்துகின்றன. மண்பாண்டங்கள், காசுகள் மற்றும் உரைகல் போன்றவைகள் பொ.ஆ.மு. 1 முதல் பொ.ஆ.1 ஆம் நூற்றாண்டு வாக்கில் தமிழகத்தில் உருவாக்கப்பட்டவை. தமிழ்–பிராமி எழுத்துருக்கள் உள்ள பானைகள் தமிழகத்தில் தான் உருவாக்கப்பட்டன என்பதில் எவ்வித ஐயமுமில்லை. இச்செய்பொருள்கள் யாவும் முறையான அகழாய்வுகளில் கால நிர்ணயம் செய்யப்பட்ட பண்பாட்டு மண்படிவுகளிலிருந்து எடுக்கப்பட்டவை என்பதால் இவ்விடங்களுக்கு தமிழக வணிகர்களும் கடலோடிகளும் சென்றுள்ளனர் என்பதாக கணிக்கலாம். இம்மண்பாண்டங்களில் காணப்படும் சாதன், கணன் ஆகியோரை வணிகர்களாக அடையாளம் காணலாம்.

தமிழகக் காசுகள் அயல் நாட்டுப் பகுதிகளில் காணப்பட்டதால் இக்காசுகளை தமிழக வணிகர்கள் எடுத்துச் சென்று வணிகப் பரிமாற்றத்திற்கு பயன் படுத்தியிருக்க வேண்டும். இருப்பினும் தமிழகக் காசுகள் அந்நாட்டு வணிகர்களால் அல்லது பொது மக்களால் ஏற்றுக்கொள்ளப்பட்டன என்ற கருதுகோள் மீண்டும் ஆராயப்படவேண்டும். பொன்னுரை கல்லைப் பொருத்தமட்டில் பொ.ஆ. முதல் நூற்றாண்டு வாக்கில் தமிழகப் பொன் வணிகர்கள், அல்லது பொன் ஆபரணம் செய்வோர் தென்கிழக்கு ஆசியா நாடுகளின் வணிகப் பரிமாற்றங்களில் ஈடுபட்டிருக்க வேண்டும். எனவே தமிழக வணிகர்கள் மற்றும் கடலோடிகள் தென்கிழக்கு ஆசியா நாடுகள் மற்றும் மத்தியதரைக் கடல் நாடுகளில் வணிகத்தில் ஈடுபட்டிருந்தனர் என்பது தெளிவாகப் புலப்படும்.

சான்று நூல்கள்

1. K.K.Pillai, *A Social History of the Tamils*, 2.ed., 1975, pp.249-253.
2. *பட்டினப்பாலை,* வ. *30–32.*
3. *பெரும்பாணாற்றுப்படை,* வ.*348–351.*
4. நொபேரு கராஷிமா, *சுருக்கமான தென் இந்திய வரலாறு,* 2018, ப.91.
5. பா.ரா. சுப்பிரமணியன், *வளமான சொற்களைத் தேடி,* ப.26, 32–36.
6. *புறநானூறு,* பா.66, வ.1–3.
7. *புறநானூறு,* பா.30, வ.11–12.
8. Arunachalam, S., *The History of the Pearl Fishery of the Tamil Nadu Coast',* 1952.
9. *நற்றிணை,* பா. *117,* வ.*1-2; 335, 1-3;* அகநானூறு, பா.*123,* வ. *12–13; 220,12; 300,16–17*
10. *அகநானூறு,* பா.*212,* வ. *15–20.*
11. *அகநானூறு,* பா.*347,* வ. *3–5.*
12. *புறநானூறு,* பா.*126,* வ. *14–16.*
13. *பட்டினப்பாலை,* வ. *191.*
14. P.Shanmugam, Two Coins of Tamil Origin from Thailand, in *SSIC.,* vol. 4, 1994, pp. 97-8.

15. R.Nagaswamy, *Tamil Coins-A Study,* 1981, p.34, figs.33, 34; இரா. கிருஷ்ணமூர்த்தி, *சங்க காலச் சோழர் நாணயங்கள், 1986,* படங்கள் 1-9.

16. P.Shanmugam, 'An early Tamil Brahmi Inscription from Thailand', *Journal of Epigraphical Society of India,* vol. 22, 1996, pp.100-103; N.Karashima, 'Tamil Inscriptions in Southeast Asia and China', Noboru Karashima, (ed.), *Ancient and Medieval Commercial Activity in the Indian Ocean: Testimony of Inscriptions and Ceramic-sherds,* 2002, p. 10.

17. Tamil Lexicon, vol. 4, p.2461, **பத்தர்2** (A caste title of goldsmiths); பத்தர்3 (=Merchants).

18. ஐராவதம் மகாதேவன், *தாய்லாந்தில் தமிழ்–பிராமி பொறித்த பானை ஓடு, ஆவணம்,* தொ. 17, 2006, ப. 12–13.

19. புறநானூறு, பா.218, வ. 2–5; கலித்தொகை, பா.85, வ. 1–2; பதிற்றுப்பத்து, பா.16, வ.15–16.

20. புறநானூறு, பா.218, வ. 1–4.

21. அகநானூறு, பா.269, வ. 15; நற்றிணை, பா.274, வ. 4.

22. பெரும்பாணாற்றுப்படை, வ.164.

23. Iravatham Mahadevan, *Early Tamil Epigraphy,* 2014, p.495.

24. மதுரைக் காஞ்சி, வ. 512–513.

25. எஸ். பத்மநாதன், *இலங்கைத் தமிழ்ச் சாசனங்கள், 2006,* ப.xxx.

26. S.Paravithana, *Inscriptions of Ceylon: Early Brahmi Inscriptions,* 1970, no.94.

27. Senaviratne, 'The Baratas: A Case Study of Community Integration in Early Historic Sri Lanka', A.R.B. Amerasinghe, ed., *Festschrift James Thevathasan Ratnam,* 1985, pp. 49&56.

28. S.Paranavithana, *மு.நூ,* nos. 94, 860, 792.

29. P.Shanmugam, 'Sangam Pandya Coins in Sri Lanka', *JNSI.,* vol. 46, 2004, pp. 36&42; P.E.Pieris, 'Nagadipa II (Coins)', *Journal of Royal Asiatic Society (Colombo Branch),* 1919, p.73; P.Pushparatnam, *Ancient Coins of Sri Lankan Tamil Rulers,* 2002; பி.புஷ்பரட்ணம், *பூநகரியில் கிடைத்த அரிய சங்ககால நாணயங்கள், ஆவணம், தொ.9, 1998,* ப.114; செ. கிருஷ்ணராசா,

யாழ்ப்பாணக் குட நாட்டில் கிடைத்த நாணயங்கள், சிந்தனை, தொ. *1–3, 1983,* ப. *70–84.*

30. R.Krishamurthy and Senarath Wickramasinghe, *A Catalogue of the Sangam Age Pandya and Chola Coins in the National Museum, Colombo, Sri Lanka,* 2005; R.Krishnamurthy, 'Sangam Age Pandya Coins with Legend Peruvaluti in the National Museum, Colombo', *SSIC.,* vol. 15, 2005, pp. 43-52, 58-63.

31. R.Krishnamurthy, *Sangam Age Tamil Coins,* pp. 160, nos. 3, 29; C.H.Biddulph, *Coins of the Pandyas,* p. 25, 51, no. 49.

32. S.V.Sohoni, 'A Note on the Audumbara Temple Coins', *JNSI.,* vol. 4, 1942, pp. 55-57.

33. *EI.,* 22, p.2.

34. R.Krishnamurthy, *Sangam Age Tamil Coins,* pp. 34-35.

35. Osmund Bopearachchi, 'Ancient Sri Lankan and Tamil Nadu: Maritime Trade', *South Indian Horizons (F.Gros Felicitation Volume),* ed. Jean Luc Chevillard and Eva Wilden, 2004, pp.539-551; Iravatham Mahadevan, 'Ancient Tamil Coins from Sri Lanka', *Journal of the Institute of Asian Studies,* vol. 17-2, 2000, pp. 147-156.

36. Iravatham Mahadevan, *Early Tamil Epigraphy (ETE.),* 2014, p.44.

37. *ETE.,* 2014, p.44-45; The Hindu (Chennai Edition), dated 21-11-2007.

38. *ETE.,* 2014, p.45.

39. S.E.Sidebotham, 'Ports of the Red Sea and Arab-India Trade', *Rome and India: The Ancient Trade,* Vimala Begley and R.D. De Puma, eds., 1991, p.30.

14. தென்கிழக்கு ஆசியாவின் கடல் வழி வாணிகம்

1. முன்னுரை

வங்காள விரிகுடாவின் மேற்குப்பகுதியில் பழவேற்காடு ஏரி முதல் கன்னியாகுமரி வரை சுமார் 700 கிலோ மீட்டருக்கும் அதிக நீளமுடைய நீண்ட கடற்கரையை தமிழகம் பெற்றுள்ளது. இக்கடற்கரை ஏறக்குறைய ஒரு நேர்கோட்டில் அமைந்திருந்தாலும் ஆறுகள் கடலில் கலக்கும் முகத்துவாரப் பகுதிகளையும், சிறு சிறு கழிமுகப் பகுதிகளையும் ஆங்காங்கே பெற்றுள்ளதால் துறைமுகங்கள் அமைவதற்கான வாய்ப்புகளைச் சிலவிடங்களில் இயற்கை யிலேயே பெற்றுள்ளது. இவ்வாறான துறைமுகங்கள் தமிழக வரலாற்று ஆரம்ப காலமுதல் பயன்பாட்டில் இருந்துள்ளன என்பதற்கு வரலாற்றுச் சான்றுகள் பல உள்ளன. இத்துறைமுகங்கள் வணிகர்களாலும் கடலோடிகளாலும் பயன் படுத்தப்பட்டுள்ளன.

இவ்வாறான துறைமுகங்களைப் பற்றிய செய்திகளை பொ.ஆ. 1–3 ஆம் நூற்றாண்டுகளில் உருவாக்கப்பட்டவை என்று கருதப்படும் சங்க இலக்கியங்கள் தருகின்றன.[1] இவ்விலக்கியங்கள் கடலில் செல்லுவதற்குத் தகுதியாகவுள்ள கப்பல்கள் சிலவற்றைப் பற்றியும் குறிப்பிடுகின்றன.

கலம், நாவாய், வங்கம் போன்றவகைக் கப்பல்கள் கடல் பயணங்களுக்கு ஏற்ற கப்பல்கள் என்றும் குறிக்கின்றன.

பொது ஆண்டின் துவக்க ஆண்டுகளுக்கும் முன்பிருந்தே தமிழகத்தில் உருவாக்கப்பட்டதும் தமிழகத்தைச் சேர்ந்ததுமான செய்பொருள்களும் வணிகச் சரக்குகளும் தென்கிழக்கு ஆசிய நாடுகளில் கிடைத்துள்ளன. இச்செய்பொருள்களில் தமிழ்–பிராமி எழுத்துப் பொறிப்புள்ள மண்பாண்டச் சில்லுகள், மணிகள், காசுகள் ஆகிய பொருள்களைச் சிறப்பாகக் குறிக்கலாம். மத்திய தரைக் கடல் நாடுகளுடனான கடல் வழி வணிகம் பற்றிய விவரங்கள் நன்கு அறிப்பட்டுள்ளதோடு அவ்வணிகத்தின் சிறப்பியல்புகள் பலவும் வரலாற்று ஆசிரியர்கள் பலரால் விவாதிக்கப்பட்டுள்ளன. தென்னிந்தியாவில் கப்பல்கள் நிறுத்துவதற்கு ஏற்ற துறைமுகங்கள், வணிகச் சந்தைகள் மற்றும் அயல் நாட்டுக் கடல் வணிகர்கள் ஆகிய பொருண்மைகள் பலவற்றைப் பற்றிய ஆய்வுகள் பல உள்ளன. உரோமானிய பயண நூல்களில் தென்னாட்டுடனான கடல் வழி வணிகம், துறைமுகங்கள் அங்கு ஏற்றுமதி மற்றும் இறக்குமதி செய்யப்பட்ட பொருள்கள் பற்றிய பல விவரங்கள் காணப்படுகின்றன. ஆசிரியர் பெயர் அறியப்படாத, பொ.ஆ. 75 இல் எழுதப்பட்டதாகக் கருதப்படும் ‘செங்கடல் பயண’ நூலில் *(The Periplus of the Erythrean Sea)* தமிழகத்தின் கிழக்கு கடற்கரையில் அமைந்த கொமரி (கன்னியாகுமரி), கொல்சி (கொற்கை), கமரா (காவிரிப்பூம்பட்டினம்), பொதுகா (பாண்டிச்சேரி=அரிக்கமேடு), சோபத்மா (மரக்காணம்) போன்ற முக்கிய துறைமுகங்கள் பற்றிய விவரங்கள் அடங்கியுள்ளன.[2] ஆம்பொரெ சாடிகள், அரிடைன் மண்பாண்டங்கள் உரோமானியக் காசுகள் நவமணிகளில் கலைப் பொறிப்புகள் (intaglio) போன்ற உரோமானியப் பண்பாட்டுப் பொருள்கள் பலவும் தமிழகத்துப் பண்டைய ஊர்களில் நடத்தப்பட்ட அகழாய்வுகளில் கண்டெடுக்கப்பட்டுள்ளன. இவையெல்லாம் உரோமானிய நாட்டுடனான வணிகப் பரிமாற்றங்களை நன்கு விளக்கவல்லன. பாண்டிச்சேரியில் உள்ள அரிக்கமேடு, தமிழ் நாட்டில் குடிகாடு (விழுப்புரம் மாவட்டம்), கரூர்

(கரூர் மாவட்டம்), கொடுமணல் (ஈரோடு மாவட்டம்), அழகன்குளம் (இராமநாதபுரம் மாவட்டம்) ஆகிய பண்டைய ஊர்களில் உரோமானியப் பண்பாட்டுப் பொருள்கள் அகழாய்வுகளிலிருந்து வெளிக்கொணரப்பட்டுள்ளன.[3] உரோமானியக் காசுகள் பல புதையல்களாகவும், தனியாகவும் தமிழ் நாட்டின் பல பகுதிகளில் கண்டெடுக்கப்பட்டுள்ளன.[4]

2.தென்கிழக்கு ஆசியா நாடுகள்

2.1.சீனாவுடன் தொடர்புகள்

இந்தியா மற்றும் தென்னிந்திய வணிகர்கள் எப்போதிருந்து சீனா உள்ளிட்ட தென்கிழக்காசிய நாடுகளில் வணிக நடவடிக்கைகளில் ஈடுபட்டிருந்தனர் என்பது பற்றி சரியாகத் தெரிந்திலது. இருப்பினும் தமிழக வணிகர்களின் செயல்பாடுகள் பொதுக் காலத்தின் ஆரம்ப ஆண்டுகளுக்கு முன்பே தென்படுகின்றன. இந்தியா மற்றும் தென்னிந்தியா சான்றுகள் சீன நாட்டுடனான தொடர்புகளைப் பற்றி ஒன்றும் குறித்திடவில்லை. ஆயினும் இந்தியப் பகுதிகளோடு ஏற்பட்டிருந்த தொடர்புகளை சீனா இலக்கியச் சான்றுகள் ஓரளவு விவரிக்கின்றன. சீனாவுடனான மிகத் தொன்மையான வணிகப்பரிமாற்றம் பற்றி அறிவதற்கு பொ.ஆ. முதல் நூற்றாண்டைச் சேர்ந்த சியன் ஹூ சோ *(Tsien hou chou)* என்ற நூல் துணையாக உள்ளது. போ கான் து லோ *(Fou kan tou lou)* என்று அழைக்கப்பட்ட நாட்டுப்பகுதியிலிருந்து சுமார் 2 மாதப் படகுப் பயணத்தின் முடிவில் ஹுவங்ச் சே (Houang tche) என்ற பகுதியை அடையலாம் என்று அந்நூல் குறிப்பிடுகிறது. இந்த ஹுவாங்ச் சே நாட்டுப்பகுதிலியிலிருந்து எட்டு மாதப் படகு பயணத்தின் முடிவில் பி சிதொங் (Pi tsong) என்ற பகுதியை அடையலாம். ஹுவங்ச் சே என்ற பகுதி பெரியதும் ஒளிர்கின்ற பெரிய முத்துக்களையும் அரிய வகை நவமணிக் கற்களையும் உற்பத்தி செய்தது என்றும் குறிப்பிடப்பட்டுள்ளது. இப்பொருள்கள் யாவும் தங்கம், மற்றும் பட்டு ஆடைகளுக்காக பண்டமாற்றம் செய்யப்பட்டது. போ கான் து லோ என்ற நாட்டுப் பகுதியை இன்றைய மியான்மருடனும் (பர்மா), பி சிதொங் நாட்டுப்பகுதியை

மலாய் தீபகற்பத்தோடும் அடையாளப்படுத்துவர். ஹுவங்ச் சே பகுதியை தமிழகத்தின் பல்லவர்களின் தலைநகரமான காஞ்சிபுரத்தோடு அடையாளப்படுத்துவர்.[5]

தென் சீனப் பகுதிகளில் மேற்கொண்ட அகழாய்வுகளில் பழந்தமிழகத்தில் உற்பத்தி செய்யப்பட்ட கல் மணிகள் கிடைத்துள்ளன. பொ.ஆ.மு.200க்கும் பொ.ஆ. 200க்கும் இடைப்பட்ட காலத்தில் ஆட்சி புரிந்த ஹன் (Han) அரசு ஈமச்சின்னங்களில் தமிழகத்தில் உருவாக்கப்பட்ட மணிகள் கண்டெடுக்கப்பட்டுள்ளன. காண்டன் (Canton), கான்ஜியன் (Hanjian), நான்ஜிங் (Nanjing) போன்ற இடங்களில் தமிழகத்துக் கண்ணாடி மணிகளுடன் ரோம நாட்டு மணிகளும் கிடைத்துள்ளது. மேலும் குவாங்கொங் (Guangong), குவாங்சி (Guangxi) என்ற தொல்லிடங்களில் சீன மணிகளுடன் தமிழகக் கண்ணாடி மணிகளும் கிடைத்துள்ளன.[6] சீனாவுடனான வணிகத் தொடர்புகள் பிற்காலங்களிலும் தொடர்ந்துள்ளன. சீனாவின் குவாங்சே வில் காணப்பட்ட 13 ஆம் நூற்றாண்டைச் சேர்ந்த கல்வெட்டு ஒன்றும் அதோடு கிடைக்கப்பெற்ற கடவுள் சிலைகளும் அவ்விடத்தில் தமிழக வணிகர் குழுவின் குடியேற்றம் இருந்துள்ளதையும், அங்கே இவ்வணிகர்களால் கோவில் ஒன்று ஏற்படுத்தப்பட்டிருந்ததையும் அக்கோவிலை இவ்வணிகர்கள் பாதுகாத்து வந்துள்ளதையும் புலப்படுத்தும்.[7]

2.2.தென்கிழக்கு ஆசியா நாடுகள்

இன்றையா தாய்லாந்து, மியான்மர், வியட்நாம், இந்தோநேசியா போன்ற பல நாடுகளை உள்ளடக்கிய தென்கிழக்கு ஆசியா நாட்டுப்பகுதிகளுடன் வணிகத் தொடர்புகள் தொல் பழங்காலத்திலிருந்து துவங்குகின்றன. ஏறக்குறைய பொ.ஆ.மு.500 ஆண்டு வாக்கில் இத்தொடர்புகள் ஏற்பட்டிருக்கலாம் எனக் கருதுவர். தென்கிழக்கு ஆசிய நாடுகளில் முக்கியமாக தாய்லாந்தின் குவன் லுக் பத் (Kuan Luk Pat), கயே சாம் கயே (Khao Sam Kaeo), பான் தன் த பெட் (Ban Don Ta Phet) என்ற தொல்ஊர்களில் மண்பாண்டங்கள், கண்ணாடி மணிகள், செப்புப் பொருள்கள் அகழாய்வுகள் மூலம் கண்டெடுக்கப்பட்டுள்ளன (நிலப்படம்:4.).

இப்பொருள்களை ஆய்வு செய்த தொல்லியல் வரலாற்று ஆய்வாளர்கள் பொ.ஆ.மு. 4 ஆம் நூற்றாண்டிலேயே இவ்வகை வணிகத் தொடர்புகள் நிலவின என்பர். வடிவமைப்பு, செய்நேர்த்தி, மெருகூட்டிய தன்மை ஆகிய சிறப்பான நுண்தொழில் இயல்புகளை நோக்கி, இப்பொருள்கள், இந்தியா மற்றும் பழந்தமிழகத் தொழில் வல்லுநர்களால் உற்பத்தி செய்யப்பட்டன எனவும் கருதுவர். மேலும் இப்பொருள்களில் சிலவற்றை இந்த நாட்டுப் பகுதிகளில் குடியேறிய இந்திய மற்றும் தென்னிந்தியத் தொழிலாளர்களால் உற்பத்தி செய்யப்பட்டிருக்கலாம் எனவும் குறித்துள்ளனர். மேற்கண்ட விவரங்கள் இந்தியா மற்றும் தென்னிந்திய வணிகர்கள் மிகத் தொன்மையான காலமுதல் கடல் வழி வாணிகத்தில் ஈடுபட்டிருந்தனர் என்பதை உறுதிப்படுத்துகின்றன.

3.கலை வடிவங்கள்

தென்னிந்தியாவுடன் வணிக உறவுகள் பொதுக் காலத்தின் ஆரம்ப ஆண்டுகளிள் ஏற்பட்டதற்கு முக்கிய முகாந்திரமாக புத்த சமயப் பரவலைக் குறிக்கின்றனர். இந்தியக் கலை வடிவிலான புத்தர் படிமங்கள் பலவும் தென்கிழக்கு ஆசியா நாடுகளில் கண்டெடுக்கப்பட்டுள்ளன. வட இந்தியக் கலைத் தொடர்புகளில் குப்தர் காலக் கலைப்பாணியை பிரா பதோன் என்ற இடத்தில் காணப்பட்ட புத்தர் படிமங்களில் காணலாம்.[8] மேலும் தென்னிந்தியாவின் அமராவதி கலைப் பாணியின் தன்மைகளை தாய்லாந்தின் கோரட் பகுதியில் கண்டெடுக்கப்பட்ட வெண்கல புத்தர் சிலையில் காணலாம். இவ்வகையில் குப்தர், அமராவதி கலைப் பாணி பண்புகளைக் கொண்ட படிமங்கள் இந்தியாவில் உருவாக்கப்பட்டு தென்கிழக்கு ஆசியா நாடுகளுக்கு சமயவாதிகளால் கொண்டு செல்லப்பட்டிருக்கலாம் என்று கலையியல் வல்லுநர்கள் கருதுகின்றனர்.

4.கடாரம்

ஏறக்குறைய இதே கால கட்டத்தில் தமிழகத்துடன் வணிக உறவுகள் மேற்கொள்ளப்பட்டன எனக் கருதலாம்.

தகடூர் அரசனான அதியமானின் முன்னோர்கள் கரும்பை தென்கிழக்கு ஆசியா நாடுகளிலிருந்து கொண்டுவந்தனர் என்ற செய்தியை இங்கே குறிப்பிடலாம். இதுபற்றிய முழுவிவரங்களை சங்க இலக்கியங்கள் தரவில்லை என்றபோதும் பொதுக் காலத்தின் ஆரம்ப ஆண்டுகளில் இந்நிகழ்வு நடைபெற்றிருக்க வாய்ப்புள்ளது எனக் கருதலாம். சங்க இலக்கியங்களில் ஒன்றான பட்டினப்பாலையில் (பொ.ஆ.1-3 நூ.) காழகம் என்ற பகுதியில் உற்பத்தி செய்யப்பட்ட பொருள்கள் (காழகத்தாக்கம்) காவிரிப்பூம்பட்டினத்தில் இறக்குமதி செய்யப்பட்டன என்ற தகவல் சொல்லப்பட்டுள்ளது.⁹ எனினும் இந்நூலில் காழகத்தில் உற்பத்தி செய்யப்பட்ட பொருள்களின் விவரங்களோ பட்டியலோ தரப்படவில்லை என்பதால் அப்பொருள்களை இனம் காண இயலவில்லை. மேலும் காழகம் என்ற நாட்டுப்பகுதியை அடையாளம் காண்பதற்கான விவரங்களும் அந்நூலில் சொல்லப்படவில்லை. இருந்தபோதிலும் ஆய்வாளர்கள் மலேசியா நாட்டின் மலேசியா தீபகற்பத்தின் வடபகுதியில் உள்ள கடாரம் (கெடா மாநிலம்) என்ற குறுகலான நிலப்பகுதியே காழகமாகும் என்று கணித்துள்ளனர். எனவே தென்கிழக்கு ஆசியா நாடுகளில் உற்பத்தி செய்யப்பட்ட பொருள்கள் தென்னிந்தியாவில் குறிப்பாக தமிழகத்தை வந்தடைந்துள்ளன.

மேலே குறிப்பிட்ட இலக்கியச் சான்றுகளுக்கு வலிமை சேர்க்கத்தக்க தமிழகப் பண்பாட்டுப் பொருள்கள் 1990 ஆம் ஆண்டு வரை தென்கிழக்கு ஆசியா நாடுகளில் கண்டுபிடிக்கப்படவில்லை. முன்பு கிடைத்த மிகப் பழமையான தொல்லியல் சான்றுகள் யாவும் பொ.ஆ. எட்டாம் நூற்றாண்டைச் சார்ந்தவை. இவ்வகையில் 1913ஆம் ஆண்டிலேயே தாகுவா பா (தாய்லாந்து) என்ற பழம் ஊரில் கண்டெடுக்கப்பட்ட கல்வெட்டு மிகத் தொன்மையானதாகக் கணிக்கப்பட்டுள்ளது. இக்கல்வெட்டு மூலம் சுமார் 8-9 ஆம் நூற்றாண்டளவில் தமிழக வணிகர்களின் குடியிருப்பு அந்நாட்டுப் பகுதியில் இருந்துள்ளது உறுதி செய்யப்பட்டுள்ளது. மணிக்கிராமம் மற்றும் சேனாமுகம் என்ற இரண்டு அமைப்புகளுக்கு அக்குடியிருப்பில் இருந்த

அவநிநாரணம் என்ற குளம் ஒன்றைப் பாதுகாக்கும் பொறுப்பு ஒப்படைக்கப்பட்டுள்ளதை அக்கல்வெட்டு தெரிவிக்கிறது. இக்குளம் தமிழகத்தின் நாங்கூர் பகுதியிலிருந்து வந்த வணிகர் ஒருவரால் தோண்டுவிக்கப்பட்டது. இதன் காரணமாக இப்பகுதியில் தமிழக வணிகக் குழுவைச் சேர்ந்த ஒரு குடியிருப்பு 8–9 ஆம் நூற்றாண்டளவில் அல்லது அதற்குச் சற்று முன்பு ஏற்படுத்தப்பட்டிருக்க வேண்டும்.[10] தாகுவா பாவில் திருமால், மார்க்கண்டேயர், லட்சுமி ஆகியோரின் கல் சிற்பப் படிமங்கள் கல்வெட்டோடு கிடைத்துள்ளதைக் குறிப்பிடவேண்டும். இப்படிமங்கள் கிடைத்துள்ளதால் இங்கே திருமால் கோயில் ஒன்று இருந்துள்ளதும் அக்கோயில் தமிழ் வணிகர்கள் கட்டுப்பாட்டிலும் இருந்துள்ளது புலப்படும்.

5.1.குவான் லுக் பத்

பொ.ஆ. 8 ஆம் நூற்றாண்டுக்கு பல நூற்றாண்டுகளுக்கு முன்னரே தென்கிழக்கு ஆசியா நாடுகளுடன் தென்னிந்தியாவும் தமிழகமும் சமூக, வணிகத் தொடர்புகளைக் கொண்டிருந்தது முன்னரே குறிப்பிடப்பட்டுள்ளது. முக்கியமாக பொது ஆண்டின் ஆரம்ப ஆண்டுகள் என்று கணிக்கப்பட்ட தொல்செய்பொருள்கள் தாய்லாந்தின் தொல்லூர்கள் சிலவற்றில் கண்டெடுக்கப்பட்டுள்ளன. இவற்றில் குவான் லுக் பத் (அட்சரேகை $7^0.55'$ வடக்கு, தீர்க்கரேகை $99^0.9'$ கிழக்கு) என்ற பழந்துறைமுக நகர அகழாய்வில் கண்டெடுக்கப்பட்டவைகளை முக்கியமானவைகளாகக் கருதவேண்டும். இவ்வூர் தாய்லாந்தின் மேற்கு கடற்கரையில் உள்ள கிராபி மாநிலத்தில் அமைந்துள்ளது (நிலப்படம்:4.). மேற்கே அந்தமான் கடலில் கலக்கும் கிளாங்க் தோம் என்ற சிற்றாற்றின் கரையில் சுமார் 5 கிலோமீட்டர் தொலைவில் இவ்வூர் அமைந்துள்ளது. இங்கே உள்ள சிறிய மேடு ‘மணி மேடு’ (bead mound) என்று உள்ளூர் மக்களால் அழைக்கப்படுகிறது. இம்மேடு 1990 இல் அகழாய்வுக்கு உட்படுத்தப்பட்டது. இரண்டு பண்பாண்டுக் காலங்களைக் கொண்டதான பொ.ஆ.மு. முதல் நூற்றாண்டிலிருந்து பொ.ஆ. 6 ஆம் நூற்றாண்டு வரையிலான காலகட்டத்தைச் சேர்ந்த செய்பொருள்கள் இங்கு கிடைத்தன.[11]

இங்கே கிடைத்த பொருள்களில் முதல் பண்பாட்டு படிவுகளில் (பொ.ஆ.மு. 1 முதல் பொ.ஆ. 2 ஆம் நூற்றாண்டுகள்) இருந்து சேகரிக்கப்பட்ட பொருள்களில் உரோமானிய கலைப் பொறிப்புகள், ஹான் அரசர் காலச் சீனாவின் வெண்கலக் கண்ணாடி, சில காசுகள், மற்றும் பிற பொருள்கள் அடங்கும். இரண்டாம் பண்பாட்டுப் படிவுகளில் (பொ.ஆ. 3–6 ஆம் நூற்றாண்டுகள்) முத்திரைகள், மணிகள் ஆகியன கிடைத்தன. அகழாய்வாளர்களின் கருத்துப்படி இம்முத்திரைகள் பல்லவ கிரந்த எழுத்துப்பொறிப்புகளுடன் உள்ளன. மணிகள் பெரும்பாலும் தென்னிந்திய வகையைச் சேர்ந்தனவாக உள்ளன. இங்கு அகழ்ந்தெடுக்கப்பட்ட முக்கியமான செய்பொருள்கள் தாய்லாந்தின் தென்பகுதியில் உள்ள வாட் க்ளாங் தோம் என்ற சிறிய புத்தர் கோவிலின் அருங்காட்சியகத்தில் வைக்கப்பட்டுள்ளன.[12]

5.2.செப்புக் காசு

தமிழகத்திலிருந்து கொண்டு செல்லப்பட்ட பொருள்களில் ஒன்று பொது ஆண்டின் ஆரம்ப ஆண்டுகளைச் சேர்ந்த 2 செ.மீ. அளவுடைய சதுர வடிவிலான செப்புக் காசாகும் (படம்:6.3.). இக்காசின் முன்பக்கத்தில் இடது புறம் நோக்கி நின்றவாறுள்ள புலி உருவம் உள்ளது. இப்புலி தன்னுடைய வலது முன்னங்காலை தூக்கியவாறும், வளைந்த தூக்கிய வாலோடும் உள்ளது. பின் பக்கத்தில் உள்ள உருவங்கள் சற்றே தேய்ந்துபோயுள்ளன. ஆயினும் காசின் இடப்பக்கத்தில் குதிரை பூட்டிய தேரும் அதை நோக்கியவாறுள்ள யானை உருவமும் உள்ளன. இக்காசில் எவ்வித எழுத்துகளும் இல்லை. ஆயினும் காசின் பின்புறத்தில் உள்ள புலியின் உருவத்தை நோக்கி சங்கச் சோழ மன்னர் ஒருவர் இக்காசை வெளியிட்டிருக்க வேண்டுமென்று எவ்விதச் சந்தேகத்திற்கும் இடமில்லாமல் முடிவு செய்யலாம். இக்காசில் உள்ள புலியின் உருவம் தமிழகத்தில் சங்கச் சோழ மன்னர்கள் வெளி யிட்ட காசுகளில் உள்ள உருவத்தைப்போன்றே உள்ளது.[13] சங்க காலச் சோழ மன்னர்களில் அரசுச் சின்னமாக புலி கருதப்பட்டுள்ளது. பின் பக்கத்தில் குதிரை பூட்டிய தேர் உருவம் உள்ள காசுகள் மிக அரியவகைக் காசுகளாகக்

கருதப்படவேண்டும். இவ்வகைக் காசுகளின் படங்கள் சிலவற்றை இரா. கிருஷ்ணமூர்த்தி வெளியிட்டு அக்காசுகளை சோழ மன்னர்கள் வெளியிட்டனர் என்றும் குறித்துள்ளார்.[14] எனவே இக்காசையும் சங்க சோழ மன்னர்கள் வெளியிட்ட காசாகக் கருதுவதில் எவ்வித ஐயப்பாடும் இல்லை.

5.3.பொன்னுரை கல்

இங்கே கிடைத்த மற்றுமொரு முக்கிய செய்பொருள் பொன்னுரைக்கும் கல் ஆகும் (படம்:6.1.). இக்கல் கருப்பு சிஸ்ட் எனப்பட்டும் சிலேட்டு வகைக் கல் ஆகும். சற்றே வளைவுடன் காணப்படும் இக்கல் 7.5x3.7 செ.மீ. நீள அளவுகளில் ஒரு பக்கத்தில் வழுவழுப்பாக உள்ளது. பொன் உலோகத்தின் தரம் மற்றும் மாற்று போன்றவற்றை அறிவதற்காகத் தேய்க்கப்பட்டதால் இவ்வழுவழுப்பு ஏற்பட்டதாகக் கருதலாம். பின்பக்கத்தில் எட்டு எழுத்துகளோடு இரண்டு வரிகளில் பொறிக்கப்பட்ட சொற்கள் உள்ளன. இவற்றை பெரும்பதன் கல் என்று வாசிக்கலாம்.

மேலே குறிப்பிடப்பட்டுள்ள பொன்னுரை கல்லில் காணப்படும் ஆள் பெயரான பெரும்பதன் என்பவன் அக்கல்லைப் பயன்படுத்தும் உடைமையாளன் என்றும் அவன் பொன் வணிகனாக அல்லது பொன் ஆபரணங்களைச் செய்பவனாக இருத்தல் வேண்டும். இவ்வகையான கைக்கு அடக்கமான சிறு பொன்னுரை கற்கள் தற்காலத் தமிழ் நாட்டுப் பொன் வணிகர்களிடம் காணப்படுகின்றன. எனவே இப்பொன்னுரை கல் தமிழ் வணிகரின் பயன்பாட்டில் இருந்தது என்பதும் தாய்லாந்து நாட்டில் வணிகத்தின் பொருட்டு சென்றபோது அவ்விடத்தில் விட்டுச் சென்றுள்ளான் என்பதும் தெரியவரும். பெரும்பதன் கல் என்ற சொல்லில் உள்ள பதன் என்ற சொல் பொற் கொல்லர்களின் சிறப்புப் பெயராக பொதுவாக வழக்கில் உள்ள பத்தர் என்ற சொல்லின் சுருக்க வடிவமாகும்.[15] எனவே பெரிய அல்லது பெருமை வாய்ந்த பொற் கொல்லன் என்பவரையே இப்பெயர் குறித்தது எனலாம்.

இவ்வுரைகல் தமிழகத்தில் இருந்து கொண்டுவரப்பட்டது என்பதில் எவ்வித ஐயப்பாடும் இல்லை. இக்கல்லில் உள்ள தமிழ்-பிராமி எழுத்து வடிவங்கள் பண்டைத் தமிழகத்தின் குகைக் கல்வெட்டுகள், மண்பாண்டப் பொறிப்புகள் ஆகியவற்றில் காணப்படும் எழுத்து வடிவங்களை ஒத்து உள்ளன. தமிழ்-பிராமி எழுத்து வடிவங்களில் சிறப்பு வடிவங்களைக் கொண்டுள்ள 'ம' மற்றும் 'ன' எழுத்துகள் இக்கல்லிலும் காணப்படுகின்றன. எனவே எவ்வித ஐயத்திற்கும் இடமின்றி இக்கல்லும் அதன்மீது பொறிக்கப்பட்ட எழுத்துகளும் தமிழகப் பகுதியில் உருவாக்கப்பட்டவை என எளிதாகக் கருதலாம். இக்கல்லின் சரியான காலத்தைக் கணிப்பதில் சிரமம் உள்ளதென்றாலும் இப்பொறிப்பில் உள்ள சில எழுத்துகள், குறிப்பாக 'ல்', 'த' ஆகியவை சற்றே வளர்ந்த நிலையைக் காட்டுகின்றன. இருப்பினும் எழுத்து முறைவளர்ச்சியை நோக்கி ஓரளவு சரியாகவே பொ.ஆ.மு. முதல் நூற்றாண்டு எனக் கணிக்கலாம்.

5.4. பல்லவர் காசு

குவான் லுக் பத் அகழாய்வுகளில் பல்லவர் காலக் காசு ஒன்றும் கிடைத்துள்ளது (படம்:6.4.). இக்காசை பொ.ஆ. 7–8 ஆம் நூற்றாண்டைச் சேர்ந்ததாகக் கணிக்கலாம். இக்காசு வட்ட வடிவமுடைய செப்புக் காசு. அதன் முன்பக்கத்தில் காளை உருவமும் பின் பக்கத்தில் இரண்டு பாய்மரங்களும் இரண்டு துடுப்புகள் உள்ள கப்பல் ஒன்றும் உள்ளது. இக்காசில் எழுத்துகள் ஏதுமில்லை.[16] பெயர் எதுவும் இல்லையென்பதால் இக்காசை வெளியிட்ட பல்லவ அரசனை அடையாளம் காண்பதில் சிரமம் உள்ளபோதிலும் இக்காசு பல்லவர்களில் காசு என்பதில் ஐயமில்லை. பல்லவர்களின் அரசச் சின்னமாக காளை உள்ளதென்பதால் இவ்வாறு அனுமானிக்கலாம். இருந்தபோதிலும் சாதவாகனர் காசுகளிலும் காளை, இரட்டை பாய்மரங்களுடைய கப்பல் உருவங்கள் தனித்தனி காசுகளில் காணப்படுகின்றன.[17] சாதவாகன அரசன் முதலாம் சாதகர்ணி, இரண்டாம் சாதகர்ணி ஆகிய ஆரம்பகால அரசர்களின் காசுகளில் அரசனின் பெயரோடு காளை உருவம் காணப்படுகிறது.

பிற்கால சாதவாகன அரசர்கள் காசுகளில் காளைச் சின்னம் காணப்படுவதில்லை. ஆரம்பகால சாதவாகனர் காசுகளில் பின்பக்கத்தில் வேலிக்குள் மரம், சுவஸ்திகம், மீன், ஆகிய உருவங்கள் காணப்படுகின்றன. இரட்டை பாய்மரங்களுடைய கப்பல்கள் பல சாதவாகன மன்னர்களின் காசுகளில் காணப்படுகின்றன. வாசிஸ்டி புத்ர புலுமாவி,[18] கௌதமி புத்ர யக்ஞ ஸ்ரீ சாதகர்ணி,[19] ஆகியோரின் காசுகளில் பாய்மரக் கப்பல்கள் காணப்படுகின்றன. சாதவாகனர் காசுகளின் முன்பக்கத்தில் மீன், சங்கு போன்ற சிறிய உருவங்கள் பொறிக்கப்பட்டுள்ளன. பின்பக்கத்தில் உஜ்ஜயினி சின்னம் உள்ளது. சாதவாகன மன்னர்கள் வெளியிட்ட காசுகளின் முன்பக்கத்தில் காளையும் பின்பக்கத்தில் இரட்டை பாய்மரக் கப்பல் உருவங்கள் கொண்ட காசுகள் இல்லையென்பது தெளிவாகப் புலப்படும். எனவே இக்காசு சாதவாகனர் வெளியீடு என்று கருதவேண்டியதில்லை.

பல்லவர் காசுகளில் கிரந்த எழுத்துப் பொறிப்புகள் உள்ளனவென்றாலும் பலவற்றில் எவ்வித எழுத்தும் இருப்பதில்லை. பல்லவ அரசர்களின் அரசச் சின்னமாகக் காளையைக் குறிப்பிடலாம். பல்லவர் செப்பேடுகளின் முத்திரைகள் பலவற்றிலும் அவர்கள் வெளியிட்ட காசுகளிலும் காளை முதன்மையான இடத்தில் பொறிக்கப்பட்டுள்ளது. இவ்வாறு பொறிக்கப்பட்ட காளை உருவத்தைப்போன்றே இக்காசிலும் காளை உருவம் உள்ளது.

தென்கிழக்கு ஆசியா நாடுகளுடன் பல்லவர்கள் வணிகப் பரிமாற்றங்களைக் கொண்டிருந்தனர். குவான் லுக் பத் என்ற பழம் ஊருக்கு சுமார் 150 கிலோ மீட்டர் தொலைவில் உள்ள தாகுவா பா என்ற ஊரில் கண்டெடுக்கப்பட்ட தமிழ்க் கல்வெட்டு மூலம் பொ.ஆ. 8–9 ஆம் நூற்றாண்டைச் சேர்ந்த வணிகக் குழுவினரின் செயல்பாடுகள் முன்னரே குறிக்கப்பட்டது.[20] மேலும் முன் பக்கத்தில் காளையும் பின் பக்கத்தில் இரட்டை பாய்மரம் உள்ள கப்பல் உருவங்கள் பொறித்த காசுகள் சிலவற்றை இரா.கிருஷ்ணமூர்த்தி பல்லவர் காசுகள் என்று வரையறுத்துள்ளார்.[21] மேற்கண்ட கருத்துக்களையெல்லாம்

ஆய்ந்தால் தாய்லாந்தில் கண்டெடுக்கப்பட்ட காசு பல்லவர் காசு என்பதில் எவ்வித ஐயமுமில்லை.

நகோன் சி தம்மராத் என்ற ஊரில் உள்ள புத்த சமய அருங்காட்சியகத்தில் உள்ள தமிழ்க் கல்வெட்டு ஒன்றும் தாய்லாந்துடனான வணிகப் பரிமாற்றங்களைப் பற்றிய செய்திகளைத் தருகின்றது.[22] இக்கல்வெட்டு பொ.ஆ.1183 ஆம் ஆண்டளவில் வெட்டப்பட்டுள்ளது. தன்ம சேனாதிபதி என்பவரது ஆணையின்படி கொடை அளிக்கப்பட்டதை இக்கல்வெட்டு பதிவு செய்கிறது. இவர் ஒரு அரசு அதிகாரியாக இருந்திருக்கலாம். கொடை அளிக்கப்பட்ட செய்தியைக் கூறும் பகுதி சிதிலமடைந்துள்ளதால் கொடை பற்றிய முழுவிவரங்கள் சரியாக அறியப்படவில்லை. இருந்தபோதிலும் கல்வெட்டின் கடைசி பகுதியில் இக்கொடையை அழிப்பவர்கள் கங்கைக் கரையில் காராம் பசுவைக் கொன்ற பாவத்தைப் பெறுவர் என்ற சொற்றொடர் உள்ளது. இக்கல்வெட்டின் காலம் மூன்றாம் குலோத்துங்க சோழன் ஆட்சிக் காலமாகும். இக்கல்வெட்டின் மூலம் 12 ஆம் நூற்றாண்டு வரை வணிக மற்றும் பண்பாட்டுப் பரிவர்த்தனைகள் நடைபெற்றுள்ளன எனலாம்.

6. முடிவுரை

முன்னர் விவரிக்கப்பட்ட செய்திகளிலிருந்து பொதுக் காலத்தின் ஆரம்ப ஆண்டுகளுக்கு முன்பிருந்தே தாய்லாந்துடன் வணிகப் பரிவர்த்தனைகளில் தமிழகம் ஈடுபட்டுள்ளது புலனாகும். தமிழ்-பிராமி எழுத்துகளைக் கொண்ட பொன்னுரை கல் கண்டுபிடிக்கப்பட்டதனால் தமிழகத்தைச் சேர்ந்த பொன் வணிகர்கள் மற்றும் ஆபரணம் செய்வோர் தாய்லாந்தில் இருந்துள்ளனர் என்பது தெளிவாகிறது. சங்க கால இலக்கியங்கள், பொது ஆண்டின் ஆரம்ப ஆண்டுகளில் வெளியிடப்பட்ட கல்வெட்டுகள் யாவும் பொன் வணிகர்கள், நகைகள் உற்பத்தி செய்வோர் தாய்லாந்திலும் தென்கிழக்கு ஆசியா நாடுகளில் வாழ்ந்துள்ளனர் என்பதை மெய்ப்பிக்கின்றன. பொன் நகைகள், பொருள்கள், பொன் காசுகள்[23] சங்க கால மக்கள் பயன்படுத்தியுள்ளனர். சங்க காலத்தில் வணிகப் பரிவர்த்தனைகளில் பண்டமாற்றாக

பொன் பயன்படுத்தப்பட்டுள்ளது.[24] புகளூர் தமிழ்-பிராமி கல்வெட்டு கருவூர் (கருவூர் மாவட்டம்) பொன் வாணிகன் ஒருவனால் அளிக்கப்பட்ட அதிட்டானக் கொடையைப் பதிவு செய்துள்ளது.[25] பாண்டியர்களின் தலைநகரான மதுரைக் கடைவீதியில் பொன் நகை வடிவமைப்பாளர்களும் பொன்னுரை காண்பவர்களும் இருந்துள்ளனர்.[26] எனவே பொன் வாணிகமும் நகை உற்பத்தியும் பழந் தமிழகத்தில் முக்கிய தொழில்களாக இருந்துள்ளன. தென்கிழக்கு ஆசியா நாடுகளோடும் பொன் வணிகர்கள் பரிமாற்றத்தில் ஈடுபட்டிருக்கலாம். இவ்வணிகர்கள் வணிகம் மற்றும் பரிமாற்றத்தின் பொருட்டு காசுகள் பலவற்றை எடுத்துச் சென்றிருக்கலாம். தாய்லாந்து குவான் லுக் பத்தில் காணப்பட்ட பொன்னுரை கல் மற்றும் சோழர் காசு தமிழக வணிகர்களால் வணிகப் பரிமாற்றத்திற்காக எடுத்துச் செல்லப்பட்டவை. இவையெல்லாம் பொது ஆண்டின் ஆரம்ப ஆண்டுகளில் தாய்லாந்துடன் தமிழகம் வணிக உறவுகளைக் கொண்டிருந்தது என்பதை உறுதி செய்வதற்கான முக்கிய சான்றுகளாவன.

சான்று நூல்கள்

1. சு.வித்யாநந்தன், *தமிழர் சால்பு*, 3 பதிப்பு, 1985, ப. 232–236; வி.சி.சசிவல்லி, *பண்டைத் தமிழர் தொழில்கள்*, 1989, ப. 215–228.

2. K.A.Nilakanta Sastri (ed.), *Foreign Notices of South India*, 1972, p. 59.

3. M.Wheeler, 'Arikamedu: An Indo-Roman Trading-station on the East Coast of India', *Ancient India*, vol.2, 1946, pp. 34-94; A.Abdul Majeed, D. Thulasiraman, and S. Vasanthi, *Alagankulam: A Preliminary Report*, 1992; T.S.Sridhar,(ed.), *Alagankulam: An Ancient Roman Port city of Tamil Nadu*, 2005; R. Nagaswamy, *Roman Karur: A Peep into Tamils' Past*, 1995, pp.21-27, 63-81, 96-102.

4. Paula J. Turner, *Roman Coins from India*, Institute of Archaeology, Occasional Publication, No.12, 1989; R.Krishnamurthy, *Late Roman Copper Coins from South India: Karur and Madurai*, 1994.

5. K.A.Nilakanta Sastri (ed.), *Foreign Notices of South India*, 1972, pp. 44-45; A.A. Bokshchanin, 'Sino-Indian Relations from Ancient Times to the Sixteenth Century', S.L. Tikhvinsky (ed.), *China and Her Neighbours,* 1981, p.112; Haraprasada Rao, 'The Identity of Huang-Chih: An Ancient Indian Kingdom in Intimate Contact with Han China', *Indian Historical Review,* vol. 17, 1990-91, pp. 1-34. மேற்கண்ட கட்டுரையில் ஹரப்பிரசாத ராவ் ஹுவாங் சே பகுதியை வங்காளத்துடன் அடையாளப்படுத்தியுள்ளார்.

6. Jiayan, An., 'Glass Trade in Southeast Asia,' Amara Srisuchat, ed., *Anceint Trades and Cultural Contacts in Southeast Asia,* 1996, 127-138.

7. T.N.Subramaniam, 'A Tamil Colony in Medieval China', R.Nagaswamy, (ed.), *South Indian Studies,* vol.1, 1978, pp.1-52.

8. D.P.Gosh, 'Impact of Indian Art on the Art of South-East Asia', *Prof. K.A.Nilakanta Sastri Felicitation Volume*, p.446.

9. *பட்டினப்பாலை,* வ. *191.*

10. E.Hulzsch, 'Note on a Tamil Inscription in Siam', *Journal of Royal Asiatic Society,* 1913, pp. 337-339; K.A.Nilakanta Sastri, 'The Takua-Pa (Siam) Tamil Inscription', *Journal of Oriental Research,* vol. 6, 1932, pp. 299-310; T.N.Subramaniyam, *The Pallavas of Kanchi in South-East Asia,* 1967, pp. 115-120; M.E.Manickavasagam, *Dravidian Influence in Thai Culture,* 1986, pp.6-7.

11. Tharapong Srisuchat, 'Thailand and the Maritime Silk Routes: The Role of Ancient Ports and Harbour Cities in Thailand', *The Silpakorn Journal,* Special Issue, vol., 33-36, 1990, p.6.

12. ப. சண்முகம், *'தமிழ் நாடும் தாய்லாந்தும்: தொன்மைத் தொடர்புகள்',* ஆவணம், தொ. *3, 1993,* ப. *8384.*

13. R.Nagaswamy, *Tamil Coins: A Study,* 1981, p. 34, figs. 33,34.

14. இரா. கிருஷ்ணமூர்த்தி, *சங்க காலச் சோழர் நாணயங்கள், 1986, படங்கள் 35.*

15. *Tamil Lexicon,* vol. 4, p. 2461, பார்க்க: பத்தர் *2* (=A caste title of goldsmiths), பத்தர்*3* (=merchants).

16. I.K.Sarma, *Coinage of the Satavahana Empire,* Delhi, 1980, pp. 64, 142, 146-151, 169-174; plate 3, A1-A10, plate 4, A11-A11a, plate 6, A12-A18.

17. மே.நூ.

18. மே.நூ., plate, 12, G1-G1a.

19. மே.நூ., plate, 15, G2-G3.

20. K.A.Nilakanta Sastri, 'The Takua-Pa (Siam) Tamil Inscription', *Journal of Oriental Research,* vol. 6, 1932, pp. 299-310; T.N.Subramaniyam, The Pallavas of Kanchi in South-East Asia, 1967, pp. 115-1.

21. ப.சண்முகம், ஆவணம், தொ.3, *1993,* ப.81-84; R.Krishnamurthy, 'Some Unpublished and Rare Coins of the Pallavas', *JNSI.,* vol.50, 1988, pp. 35-36, plate 5-1.

22. ப.சண்முகம், *ஆவணம், தொ.3, 1993, ப.83–84.*

23. புறநானூறு, பா.40, 218; அகநானூறு, பா.269; கலித்தொகை, பா.85; பதிற்றுப்பத்து, பா. 16; நற்றிணை, பா. 274.

24. பெரும்பாணாற்றுப்படை, வ. 164.

25. *ETE.,* p. 495.

26. மதுரைக்காஞ்சி, வ. *512–513.*

15. பல்லவர்களின் கடல் வழி வாணிகம்

1. பல்லவர் ஆட்சி

தமிழகத்தின் வடபகுதியை பொ.ஆ. 4 முதல் 8 ஆம் நூற்றாண்டு வரை பல்லவர்கள் ஆண்டனர். இவர்களின் மூதாதையர்கள் ஆந்திரப் பகுதியை ஆண்டதாகக் குறிப்பிடுவர். கிருஷ்ணா ஆற்றின் தென் கரையில் அமைந்துள்ள தான்யகடகம் வரை இவர்கள் ஆட்சி பரவியிருந்தது. தமிழகத்தின் தென் பகுதியில் இவர்கள் ஆட்சி காவிரி ஆற்றுப் பகுதி வரை நிலவியிருந்தது. இவர்கள் ஆட்சிப்பகுதி அக்காலத்தில் தொண்டைநாடு என வழங்கப்பட்டது. ஒன்பதாம் நூற்றாண்டின் இடைக் காலத்தில் சோழர்கள் இப்பகுதியை வெற்றி கொண்டு ஆட்சி புரிந்தபோது தொண்டை மண்டலம் என வழங்கப்பட்டது. பின்னர் முதலாம் இராசராசன் காலத்தில் இப்பகுதி ஜெயங்கொண்ட சோழ மண்டலம் என்ற பெயரால் அழைக்கப்பட்டது.

பல்லவர்களின் நேரடி ஆட்சிப் பகுதியில் தமிழ் நாட்டு மாவட்டங்களான பொன்னேரி, திருவள்ளூர், காஞ்சிபுரம் (முந்தைய செங்கல்பட்டு மாவட்டம்), விழுப்புரம், கடலூர், சிதம்பரம் (முந்தைய தென் ஆற்காடு

மாவட்டம்), திருவண்ணாமலை, இராணிப்பேட், வேலூர், பெரம்பலூர் (முந்தைய வட ஆற்காடு மாவட்டம்), முந்தைய தஞ்சாவூர் மாவட்டம், முந்தைய திருச்சிராப்பள்ளி மாவட்டம், புதுக்கோட்டை (முந்தைய புதுக்கோட்டை மாவட்டம்) ஆகிய பகுதிகளும், ஆந்திரப் பிரதேசத்தின் சித்தூர், நெல்லூர் மாவட்டங்களும், புதுச்சேரி (புதுச்சேரி ஒன்றியப் பகுதி) ஆகிய பகுதிகள் அடங்கியிருந்தன. இவ்வாறான நிலப்பகுதியின் கிழக்கே வங்காள விரிகுடாவை நோக்கியவாறு நீண்ட கடற்கரைப் பகுதியையும் பெற்றுள்ளது. இக்கடற்கரைப்பகுதி தெற்கே நாகபட்டினத் திலிருந்து வடக்கே ஆந்திரப்பிரதேசத்தின் கிருஷ்ணா ஆறு வரை நீண்டிருந்தது. இவ்வாறு அமைந்த நீண்ட கடற்கரை கடல் வழி வணிகத்திற்கு குறிப்பாக தென்கிழக்கு ஆசியா நாடுகளோடு பரிவர்த்தனைகள் செய்வதற்கு ஏற்ற சூழ்நிலையை அளித்துள்ளது.

பல்லவர்களின் வரலாற்றை அறிவதற்கு முக்கியமான சான்றுகளாக உள்ளவை ஏறக்குறைய 500 கல்வெட்டுகளும் 30க்கு மேற்பட்ட செப்பேட்டுப் பட்டயங்களுமே. இக்கல்வெட்டு, செப்பேடுகளில் பெரும்பாலானவற்றின் முழு வாசகங்கள் பல நூல்களில் பதிப்பிக்கப் பெற்றுள்ளன. அகழாய்வுச் சான்றுகளும் குடைவரை மற்றும் கட்டுமானக் கோயில்களும், காசுகளும் சிறப்பான சான்றுகளாக உள்ளன. பல்லவர் ஆட்சிப் பகுதியின் சில இடங்கள் தீவிரமான கள ஆய்வுகளுக்கும் அகழாய்வுகளுக்கும் உட்படுத்தப்பட்டுள்ளன. பல்லவர்களின் தலைநகரமான காஞ்சிபுரம், துறைமுக நகரான மாமல்லபுரம் ஆகிய ஊர்களில் அகழாய்வுகள் மேற்கொள்ளப்பட்டன. பல்லவர் பகுதியில் செய்யப்பட்ட அகழாய்வுகளில் முக்கியமானவைகளாக இந்தியத் தொல்லியல் துறையின் சென்னை வட்டார அலுவலகம் மேற்கொண்ட சில அகழாய்வுகளைக் குறிப்பிடலாம். இவற்றில் ஒரு அகழாய்வு மாமல்லபுரத்தில் அமைந்த கடற்கரைக் கோயிலைச் சுற்றி நடத்தப்பட்டது. மற்றொரு அகழாய்வு மகாபலிபுரத்திற்கு வடக்கே அமைந்துள்ள சாளுவன்குப்பம் என்ற பகுதியில் நடத்தப்பட்டது. இவ்வகழாய்வுகள் பல்லவர்களின் கடல் வழித் தொடர்புகளை அறிய துணைபுரிந்துள்ளன.

தென்கிழக்கு ஆசியா நாட்டுப் பகுதிகளில் செய்யப்பட்ட அகழாய்வுகள் சிலவும் பல்லவர் காலத்தைச் சேர்ந்த முக்கிய செய்பொருள்களை வெளிக்கொணர்ந்துள்ளன. மேல்பரப்புகளில் கண்டெடுக்கப்பட்ட காசுகளும், அகழாய்வில் கிடைத்த காசுகளும் பல்லவர்களின் கடல்வழி வாணிகத்தை அறிய உதவும் முக்கிய பொருள்களாவன. மிகப் பழமையான தமிழ், சமஸ்கிருத இலக்கியங்கள் சிலவாக அறியப்பட்டாலும் அவற்றில் முக்கிய செய்திகள் காணப்படவில்லை. இவ்வகையில் நமக்கு கிடைத்த சான்றுகள் பலவாறு இருந்தாலும் அவைகளில் இவ் ஆய்வுக்குத் தேவையான முக்கிய செய்திகள் சிலவாகவும் தொடர்பின்றியும் காணப்படுகின்றன.

2. வணிக உறவுகள்

பொது ஆண்டின் ஆரம்ப ஆண்டுகளில் கிழக்குப் பகுதி நாடுகளுடன் நெருங்கிய வணிக உறவில் தமிழகம் ஈடுபட்டிருந்தது. காழகம் என்ற நாட்டுப் பகுதியிலிருந்து வணிகப் பொருள்கள் தமிழகத்தில் பரிமாற்றம் செய்யப்பட்டுள்ளன. இன்றைய மலேசியாவில் உள்ள கடாரம் என்ற பகுதியையே காழகம் என்ற பகுதி குறித்தது. சீனாவுடன் நடைபெற்ற வணிக உறவுகள் பொ.ஆ.மு. முதல் நூற்றாண்டுக்கு முன்பிருந்தே துவங்கியுள்ளன. இவ்வகையில் காஞ்சிபுரம் முக்கிய வணிக முனையமாக இருந்துள்ளது சீன நூல்களில் குறிப்பிடப்பட்டுள்ளது. பொ.ஆ.மு. முதல் நூற்றாண்டில் எழுதப்பட்டதாகக் கருதப்படும் திசென் ஹோ சோ *(Tsien hou chou)* என்ற சீன நூலில் தென்கிழக்கு ஆசியா மற்றும் தென்னிந்தியா நாடுகளுடன் மேற்கொண்ட வணிகப் பரிவர்த்தனைகள் விவரிக்கப்பட்டுள்ளன. பொ கான் தொ லொ *(Fou kan tou lou)* என்ற நாட்டிலிருந்து *(மியான்மர்) 2 மாதப் படகுப் பயணத்தின் முடிவில் ஹுவாங் சே* (Houang tche) *என்ற நாட்டுப் பகுதியை அடையலாம் என்றும் இங்கிருந்து படகு மூலம் எட்டு மாதங்கள் பயணம் செய்தால் பி சோங்* (Pi tsong) *என்ற மலேசிய தீபகற்பத்தை* (Malay Peninsula) *அடையலாம் என்றும் சொல்லப்பட்டுள்ளது.* ஹுவாங் சே ஆட்சிப் பகுதி பெரியதும் ஒளிவீசுகின்ற

முத்துக்கள் மற்றும் அரிய வகை நவரத்தினக் கற்களை உற்பத்தி செய்தது. இப்பொருள்கள், தங்கம் மற்றும் பட்டு வகையறாக்களுக்கு பண்டமாற்று செய்யப்பட்டன. ஹுவாங் சே என்ற நாட்டுப்பகுதியைப் பொதுவாக காஞ்சிபுரத்தோடு தொடர்பு படுத்துவர்.[1] இருப்பினும் ஹரபிரசாத ராவ் என்ற ஆய்வாளர் வங்காளப் பகுதியோடு அடையாளப்படுத்துவர்.[2]

3.திரையர்

வட தமிழகத்தை ஆண்ட மிகத் தொன்மையான அரச குலம் என்று திரையர் என்ற குறுநில மன்னர்களைச் சங்க இலக்கியங்கள் குறிப்பிடும். ஆயினும் இவர்களது தோற்றம், அரசியல் மற்றும் பொருளாதார நடவடிக்கைகளைப் பற்றி ஏதொன்றும் அறிய இயலவில்லை. ஆயினும் இவர்கள் கடலாதிக்கம் செய்தவர்கள் என்று அவர்களது பெயரைக் கொண்டு ஊகிக்கலாம். இவர்களது பெயரின் முற்பகுதியில் காணப்படும் திரை என்ற சொல் கடல் அலையைக் குறிப்பிடும். கடல் அலையோடு தங்களை ஒப்பிட்டு திரையர் என்று அழைத்துக் கொள்வதனால் இவர்கள் செயல்பாடுகள் கடலோடு தொடர்புடையனவாக இருத்தல் வேண்டும் எனக் கருதி, 'கடல் அலைகளின் அரசன்' என்று ஊகிக்கலாம். திரையர் என்ற சிறப்புப் பெயர் கொண்ட அரசர்கள் பலர் பழந் தமிழகத்தின் வடபகுதியை ஆண்டுள்ளனர். இவ்வரசர்கள் வேங்கடம் பகுதியை (இன்றைய ஆந்திரப்பிரதேசத்தின் சித்தூர் மாவட்டம்) ஆண்டுள்ளனர். இளந்திரையன் என்ற குறுநில மன்னன் தொண்டையர் குலத்தைச் சேர்ந்தவன்.[3] மற்றொரு குறுநில மன்னன் வெண்வேல் திரையன்.[4] பொலம்பூந் திரையன்[5] என்ற மற்றொரு குறுநில மன்னன் பவத்திரி (இன்றைய பழவேற்காடு, பொன்னேரி மாவட்டம்) பகுதியை ஆண்டு வந்துள்ளான். தொண்டைமான் இளந்திரையன் பல்லவர்களின் முன்தோன்றல் என்று பிற் சங்க இலக்கியமான மணிமேகலை குறிப்பிடுகிறது. இவ்வகையே வட தமிழகத்தை திரையர்கள் ஆண்டுள்ளன. இவர்கள் கடலோடிகளாகவும் இருந்துள்ளனர் என ஊகிக்கலாம்.

4.பல்லவர்

பல்லவர்களின் பழமையான கடல் வழிச் செயல்பாடுகளைப் பற்றி மணிமேகலை குறிப்பிடுகிறது. பல்லவ அரசின் தோற்றத்தை, முக்கியமாக முதல் அரசன் பட்டத்துக்கு வந்ததை இந்நூல் விவரிக்கிறது. இருப்பினும் இவ்விவரங்களின் அரசியல் மற்றும் வரலாற்றுத் தன்மைகளை உறுதி செய்ய இன்னும் சில சான்றுகள் தேவைப்படுகின்றன. கடல் பயணங்கள் மற்றும் கடல் பயண இழப்புகள் போன்றவை இந்நூலில் சொல்லப்பட்டுள்ளதை ஓரளவு ஏற்கலாம்.

பல்லவர்களது மூதாதையர்களில் ஒருவனான வெற்றிவேற்கிள்ளி என்ற சோழ மன்னன் இலங்கையின் ரத்னபுரி பகுதியின் நாக இளவரசியான பீலிவளை மீது காதல் வயப்பட்டான் என்று மணிமேகலை குறிக்கிறது. ரத்னபுரியே இன்றைய மணிபல்லவம் என்று வரலாற்று ஆய்வாளர்களால் ஏற்றுக் கொள்ளப்பட்டுள்ளது. இவர்களுக்குப் பிறந்த ஆண்குழந்தையை சோழ அரசனிடன் சேர்க்க வேண்டுமென்று கம்பளச் செட்டி என்ற வணிகர் மூலம் பீலிவளை கொடுத்து அனுப்பினாள். கம்பளச் செட்டி சென்ற வங்கம் என்ற கப்பல் சூறாவளியால் நடுக்கடலில் கவிழ்ந்து, குழந்தை நல்வாய்ப்பாக கரையில் ஒதுங்கியது. தொண்டைக் கொடியால் போர்த்தப்பட்டிருந்த இக்குழந்தையை பின்னர் சோழ அரசகுமாரன் என அடையாளம் கண்டனர். பின்னர் தொண்டைமான் இளந்திரையன் என்ற பெயருடன் பல்லவ நாட்டை ஆண்டான்.[6] இக்கதையில் பல்லவ அரச குலத்தின் தோன்றல் குறிப்பிடப்பட்டபோதும் கடல் வணி வணிகத்திற்கான செய்திகளும் உள்ளன என்பதைக் சிறப்பாகக் கருதவேண்டும். கடல்கடந்த பெண் ஒருத்தியுடன் சோழ மன்னன் காதல் மணம் புரிந்ததும், அவர்களுக்குப் பிறந்த குழந்தையை கம்பளச் செட்டி என்ற தமிழகத்து கடல் வணிகரிடம் கொடுத்ததும், கடலில் செல்லுவதற்குத் தகுதியான வங்கம் போன்ற கப்பல் குறிக்கப்படுவதும், சூறாவளியால் கப்பல் கவிழ்ந்தது போன்ற செயல்பாடுகளால் அக்காலத்தில் நடைபெற்ற கடல் வழி வாணிகத்தின் தன்மைகளை ஓரளவு அறியலாம்.

பொது ஆண்டின் ஆரம்ப ஆண்டுகளுக்கு முன்னரே இலங்கையுடன் கடல் வழி வணிகத் தொடர்புகள் ஏற்படுத்தப்பட்டுள்ளன என்றபோதிலும் கம்பளச் செட்டி என்ற வணிகரின் விவரங்கள் நமக்குத் தெரிந்தில. இருப்பினும் அவர் ஒரு கடல் வணிகர் என்பதில் ஐயமில்லை. சோழ அரசனின் குமாரனை உரிய இடத்தில் சேர்க்கச் சொல்லி இவரிடம் ஒப்படைத்து, சோழ நாட்டுக்கு கடல் வழிப் பயணம் மேற்கொள்ளச் செய்தது போன்ற செயல்களால் இவ்வணிகர் தமிழகத்தைச் சேர்ந்த கடல் வணிகர் என்பது புலப்படும். மேலும் இவரே கப்பலின் உரிமையாளராக ஊகிக்கவும் வாய்ப்புண்டு.

5. மணிமேகலை

கடல் பயணங்களின்போது நடுக் கடலில் கப்பல் சேதமடைதல் போன்ற இழப்புகள் அக்காலத்தில் மிகச் சாதாரணமான செயல்கள். இவை போன்ற சேதங்களைத் தவிர்க்க மணிமேகலா என்ற கடல் தெய்வத்தை வழிபட்டனர். மணிமேகலா தெய்வத்தின் பெருமையை மீண்டும் நிலைநிறுத்துவதற்கான சில நிகழ்வுகளை மணிமேகலை இலக்கியம் குறிக்கிறது. வணிகனான கோவலனுக்கும் காவிரிப்பூம்பட்டினத்து நடன மங்கையான மாதவிக்கும் பிறந்த பெண் குழந்தையின் பெயரிடும் சடங்கில், கடலோடிகளை பெரும் இடர்களிலிருந்து காப்பாற்றுபவள் மணிமேகலா தெய்வம் என்று புகழ்ந்துள்ளான். எனவே குழந்தைக்கு மணிமேகலை என்று பெயர் சூட்டப்படவேண்டும் என்று கோவலன் வற்புறுத்தியதாக அந்நூல் குறிக்கிறது.[7] இச்சம்பவத்தின் மூலம் கடல் பயணங்கள்,[8] கடலோடிகள், கப்பல் சேதங்கள்,[9] மற்றும் இடர்களிலிருந்து காப்பாற்ற மணிமேகலா தெய்வத்தை வணங்குவதும் அக்கால வழக்கங்களில் ஒன்றாகும் என்பது புலப்படும்.

பல்லவ மன்னர்கள் இலங்கை மன்னர்களுடன் நல்லுறவு கொண்டிருந்தனர். பல்லவ மன்னர்களின் உதவியோடு இரண்டு படையெடுப்புகளை மானவர்மன் நடத்தினான் என்று இலங்கையின் மகாவம்சம் என்ற நூல்

குறிப்பிட்டுள்ளது. இப்படையெடுப்புகளில் முதலாவது படையெடுப்பு தோல்வியில் முடிந்தது. இரண்டாவது படையெடுப்பு வெற்றியில் முடிந்ததால் மானவர்மன் இலங்கையில் அரியணை ஏறினான்.[10] இலங்கையின்மீது பல்லவர் படையெடுப்புகள் நரசிம்மவர்மன் (பொ.ஆ. 630–668) காலத்தில் நடைபெற்றன. இப்படையெடுப்புகள் பற்றி நந்திவர்மனின் கசாக்குடி செப்பேடுகள் நரசிம்மவர்மனின் இலங்கை வெற்றி இராமனின் வெற்றியை மிஞ்சியது என்று குறிப்பிடுகிறது.[11]

6.கடலாதிக்கம்

ராஜசிம்மனின் (இரண்டாம் நரசிம்மவர்மன்) வாயலூர் (செங்கல்பட்டு மாவட்டம்) தூண் கல்வெட்டு ஒன்று தொலைதூரக் கடல் பகுதிகளில் பல்லவர்களின் வெற்றியைப் பறை சாற்றுகின்றது. இக்கல்வெட்டு வாயலூரில் உள்ள வியாக்ரபுரீசுவரர் கோவிலில் உள்ளது. த்வீபலக்ஷ்ம் என்ற தீவுகள் வரை ராஜசிம்மனின் ஆட்சி நிலவியது என்று அக்கல்வெட்டு குறிப்பிடுகிறது. இக்கல்வெட்டைப் பதிப்பித்த எச்.கிருஷ்ண சாஸ்திரி ஆயிரம் தீவுக்கூட்டங்களை எல்லையாகக் கொண்ட பெரும்பகுதியை ஆட்சி செய்துள்ளதாகக் குறிப்பிடுவார்.[12] இக்கல்வெட்டில் குறிப்பிடப்பட்டுள்ள த்வீபலக்ஷம் என்ற தீவுக்கூட்டங்களை எளிதாக லக்ஷத்தீவுகள் (Laccadive) என்று அடையாளப்படுத்தலாம். ஆயினும் இவ்வாறு அடையாளப்படுத்தாமல் ஆயிரம் தீவுகள் என்றே இக்கல்வெட்டைப் பதிப்பித்த கல்வெட்டாய்வாளர் குறிப்பிட்டுள்ளார். இத்தீவுகள் அரபிக் கடல் பகுதியில் உள்ளதென்பதாலும் கீழைக் கடல் பகுதியிலிருந்து மேலைக்கடலான அரபிக்கடலில் உள்ள தீவுக்கூட்டங்களை வெற்றி கொள்வதும் ஆதிக்கம் செலுத்திடவும் இயலாது என்பதால் லக்ஷத்தீவுகள் என்று அடையாளப்படுத்துவது சரியல்ல. எனவே பல்லவர்கள் கிழக்கே உள்ள வங்காள விரிகுடா பகுதியில் அமைந்துள்ள பல தீவுக்கூட்டங்களை வெற்றி கொண்டிருக்கலாம் என ஊகிக்கலாம். இதுவரையில் தென் கிழக்கு ஆசியா நாடுகள் அல்லது அந்தமான் தீவுக் கூட்டங்களை பல்லவர்கள் வெற்றி கொண்டு ஆண்டதற்கு தக்க

சான்றுகள் ஏதும் கிட்டவில்லையென்றாலும் பல்லவர்களின் கடற்படை வலிமையால் சில தீவுக்கூட்டங்களை வெற்றிபெற்று ஆட்சியை நிறுவியிருக்கலாம் என்று ஊகிக்கலாம். இவ்வகையில் தென் கிழக்கு ஆசியா நாடுகளில் பல்லவர் பண்பாட்டுச் சிதரல்கள் பல உள்ளதைச் சான்றாகச் சுட்டலாம். இவற்றுள் முக்கியமாக பல்லவ கிரந்த எழுத்து வடிவத்தை தென்கிழக்கு ஆசியா நாடுகள் பயன் படுத்தியுள்ளதைக் குறிக்கலாம். மேலும் பல்லவர்களின் பட்டப் பெயர்களும் அவர்களின் கலைப் பாணியைப் பின்பற்றி கற்சிலைகளை ஆக்கும் கலைநுட்பங்கள் தென்கிழக்கு ஆசியா நாடுகளில் உள்ளதையும் குறிப்பிடலாம்.

7.தூதுக்குழுக்கள்

இரண்டாம் நரசிம்மவர்மனால் (பொ.ஆ. 690–728) அனுப்பி வைக்கப்பட்ட தூதுக்குழுவைப் பற்றிய சில செய்திகளை சீன நாட்டு இலக்கியங்கள் தருகின்றன. சீன அரசரான கை யுவான் (K'ai Yuvan, 720) ஆட்சியின் எட்டாவது ஆண்டில் செ லி ந லொ செங் கியா (Che li na lo seng kia) என்ற அரசனால் தூதுக்குழு ஒன்று அனுப்பப்பட்டது. திபெத்தியர்களையும் (T' on-po), அராபியர்களையும் (Ta-che) தண்டிக்க விருப்பமுடன் உள்ளதாகவும் இப் படைக்குத் தகுதியான பெயரை அளிக்குமாறும் இத்தூதுக்குழுவின் மூலம் தாக்கீது ஒன்றை சீனப் பேரரசனுக்கு தென்னிந்திய அரசர் தெரிவித்ததாக சீன சான்றுகள் பதிவு செய்துள்ளதாகக் குறிப்பு உள்ளது. இவ்வரசனின் வேண்டுகோளைச் சீனப் பேரரசன் ஏற்றுக்கொண்டு சிறப்பு வாய்ந்த பெயர் ஒன்றை அளித்தான் என்றும் குறிப்புள்ளது.[13] இவ்வரசன் ஸ்ரீநரசிம்மவர்மன் என அடையாளம் காணப்பட்டுள்ளான்.

மற்றொரு சமயத்தில் சீனப்பேரரசனின் வேண்டுகோளுக்கு இணங்க நாகபட்டினத்தில் புத்த விகாரை ஒன்றை ராஜசிம்மன் கட்டினான். இக்கோயில் சீனாவிலிருந்து தமிழகத்திற்கு வருகை தரும் சீன புத்தர்களின் வழிபாட்டிற்காகக் கட்டப்பட்டது. இக்கோயில் பிற்காலங்களில் 'சீன பகோடா' என்று அழைக்கப்பட்டது.[14] இவ்வகையில் சீனச் சான்றுகள்

அக்காலத்தில் பல்லவர்களுடன் நிலவிய பண்பாட்டு, வாணிகத் தொடர்புகளை நன்கு விளக்குகின்றன.

8.தாய்லாந்து

தாய்லாந்துடனான வணிக உறவுகளை நன்கு அறிந்து கொள்வதற்கு பொ.ஆ. 7–8ஆம் நூற்றாண்டைச் சேர்ந்த பல்லவர் கல்வெட்டு ஒன்று துணை செய்கிறது. இக்கல்வெட்டு தகுவாபா (Takua Pa) என்ற இடத்தில் 1913 ஆம் ஆண்டளவில் கண்டெடுக்கப்பட்டது.[15] இக்கல்வெட்டும் கண்டெடுக்கப்பட்ட கடவுள் படிமங்களும் நகோன் சி தம்மரத் என்ற ஊரில் உள்ள அருங்காட்சியகத்தில் பாதுகாக்கப்பட்டு வருகின்றன. இக்கல்வெட்டு மூலம் தமிழகத்துக்கும் தென்கிழக்கு ஆசியா நாடுகளுடனான குறிப்பாக தாய்லாந்துக்கும் இடையிலான வணிக உறவுகள் மற்றும் வணிகக் குழுக்கள் பற்றிய முக்கிய விவரங்கள் தெரியவந்துள்ளன. நாங்கூரிலிருந்து வந்த வணிகர் ஒருவரால் தோண்டப்பட்ட அவநிநாரணம் என்ற குளத்தைப் பராமரிக்கும் பொறுப்பு மணிக்கிராமம் மற்றும் சேனாமுகம் என்ற இரண்டு அமைப்புகளுக்கு அளிக்கப்பட்டுள்ளதை அக்கல்வெட்டு குறிப்பிடுகிறது. இவ்வகையான பராமரிப்பு உரிமை இரண்டு அமைப்புகளுக்கு வழங்கப்பட்டுள்ளதால் அப்பகுதியில் வணிகர்களின் குடியிருப்பு இருந்திருக்க வாய்ப்புள்ளது. நாங்கூர் தமிழ் நாட்டு தஞ்சாவூ பகுதியில் உள்ள ஒரு ஊராக அடையாளப்படுத்தலாம். மேலும் மணிக்கிராமம் ஒரு வணிகக் குழுவாக பழந்தமிழகத்தில் செயல்பட்டு வந்துள்ளது. எனவே பொ.ஆ. 7–8 ஆம் நூற்றாண்டளவில் தமிழகத்து வணிகர்கள் குழு தாய்லாந்தில் மிகச் சிறப்பாக செயல்பட்டிருக்கவேண்டும் என்று கருதலாம். அவநிநாரணம் என்ற பெயர் அக்குளத்திற்கு வழங்கப்பட்டுள்ளதால் பல்லவ அரசர் காலத்தில் அக்குளம் உருவாக்கப்பட்டிருக்கவேண்டும். அவநிநாரணம் என்ற பெயர் தாங்கிய பல்லவ அரசன் மூன்றாம் நந்திவர்மனாக இருத்தல் வேண்டும். நந்திக் கலம்பகம் என்ற இலக்கியத்தில் அவநிநாரணம் என்ற பெயர் நந்திவர்மனுக்கு வழங்கப்பட்டுள்ளது.[16] நந்திவர்மன் சிறந்த கப்பற் படையினைக் கொண்டிருந்தான் என்றும் அந்நூல் புகழ்ந்துரைக்கும்.

இக்கல்வெட்டுடன் திருமால், மார்க்கண்டேயர், லட்சுமி ஆகியோரது கற்படிமங்களும் இவ்விடத்தில் கண்டெடுக்கப்பட்டன. எனவே இவ்விடத்தில் திருமாலுக்கென ஒரு கோயில் இருந்திருக்கவேண்டும் என்பதும் அக்கோயிலை ஏற்படுத்தி வழிபாடு செய்தவர்கள் தமிழ் வணிகக் குழுவினர் என்றும் குறிக்கலாம்.

9.புதிய சான்றுகள்

தென் கிழக்கு ஆசியா நாடுகளோடு ஏற்பட்ட தொன்மையான வணிகத் தொடர்புகளை உறுதி செய்ய மியான்மர், தாய்லாந்து, இந்தோநேசியா, வியட்நாம் ஆகிய நாடுகளில் தொல் நகரங்களில் கண்டுபிடிக்கப்பட்ட தொல்பொருள்கள் சான்றுபகர்கின்றன. இவற்றில் முக்கியமாக தமிழகத்தின் தொழில்கூடங்களில் உற்பத்தி செய்யப்பட்ட கல் மணிகள், கண்ணாடி மணிகள் அடங்கும். வியட்நாமின் ஒக்கியோ (Oc Eo) பண்பாட்டு ஊர்களிலும் தென்னிந்தியாவில் உற்பத்தி செய்யப்பட்ட தொல்பொருள்கள் கண்டெடுக்கப்பட்டுள்ளன.

தமிழகத்திலிருந்து பொது ஆண்டின் ஆரம்ப ஆண்டுகளில் தாய்லாந்து நாட்டைச் சென்றடைந்த சங்க கால மன்னரின் செப்புக் காசு ஒன்றும் தமிழ்–பிராமி எழுத்துருக்களைக் கொண்ட சிறு கல்வெட்டும் சங்க இலக்கியங்கள் தரும் சான்றுகளை ஓரளவு மெய்ப்பிக்கின்றன. இத்தொல்பொருள்கள் யாவும் தாய்லாந்தின் தென்பகுதியில் உள்ள வாட் க்ளாங் தோம் என்ற சிறிய புத்தர் கோவில் அருங்காட்சியகத்தில் வைக்கப்பட்டுள்ளன.[17] இங்கே வைக்கப்பட்டுள்ள பொருள்கள் யாவும் குவான் லுக் பத் (Khuan Luk Pat, 75^0.55’ வடக்கு அட்ச ரேகை, 99^0.9’ கிழக்கு தீர்க்க ரேகை) என்ற பழந்துறைமுக நகர் அகழாய்வில் கண்டெடுக்கப்பட்டவைகளாகும். இவ்வூர் தாய்லாந்தின் மேற்கு கடற்கரையில் உள்ள கிராபி மாநிலத்தில் அமைந்துள்ளது. ‘மணி மேடு’ (bead mound) என்று உள்ளூர் மக்களால் அழைக்கப்படும் இம்மேட்டுப் பகுதியில் 1990 இல் மேற்கொண்ட அகழாய்வில் இரண்டு பண்பாட்டுக்

காலகட்டங்களைச் சேர்ந்த செய்பொருள்கள் கிடைத்தன.[18] முதல் பண்பாட்டு படிவுகளில் (பொ.ஆ.மு. 1 முதல் பொ.ஆ. 2 ஆம் நூற்றாண்டுகள்) உரோமானிய கலைப் பொறிப்புகள், ஹான் அரசர் காலச் சீனாவின் வெண்கலக் கண்ணாடி, சில காசுகள், மற்றும் பிற பொருள்கள் கிடைத்தன. இரண்டாம் பண்பாட்டுப் படிவுகளில் (பொ.ஆ. 3-6 ஆம் நூற்றாண்டுகள்) முத்திரைகள், மணிகள் ஆகியன கிடைத்தன. அகழாய்வாளர்களின் கருத்துப்படி இம்முத்திரைகள் பல்லவ கிரந்த எழுத்துப்பொறிப்புகளுடன் உள்ளன. மணிகள் பெரும்பாலும் தென்னிந்திய வகையைச் சேர்ந்தனவாக உள்ளன.

9.1. சங்கச் சோழர் காசு

பொது ஆண்டின் ஆரம்ப ஆண்டுகளைச் சேர்ந்ததும் தமிழகத்திலிருந்து கொண்டுசெல்லப்பட்டதுமான பொருள்களில் ஒன்று 2 செ.மீ. அளவுடைய சதுரமான செப்புக் காசாகும் (படம்: 6.3.). இக்காசின் முன்பக்கத்தில் இடது புறம் நோக்கி நின்றவாறுள்ள புலி உருவம் உள்ளது. பின் பக்கத்தில் உள்ள உருவங்கள் சற்றே தேய்ந்துபோயுள்ளன. ஆயினும் காசின் இடப்பக்கத்தில் குதிரை பூட்டிய தேரும் அதை நோக்கியவாறுள்ள யானை உருவமும் உள்ளன. இக்காசில் எவ்வித எழுத்துகளும் இல்லை. காசின் பின்புறத்தில் உள்ள புலியின் உருவத்தை நோக்கி சங்கச் சோழ மன்னர் வெளியிட்ட காசு என முடிவு செய்யலாம். இக்காசில் உள்ள புலியின் உருவம் தமிழகத்தில் சங்கச் சோழ மன்னர்கள் வெளியிட்ட காசுகளில் உள்ள உருவத்தைப்போன்றே உள்ளது. சங்க காலச் சோழ மன்னர்களில் அரசுச் சின்னமாக புலி கருதப்பட்டுள்ளது. பின் பக்கத்தில் குதிரை பூட்டிய தேர் உருவம் உள்ள காசுகள் மிக அரியவகைக் காசுகளாகக் கருதப்படவேண்டும். இவ்வகைக் காசுகளின் படங்கள் சிலவற்றை இரா. கிருஷ்ணமூர்த்தி வெளியிட்டு அக்காசுகளை சோழ மன்னர்கள் வெளியிட்டனர் என்றும் குறித்துள்ளார்.[19] எனவே இக்காசையும் சங்க சோழ மன்னர்கள் வெளியிட்ட காசகக் கருதுவதில் எவ்வித ஐயப்பாடும் இல்லை.

9.2.உரைகல்

இங்கே கிடைத்த மற்றுமொரு முக்கிய செய்பொருள் பொன்னுரைக்கும் கல் ஆகும் (படம்: 6.1.). இக்கல் கருப்பு சிஸ்ட் எனப்பட்டும் சிலேட்டு வகைக் கல் ஆகும். சற்றே வளைவுடன் காணப்படும் இக்கல் 7.5x3.7 செ.மீ. நீள அளவுகளில் ஒரு பக்கத்தில் வழுவழுப்பாக உள்ளது. பொன் உலோகத்தின் தரம் மற்றும் மாற்று போன்றவற்றை அறிவதற்காகத் தேய்க்கப்பட்டதால் இவ்வழுவழுப்பு ஏற்பட்டதாகக் கருதலாம். பின்பக்கத்தில் எட்டு எழுத்துகளோடு இரண்டு வரிகளில் பொறிக்கப்பட்ட சொற்கள் உள்ளன. இவற்றை பெரும்பதன் கல் என்று வாசிக்கலாம். இப் பொன்னுரை கல்லில் காணப்படும் பெரும்பதன் என்பான் அக்கல்லைப் பயன்படுத்தும் உடைமையாளன் என்றும் அவன் பொன் வணிகனாக அல்லது பொன் ஆபரணங்களைச் செய்பவனாக இருத்தல் வேண்டும். இவ்வகையான கைக்கு அடக்கமான சிறு பொன்னுரை கற்கள் தற்காலத் தமிழ் நாட்டுப் பொன் வணிகர்களிடம் காணப்படுகின்றன. எனவே இப்பொன்னுரை கல் தமிழ் வணிகரின் பயன்பாட்டில் இருந்தது என்பதும் தாய்லாந்து நாட்டில் வணிகத்தின் பொருட்டு சென்றபோது அவ்விடத்தில் விட்டுச் சென்றுள்ளான் என்பதும் தெரியவரும். இவ்வுரைகல் தமிழகத்தில் இருந்து கொண்டுவரப்பட்டது என்பதில் எவ்வித ஐயப்பாடும் இல்லை. இக்கல்லில் உள்ள தமிழ்–பிராமி எழுத்து வடிவங்கள் பண்டைத் தமிழகத்தின் குகைக் கல்வெட்டுகள், மண்பாண்டப் பொறிப்புகள் ஆகியவற்றில் காணப்படும் எழுத்து வடிவங்களை ஒத்து உள்ளன. எழுத்து முறைவளர்ச்சியை நோக்கி ஓரளவு சரியாகவே பொ.ஆ.மு. முதல் நூற்றாண்டு எனக் கணிக்கலாம்.

9.3.பல்லவர் காசு

குவான் லுக் பத் அகழாய்வுகளில் கிடைத்த பல்லவர் (பொ.ஆ. 7–8 ஆம் நூ.) காலச் செப்புக் காசின் பக்கங்கள் சற்றே சிதைவு பட்டுள்ளபோதும் உருவங்கள் தெளிவாகத் தெரிகின்றன (படம். 6.4.). அதன் முன்பக்கத்தில் காளை

உருவமும் பின் பக்கத்தில் இரண்டு பாய்மரங்களும் ஒருபக்கத்தில் இரண்டு துடுப்புகள் உள்ள கப்பல் ஒன்றும் உள்ளது. இக்காசில் எழுத்துகள் ஏதுமில்லை. பல்லவர் காசுகளில் கிரந்த எழுத்துப் பொறிப்புகள் உள்ளனவென்றாலும் பலவற்றில் எவ்வித எழுத்தும் இருப்பதில்லை. எனவே பெயர் இல்லையென்பதால் இக்காசை வெளியிட்ட பல்லவ அரசனை அடையாளம் காண்பதில் சிக்கல் உள்ளது. பல்லவர் செப்பேடுகளின் முத்திரைகள் பலவற்றிலும் அவர்கள் வெளியிட்ட காசுகளிலும் காளை முதன்மையான இடத்தில் பொறிக்கப்பட்டுள்ளது. இவ்வாறு பொறிக்கப்பட்ட காளை உருவத்தைப் போன்றே இக்காசிலும் காளை உருவம் உள்ளது.

பல்லவர் காசுகள் பலவற்றிலும் இரட்டைப் பாய் மரங்கள் காணப்படுகின்றன. மேலும் முன் பக்கத்தில் காளையும் பின் பக்கத்தில் இரட்டை பாய்மரம் உள்ள கப்பல் உருவங்கள் பொறித்த காசுகள் சிலவற்றை பல்லவர் காசுகள் என்று வரையறுத்துள்ளனர்.[20] இவ்வாறான இரட்டைப் பாய்மரங்கள் உள்ள கப்பல் உருவம் கொண்ட காசுகள் லண்டன் பிரிட்டிஷ் அருங்காட்சியகத்திலும் உள்ளன. அண்மைக் காலங்களில் இரட்டைப் பாய்மரம் பொறித்த ஈயக் காசுகளும் கண்டுபிடிக்கப்பட்டுள்ளன. எனவே இக்காசு பல்லவ அரசன் வெளியிட்ட காசு என்று அடையாளப்படுத்தலாம்.

சாதவாகனர் காசுகளிலும் காளை, இரட்டை பாய்மரங்களுடைய கப்பல் உருவங்கள் தனித்தனி காசுகளில் காணப்படுகின்றன.[21] சாதவாகன அரசன் முதலாம் சாதகர்ணி, இரண்டாம் சாதகர்ணி ஆகிய ஆரம்பகால அரசர்களின் காசுகளில் அரசனின் பெயரோடு காளை உருவம் உள்ளது. பிற்கால சாதவாகன அரசர்கள் காசுகளில் காளை சின்னம் இல்லை. ஆரம்பகால சாதவாகனர் காசுகளில் பின்பக்கத்தில் வெள்ளி அச்சுகுத்திய காசுகளில் காணப்படும் வேலிக்குள் மரம், சுவஸ்திகம், மீன், ஆகிய உருவங்கள் உள்ளன. இரட்டை பாய்மரங்களுடைய கப்பல்கள் பல சாதவாகன

மன்னர்களின் காசுகளில் பொறிக்கப்பட்டுள்ள போதிலும் முன்பக்கத்தில் மீன், சங்கு போன்ற சிறிய உருவங்கள் பொறிக்கப்பட்டுள்ளன. பின்பக்கத்தில் உஜ்ஜயினி சின்னம் உள்ளது. சாதவாகன மன்னர் வெளியிட்ட காசுகளின் முன்பக்கத்தில் காளையும் பின்பக்கத்தில் இரட்டை பாய்மரக் கப்பல் உருவங்கள் ஒன்றாக இல்லையென்பதால் இக்காசை சாதவாகனர் வெளியிட்டனர் எனக் கருதவேண்டியதில்லை.

மேற்கண்ட கருத்துக்களையெல்லாம் ஆய்ந்தால் தாய்லாந்தில் கண்டெடுக்கப்பட்ட காசு பல்லவர் காசு என்பதும் தமிழகத்தில் உருவாக்கப்பட்டு தாய்லாந்தைச் சென்றடைந்தது என்பதும் தெளிவாகும்.

10. முடிவுரை

பல்லவர்கள் ஆட்சிக் காலத்தில் சமூக, பொருளியல் பரிமாற்றங்கள் தென்கிழக்காசியா நாடுகளோடு சிறப்பாக நடைபெற்றுள்ளன. இப்பரிமாற்றங்களுக்கு பல்லவ அரசர்களின் ஆதரவு இருந்துள்ளது. பல்லவர் கால கிரந்த எழுத்து முறையின் சிறப்பம்சங்கள் பலவற்றை தென்கிழக்காசிய நாடுகள் ஏற்றுக்கொண்டுள்ளன. வணிகர்களின் செயல்பாடுகளைப்பற்றி சான்றுகள் அதிகச் செய்திகளைத் தராவிடினும் வணிகச் சரக்கு போக்குவரத்து ஓரளவு தீவிரமாகவே நடைபெற்றுள்ளது. முக்கியமாக மணிக்கற்கள், கண்ணாடிப் பொருள்களுக்கு நல்ல வரவேற்பு இருந்துள்ளது. செம்பு உலோக கனிமம் தென்கிழக்காசியா நாடுகளிலிருந்து தமிழகத்துக்குள் இறக்குமதி செய்யப்பட்டிருக்கலாம்

சான்று நூல்கள்

1. K.A.Nilakanta Sastri, *Foreign Notices of South India,* 1972, pp. 44,45; A.A.Bokshchanin, Sino-Indian Relations from Ancient Times to the Sixteenth Century, S.I.Tikhvinsky, (ed.) *China and Her Neighbours,* 1981,p.112.

2. Haraprasad Ray, "The Identity of Huang-Chih: An Ancient Indian Kingdom in Intimate Contact with Han China', *Journal of Historical Research,* vol. 17, 1990-91, pp. 1-34.

3. பெரும்பாணாற்றுப்படை, வ. *37.*

4. அகநானூறு, பா.*85.*

5. அகநானூறு, பா.*340.*

6. மணிமேகலை, பகு. *24:* வ.*54–59;* பகு. *25:* வ. *178–199;* பகு. *29.* வ. *3–13.*

7. மணிமேகலை, பகு. *7:* வ.*34–35.*

8. மணிமேகலை, பகு. *7:* வ.*70.*

9. மணிமேகலை, பகு. *7:* வ.*34–35;* பகு. *25:* வ. *181.*

10. T.V.Mahalingam, *Kanchipuram in Early South Indian History,* 1968, p. 86.

11. *SII.,* 2, pp. 349, 359.

12. *EI.,* 18, 18, pp. 145-152.

13. K.A.Nilakanta Sastri, *Foreign Notices of South India,* 1972, p. 116.

14. T.N.Ramachandran, *Nagapattinam and its Budhdhist Bronzes,* p. 14; John Guy, 'The Lost Temples of Nagapattinam and Quanzchou: A Study in Sino-Indian Relations', *Silk Road Art and Archaeology,* vol.3, 1994, p. 293.

15. K.A.Nilakanta Sastri, 'The Takua Pa (Siam) Tamil Inscription', *Journal of Oriental Research,* vol.4, 1932, pp. 299-310; K.A.Nilakanata Sastri, 'Takua Pa and its Tamil Inscription', *South India and South East Asia,* 1978, pp. 172-177; Noboru Karashima, ed., *Ancient and Medieval Commercial Activities in the Indian Ocean:Testimony of Inscriptons and Ceramic&sherds,* 2002, pp. 11-12.

16. நந்திக்கலம்பகம், பா. *14, 18, 22, 26, 66.*

17. ப. சண்முகம், தமிழ் நாடும் தாய்லாந்தும்: தொன்மைத் தொடர்புகள், ஆவணம், தொ. 3, ஜூலை, 1993, ப. 83–84.

18. Tharapong Srisuchat, 'Thailand and the Maritime Silk Routes: The Role of Ancient Ports and Harbour Cities in Thailand', *The Silpakorn Journal,* Special Issue, vol., 33-36, 1990, p.6.

19. இரா. கிருஷ்ணமூர்த்தி, சங்க காலச் சோழர் நாணயங்கள், 1986, பக்கங்கள் 3 5.

20. R.Krishnamurthy, 'Some Unpublished and Rare Coins of the Pallavas', *JNSI.,* vol.50, 1988, pp. 35-36, plate 5-1.

21. I.K.Sarma, *Coinage of the Satavahana Empire,* Delhi, 1980, pp. 64, 142, 146-151, 169-174, 227; plate 3, A1-A10, plate 4, A11-A11a, plate 6, A12-A18.

16.சீனப் பீங்கான் வணிகம்

1.சீனத் தொடர்புகள்

தென்னிந்தியாவுடனான சீனத் தொடர்புகள் ஏறக்குறைய பொது ஆண்டின் ஆரம்ப ஆண்டுகளுக்கு முன்பே தொடங்கி யிருக்கலாம். தென்னிந்தியாவுடன் ஏற்பட்ட வணிக, பண்பாட்டுத் தொடர்புகளோடு இவ்விரண்டு நாடுகளும் பரிமாறிக் கொண்ட தூதுக் குழுக்கள் பற்றியும் சீன வரலாற்றுக் குறிப்புகள் தெரிவிக்கின்றன. பண்பாடு மற்றும் சமூகப் பொருளியல் பயன்பாட்டுப் பொருள்களான பீங்கான் பொருள்கள், காசுகள் ஆகியன தமிழகத்தின் பல இடங்களில் கண்டெடுக்கப்பட்டுள்ளதைக் கொண்டு இவ்விரண்டு நாடுகளுக்கு இடையிலான வணிக நடவடிக்கைகள் நிலவியதன் போக்கினைச் சரியாக அறியலாம்.

சமய நோக்கத்திற்காக புத்த சமயத் துறவிகள் இந்தியப் பகுதிக்குள் வருகை தந்ததிலிருந்து சீனாவுடனான மிகத் தொன்மையான தொடர்புகள் ஆரம்பமாகியுள்ளன. இதனைத் தொடர்ந்து தென்னிந்தியாவுடன், சிறப்பாக தமிழகத்துடனான வணிக உறவுகளுக்கான சூழ்நிலை இருந்துள்ளது. பான் கோ (Pan Ku) என்ற சீன ஆசிரியரால் (பொ.ஆ.32–92) எழுதப்பட்ட ஹான் ஷீ *(Han Shu)* என்ற நூல் ஹுவாங் ச்சி (Huang Chih) என்ற அரசைப் பற்றி குறிப்பிடுகிறது. ஹுவாங் ச்சி மக்கள் தொகை மிக்குள்ள பெரிய நாடாகும். இங்கு வாழும் குடிமக்கள் வியட்நாமின் கிழக்குப்

பகுதியில் வாழ்ந்து வரும் மக்களைப் போன்று உருவமும் அவர்களைப் போன்ற பழக்க வழக்கமுடையவர்கள் என்றும் அந்நாடு ஆச்சரியம் தரத்தக்க பலவிதமான பொருள்களை பெருமளவில் தன்னகத்தே கொண்டுள்ளதாக அந்நூல் குறிக்கிறது.[1] ஹுவாங் ச்சி என்ற அரசை பல்லவர்களின் தலைநகரான காஞ்சிபுரத்தோடு அடையாளப்படுத்துவர்.

சங்க கால இலக்கியங்கள் இவ்வகையான சீனப் பொருள்கள் மற்றும் தொடர்புகளைப் பற்றி ஏதொரு குறிப்பையும தரவில்லை. பொ.ஆ. 7 ஆம் நூற்றாண்டின் முற்பாதியில் இந்தியாவிற்கு வருகை புரிந்த யுவான் சுவாங் காஞ்சிபுரத்தைப் பற்றியும் அங்கு அமைந்திருந்த புத்த கோ யில்கள் மற்றும் மடாலயங்களைப் பற்றிய விவரங்களைத் தந்துள்ளார். பல்லவ மன்னனான இரண்டாம் இராஜசிம்மன் காலத்தில் சீன அரசுச் சமூகத்திற்கு தூதுக் குழுக்கள் பல அனுப்பப்பட்டுள்ளன. கியோ தங் சோ என்ற சீன நூல் சீன வணிகர்களின் வழிபாட்டுக்காக கோயில் ஒன்று கட்டப்பட்டது என்று தெரிவிக்கிறது. இக்கோயில் இரண்டாம் நரசிம்மவர்மனால் (பொ.ஆ. 690–720) காஞ்சிபுரம் அல்லது மாமல்லபுரத்தில் கட்டப்பட்டிருக்க வேண்டும் எனக் கருதப்படுகிறது.[2]

இடைக் காலத் தமிழகத்தில் சீனாவுடனான வணிகத் தொடர்புகள் மேலும் சீரடைந்தன. வணிகச் செயல்பாடுகளை நோக்கி இரு நாடுகளும் அரசு தூதுக் குழுக்கள் சிலவற்றைப் பரிமாறிக் கொண்டன. சோழ நாட்டிலிருந்து 52 பேர் கொண்ட முதலாவது தூதுக்குழு பொ.ஆ. 1015ஆம் ஆண்டில் சீனா வந்தடைந்தது என்று சீன வரலாற்றுக் குறிப்புகள் குறிக்கின்றன. முத்துக்கள், தந்தம், வாசனைத் திரவியங்கள், கண்ணாடிப் பொருள்கள் போன்ற விலை உயர்ந்த பொருள்களை சீனப் பேரரசருக்கு தூதுக் குழு மூலம் சோழ அரசன் முதலாம் இராசராசன் அனுப்பிவைத்து, சீனப் பேரரசுடன் இணக்காமான உறவு கொள்ளுவதற்கான அவனுடைய விருப்பத்தைத் தெரிவித்துள்ளான்.

இரு நாடுகளுக்கும் இடையிலான வணிக நல்லுறவைப் பேணுவதற்காக தமிழகத்திலும் சீன நாட்டுப் பகுதியிலும்

வணிகர்களின் வழிபாட்டுக்காக கோயில்களைக் கட்டிக் கொள்ள இரு நாட்டு அரசுகளும் அனுமதி அளித்தன. இவ்வகையில் தென் சீனப் பகுதியின் முக்கிய நகரான குவாங்சோ வில் பொ.ஆ.1281 இல் சம்பந்தப் பெருமாள் என்ற தவச்சக்கரவத்திகள் என்ற வணிகர் ஒருவரால் கணிசுவரம் என்ற சிவன் கோயில் ஒன்று சகசைகான் (குப்லா கான்) என்ற சீனப் பேரரசன் ஆணையின் (பர்மான்) பேரில் கட்டப்பட்டது.[3] இக்கோயிலின் சிதிலமான பாகங்கள் பல கண்டுபிடிக்கப்பட்டுள்ளன. அங்குள்ள தூண்கள் சிலவற்றில் லட்சுமி, பூதேவியுடன் உள்ள திருமால், நரசிம்மர், கிருஷ்ணர், சிவன், பைரவர், மற்றும் துர்கை போன்ற தெய்வப் படிமங்கள் புடைப்புச் சிற்பங்களாக உள்ளன.[4] இவ்வாறான விவரங்கள் 13ஆம் நூற்றாண்டு வரையிலும் தென் சீனப் பகுதியில் தமிழக வணிகர்கள் குடியிருப்பும் வணிகச் செயல்பாடுகளும் தீவிரமாக நடைபெற்றுள்ளதை நன்கு விளக்கும்.

பதின்மூன்றாம் நூற்றாண்டின் பின் பகுதியில் எழுதப்பட்ட சீன நூலான யுவான் ஷி (யுவான் அரசின் வரலாறு) சீன மற்றும் மலபார் இடையே தூதுக்குழு பரிமாற்றங்கள் ஒவ்வோராண்டும் நடைபெற்றன என்று குறிப்பிடுகிறது. இதன்மூலம் அக்காலகட்டத்தில் இரு நாட்டுப் பகுதிகளுக்கும் இடையே நிலவிய சுமுகமான உறவினை அறியலாம். இக்காலகட்டத்தில் சீனாவிற்கும் மேற்கத்திய நாடுகளுக்கும் இடையே மிகத் தீவிரமான வணிகச் செயல்பாடுகள் நிலவியபோதும் பொ.ஆ.1296 ஆம் ஆண்டுவாக்கில் தென்னிந்தியா மற்றும் மலபார் பகுதிகளிலிருந்து பொன், வெள்ளி உலோகங்கள் ஏற்றுமதிக்கும் வணிகச் செயல்பாடுகளுக்கும் கட்டுப்பாடுகள் பலவற்றை சீனா விதித்திருந்தது.[5] இவ்விதமான கட்டுப்பாடுகள் இருந்தபோதிலும் 14 ஆம் நூற்றாண்டில் சீனாவுடனான கடல் வழி வணிகம் வெகு சிறப்பாகவே நடைபெற்றுள்ளது. மார்க்கோ போலோவின் கூற்றுப்படி சீனத்துறைமுகங்கள் யாவிலும் இந்திய வணிகக் கப்பல்கள் நிறைந்திருந்தன. தென்னிந்தியத் துறைமுகங்களில் நங்கூரமிட்ட சீனக் கப்பல்கள் பலவும் மதிப்பு மிக்க சரக்குகளை இறக்குமதி செய்தன.

தயோ சிலியே (பழங்குடித் தீவுகளின் விவரச் சுருக்கம்) *(Daoyi Zhilue)* என்ற சீன நூல் பொ.ஆ. 1350 இல் எழுதப்பட்டது. இதன் ஆசிரியரான வாங் தயூன் (Wang Dayuan), தென்னிந்தியாவின் கடற்பகுதியில் அமைந்த தபடன் (Da badan) என்ற சிறப்பான துறைமுகத்தைப் பற்றி குறிப்பிடுகிறார். இத்துறைமுகத்தில் பரிமாறிக்கொள்ளப்பட்ட சரக்குகளில் செலடான் எனப்பட்ட பச்சை வண்ணமுடைய சீனப் பீங்கான் பாண்டங்கள் முக்கியமானவை. இங்கு ஏற்றுமதியான பிறவகைச் சரக்குகளில தடித்த மற்றும் நேர்த்தியான பலவண்ணமுடைய பட்டு, படிகாரம் (alum), சிவப்பு பச்சை கண்ணாடி மணிகள், இரும்பு கம்பிகள், வெண்கல முக்காலிகள், தகரம், மதுவகைகள், காலிங்கலே எனப்பட்ட வாசனைச் சரக்கு ஆகியன அடங்கும்.[6] நாகபட்டினத்தில் சீன வணிகர்கர்கள் குடியிருப்பு ஒன்றும் இருந்துள்ளது. அவர்கள் வழிபாட்டுக்கென செங்கல் கட்டுமானத்திலான கோயில் (தூத) ஒன்றும் அவர்களால் கட்டப்பட்டுள்ளது. மேலும் சீனக் குடிமக்களின் பாதுகாவலராக ஓரதிகாரியும் இருந்துள்ளார் என இந்நூல் குறிக்கிறது.[7] கோயில் கட்டுமானம் பொ.ஆ. 1267இல் முடிவடைந்ததாக இந்நூல் மேலும் குறிப்பிடுகிறது. வணிகப் பரிமாற்றத்திற்கான பீங்கான் பாண்டங்களின் உற்பத்தி தென் சீனப்பகுதியில் உள்ள மண்பாண்டச் சூளைகளில் உற்பத்தி செய்யப்பட்டன. வெள்ளைப் பீங்கான், பச்சை வண்ண செலடான், சாம்பல் நிற மெருகு ஏற்றப்பட்ட பாண்டங்கள், ஆகிய பாண்ட வகைகள் தென் சீனத் துறைமுகங்களிலிருந்து இந்தியா மற்றும் அராபிய துறைமுகங்களுக்கு ஏற்றுமதி செய்யப்பட்டன.

2.சீனக் காசுகள்

தமிழகத்தைப் பொருத்தமட்டில் சீனவுடனான வணிகத் தொடர்புகளை உறுதி செய்யும் வண்ணம் தமிழகத்தின் பல பகுதிகளில் சீனக் காசுகள் கண்டெடுக்கப்பட்டுள்ளன. இக்காசுப்புதையல்கள் தஞ்சாவூர் சுற்றுவட்டாரப் பகுதிகளில் உள்ள மூன்று ஊர்களில் கிடைத்துள்ளன. இவற்றில் 20 காசுகள் விக்கிரம் ஊரிலும் (பட்டுக்கோட்டை தாலுகா),

1822 காசுகள் தல்லிக்கோட்டையிலும் (மன்னார் குடி தாலுகா), 323 காசுகள் ஓலயகுன்னம் (பட்டுக்கோட்டை தாலுகா) என்ற ஊரிலும் கிடைத்தன. இக்காசுகள், பொ.ஆ.மு.142 முதல் பொ.ஆ.1241 ஆண்டுவரையில் வெளியிடப்பட்ட காசுகளாகும். எனினும் இக்காசுகளில் பெரும் பகுதி சீன சுங் அரசர் வெளியிட்ட காசுகளே. விக்கிரத்தில் கிடைத்த காசுகளில் 83 விழுக்காடுகளும் ஓலயகுன்னத்தில் கிடைத்த காசுகளில் 95 விழுக்காடுகளும் சுங் அரசர்களால் வெளியிடப்பட்ட காசுகள்.[8]

தமிழகத்தில் பிற இடங்களிலும் சீனக் காசுகள் கண்டெடுக்கப்பட்டுள்ளன. பாண்டிச்சேரியில் சுங் (பொ.ஆ.960-1127) அரசர்களின் காசுகளும்,[9] மதுரை வைகை ஆற்றுப்படுகையிலும் (அரசு அருங்காட்சியகம், மதுரை),[10] காரைக்காலுக்கு அருகில் உள்ள நெடுங்காடு[11] ஆகிய இடங்களிலும் கண்டெடுக்கப்பட்டுள்ளன. கண்டெடுக்கப்பட்ட நான்கு காசுகளில் இரண்டு காசுகள் செ சுங் (1085-1100) பேரரசருடையது. மற்றிரண்டும் யூ சாங் (1100-1126) பேரரசருடையது. நெடுங்காட்டில் கண்டெடுக்கப்பட்ட சீனக் காசுகள் யாவும் அங்குள்ள சுயம்புநாதசுவாமி கோயிலின் பலிபீடத்தின் கீழிருந்து எடுக்கப்பட்டவை. அதாவது இச்செப்புக் காசுகளின் மதிப்பைக் கருத்தில்கொண்டு பலிபீடத்தை நிறுவும் போது அதன் கீழடியில் ரத்நந்நியாசம் என்ற வகையில் இக்காசுகளைப் புதைத்துள்ளனர். மேற்கண்ட கண்டுபிடிப்புகள் யாவும் வணிகத்தின்பொருட்டு சீனக் காசுகள் வணிகர்கள் மூலமாக தமிழகத்தை வந்தடைந்துள்ளன என்பது தெளிவாகப் புலப்படும். இவ்வகையான வணிக உறவுகள் குறிப்பாக 13 ஆம் நூற்றாண்டின் இறுதிவரை நிலவியது.

3. பீங்கான் உற்பத்தி

இந்தியப் பெருங்கடல் நாடுகளோடு சீனாவின் பீங்கான் வணிகம் ஏறக்குறைய 11 ஆம் நூற்றாண்டு வாக்கில் துவக்கப்பட்டதாக சான்றுகள் குறிக்கின்றன. பீங்கான் மண்பாண்டங்கள் செய்வதற்கு உகந்த மண் மற்றும் பிற

இடு பொருள்கள் தாராளமாகக் கிடைத்ததாலும், சூளையில் இட்டு எரிப்பதற்கு தரமான விறகு தேவையான அளவில் கிடைத்ததாலும், மற்றும் பாண்டங்களைச் செய்யும் நுண்கலைக் குயவர்களின் தீவிரமான பங்களிப்பு போன்ற உற்பத்திக்கான முக்கிய பொருள்கள் கிடைத்ததனால் தென் சீனப் பகுதியில் பீங்கான் உற்பத்தி பன் மடங்கு பெருகியது. பிற பொருளாதாரத் தரவுகளான முன்னேற்றமான போக்குவரத்து வசதிகள் பெருகியதும் இத்தொழில் வளர்ச்சி அடைவதற்கு முக்கிய காரணங்களாக அமைந்தன. இத்தொழில் வளர்ச்சி தென் சீனாவின் குவாங்டங் மாநிலத்தை பீங்கான் பாண்டத் தொழிற்சாலை முனையமாக மாற்றியது. சுங் (960–1279), யுவான் (1271–1368) பின்னர் மிங் பேரரசர்கள் (1368–1644) ஆட்சிக் காலங்களில் அயல் நாட்டு வணிக நடவடிக்கைகளுக்கு முக்கியத்துவம் அளித்துள்ளனர். கப்பல் கட்டுமானத்தில் ஏற்பட்ட முன்னேற்றமான நுண்தொழில் வளர்ச்சி, கப்பல் போக்குவரத்தில் மேற்கொண்ட மாற்றங்கள் போன்ற முக்கிய காரணங்களால் சீன மாலுமிகள் தென்கிழக்கு ஆசியா நாடுகளின் துறைமுகங்களைப் பாதுகாப்பாகவும், எளிதாகவும், சீக்கிரமாகவும் சென்றடைய வாய்ப்பு ஏற்பட்டது. தென்கிழக்கு ஆசியா நாடுகள், இந்தியா, ஸ்ரீலங்கா, மற்றும் மேற்காசியா நாடுகளுக்கு அதிக அளவில் பீங்கான் பொருள்கள் ஏற்றுமதி செய்யப்பட்டதனால் பதினான்காம் நூற்றாண்டிலும் பீங்கான் பாண்டங்களின் உற்பத்தி பன்மடங்காகப் பெருகியது.

4.தென்னிந்தியாவில் பீங்கான்கள்

4.1.தமிழ்நாடு

தென்னிந்தியாவில் குறிப்பாக தமிழகத்தில் சீனப் பீங்கான் பாண்ட வணிகத்தின் போக்கினை அறிவதற்கான கள ஆய்வுகளை ஜான் கார்ஸ்வால் முதலாகத் துவக்கினார்.[12] இவரது ஆய்வுகளால் வணிகப் போக்கின் முக்கிய தடயங்களைக் கண்டுபிடிக்க இயலவில்லை. பின்னர் நொபொரு கராஷிமா மற்றும் அவரால் ஏற்படுத்தப்பட்ட சப்பானிய–இந்தியத் தொல்லியல் ஆய்வுக் குழுவினர்

தென்னிந்தியாவின் கடற்கரைப் பகுதிகளில் தீவிரமான கள ஆய்வுகள் மேற்கொண்டு சீனப் பீங்கான் கிடைக்கும் இடங்கள் பலவற்றைக் கண்டுபிடித்தனர். இக்கள ஆய்வுகளைத் தவிற தமிழ் நாடு, கேரளம், ஆந்திரப்பிரதேசம், ஆகிய மாநிலக் கடற்கரை ஊர்களில் சிறு அகழாய்வுகளும் செய்யப்பட்டன. இவ்வகழாய்விலும் முக்கியமான சீனப் பீங்கான் பாண்டங்கள் கண்டெடுக்கப்பட்டன.

சீனப் பீங்கான் பாண்ட வகைகளில் பொ.ஆ. 12 ஆம் நூற்றாண்டினதாகக் கருதப்படும் ஜிந்தாசென் சூளைகளில் உற்பத்தி செய்யப்பட்ட இங்க்கிங் என்ற வெண்மை வகைச் சீனப்பீங்கான் பாண்டங்களே தமிழ் நாட்டில் கிடைத்தவற்றுள் மிகத் தொன்மை வகையான பாண்டங்கள் என்று இவ்வாய்வுகளிலிருந்து அறியப்பட்டது. இத்தொன்மையான பாண்டங்கள் கங்கைகொண்ட சோழபுரம் (படம்:8.) அகழாய்வுகளில் காணப்பட்டன.[13] இத்தொல்லியல் அகழாய்வு தமிழ் நாட்டு அரசின் தொல்லியல் துறையின் மேற்பார்வையில் நடத்தப்பட்டது.

சீனப் பீங்கான் பாண்டச் சில்லுகள் தமிழகத்தின் நீண்ட கடற்கரையில் பல்வேறிடங்களில் கண்டெடுக்கப்பட்டுள்ளன.[14] செலடான் என்று அழைக்கப்படும் இளம்பச்சை வண்ண பீங்கான் 13–14 ஆம் நூற்றாண்டுகளில் சீனாவில் உற்பத்தி செய்யப்பட்டது. இப்பாண்டங்கள் பழையகாயல், பெரியபட்டினம், தேவிபட்டினம், மற்றும் நாகபட்டினம் ஆகிய ஊர்களில் காணப்படுகின்றன. அரிக்கமேடு, கோவளம் ஆகிய கடற்கரை ஊர்களிலும் (படம்: 8,9) சீனப் பீங்கான் பாண்டங்கள் கண்டெடுக்கப்பட்டுள்ளன. எனவே இவ்வூர்கள் யாவும் சீன வணிகத் தலங்களாக இடைக்காலத்தில் செயல்பட்டிருக்கவேண்டும். பதினான்கு முதல் பதினேழாம் நூற்றண்டுகளில் சீனப் பீங்கான் பாண்டச் சரக்குகளை அதிக அளவில் ஏற்றிக்கொண்ட சீனக் கப்பல்கள் தமிழகம் மற்றும் கேரளத் துறைமுகங்களை வந்தடைந்தன. இவ்வகையான பீங்கான் வணிகம் ஏறக்குறைய 18ஆம் நூற்றாண்டு வரை தொடர்ந்து நடைபெற்றுள்ளது. பெரியபட்டினம், தேவிபட்டினம் மற்றும் தமிழகத்தின் சில

துறைமுகங்களில் நீல–வெள்ளை நிற பீங்கான் பாண்டங்கள் சேகரிக்கப்பட்டுள்ளன. இவைகள் 14–17 நூற்றாண்டுகள் கால கட்டங்களைச் சேர்ந்தவை. தமிழ் நாட்டில் வேலூர் (ஜலகண்டேசுவரர் கோயில், கோட்டை), தஞ்சாவூர் (பெரிய கோயில்), காயல்பட்டினம், நாகபட்டினம் ஆகிய இடங்களிலும் 17ஆம் நூற்றாண்டைச் சேர்ந்த சீனப் பீங்கான்கள் கண்டெடுக்கப்பட்டுள்ளன.

4.2.கேரளா

கேரளாவுடனான சீன வணிகத் தொடர்புகளை மார்க்கோ போலோவும் இபின் பதூதாவும் குறித்துள்ளனர். சீன நூல்களான சூபான் ஷி (13 நூ.), தயே சிலி (14 நூ.), யுவான் ஷி (15 நூ.) போன்ற சீன நூல்களும் இத்தொடர்புகளைக் குறிக்கின்றன. வணிகத்தின் பொருட்டு சீனக் கப்பல்கள் பந்தலாயினி கொல்லம் (கோழிக்கோடு), கொல்லம் போன்ற கேரளத் துறைமுகங்களை அடைந்தன. கோழிக்கோடு (பந்தலாயினி கொல்லம்), கொல்லம் (தங்கசேரி), தர்மடம், கொடுங்கல்லூர் ஆகிய கடற்கரை ஊர்களில் பொ.ஆ. 13 முதல் 18 ஆம் நூற்றாண்டு காலகட்டங்களைச் சேர்ந்த பீங்கான் பாண்டச் சில்லுகள் கண்டெடுக்கப்பட்டுள்ளன.[15] ஏறக்குறைய 720 பீங்கான் துண்டுகள் கேரளக் கடற்கரை ஊர்களில் கண்டெடுக்கப்பட்டுள்ளன.

கண்ணனூர், தர்மடம், மாகே ஆகிய ஊர்களில் 13–16ஆம் நூற்றாண்டுகளைச் சேர்ந்த சீனப்பீங்கான் துண்டுகள் காணப்பட்டுள்ளன. கொடுங்கல்லூரிலும் செலடான் வகை சீனப்பீங்கான் துண்டுகள் காணப்பட்டுள்ளன. இங்கும் நீல–வெள்ளை நிற பீங்கான்கள் கண்டெடுக்கப்பட்டுள்ளன. பந்தலாயினி கொல்லத்தில் (கோழிக்கோட்டுக்கு வடக்கே) குண்டில் பறம்பு, கீழில்லம், மொய்தீன் காட்டு பறம்பு ஆகிய இடங்களில் செலடான் என்ற பச்சை பீங்கான் துண்டுகள் கண்டெடுக்கப்பட்டன. இவைகள் 13–14ஆம் நூற்றாண்டுகளைச் சேர்ந்தவை. மேலும் 14ஆம் நூற்றாண்டினதான நீல–வெள்ளை பீங்கான் துண்டுகளும் இவ்விடங்களில் எடுக்கப்படுள்ளன. கொல்லம் (Quilon)

தங்கசேரியில் லாங்குவான் சூளைகளில் செய்யப்பட்ட செலடான் (14ஆம் நூ.), ஜிந்தாசென் சூளைகளில் உற்பத்தி செய்யப்பட்ட பூஜியன் வகை நீல–வெள்ளை நிறக் குவளை (17–18 ஆம் நூ.) ஆகியன கண்டெடுக்கப்பட்டுள்ளன. மேலும் மிங் அரசு காலத்தில் (16ஆம் நூ.) வனையப்பட்ட சீன எழுத்துக்களுள்ள பீங்கான் துண்டு ஒன்றும் இவ்விடத்தில் காணப்பட்டுள்ளது.[16]

4.3. ஆந்திரப்பிரதேசம்

தென்னிந்தியாவில் ஆந்திரப் பிரதேசத்தின் கிழக்கு கடற்கரைப் பகுதிகளில் சீனக் கப்பல்களின் நடமாட்டம் பற்றிய செய்திகள் பல உள்ளன. இதன் காரணமாக கடற்கரை ஊர்கள் சிலவற்றில் சீனப்பீங்கான் துண்டுகள் காணப்பட்டுள்ளன. வடக்கே மசூலிப்பட்டினத்தில் இருந்து தெற்கே கொத்தபட்டினம் வரையில் உள்ள பல ஊர்களில் சீனப் பீங்கான்கள் கண்டெடுக்கப்பட்டுள்ளன. மசூலிப்பட்டினத்தில் சுமார் 300 பீங்கான் துண்டுகள் எடுக்கப்பட்டன. இப்பீங்கான்கள் யாவும் 17–18 நூற்றாண்டுகளைச் சேர்ந்த ஜிந்தாசென் மற்றும் பூஜியன் சூளைகளில் உற்பத்தியான பச்சை வகைச் செலடான், வெள்ளைப் பீங்கான்கள், மற்றும் நீல–வெள்ளை பீங்கான்கள். எனவே இத்துறைமுகத்தில் 17–18 ஆம் நூற்றாண்டு வாக்கில் சீனப்பீங்கான் வணிகம் நடைபெற்றுள்ளது எனக் கருதலாம்.

மோட்டுபள்ளியில் லாங்குவான், பூஜியன், தேஹுவா, குவாங்டங் சூளைகளில் உற்பத்தி செய்யப்பட்ட 14 ஆம் நூற்றாண்டு செலடான் வகைப் பீங்கான்கள் கண்டெடுக்கப்பட்டன. இதே காலகட்டத்தைச் சேர்ந்த வெள்ளை வண்ணம் மற்றும் நீல வண்ணப் பூச்சுள்ள பீங்கான் துண்டுகளும் இங்கு கண்டுபிடிக்கப்படுள்ளன. மேலும் 17–18ஆம் நூற்றாண்டுகளைச் சேர்ந்த ஜிந்தாசென் சூளைகளில் உற்பத்தி செய்யப்பட்ட நீல–வெள்ளை பீங்கான்களும் இங்கே சேகரிக்கப்பட்டுள்ளன. எனவே 13 முதல் 17 ஆம் நூற்றாண்டுகள் வரை இங்கு சீன வணிகர்கள் வருகை புரிந்துள்ளனர். கொத்தபட்டினத்தில்

13–14ஆம் நூற்றாண்டு செலடான் பீங்கான் குவளைகள் கண்டெடுக்கப்பட்டன. இவை லாங்குவான் என்ற சூளைகளில் உற்பத்தி செய்யப்பட்டவை. இங்கே 15–16ஆம் நூற்றண்டு சீனப்பீங்கான்களும் சேகரிக்கப்பட்டுள்ளன.[17]

5.துறைமுகங்கள் (நிலப்படம்: 5.)

5.1.பழவேற்காடு

இடைக்காலத் துறைமுகங்களைப் பொருத்தமட்டில் தமிழ் நாட்டின் வட கோடியில் உள்ள பழவேற்காடு (புலிகட்) சீனாவுடன் வணிகத் தொடர்புகளைக் கொண்டிருந்தது. சங்க காலத்திலும் மிகச் சிறப்பு வாய்ந்த துறைமுகமாக விளங்கிய இப்பகுதியைத் திரையர் என்ற குறு நில மன்னர்கள் பவத்திரியைத் தலைநகரகக் கொண்டு ஆண்டு வந்தனர். இன்றைய ஆந்திரப் பிரதேசத்தில் தென்பகுதியான நெல்லூர் மாவட்டத்தில் (கூடுர் தாலுகா) உள்ள காகந்தி என்ற ஊரோடு பவத்திரியை அடையாளம் காண்பர். விசயநகரப் பேரரசு காலத்தில் இத்துறைமுகம் அநந்தராயன் பட்டினம் என்று அழைக்கப்பட்டது.[18] இக்கல்வெட்டு சீனாவின் ஜங்க் மற்றும் தோங்க் என்ற தொங்கு (Tong) கப்பல்களில் சரக்குகள் வந்திறங்கின என்று தெரிவிக்கிறது. கராஷிமா தனது கள ஆய்வின்போது நூற்றுக்கு மேற்பட்ட சீனப்பீங்கான் பாண்டத் துண்டுகளைச் சேகரித்துள்ளார். இப்பாண்டங்கள் ஜாங்சௌ பகுதியிலிருந்து வந்தவை என்று அடையாளம் கண்டுள்ளார். மேலும் இப்பாண்டங்கள் ஜிந்தாசென் வகையிலான நீல–வெள்ளைப் பீங்கான்கள் மற்றும் குவாங்டங் மற்றும் பூஜியன் வகையிலான நீல–வெள்ளைப் பீங்கான் குப்பிகள் மற்றும் அகலமான கிண்ணிகள் என்றும் கண்டுபிடித்தார். இவ்வகைப் பீங்கான் பாண்டங்களை 16 ஆம் நூற்றாண்டின் பிற்பாதி மற்றும் 17ஆம் நூற்றாண்டின் முற்பாதி காலகட்டங்களைச் சேர்ந்தவை.[19]

5.2.மயிலாப்பூர்

பொது ஆண்டின் ஆரம்ப ஆண்டுகளில் நன்றாகச் செயல் பட்டு வந்த துறைமுகங்களில் ஒன்று தான்

இன்றைய சென்னை மாநகரத்தின் ஒரு பகுதியாக உள்ள மயிலாப்பூர் என்ற பழந்துறைமுகம். தொன்மையான மக்கள் குடியிருப்பு இருந்ததற்கான அடையாளமாக கருப்பு-சிவப்பு வண்ண மண்பாண்டங்கள் கிடைத்துள்ளன. இங்கே துறைமுகம் 6ஆம் நூற்றாண்டளவில் செயல்பட்டுள்ளது. சோழர் ஆட்சிக் காலத்திலும் இத்துறைமுகம் நன்முறையில் செயல்பட்டு வந்துள்ளது. பதினான்காம் நூற்றாண்டு வரையில் தென்னிந்தியாவின் சிறப்பான துறைமுகங்களில் ஒன்றாக மயிலாப்பூர் இருந்துள்ளது.[20] முக்கியமான வணிக முனையமாக மயிலாப்பூர் உள்ளதைக் கர்நாடக மாநிலத்தில் உள்ள கல்வெட்டு ஒன்றும் குறிக்கிறது.[21] இங்குள்ள சந்தையில் வேளாண் பொருள்கள், மசாலாப் பொருள்கள், அச்சடிக்கப்பட்ட துணி வகைகள் விற்கப்பட்டன. பிரியர் ஓடரிக் என்பார் (1321) மயிலாப்பூர் மக்களின் சமயச் சடங்குகள் பற்றி விவரித்துள்ளார்.[22]

மயிலாப்பூரின் சீனத் தொடர்புகள் ஏறக்குறைய 14ஆம் நூற்றாண்டு வாக்கில் தொடங்குகிறது. ஜான் டி மாரிக்நொல்லியின் கருத்துப்படி சீனா நாட்டுக் கப்பல்கள் இவ்வூர் துறைமுகத்திற்கு வருகை தந்துள்ளன.[23] இந்தத் துறைமுகத்திலிருந்து உயர் ரக துணிவகைகள் மலாக்கா, பெகு, சுமத்திரா மற்றும் சீன துறைமுகங்களுக்கு ஏற்றுமதி செய்யப்பட்டது என்று துவார்த்தோ பர்போசா[24] குறிக்கிறார்.

இன்றைய சென்னை மாநகரத்தின் ஒருபகுதியாக உள்ள மயிலாப்பூரை எளிதில் அடையாளம் காணலாம் என்றாலும் வளர்ந்துவரும் நாகரிக அடையாளங்களான அதிக மக்கள் பெருக்கம், குடியிருப்புகள், கட்டிடங்கள், நெடுஞ்சாலைகள் ஆகியவற்றால் கள ஆய்வுகள் முழுமையாகச் செய்ய இயலாததால் துறைமுகம் இருந்த பகுதியை அடையாளம் காண்பது சற்றே கடினமாக உள்ளது. தற்பொழுது இவ்விடத்தில் கப்பல்கள் ஒதுங்குவதற்குத் தகுதியான மறைவிடங்களோ கழிமுகங்களோ இல்லை. எனவே நடுக்கடலில் கப்பலை நிறுத்தி சிறு படகுகள் மூலம் சரக்குகளை கரைக்கு எடுத்துச் சென்றுள்ளனர். இத்துறைமுகம் 18 ஆம் நூற்றாண்டின் இறுதிவரை செயல்பட்டுள்ளது.

5.3.கோவளம்

மயிலாப்பூருக்குத் தெற்கே அமைந்த மற்றுமொரு துறைமுகம் கோவளம் (செங்கல்பட்டு மாவட்டம்). இங்கு நிலவிய துறைமுகம் பற்றி இலக்கியங்களில் ஏதொரு குறிப்பும் இல்லை. இடைக்காலக் கல்வெட்டு ஒன்றில் இவ்வூர் கோவிலம்பட்டினம் எனறு அழைக்கப்பட்டுள்ளது. இதனால் கடற்கரையில் அமைந்த இவ்வூர் ஒரு முக்கிய வணிக நகரமாக இருந்துள்ளதை அறியலாம். இவ்வூரில் 1989, 1995 ஆம ஆண்டுகளில் மேற்கொள்ளப்பட்ட கள ஆய்வுகளில்[25] கடற்கரையில் உள்ள சிறு கோயிலுக்கு அண்மையில் சீனப் பீங்கான் துண்டுகள் குறைந்த எண்ணிக்கையில் காணப்பட்டன. பச்சை செலடான் மற்றும் நீல–வெள்ளை பீங்கான் துண்டுகளும் காணப்பட்டன. இவையெல்லாம் 13 ஆம் நூற்றாண்டைச் சார்ந்தன எனக் கணிக்கப்பட்டுள்ளது. இதனால் இத்துறைமுகம் 14 முதல் 16 ஆம் நூற்றாண்டுகள் வரை வணிகச் செயல்பாடுகளில் ஈடுபட்டிருக்கவேண்டும் என்றும் சீனா கப்பல்கள் இத்துறைமுகத்தை வந்தடைந்திருக்க வேண்டும். பின்னர் இத்துறைமுகம் முஸ்லீம் மற்றும் வணிகர்களின் பயன்பாட்டில் இருந்துள்ளது. இவ்வூரின் கடற்கரையில் சிறிய கழிமுகம் ஒன்று அமைந்துள்ளது. சிறு கப்பல்கள் நிறுத்துவதற்கு ஏற்ற மறைவிடமாக இவ்விடம் உள்ளது.[26]

5.4.அரிக்கமேடு

சீனாவுடன் வணிகத்தொடர்புகளைத் தீவிரமாக மேற்கொண்ட மற்றுமொரு துறைமுகம் அரிக்கமேடு (புதுச்சேரி, ஒன்றிய அரசின் ஆட்சிப் பகுதி) ஆகும். இங்குள்ள துறைமுகம் பொ.ஆ.மு. முதல் நூற்றாண்டிலிருந்து செயல்பாட்டில் இருந்துள்ளது. இங்கு கண்டெடுக்கப்பட்ட பழம் மண்கலங்களும் காசுகளும் இத்துறைமுகம் தொடர்ந்து செயல்பாட்டில் இருந்துள்ளதை உறுதி செய்கின்றன. இவ்விடத்தில் சேகரிக்கப்பட்ட சோழ மன்னர்களின் காசுகள் பலவும் இடைக்காலத்தில் இத்துறைமுகத்தில் வணிகம் சிறப்பாக இருந்துள்ளதைக் காட்டுகிறது. இடைக்காலத்தில்

சீனாவுடனான வணிகத் தொடர்புகள் இருந்துள்ளதை அங்கு கிடைத்த செய்பொருள்கள் காட்டுகின்றன. இப்பகுதியை அகழாய்வு செய்தபோது செலடான் பீங்கான் பாண்டங்களை வீலர் கண்டெடுத்துள்ளார். விமலா பெக்லியின் அகழாய்வுகளிலும் செலடான் என்ற சீன பீங்கான் பாண்டங்களின் துண்டுகள் கண்டெடுக்கப்பட்டன.[27] இப்பீங்கான் பாண்டங்கள் சுங் அரசர்களின் (11–13 ஆம் நூற்றாண்டுகள்) ஆட்சிக் காலத்தை சேர்ந்தவை. எனவே இத்துறைமுகம் 13 ஆம் நூற்றாண்டிலும் சிறப்பாகச் செயல் பட்டுவந்துள்ளது. சீனா கப்பல்கள் இத்துறைமுகத்தை நாடி வந்துள்ளதால் சீனாவுடனான வணிக உறவுகள் தொடர்ந்துள்ளன. அரியாங்குப்பம் என்ற சிற்றாறு இவ்விடத்தில் கடலில் கலப்பதால் அதன் முகத்துவாரத்தில் வளைவாகவுள்ள மறைவான பகுதியில் கப்பல்களை அமைதியாக நிற்கவைக்க முடியும். இத்துறைமுகம் 16ஆம் நூற்றாண்டு வாக்கில் செயல் இழந்தது. இதற்கான காரணங்கள் சரியாகத் தெரிந்திலது.

5.5.தரங்கம்பாடி

சீனாவுடன் கடல் வழி வணிக உறவுகளை மேற்கொண்ட மற்றுமொரு துறைமுகம் நாகபட்டினத்திற்கு வடக்கே அமைந்த தரங்கம்பாடி (Tranqubar) ஆகும். கடற்கரையில் அமைந்த இவ்வூரிலும், இவ்வூருக்கு அணித்தே உள்ள ஊர்கள் சிலவற்றிலும் மேற்கொண்ட கள ஆய்வுகளால் சீனப் பீங்கான் துண்டுகள் பல சேரிக்கப்பட்டன. இப்பீங்கான்கள் 14ஆம் நூற்றாண்டைச் சாந்ததாகக் கணித்துள்ளனர். எனவே சீனப் பீங்கான்கள் ஏற்றப்பட்ட சரக்குக் கப்பல்கள் இத்துறைமுகத்தை நாடி வந்துள்ளன. இக்கப்பல்கள் நடுக்கடலில் நிறுத்தப்பட்டு சரக்குகள் சிறு படகுகள் மூலம் கரைக்கு அனுப்பப்பட்டுள்ளன. பின்னர் டேன் (Danes) எனப்பட்ட ஐரோப்பிய நாட்டினர் (வட ஜெர்மானியப் பகுதி) இவ்விடத்தில் தொழிற்கூடம் மற்றும் கோட்டையையும் கட்டி வணிகம் செய்ய முற்பட்டனர். இங்குள்ள துறைமுகத்தையும் அவர்களே பயன்படுத்தியுள்ளனர். இத்துறைமுகம் 19

ஆம் நூற்றாண்டு வரை செயல்பாட்டில் இருந்துள்ளது. தரங்கம்பாடிக்கு வடக்கே உள்ள செம்போடை என்ற சிற்றூரிலும் சீனப் பீங்கான் பாண்டங்களை தமிழ் நாடு அரசின் தொல்லியல் துறையினர் கண்டெடுத்துள்ளனர். இவையாவும் அங்குள்ள கோட்டை அருங்காட்சியகத்தில் பாதுக்கப்பட்டு வருகின்றன. இவ்விடம் 14 ஆம் நூற்றாண்டு வாக்கில் சிறு துறைமுகமாக சிலகாலம் பயன்பாட்டில் இருந்திருக்கலாம்.

5.6. நாகபட்டினம்

மிகத் தொன்மையான துறைமுகங்களில் நாகபட்டினம் துறைமுகமும் (நாகபட்டினம் மாவட்டம்) ஒன்று. பல்லவர், சோழர் காலங்களில் இத்துறைமுகம் சிறப்பாக செயல்பட்டுள்ளது. சைலேந்திர மன்னன் வணிகர்களின் வழிபாட்டுக்கு இவ்வூரில் புத்த விகாரை ஒன்றைக் கட்டுவித்து பொன் கொடை அளித்துள்ளான். சோழ மன்னனும் இக்கோயிலின் வழிபாடு மற்றும் செயல்பாடுகளுக்கு நிலம் மற்றும் பொருள்களைத் தானமாக அளித்துள்ளான். தயோ சிலி என்ற 14ஆம் நூற்றாண்டு சீன நூல் தூத என்ற கோயில் இங்குள்ளதாகக் குறிப்பிடுகிறது. இக்கோயிலின் கோபுரத்தில் 1267 ஆம் ஆண்டை சேர்ந்த சீனக் கல்வெட்டு உள்ளதாக இந்நூல் மேலும் குறிப்பிடுகிறது.[28] இவ்விடத்தில் சீனப்பீங்கான் பாண்டங்கள் 150க்கும் மேலாக எடுக்கப்பட்டுள்ளன.[29] இப்பீங்கான்களின் பெரும்பகுதி கடற்கரையில் அக்காலத்தில் அமைந்திருந்த உள்ளூர் மாஜி ஸ்ரேட் நீதிமன்ற வளாகத்தில் கண்டெடுக்கப்பட்டவை. இப்பகுதியில் வரலாற்று ஆரம்பகால மண்பாண்டங்கள் ஏதும் கிடைக்கவில்லை. இங்கே கிடைத்த சீனப்பீங்கான்கள் 15ஆம் நூற்றாண்டிற்குப் பிற்பட்ட காலத்தைச் சேர்ந்தவையாகும்.

5.7. பெரியபட்டினம்

தென் பாண்டிய நாட்டுப் பகுதிகளில் உள்ள துறைமுகங்கள் பலவற்றிலும் சீனப்பீங்கான்கள் கண்டெடுக்கப்பட்டுள்ளன. இவற்றுள் பெரியபட்டினம், பழைய காயல் துறைமுகங்கள்

முக்கியமானவை. பெரியபட்டினம் இராமநாதபுரம் மாவட்டத்தில் அமைந்த சிற்றூராகும். இவ்வூரில் துறைமுகம் அமைந்துள்ளது என்பதை தமிழ்ப் பல்கலைக் கழகத்தின் கல்வெட்டுத் துறையினர் கண்டுபிடித்து[30] சிறிய அளவிலான அகழாய்வையும் நடத்தினர். இதன் மூலம் அதிக எண்ணிக்கை யிலான சீனப் பீங்கான் பாண்டங்களைக் கண்டெடுத்தனர். இங்கு கிடைத்த சீனப் பீங்கான்களை சப்பானிய சீன பீங்கான் வல்லுநர்கள் ஆய்வு செய்து கீழ்க்கண்ட வகைகள் உள்ளன எனக் கண்டுபிடித்தனர்: செலடான், வெள்ளைப் பீங்கான், நீல–வெள்ளைப் பீங்கான், சாம்பல் வண்ணப் பூச்சுள்ளவை, மற்றும் பிற. இப்பீங்கான்கள் லோங்குவான், புஜியன், தேஹுவா, ஜிந்தாசெந், குவாங்டன் ஆகிய பீங்கான் சூளைகளில் உற்பத்தி செய்யப்பட்டவை. இவற்றில் பெரும்பான்மையான பீங்கான்கள் (சுமார் 60 விழுக்காடுகள்) லோங்குவான், புஜியன் என்ற இரண்டு சூளைகளில் மட்டுமே உற்பத்தி செய்யப்பட்டுள்ளன. இவைகள் யாவும் 13–14 ஆம் நூற்றாண்டு கால கட்டத்தில் உற்பத்தி செய்யப்பட்டன.[31]

தயோ சிலி என்ற 14ஆம் நூற்றாண்டில் எழுதப்பட்ட சீன நூலில் தபாடன் என்ற துறைமுகம் பற்றி குறிப்பு உள்ளது. இத்துறைமுகத்தை அடையாளம் காண ஆய்வாளர்கள் பலர் முயன்றுள்ளனர். கராஷிமா இத்துறைமுகத்தை பெரியபட்டினத்தோடு அடையாளப் படுத்தியுள்ளார்.[32] இத்துறைமுகம் வளைவான கழிப் பகுதியில் அமைந்திருக்கலாம் எனக் கருதினாலும் அக்கழிமுகப் பகுதியை தற்பொழுதுள்ள சூழ்நிலையில் கண்டுபிடிக்க இயலவில்லை. இப்பகுதியில் கப்பலாறு ஊரணி என்றொரு பகுதி கடலுக்கும் ஊர்ப்பகுதிக்கும் இடையில் உள்ளது. இப்பகுதியே முன்காலங்களில் கப்பல்களை நிறுத்துவதற்கு வசதியான கழிமுகப் பகுதியாக இருக்கலாம். இக்கப்பல் ஊரணியும் கடலும் அக்காலத்தில் சிறு கழியோடு சேர்ந்திருந்திருக்கலாம் என்றும் பின்னர் அக்கழி மணலிட்டு மேடாகி மறைந்திருக்கலாம் என்றும் எண்ணப்படுகிறது. இதன் காரணமாக பிற்காலத்தில் இத்துறைமுகத்தின் செயல்பாடுகள் நின்றுபோயிருக்க வாய்ப்புள்ளது.

5.8. பழைய காயல்

சீனா நாட்டுடன் வணிகத் தொடர்பில் இருந்த மற்றுமொரு துறைமுகம் பழையகாயல் ஆகும். இத்துறைமுகம் திருநெல்வேலி மாவட்டத்தில் பழந்துறைமுகமான கொற்கைக்கு அருகில் அமைந்துள்ளது. வெனீசிய பயணியான மார்க்கோ போலோ இத்துறைமுகத்திற்கு 13 ஆம் நூற்றாண்டு வாக்கில் வருகை புரிந்துள்ளார். அவரது கருத்துப்படி பாண்டியர்கள் இத்துறைமுகத்தை விரிவு படுத்தினர். பதினைந்தாம் நூற்றாண்டு வாக்கில் சீனர்கள் இத்துறைமுகத்தை நாடி வந்துள்ளனர்.[33] பதினாறாம் நூற்றாண்டில் ஐரோப்பியக் கப்பல்கள் பலவும் இத்துறைமுகத்திற்கு வந்துள்ளன. முஸ்லீம் வணிகர்களும் இத்துறைவாயிலாக வணிகம் செய்துள்ளனர். ராபர்ட் கால்டுவெல் 1876 ஆம் ஆண்டில் பழையகாயலில் பீங்கான் பாண்டத் துண்டுகள் சிலவற்றைக் கண்டெடுத்துள்ளார்.[34] பண்ணையார் காடு என்று வழங்கப்பட்ட இடத்தில் இப்பீங்கான்கள் கண்டெடுக்கப்பட்டன. இங்கே கண்டெடுக்கப்பட்ட பீங்கான்களில் பெரும்பாலானவை லோங்குவான், பூஜியன் சூளைகளில் உற்பத்தி செய்யப்பட்டவை. இவற்றில் தேஹுவா எனப்படும் வெள்ளைப் பீங்கான்களும் குவங்டங் என்ற சாம்பல் வண்ண மெருகூட்டப்பட்ட பீங்கான்களும் சில உள்ளன. நீல-வெள்ளை நிற பீங்கான்கள் இவ்விடத்தில் காணப்படவில்லை. சிறிய சுடுமண் பெண் பொம்மை ஒன்றும் இவ்விடத்தில் காணப்பட்டது. இதேபோன்ற சுடுமண் பொம்மைகள் சில பெரியபட்டினம் அகழாய்வுகளிலும் கண்டெடுக்கப்பட்டன. இத்துறைமுகம் 13 ஆம் நூற்றாண்டு வாக்கில் செயல்பாட்டுக்கு வந்திருக்க வேண்டும் என்று குறிப்பதற்கான சான்றுகளை இக்கண்டுபிடிப்புகள் யாவும் தந்துள்ளன. கடலோரம் அமைந்த சிறிய கழிமுகப்பகுதியில் துறைமுகம் அமைந்திருக்கவேண்டும். இக்கழிமுகத்தில் தற்பொழுது உப்பு விளைவிக்கும் பணி தீவிரமாக நடைபெற்றுவருகிறது. பிற்காலங்களில் இப்பகுதியில் மணல் மேடிட்ட காரணத்தால் கப்பல்கள் வருகை புரிவது தடுக்கப்பட்டு துறைமுகம் செயல்படாது நின்று போ யிருக்கலாம்.

பழையகாயலுக்கு சற்றே அணித்தாக உள்ள மற்றுமொரு துறைமுகம் காயல்பட்டினமாகும். சீனாவுடன் வணிகத்தொடர்பில் இருந்துள்ள இத்துறைமுகம் திருநெல்வேலி மாவட்டத்தில் அமைந்துள்ளது. இவ்விடத்திலும் கணிசமான எண்ணிக்கையில் சினப்பீங்கான்கள் கண்டெடுக்கப்பட்டுள்ளன. இத்துறைமுகம் 14-16 ஆம் நூற்றாண்டுகளில் நன்கு செயல் பட்டதாகத் தெரிகிறது.

5.9. தேவிபட்டினம்

தேவிபட்டினம் (இராமநாதபுரம் மாவட்டம்) இராமநாதபுரம் நகரத்திற்கு வடக்கே அமைந்துள்ள பாண்டியர் கால சிறிய துறைமுகமாகும். இங்கும் சுமார் 50க்கு மேற்பட்ட எண்ணிக்கையில் சீனப் பீங்கான்கள் சேகரிக்கப்பட்டன. கடற்கரையிலிருந்து சுமார் 100 மீட்டர் தொலைவில் உள்ள அரபுரநாட்டான் காடு என்ற இடத்திலிருந்து இப்பீங்கான்கள் கண்டெடுக்கப்பட்டன. இவைகளில் பெரும்பாலானவை செலடான் மற்றும் நீல-வெள்ளை வண்ணப் பீங்கான்கள். இவைகள் யாவும் மிங் (Ming, 1368-1644) மற்றும் குங் (Qing, 1644-1912) ஆகிய சீன அரச குலங்களின் ஆட்சிக் காலத்தில் உற்பத்தி செய்யப்பட்டவை. இத்துறைமுகத்தோடு சீன வணிகத் தொடர்புகள் ஏறக்குறைய 14 ஆம் நூற்றாண்டிலிருந்து துவங்குகின்றது.

பெரியபட்டினத்திற்கு சுமார் 2 கிலோமீட்டர் தொலைவில் உள்ள மற்றுமொரு துறைமுகம் களிமண்குண்டு என்பதாகும். இச்சிற்றூரின் கடற்கரையில் 13 ஆம் நூற்றாண்டைச் சேர்ந்த செலடான் வகைப் பீங்கான்கள் கண்டெடுக்கப்பட்டன. பதினான்காம் நூற்றாண்டைச் சேர்ந்த நீல-வெள்ளை வண்ண பீங்கான்களும் இவ்விடத்தில் காணப்பட்டுள்ளன. எனவே இத்துறைமுகம் 13-14 ஆம் நூற்றாண்டுகளில் நன்கு செயல் பட்டிருக்கவேண்டும்.

சான்று நூல்கள்

1. A.A.Bokshchanin, 'Sino-Indian Relations from Ancient Times to the Sixteenth Century', S.I.Tikhvinsky, (ed.) *China and Her Neighbours from Ancient times to the Middle Ages,* 1981,pp.112-13.

2. John Guy, 'The Lost Temples of Nagapattinam and Quanzhou: A Study in Sino-Indian Relations', *Silk Road Art and Archaeology,* vol.3, 1994, p. 293.

3. Karashima, N., 'Trade Relations between South India and China during the 11th and 14th Centuries', *Journal of East west Maritime Relations,* vol. 1, 1989, pp. 59-81.

4. John Guy, மு.நூ. p. ***291–310.***

5. K.A.Nilakanta Sastri, *Foreign Notices of South India,* 1939, p. 32.

6. Peter Hardie, 'China's Ceramic Trade with India', *Transactions of the Oriental Ceramic Society,* vol.48, p. 19.

7. John Guy, மு.நூ. p. 291-310.

8. N.Sankaranarayana, 'Three hoards of Chinese Coins in Madras Government Museum', *JNSI.,* vol. 33, 1971, pl. Ii, pp. 61-68.

9. *Madras Museum Annual Report, 1948-49,* Madras Museum Accession No. 815, Madras.

10. தினமணி, நாளிதழ், *15–2–95.*

11. T.Satyamurthy, 'Chinese Coins from the Temple at Nedumangadu', *SSIC.,* vol. 8, 1998, pp. 69-73.

12. Carswell, John, 'China and Islam: A study of the Coast of India and Ceylon', *Transactions of the Oriental Ceramic Society,* vol. 42, pp. 25-42.

13. N.Karashima, *Towards A New Foramation: South Indian Society under Vijayanagar Rule,* Oxford, 1992, p. 175.

14. N.Karashima, 'Trade Relations Between Tamilnadu and China During the 13th and 14th Centuries', *Proceedings of the Sixth International Conference-Seminar of Tamil Studies,* 1987; Yoji Aoyagi and Yoh Kanazawa, 'Chinese Ceramics Discovered at East Coast in South India', *Trade Ceramics Studies,* no.8, 1988, (in Japanese), pp. 88-100.

15. Y.Subbarayalu, 'Chinese Ceramics of Tamilnadu and Kerala Coasts', *Tradition and Archaeology: Early Maritime Contacts in the Indian Ocean,* ed. H.P. Ray and Jean Francois Sallers, 1996, pp. 112.
16. N.Karashima, ed., *In Search of Chinese Ceramic&sherds in South India and Sri Lanka,* 2004, pp.44-51.
17. மே.நூ. pp.*3–10.*
18. *SII.,* 17, 679.
19. N.Karashima, *In Search of Chinese Ceramic-Sherds in South India and Sri Lanka,* 2004, p.8.
20. *SII.,* 22, 442.
21. *EC.,* 5, Bl.75.
22. K.A.Nilakanta Sastri, மு.நூ. p. 195-97.
23. Yule, Henry, 1913&16, *Cathy and the Way Thither: Being A Collection of Medieval Notices of China,* 4 vols., III, 251; K.V.Raman, 'Port Towns of Tamilnadu - Some Field Data and the Prospects of Marine Archaeology', *Marine Archaeology of Indian Ocean Countries,* p. 115.
24. Barbosa, Duarte, *An Account of the Countries Bordering on the Indian Ocean and their inhabitants,* Written by Duarte Barbosa and Complied about 1518, Translated with Notes by Longworth Dames, 2 vols., 1918, II, p.132.
25. ஜெயகுமார், ப., கோவளம்: ஒரு இடைக்காலத் துறைமுகம், ஆவணம், *1995,* ப. *75–76;* ஜெயகுமார், ப., *தமிழ் நாட்டுத் துறைமுகங்கள், 2002.*
26. T.K. Bajaj and T.M.Mukundan, 'Leaves from Thondaimandalam: Ships anchor here no more', *The Hindu,* April, 12, 1992.
27. Vimala Begley, and Richard Daniel De Puma, eds., *The Ancient Port of Arikamedu* I, 1996, pp. 115-285.
28. John Guy, மு.நூ.
29. Y.Subbarayalu, மு.நூ.
30. மே.நூ.

31. N.Karashima, 'Trade Relations Between Tamilnadu and China During the 13th and 14th Centuries', *Proceedings of the Sixth International Conference-Seminar of Tamil Studies,* 1987; Yoji Aoyagi and Yoh Kanazawa, Chinese Ceramics Discovered at East Coast in South India, *Trade Ceramics Studies,* no.8, 1988, (in Japanese), pp. 88-100.

32. N.Karashima, 'Trade Relations Between Tamilnadu and China During the 13th and 14th Centuries', *Journal of East-West Maritime Relations,* vol.1, 1989, pp. 59-81.

33. Rockhill, *Notes on Toung Poa,* 16, p. 83.

34. R. Caldwell, 'Explorations at Korkai and Kayal', *The Indian Antiquary,* vol. 6, 1877, pp. 80-83.

17. துறைமுகங்களும் கடல்வழி வணிகமும்

1. போக்குவரத்து சாதனங்கள்

வணிகம் நடைபெறுவதற்கு போக்குவரவுச் சாதனங்களின் துணை இன்றியமையாதது. வணிகர்கள் செல்லுவதற்கும் சரக்குகளை விற்பனைச் சந்தைகளுக்கு எடுத்துச் செல்ல வண்டிகள், மற்றும் சுமை கூலிகள் மற்றும் சுமை விலங்குகள் பயன்பாட்டில் இருந்துள்ளன. சுமைகளைத் தூக்கிச் செல்ல காவடி போன்ற தூக்குகளும் பயன்படுத்தப்பட்டுள்ளன. இவைகள் யாவும் சரக்குகளை சாலை வழியே எடுத்துச் செல்ல பயன்பட்டுள்ளன.

பெருவழிகளும் நெடுஞ்சாலைகளும் உற்பத்தி முனையங்களுக்கும் வணிகச் சந்தைகளுக்கும் இணைப்புப் பாலமாக இருந்துள்ளன. இக்காலகட்டத்தில் செயல்பாட்டில் இருந்த நெடுஞ்சாலைகள், பெருவழிகளைப் பற்றிய தகவல்கள் மிக அருகியே உள்ளன. இவ்வாறே நீர்வழிகளைக் கடந்து செல்லும் போக்குவரவுச் சாதனங்களைப் பற்றிய சான்றுகளும் மிகக்குறைவே. உள்நாட்டு நீர்வழிகளைக் கடக்கும் சாதனங்களும், கடல் வழிச் செல்லும் மரக்கலன்களும் மிகத் தொன்மைக்காலமுதல் பயன்பாட்டில் இருந்துள்ளன. எனினும் அவை பற்றிய தகவல்களும் மிகக் குறைந்தே காணப்பட்டுள்ளன.

ஆரம்பவரலாற்றுக் காலத் தமிழகத்தில் துறைமுகங்களின் பணி சிறப்பாக இருந்துள்ளது. உள்நாட்டு வணிகச் செயல்பாடுகளோடு நடைபெற்ற கடல்வழி வணிகம் முக்கிய காரணமாகும். துறைமுகங்களை ஒட்டியுள்ள உற்பத்தி முனையங்கள் தேவையான விற்பனைப் பொருள்களை அளித்தன. வேளாண் மற்றும் வணிகப் பொருள்களோடு உயர்மதிப்புப் பொருள்களும் இம்முனையங்களில் உருவாக்கப்பட்டு விற்பனைக்காகவும், ஏற்றுமதிக்காகவும் துறைமுகங்களுக்கு உள்நாட்டு வணிகர்களால் அனுப்பிவைக்கப்பட்டன. இவ்வகையில் வணிக உற்பத்தி முனையங்களோடு விற்பனை, மற்றும் துறைமுகங்களை இணைக்கும் சாலைகள் பல நன்னிலையில் செயல்பட்டுள்ளன.

கடல் வழி வணிகம் நடைபெறுவதற்கு கடல் வழிச் செல்லும் கலன்களும் அவற்றை இயக்கும் மீகாமன்களும், கலன்களை நிறுத்துவதற்கான துறைமுக வசதிகளும் இன்றியமையாதவை. கலன்களைக் குறிப்பிட்ட திசைகளில் செலுத்துவதற்கான கருவிகள், மற்றும் கலன்களை பழுது பார்க்கும் தொழிலாளர்களும் முக்கியமானவர்கள். தென்னிந்தியாவில் தொல் பழங்காலம் முதல் துறைமுகங்கள் செயல்பட்டுள்ள போதும் தொன்மையான துறைமுகங்களின் நடவடிக்கைகளை அறிவதற்கு சான்றுகள் துணை புரியவில்லை. ஆரம்ப வரலாற்றுக் காலத்திலிருந்து தென்னாட்டின் கிழக்கு, மேற்கு கடல் பகுதிகளில் பல துறைமுகங்கள் செயல்பட்டுள்ளன. தமிழகப் பகுதிகளில் செயல்பட்ட சிறப்பு வாய்ந்த துறைமுகங்களைப் பற்றியே இப்பகுதியில் தரப்பட்டுள்ளது.

2. கடல்வழி வணிகம்

பெருங்கற்காலத்திற்கு முன்னர் செயல்பாட்டில் இருந்த துறைமுகங்கள் பற்றிய சான்றுகள் ஏதுமில்லை. ஆயினும் பெருங்கற்காலத்தை சார்ந்த வாழ்விடங்கள் மற்றும் ஈமக்காடுகளிலிருந்து சேகரிக்கப்பட்ட தொல்செய்பொருள்களில் சில இக்காலகட்டத்தில் நடைபெற்ற கடல்வழி வணிகத்தை உறுதிசெய்கின்றன. புதிய கற்காலத்திலேயே விவசாயப் பயிர்கள் கடல்கடந்த

நாடுகளிலிருந்து கொண்டுவரப்பட்டு பயிர் செய்யப்பட்டுள்ளன என தொல்பழங்கால ஆய்வுகள் சில குறிப்பிட்டுள்ளன. கனிமங்கள் மற்றும் உற்பத்திப் பொருள்கள், நவமணிக் கற்கள் ஆகியவை உள்நாடு மற்றும் தொலைதூர வணிகர்கள் மூலம் பரிமாறிக் கொள்ளப்பட்டுள்ளன. இவ்வகையில் பழந் தமிழகத்திலிருந்து ஏற்றுமதி செய்யப்பட்ட பொருள்களில் பெரில் (beryl) என்ற பச்சைக் கல்லும் கண்ணாடி மணிகளும் முக்கியமானவை.

பழந்தமிழகத்தில் நடைபெற்ற கடல்வழி வணிகம் பற்றிய சான்றுகள் சங்கத் தொகை நூல்கள் (பொ.ஆ.மு.3 முதல் பொ.ஆ.3 ஆம் நூற்றாண்டுகள்) சிலவற்றில் உள்ளன.[1] கடல் கடந்த நாடுகளில் இருந்து உள்நாட்டில் இறக்குமதி செய்யப்பட்ட பொருள்கள் மற்றும் வணிகர்கள் ஆகியோரைப் பற்றிய தகவல்கள் இவற்றில் அடங்கியுள்ளன. இவ்வகையில் கடல்வழிச் செல்லும் கப்பல்கள் சிலவற்றைப் பற்றியும் தகவல்கள் உள்ளன. இவற்றில் கலம், நாவாய், வங்கம் போன்ற சொற்கள் கடல் வழிச் செல்லும் கலங்களாவன. கப்பல் கட்டும் தொழிலாளர்களைப் பற்றியும் (கலம்புணர் கம்மியர்) தகவல்கள் உள்ளன. மேலும் கடல்வழிப் பயணங்கள் பற்றியும், பயண ஆபத்துகள், கப்பல் கவிழ்தல், அதன் விளைவால் கடலோடிகள், வணிகர்கள் ஆகியோருக்கு ஏற்படும் துன்பங்கள், பொருள் இழப்புகள் போன்றவற்றையும் இந்நூல்கள் தெரிவிக்கின்றன. எனவே பொது ஆண்டு துவக்கத்திற்கு பல நூற்றாண்டுகளுக்கு முன்னரே பழந்தமிழகத்தில் கடல் வழி வணிகம் நடைபெற்றுள்ளதை இச்சான்றுகள் உறுதி செய்கின்றன.

இலங்கை மற்றும் தென்கிழக்கு ஆசியா நாடுகளுடன் வணிகம் நடைபெற்றுள்ளது. பழந்தமிழகத்தில் உருவாக்கப்பட்ட காசுகள், மண்பாண்டங்கள், போன்ற பண்பாட்டுப் பொருள்கள் இந்நாடுகளில் கண்டெடுக்கப்பட்டுள்ளன. இந்நாடுகளில் கண்டெடுக்கப்பட்ட தமிழ்-பிராமி கல்வெட்டுகளும் கடல்சார் வணிகத்தைப் பறைசாற்றுகின்றன. பழம் சீன நூல்கள் சிலவும் கடல்சார் வணிகத்தின் தன்மைகளை எடுத்தியம்புகின்றன. உரோமானியக் கடலோடிகளாலும், பூகோளவியல் அறிஞர்களாலும் எழுதப்பட்ட பயண

இலக்கியங்களும் துறைமுகங்கள், வணிகப்பொருள்கள் மற்றும் வணிகத்தின் தன்மைகளை போன்ற செய்திகளைத் தருகின்றன. வணிகத்திற்குப் பயன்படுத்தப்பட்ட கப்பல்கள் கடல்வழி பயணக் கருவிகள் போன்ற செய்திகளும் இவற்றில் உள்ளன.

3.அகழாய்வுகள்

தமிழகத்துத் துறைமுகங்களில் இதுவரை நடத்தப்பட்ட அகழாய்வுகள் மூலம் கண்டெடுக்கப்பட்ட அயல்நாட்டுப் பண்பாட்டுத் தொல்பொருள்கள் பலவும் கடல்வழி வணிகர்களின் போக்குவரத்து தன்மைகளைக் காட்டும். அரிக்கமேடு (புதுச்சேரி, இந்திய அரசு ஒன்றியப் பகுதி), குடிகாடு (கடலூர் மா.), கரூர் (கரூர் மா.), அழகன்குளம் (இராமநாதபுரம் மா.), கொற்கை (தூத்துகுடி மா.), கொடுமணல் (ஈரோடு மா.) ஆகிய தொல்லூர்களிலில் மேற்கொண்ட அகழாய்வுகளில் இத்தொல்பொருள்கள் பலவும் காணப்பட்டுள்ளன. இவ்வூர்களில் எல்லாம் உரோமானியச் செய் பொருள்கள் எடுக்கப்பட்டன. கரூருக்கு அருகே ஓடும் அமராவதி ஆற்றுப் படுகையிலிருந்து உரோமானியப் பொருள்கள் பலவும் எடுக்கப்பட்டுள்ளன.[2] மத்திய தரைக் கடல் நாடுகளின் பழங்காசுகள் பலவும் இவ்வாற்றுப்படுகையில் கண்டெடுக்கப்பட்டுள்ளன. இவ்வாறே கேரளம், கருநாடகம், ஆந்திரப்பிரதேசம் ஆகிய தென்னிந்தியப் பகுதிகளில் கண்டெடுக்கப்பட்ட உரோமானியச் செய்பொருள்களும், உரோமானியக் காசுப் புதையல்களும் உரோமானிய மற்றும் மத்திய தரைக்கடல் நாடுகளுடன் மேற்கொண்ட வணிகத்தை உறுதி செய்கின்றன.[3] அயல்நாடுகள் சிலவற்றில் மேற்கொண்ட அகழாய்வுகள் தமிழகத்துடனான கடல்வழி வணிகத்தைப் நன்கு புலப்படுத்துகின்றன. செங்கடல் பகுதித் துறைமுகங்களான குவைசர் எல் கதாம், பெர்னிகே போன்ற துறைமுகங்களில் எடுக்கப்பட்ட மண்பாண்டச் சில்லுகள் தமிழ் வணிகர்களின் செயல்பாடுகளைத் தெரிவிக்கின்றன. இவ்வாறே தாய்லாந்து நாட்டின் கிளாங்க் தோம் பழந்துறைமுகத்தில் எடுக்கப்பட்ட காசுகளும் உரைகல்லும் தமிழ் வணிகர்களின் செயல்பாட்டைப் புலப்படுத்தும்.

4.துறைமுகங்கள் (நிலப்படம்:5.)

இவ்வகையில் கடல் வழி வணிகம் நடை பெறுவதற்கு முக்கிய முனையங்களாக துறைமுகங்கள் உள்ளன. துறைமுகங்கள் அமைவதற்கான நீண்ட கடற்கரைகளையும் கழிமுகங்களையும் தென்னிந்தியா இயற்கையிலேயே பெற்றுள்ளது. தொல் பழங்காலத்திலிருந்து செயல்பட்டுவந்த துறைமுகங்களில் சில காலப்போக்கில் ஏற்பட்ட மாறுதல்களாலும், வணிகப் பொருளாதாரச் சுணக்கம் போன்ற இன்னபிற காரணங்களாலும் வீழ்ச்சியுற்றன. இருப்பினும் வணிகச் சுழற்சிக்காக துறைமுகங்கள் புதிதாக உருவாக்கப்பட்டு செயல்பட்டுள்ளன. தென்னிந்தியாவில் நிலைபெற்று செயல்பட்ட துறைமுகங்களில் பழந்தமிழகத்தில் செயல்பட்ட துறைமுகங்களின் பங்களிப்பு கீழ்கண்ட பகுதியில் சுருக்கமாக விவரிக்கப்பட்டுள்ளது.

4.1.பழவேற்காடு (புலிகட், Pulicat, திருவள்ளூர் மா.)

தமிழ்நாட்டின் வட கோடியில் அமைந்துள்ள இத்துறைமுகம் மிகப் பழந்துறைமுகங்களில் ஒன்றாகும். இங்கு துறைமுகம் செயல்பட்டதாக சங்கத் தொகை நூல்கள் குறிக்கவில்லை. அக்காலத்தைச் சார்ந்த தொல்பொருள்கள் ஏதும் இதுவரை கண்டெடுக்கப்படவில்லை. இருப்பினும் இவ்விடம் கப்பல்கள் வருவதற்கும் நிறுத்துவதற்கும் ஏற்ற பகுதியாக இருந்துள்ளது. அருவா நாடு எனப்பட்ட இப்பகுதி திரையர் என்ற சங்க காலக் குறுநில மன்னரின் ஆளுகைக்கு உட்பட்டிருந்தது.[4] இவர்கள் கடலாதிக்கம் செய்தவர்கள் என்று அவர்களது பெயரைக் கொண்டு ஊகிக்கலாம். திரையர் என்ற சிறப்புப் பெயர் கொண்ட அரசர்கள் வேங்கடம் பகுதியை (ஆந்திரப்பிரதேசம், சித்தூர் மா.) ஆண்டுள்ளனர். இளந்திரையன் என்ற குறுநில மன்னன் தொண்டையர் குலத்தைச் சேர்ந்தவன். பொலம்பூந் திரையன் என்ற மற்றொரு குறுநில மன்னன் பவத்திரி (இன்றைய பழவேற்காடு, திருவள்ளூர் மா.) பகுதியை ஆண்டுள்ளான். தொண்டைமான் இளந்திரையன் பல்லவர்களின் முன்தோன்றல் என்று பிற் சங்க இலக்கியமான மணிமேகலை

குறிப்பிடுகிறது. வட தமிழகத்தை ஆண்ட திரையர்கள் கடலோடிகளாகவும் இருந்துள்ளனர் என்பதால் பழவேற்காடு தொன்மையான துறைமுகமாக செயல்பட்டிருக்கலாம்.

இத்துறைமுகம் 1521ஆம் ஆண்டில்[5] கரைதுறை என்று வழங்கப்பட்டுள்ளது. அநந்தராயன் பட்டினம் என்று பெயர்கொண்ட இத்துறைமுகத்தில் சீனக் கப்பலான தோங் (தொங்கு) கப்பல்கள் அடிக்கடி வந்து சென்றுள்ளன.[6] இங்கிருந்து ஏற்றுமதியான முக்கிய பொருள் துணி ஆகும். இங்கே சீன பீங்கான் பாண்டங்கள் கண்டெடுக்கப்பட்டுள்ளன. சீனக் கப்பல்கள் பீங்கான் பொருள்களோடு வந்துள்ளமைக்கு இப்பொருள்கள் சான்றாக விளங்கும்.

4.2.மயிலாப்பூர்

தாலமி என்ற உரோமானிய பூகோளவியல் அறிஞரால் 'மைலார்பா' என்று அழைக்கப்பட்ட மயிலாப்பூர் சென்னை மாநகரத்தின் பகுதியாக உள்ளது. இத்துறைமுகத்தைப் பற்றி சங்கத் தொகை நூல்களில் குறிப்பேதும் இல்லை. கிழக்கில் உள்ள கடற்கரைப் பகுதியில் அமைந்த சாந்தோம் கிருத்துவ தேவாலயத்தின் வெளிப்பரப்பில் 1960ஆம் ஆண்டில் தோண்டப்பட்ட குழி ஒன்றில் உரோமானிய ரூலட், மற்றும் அம்பொரா மண்பாண்டச் சில்லுகள் சில கண்டெடுக்கப்பட்டன.[7] இச்சான்றுகள் பொது ஆண்டின் ஆரம்ப ஆண்டுகளில் குடியிருப்பு மற்றும் துறைமுகமும் இருந்துள்ளதை உறுதி செய்யும். ஆயினும் தற்பொழுது இவ்விடத்தில் துறைமுகம் சார்ந்த கட்டுமானங்களோ பிற சான்றுகளோ கண்டுபிடிக்கப்படவில்லை. மேலும் மயிலாப்பூருக்கு அண்மையில் உள்ள பகுதிகளில் பெருங்கற் கால மற்றும் ஆரம்ப வரலாறுக் காலத் தடயங்கள் கிடைத்துள்ளன. கீழ்ப்பாக்கத்தில் (1934) பெருங்கற்கால இடிபாடுகளுடன் ஆரம்பவரலாற்றுக் காலத் தொல் பொருள்களும் கண்டெடுக்கப்பட்டன.[8] மகத, சிசிநாக, மௌரிய அரசர்களின் வெள்ளி முத்திரைக் காசுகளோடு உரோமானிய அரசரான அகச்டசின் காசு ஒன்றும் உள்ள காசுப்புதையல் 1929ஆம் ஆண்டில் மாம்பலத்தில்

கண்டெடுக்கப்பட்டுள்ளது.[9] எனவே ஆரம்ப வரலாற்றுக் கால முதல் இங்கு துறைமுகம் இருந்திருக்க வாய்ப்புள்ளது எனலாம்.

பல்லவர் காலத்தில் மயிலாப்பூர் துறைமுகமாக செயல்பட்டு வந்துள்ளது. மயிலாப்பூரின் பாதுகாவலர்களாக பல்லவ அரசர்கள் உள்ளனர் என்பதைப் பறைசாற்றுவதற்காக 'மயிலையர் காவலன்' என்ற பட்டப்பெயரை சூட்டிக்கொண்டனர். பொ.ஆ. 7 ஆம் நூற்றாண்டைச் சேர்ந்த தேவாரத்தில் இவ்வூரில் உள்ள கோயிலையும் தெய்வத்தையும் திருஞானசம்பந்தர் பாடியுள்ளார். பிந்தைய பல்லவ அரசர்களில் ஒருவரான கம்பவர்மன் காலத்திலும் துறைமுகம் செயல்பட்டுள்ளது. பிந்தைய இடைக்கால நூல் ஒன்று ஏலேலசிங்கன் என்ற பெரு வணிகன் இப்பகுதியில் வாழ்ந்து கடல் வழி வணிகம் செய்ததாகக் குறிப்பிடுகிறது.

இத்துறைமுகம் 17 ஆம் நூற்றாண்டு வரை, போர்த்துகீசிய வணிகர்கள் வரும் வரை பயன்பாட்டில் இருந்துள்ளது இருந்தபோதிலும் 18ஆம் நூற்றாண்டில் கட்டப்பட்டதாக கருதப்படும் பிராடிஸ் கேசில் எனப்பட்ட வணிகர்களின் கோட்டைக் கிராமத்தின் இடிபாடுகள் காணப்பட்டுள்ளன.[10] ஆயினும் பழம் மயிலாப்பூரின் துறைமுகப் பகுதியை தற்போது அடையாளம் காணமுடியவில்லை.

4.3.மாமல்லபுரம்

மாமல்லபுரம் (மகாபலிபுரம், செங்கல்பட்டு மா.) துறைமுகம் பற்றி சங்கத் தொகை நூல்களில் எவ்விதக் குறிப்பும் இல்லை. இப்பகுதியில் ஆரம்பவரலாற்றுக் கால தடயங்களும் இதுவரை கண்டுபிடிக்கப்படவில்லை. உரோமானிய பயண இலக்கியங்களில் 'மெலாங்கே' என்றொரு துறைமுகம் குறிப்பிடப்படுகிறது. இவ்விடத்தை மாமல்லபுரம் என்று சில ஆய்வாளர்கள் அடையாளப்படுத்துவர். இத்துறைமுகம் பல்லவர் காலத்தில் நன்கு செயல்பட்டுள்ளது. வைணவ சமயத்தின் முதல் ஆழ்வார்களில் ஒருவரான பூதத்தாழ்வார் மாமல்லபுரத்தில் தோன்றினார் என்று வைணவ சமய வழக்காறுகள் உரைகின்றன. அவரது பாடல்களில்

ஒன்றில் பெருமை வாய்ந்த மல்லை (மா மல்லை) என்று புகழ்ந்துரைக்கிறார்.[11] எட்டாம் நூற்றாண்டைச் சேர்ந்த இந்நூல் இத்துறைமுகத்தை 'கடல் மல்லை' என்று அழைத்து வணிகச் சரக்குகள் ஏற்றப்பட்ட கப்பல்கள் இங்கு நங்கூரமிட்டு நிறுத்தப்பட்டன என்று குறிக்கும். இருப்பினும் எப்பொழுது முதல் இத்துறைமுகம் செயல்பாட்டுக்கு வந்தது என்றும் எவ்வாறு பல்லவர்களின் ஆளுமைக்குக் கீழ் வந்தது என்பதும் சரியாகப் புரிபடவில்லை. இருப்பினும் முதலாம் மகேந்திரவர்மன் காலத்தில் முக்கிய துறைமுகமாக செயலபட்டுள்ளது.

இந்தியத் தொல்லியல் பரப்பாய்வுத்துறையின் சென்னை மண்டலப் பிரிவு கடற்கரைக் கோயிலின் இருபுறமும் அகழாய்வுகள் மேற்கொண்டன. இக்கோயிலின் வடக்குப் பகுதியின் கீழ்மட்டத்தில் பழங் கோயில் கட்டுமானத்தைக் கண்டுபிடித்தனர். கடற்கரைக் கோயிலான ராஜசிம்மேசுரர் கோயிலுக்கு முன்னர் இக்கோயில் கட்டப் பட்டிருக்க வேண்டும் என்றும் கருதுகின்றனர். மேலும் இக்கோயிலின் மேற்கு மற்றும் தென்புறங்களில் படிக்கட்டுகளுடன் உள்ள குளம் ஒன்றையும் வெளிக்கொணர்ந்துள்ளனர். இவ்வாறான படிக்கட்டுகள் உள்ள குளம் துறைமுகக் கட்டுமானமாக இருக்கலாம் என்று கருதி, இங்கு துறைமுகம் செயல்பட்டிருக்கலாம் என்பர். இக்காட்டுமானமும் ராஜசிம்மேசுரர் கோவிலுக்கு முற்பட்டதாதலால் மகேந்திரவர்மன் காலத்திற்கும் முற்பட்டதாக துறைமுகம் இருந்திருக்கலாம் எனக் கருதுகின்றனர்.

சோழர் காலத்திலும் இத்துறைமுகம் நன்னிலையில் இருந்துள்ளது. இங்கு நகரம் என்ற வணிக்குழு செயல்பட்டுள்ளதால் இவ்வூர் நகரம் என்ற சிறப்புச் சொல்லால் குறிக்கப்பட்டுள்ளது. இத்துறைமுகத்தில் வியாபாரம் செய்யும் தொழிலாலர்களுக்கு விதிமுறைகள் சிலவற்றை ஏற்படுத்தியுள்ளனர்.[12] இத்துறைமுகம் ஏறக்குறைய 17ஆம் நூற்றாண்டு வரை பழமையான முறைகளிலேயே செயலாற்றி வந்துள்ளது. பதினேழாம் நூற்றாண்டின் ஆரம்பத்தில் ஐரோப்பிய–ஆங்கிலேய வணிகர்களின் வருகையால்

இத்துறைமுகத்தின் பழம் இயல்புகள் மாற்றம் பெற்றன. ஐரோப்பிய–ஆங்கில வணிகர்களின் கப்பல்கள் மாமல்லபுரம் துறைமுகத்தில் நங்கூரமிட்டு சரக்குகளை ஏற்றி இறக்கும் பணிகளைச் செய்தன. கப்பல் மாலுமிகளுக்கு வழிகாட்டும் விதமாக உயரமான ஓரிடத்தில் கலங்கரை விளக்கம் போன்ற ஓரமைப்பை இவ்வணிகர்கள் ஏற்படுத்திக்கொண்டனர். சிறு குன்றின் மேலமைந்த ஓலகண்ணேசுவரர் கோவிலின் மேற்புர விதானத்தில் மரக் கட்டைகளை வைத்து தீயெரித்து கலங்கரை விளக்கமாக மாற்றியுள்ளனர்.

மாமல்லபுரத்தில் துறைமுகம் அமைந்துள்ள பகுதியை அடையாளம் காண சில ஆய்வாளர்கள் முயன்றுள்ளனர். கடற்கரைக் கோயிலான இராஜசிம்மேசுரர் கோயிலின் சுற்றுப்புறத்தில் துறைமுகம் அமைந்திருக்கவேண்டும் என்று ஆரம்பத்தில் கருதப்பட்டது. அங்கு நடத்தப்பட்ட அகழாய்வுகளில் கண்டெடுக்கப்பட்ட படிக்கட்டுகளுள்ள கட்டுமானம் துறைமுகத்தை சார்ந்ததாக இருக்கலாம் எனவும் கருதப்பட்டது. ஆயினும் இக்கருதுகோளை ஏற்பதில் சிலர் தயக்கம் காட்டியுள்ளனர். இன்றைய மாமல்லபுரத்திற்கு தெற்கே ஓடுகின்ற சிறிய ஓடையின் கரையில் இத்துறைமுகம் அமைந்திருப்பதற்கான வாய்ப்புகள் உள்ளதெனக் கருதுவர்.[13] இக்கருத்துகள் மீளாய்வுக்கு உட்படுத்தப்படவேண்டும்.

4.4.வசவசமுத்திரம்

மாமல்லபுரத்திற்கு சற்று தெற்கே அமைந்துள்ள சிறுதுறைமுகம் வசவசமுத்திரம் (செங்கல்பட்டு மா.) ஆகும். இங்கே பாயும் பாலாற்றின் கரையில் இத்துறைமுகம் அமைந்துள்ளது. இங்கு மேற்கொண்ட மேல்மட்டக் கள ஆய்வுகளிலும், சிறு அகழாய்விலும் கருப்பு–சிவப்பு பானைச் சில்லுகளோடு உரோமானிய ஆம்பொரா, ரூலட் மண்பாண்டச் சில்லுகள் கண்டுபிடிக்கப்பட்டுள்ளன. இப்பொருள்கள் ஆரம்பவரலாற்றுக் காலப் பண்பாட்டையும் அக்காலத்தில் உரோமானிய வணிகர்களுடனான கடல்வழி வணிகத்தையும் உறுதிசெய்யவல்லன. இத்துறைமுகம் பொ.ஆ. 3–4ஆம் நூற்றாண்டு வாக்கில் நன்கு செயல்பட்டிருக்கவேண்டும்.[14]

இத்துறைமுகத்தைப் பற்றி சங்கத் தொகை நூல்களில் குறிப்பேதுமில்லை. இருப்பினும் நீர்ப்பெயறு என்று ஒரு துறைமுகம் சங்கத்தொகை நூல்களில் குறிப்பிடப்பட்டுள்ளது.[15] இத்துறைமுகத்தை வசவசமுத்திரத்தோடு சிலரும் மற்றவர்கள் மகாபலிபுரத்தோடும் அடையாளப்படுத்துவர்.[16] இவ்விரண்டு கருத்துகளும் மீளாய்வுக்கு உட்படுத்தப்படவேண்டும்.

4.5. வாயலூர்

வசவசமுத்திரத்திற்கு தெற்கே அமைந்த மற்றுமொரு சிறிய துறைமுகம் வாயலூர் ஆகும். இவ்வூரில் உள்ள வியாக்கிரபுரீசுவரர் என்ற பல்லவர் கோயிலின் தூண் ஒன்றில் உள்ள கல்வெட்டு பல்லவர்களின் கடல் வெற்றியைக் குறிக்கிறது. இக்கல்வெட்டில் பல்லவ மன்னர்களின் பெயர் வழி சொல்லப்பட்டுள்ளது. பல்லவர்கள் தொலை தூரப் பகுதிகளான ஆயிரம் தீவுகளை வென்று ஆட்சியை நிலைநிறுத்தியதாக இக்கல்வெட்டு குறிக்கிறது. புனிதமான வாயில் என்று பொருள்படும் திருப்பிலவாயில் என்றும் வாயலூரை அழைத்துள்ளனர். எனவே துறைமுகமாக இருந்து வணிகர்களின் வழிப்போக்கிற்கு வழியாக இவ்வூர் இருந்துள்ளது எனக் கருதலாம்.

4.6. மரக்காணம்

மரக்காணம் (விழுப்புரம் மா.) என்ற மற்றொரு துறைமுகம் வாயலூர்க்குத் தெற்கே உள்ளது. இதுவும் பல்லவர் காலத்தில் செயல்பட்டு வந்த ஒரு துறைமுகமாகும். சங்க நூலான சிறுபாணாற்றுப்படை எயிற்பட்டினம் என்றொரு துறைமுகத்தைக் குறிக்கும். உரோமானியப் பயண நூலான பெரிபுளசு 'சொபத்மா' என்ற துறைமுக நகரைக் குறிக்கும். பொதுவாக சோபத்மாவை மரக்காணத்துடன் அடையாளப்படுத்துவர். இருப்பினும் மரக்காணத்தில் நடைபெற்ற கள, அகழாய்வுகள் ஆரம்பவரலாற்றுக் காலப் பண்பாட்டுப் பொருள்கள் ஏதொன்றையும் வெளிக் கொணரவில்லை. இவ்விடத்தில் இருந்து உப்பு எடுக்கப்பட்டதைப் பற்றிய செய்திகளை சோழர் கல்வெட்டுகள் பலவும் தெரிவிக்கின்றன.[17] விசயநகரக்

ப.சண்முகம் ● 341

கல்வெட்டு ஒன்று இவ்விடத்தில் செயல்பட்ட வணிகர்களைப் பற்றி தெரிவிக்கிறது.[18] இத்துறைமுகத்தில் இருந்து ஏற்றுமதி செய்யப்பட்ட பொருள்களில் முக்கியமானது துணிவகைகள் ஆகும்.[19]

4.7.அரிக்கமேடு

இக்காலகட்டத்தில் செயல்பட்ட துறைமுகங்களில் மிக நன்றாக அறியப்பட்ட துறைமுகம் அரிக்கமேடு (புதுச்சேரி, இந்திய அரசு ஒன்றியப்பகுதி) ஆகும். இத்துறைமுகம் அரியாங்குப்பம் ஆற்றின் முகத்துவாரத்தில் அமைந்துள்ளது. இவ்விடம் கப்பல்கள் நங்கூரமிடுவதற்குத் தக்க பாதுகாப்புள்ள பகுதியாகும். சங்கத் தொகை நூல்களில் இத்துறைமுகத்தைப் பற்றிய குறிப்பேதுமில்லை. இருப்பினும் சங்கப் பாடல்கள் வீரைமுந்துறை என்றொரு துறைமுகத்தைக் குறிக்கிறது. இப்பகுதியில் உப்பு விளைவித்தல் நடைபெற்றுள்ளது.[20] இவ்வூரை வீராம்பட்டினம் என்பதோடு தொடர்பு படுத்துவர். இவ்வீராம்பட்டினம் அரிக்கமேட்டுக்கு அருகில் உள்ளது.[21] வெளியன் தித்தன் என்ற குறுநில மன்னனின் தலைநகராகச் இத்துறைமுகம் சொல்லப்பட்டுள்ளது.[22]

அரிக்கமேட்டில் நடைபெற்ற அகழாய்வுகள் மூலம் உரோமானியருடனான கடல் வழி வணிகச் செயல்பாடுகளை அறிய முடிந்தது. உரோமானிய கலைப் பொறிப்புகள், ஆம்பொரா சாடிகளின் துண்டுகள், ரூலட் பாண்டங்கள், போன்ற செய்பொருள்கள் பலவும் எடுக்கப்பட்டுள்ளன. இத்துடன் உரோமானிய மது, கரம் என்று சொல்லப்படும் மசாலாப் பொருள் ஆகியவைகளும் கிடைத்துள்ளன. இவ்விரண்டும் உரோமானிய வணிகர்களின் பயன்பாட்டுக்கானது. இவ்வகையான உரோமானியப் பொருள்கள் மூலம் உரோமானிய வணிகர்கள் அடிக்கடி இப்பகுதிக்கு வந்து சென்றுள்ளனர் என்பது புலனாகும் இவ்விடத்திலிருந்து ஏற்றுமதி செய்யப்பட்ட பொருள்களில் முக்கியமானவை என்று பல வண்ணங்கள் கொண்ட பலவகையான கண்ணாடி மணிகள், நவமணிகளாலான பாசிகள், ஆகியவற்றைக் குறிக்கலாம். இப்பகுதியில்

கண்டெடுக்கப்பட்ட சாயத் தொட்டி மூலம் துணிகளுக்கு சாயமேற்கும் தொழிலும் சிறப்பாக நடைபெற்றுள்ளது என அறியாலாம். இவ்வகையில் துணிகளும் இவ்விடத் திலிருந்து ஏற்றுமதி செய்யப்பட்டிருக்கலாம். இங்கு தோண்டி எடுக்கப்பட்ட சில கட்டுமானங்களில் துறைமுகச் சரக்கு சேமிப்பு நிலையம் (?) என்ற ஒரு கட்டிடத்தைக் குறிக்கலாம். விமலா பெக்லியின் கருத்துப்படி அரிக்கமேடு மத்திய தரைக் கடல் நாடுகளுடன் கடல் வழி வணிகத் தொடர்புகளை பொ.ஆ.மு. 3 ஆம் நூற்றாண்டிலிருந்தே கொண்டிருந்தது.²³

இத்துறைமுகம் பொ.ஆ.மு.2ஆம் நூற்றாண்டிலிருந்து பொது ஆண்டின் ஆரம்ப நூற்றாண்டுகள் வரை நன்னிலையில் இருந்துள்ளது. பொ.ஆ. 3 ஆம் நூற்றாண்டளவில் இத்துறைமுகத்தின் செயல்பாடுகளில் சரிவு ஏற்பட்டுள்ளது. முக்கிய காரணமாக உரோமானிய வணிகத்தில் ஏற்பட்ட வீழ்ச்சி யினால் இவ்வாறான சரிவு ஏற்பட்டது. இத்துறைமுகத்தின் பயன்பாட்டிலும் ஒரு குறைபாட்டைக் காணலாம். ஆற்று நீரோட்டத்தினாலும் கடல் ஏற்ற இறக்கத்தினாலும் மணல் திட்டுகள் முகத்துவாரப்பகுதியில் ஏற்பட்டன. இத்திட்டுகள் கப்பல்கள் போக்குவரத்துக்குத் தடையாக இருந்துள்ளன. இதன் காரணமாக இத்துறைமுகம் தன் செயல்பாட்டை இழந்தது. இவை தவிர மற்ற காரணங்கள் சிலவும் இருக்கலாம். இதன் பின்னர் இத்துறைமுகம் எப்பொழுது மீண்டும் செயல் பாட்டுக்கு வந்தது எனக் கண்டறிய முடியவில்லை. பின்னர் 15ஆம் நூற்றாண்டு வாக்கில் சீன நாட்டோடும் பின்னர் 16–17 ஆம் நூற்றாண்டுகளில் பிரான்சு, இங்கிலாந்து ஆகிய ஐரோப்பிய நாடுகளின் வணிகர்களும் இத்துறைமுகத்தை நாடி வந்துள்ளனர்.

4.8. புகார்

சங்க காலத் துறைமுகங்களில் சிறப்புற்று விளங்கியது புகார் என்று அழைக்கப்பட்ட காவிரிப்பூம்பட்டினம் (நாகபட்டினம் மா.) ஆகும். இத்துறைமுகம் காவிரி கடலில் கலக்கும் முகத்துவாரப் பகுதியில் அமைந்துள்ளது. தற்பொழுது இவ்வூர் ஒரு சிறிய மீனவர் கிராமமாக

உள்ளது. பொ.ஆ. 1–2 நூற்றாண்டுகளைச் சேர்ந்த உரோமானியக் கடலோடிகளும் பயணநூல் ஆசிரியர்களும் இத்துறைமுகத்தை வெகு சிறப்பாகக் குறித்துள்ளனர். முக்கியமாக பெரிபுளூசுவின் செங்கடல் பயண *(Periplus of the Erethrean Sea)* நூலில் இத்துறைமுகம் 'கமரா' (Camara) எனக் குறிக்கப்பட்டுள்ளது. பூகோளவியல் அறிஞரான தாலமி 'கபேரிய பெருநகர்' (Kaberis Emporion) என்று விளித்துள்ளார். சங்கத் தொகை நூலான பட்டினப்பாலை துறைமுகம், நகரம், மற்றும் அதைச் சுற்றியுள்ள பகுதிகளைப்பற்றியும் விரிவாக விளக்குகிறது. பாய்மரங்களைச் சுருட்டாமலும் ஆற்றுப்பகுதியை இடிக்காமலும் ஆற்று முகத்துவாரத்தின் மூலம் கப்பல்கள் உள்ளே நுழைந்தன என்று பட்டினப்பாலை குறிக்கிறது.[24] இந்நூல் மேலும் வேற்று நாடுகளில் இருந்து இறக்குமதி செய்யப்பட்ட பொருள்களைப் பற்றிய விவரங்களையும் அளித்துள்ளது. குதிரைகள் கடல்வழியாகவும், நவமணிக்கற்களும் பொன்னும் வடக்கு மலைகளிலிருந்தும் சந்தணம், மேற்கு மலைகளிலிருந்தும் முத்துக்கள் தென்கடல் பகுதியிலிருந்தும், பவளம் மேலைக் கடலிலிருந்தும், கொண்டுவரப்பட்டன எனக் குறிக்கிறது. கங்கை ஆற்றுப் பகுதிப் பொருள்களும், காவிரி ஆற்றின் விளைபொருள்களும் இங்கே பரிமாறிக் கொள்ளப்பட்டன. இலங்கையில் உற்பத்தி செய்யப்பட்ட பொருள்களும், காழகத்தின் (மலேசியா) விளைபொருள்களும் இத்துறைமுகத்தில் இறக்குமதி செய்யப்பட்டன. சரக்குகளை இறக்கி வைக்கும் சரக்ககமும் அரசு வரி நிர்ணயம் செய்து வசூலிக்கும் இடமும் இத்துறைமுகத்தில் இருந்துள்ளன. சரக்குகள் மீது வரி வசூலித்த பின்னர் சோழ அரச இலச்சினை பொறிக்கப்பட்டு விற்பனைக்கு விடுவிக்கப்பட்டன. மேலும் யவன வணிகர்களையும் 'யவனர் இருக்கை' என்ற அவர்கள் குடியிருந்த பகுதியையும் இந்நூல் குறித்துள்ளது. சிலப்பதிகாரத்தில் இங்கு நிலை பெற்றிருந்த கலங்கரை விளக்கம்[25] பற்றி உள்ளது.

இங்கு கண்டெடுக்கப்பட்ட ஆரம்ப வரலாற்றுக் கால கருப்பு–சிவப்பு மற்றும் பிற வகை மண் பாண்டச்

சில்லுகளும் பொ.ஆ. 1–3 ஆம் நூற்றாண்டுகளில் இங்குள்ள குடியிருப்புகள் வாழ்ந்த மக்களின் அன்றாட புழங்கு பொருள்களைப்பற்றிய சான்றினை அளிக்கின்றன. மேலும் உரோமானிய வணிகர்கள் பயன்படுத்திய பாண்டங்கள் பற்றிய தகவல்களையும் தருகின்றன. இவ்வாறே இலங்கையின் மண்பாண்டச் சில்லுகளும் அந்நாட்டு வணிகர்கள் இங்கு வசித்துள்ளதைத் தெரிவிக்கும். இச்சில்லுகள் சிலவற்றில் இலங்கை வட்டார எழுத்து வகையையும் காணலாம். உரோமானியக் காசுகள், சங்க கால மன்னர்களின் காசுகளும் இவ்விடத்தில் கண்டெடுக்கப்பட்டுள்ளன. பழங் கட்டுமானங்கள் சிலவற்றையும் அகழாய்வுகள் வெளிக் கொணர்ந்துள்ளன. கீழையூரில் காணப்பட்ட செங்கல் கட்டுமானம் பொ.ஆ.மு. 250 காலகட்டத்தைச் சேர்ந்தது எனக் கணித்துள்ளனர். இக்கட்டுமானம் படகு கட்டும் தளமாக அடையாளப் படுத்தப்பட்டுள்ளது. இங்கே படகுகள் கட்டுவதற்கு ஏற்றாற்போல் மர முட்டுகள் புதைக்கப்பட்டுள்ளன. இக்கட்டுமானம் ஒன்றே தமிழகத்தின் கடற்கரையில் காணப்பட்ட பழங்கட்டுமானம் ஆகும். இந்த படகு கட்டும் தளம் பொ.ஆ. இரண்டாம் நூற்றாண்டு வரையும் அதன் பின்னரும் செயல்பட்டு வந்திருக்கலாம் எனக் கருதுகின்றனர்.[26]

சங்க காலத்தின் இறுதியில் கடற்கோளால் இத்துறைமுகம் அழிவுற்றதாகக் கருதப்படுகிறது. இவ்வழிவுக்கு சமயம் சார்ந்த காரணங்களை இலக்கியங்கள் குறிக்கின்றன. கடல் சார்ந்த ஆய்வுகள் கடற்கோள் அல்லது சுனாமி போன்ற கடல் சீற்றங்களால் இவ்வழிவு ஏற்பட்டிருக்கலாம் எனத் தெரிவிக்கின்றன. இருப்பினும் காவிரிப்பூம்பட்டினம் இப்பேரழிவிலிருந்து உடனே மீண்டுள்ளது. இப்பகுதியில் 4–5ஆம் நூற்றாண்டுகளில் புத்த சமயம் தழைத்தோங்கியுள்ளது. இக்காலகட்டத்தில் களப்பிர அரசனான அச்சுத விக்கந்தன் அபிதம்மாவதாராம் என்ற புத்த மத நூலை இவ்வூரிலிருந்து ஆக்கியுள்ளான்.[27] இதன் பின்னரும் இத்துறைமுகம் பிற்காலத்திலும், தற்காலம் வரையிலும் 16–17ஆம் நூற்றாண்டுகள் வரையிலும் செயல்பாட்டில் இருந்துள்ளது.

4.9.நாகபட்டினம்

நாகபட்டினம் துறைமுகம் சங்க காலத்தில் செழித்தோங்கியது. தாலமி இத்துறைமுகத்தை நிகம என்று குறித்துள்ளதால் பொ.ஆ. முதல் நூற்றாண்டில் இத்துறைமுகம் செயல்பட்டுள்ளது தெரியவரும். பல்லவர் ஆட்சிக் காலத்தில் சீனப்பேரரசன் விருப்பத்திற்கிணங்க இரண்டாம் நரசிம்ம வர்மனால் சீன வணிகர்களுக்காக புத்தர் கோயில் ஒன்று கட்டப்பட்டது. பதிநான்காம் நூற்றாண்டில் எழுதப்பட்ட தயோ சிலி என்ற சீன நூலில் தூத என்ற புத்தர் கோயில் இருந்துள்ளதாகக் குறிக்கிறது. மார்கோ போலோ, இந்திய வருகையின் போது நாகபட்டின துறைமுகத்துக்கு வந்துள்ளார். சோழர் ஆட்சிக் காலத்தில் தென்கிழக்காசிய வணிகர்களின் பயன்பாட்டிற்கென ஸ்ரீவிசய அரசனால் இங்கே சூளாமணிவன்ம விகாரம் என்ற புத்தர் கோயில் கட்டப்பட்டது. பின்னர் குலோத்துங்கன் காலத்தில் இக்கோயிலுக்கு மேலும் கொடைகள் வழங்கப்பட்டுள்ளன. ஸ்ரீவிசய அரசரின் தூதுவர்களும் நாகபட்டின கோயில்களுக்கு பொன் கொடை அளித்துள்ளனர். இங்குள்ள புத்த பள்ளியைச் சேர்ந்த 350 புத்தர் படிமங்கள் கண்டெடுக்கப்பட்டுள்ளன. புத்த மதத் துறவிகள் பலரும் இங்கிருந்து தென்கிழக்காசியா, சீனா ஆகிய நாடுகளுக்கு கடல் பயணங்களை மேற்கொண்டுள்ளனர். இங்கே பதினான்காம் நூற்றாண்டுக்குப் பிற்பட்ட சீனப் பீங்கான் துண்டுகள் கண்டெடுக்கப்பட்டுள்ளன. எனவே நாகபட்டின துறைமுகம் சங்க காலத்திலிருந்து சிறப்பாகச் செயல்பட்டுள்ளது. ஆயினும் இங்கே செயல் பட்ட துறைமுகத்தின் கட்டுமானங்களோ இதர பொருள்களோ கண்டெடுக்கப்படவில்லை.

4.10.பந்தர்பட்டினம்

இப்பகுதியில் செயல்பட்ட மற்றுமொரு சிறிய துறைமுகம் பந்தர்பட்டினமாகும் (தஞ்சாவூர் மா.). இத்துறைமுகம் கிழக்குக் கடற்கரைச் சாலையின் முத்துப்பேட்டை–மீமிசல் பகுதியில் முத்துப்பேட்டைக்கு கிழக்கே சுமார் 40 கிலோமீட்டர் தொலைவில் உள்ளது. இங்கு நடைபெற்ற

சிறிய அளவிலான அகழாய்வில் ஆரம்ப வரலாற்றுக் கால மண்பாண்டங்கள் கண்டெடுக்கப்பட்டன. களிம்பு பூச்சுள்ள மண்பாண்டங்கள், சீனப் பீங்கான் பாண்டங்கள், மணிகள், சுடுமண் பொருள்கள், இவ்விடத்திலிருந்து சேகரிக்கப்பட்டன. வெள்ளி முத்திரைக் காசு ஒன்றும், பொ.ஆ. 400ஆம் ஆண்டைச் சேர்ந்த பிற்கால உரோமானிய அரசர்களின் 4 காசுகளும், சோழர் காசுகள் ஆறும், பாண்டியர் காசு ஒன்றும், வேணாட்டு அரசரான வீரகேரளனின் வெள்ளிக் காசு ஒன்றும் கள மேற்பரப்பு ஆய்வுகளில் கண்டெடுக்கப்பட்டன. இங்கிருந்த பழம் குடியிருப்புகளை அரிக்கமேடு, காவிரிப்பூம்பட்டின குடியிருப்புகளோடு ஒப்பிடலாம்.[28] பந்தரின் சிறப்புவாய்ந்த முத்துக்கள் பற்றி பதிற்றுப்பத்தில் சிறப்பாகச் சொல்லப்பட்டுள்ளன.[29] வெள்ளி முத்திரைக் காசுகளும், உரோமானியக் காசுகளும் இங்கே கண்டெடுக்கப்பட்டுள்ளதால் முத்து சேகரிக்கும் பட்டினமாக இருந்த பந்தர் நல்ல துறைமுகமாகவும் செயல்பட்டிருக்கலாம். சோழர், பாண்டியர் மற்றும் வேணட்டு அரசர்களின் காசுகளும் இங்கே கிடைத்துள்ளதால் 17-18ஆம் நூற்றாண்டுகள் வரையிலும் இத்துறைமுகமும் நன்கு செயல்பட்டிருக்கலாம். இருப்பினும் துறைமுகத்தின் பிற நடவடிக்கைகளைப் பற்றி சரியாக அறிய முடியவில்லை.

4.11. அழகன்குளம்

அழகன்குளம் துறைமுகம் (ராமநாதபுரம் மா.) பாண்டிய நாட்டில் வைகை ஆறு கடலில் கலக்கும் முகத்துவாரப் பகுதியில் அமைந்துள்ளது. இத்துறைமுகம் பற்றி சங்கத் தொகை நூல்களும் உரோமானியப் பயணிகளும் எவ்விதக் குறிப்பையும் தரவில்லை. அகழாய்வுகள் மூலமே இத்துறைமுகத்தின் செயல்பாடுகளை அறிய முடிந்துள்ளது. மருங்கை, அல்லது மருங்கூர்பட்டினம் என்றொரு துறைமுகத்தை நற்றிணை என்ற சங்க இலக்கியம் குறிக்கிறது.[30] இப்பட்டினம் பாண்டியர் நாட்டுப் பகுதியில் செயல்பட்டுவந்த சிறப்பு வாய்ந்த துறைமுகமாகும். வங்கம் என்ற கடல்வழி செல்லும் கப்பல் இத்துறைமுகத்தில் நங்கூரமிட்டுள்ளதைக் குறிப்பிடும். இத்துறைமுகத்தின் அருகில் உப்பளங்கள் பல

உள்ளன. இங்கிருந்து ஏற்றுமதி செய்யப்பட்ட பொருள்களில் உப்பு முக்கிய சரக்காக இருந்திருக்கலாம்.[31] இருப்பினும் மருங்கூர்பட்டினத்தை அழகன்குளத்தோடு ஒப்பிடும் கருத்து மீளாய்வு செய்யப்படவேண்டும். இங்கு செய்யப்பட்ட அகழ்வாய்வில் உரோமானிய ஆம்பொரா மதுச் சாடிகள், ஆரிடைன் (Arretine) வகை பாண்டங்களோடு உரோமானிய அரசர்களான வேலண்டைன் (Valentine) (பொ.ஆ. 382–395), தியோடோசியசின் (Theodosius) காசுகளும் கண்டெடுக்கப்பட்டுள்ளன. இங்கே கிடைத்த ரூலட் மண்பாண்டச் சில்லுகளில் உரோமானிய கப்பலின் கீரல் படம் உள்ளது. மேற்கண்ட சான்றுகள் யாவும் பொ.ஆ. 3–4 ஆம் நூற்றாண்டுகள் வரை இத்துறைமுகம் மத்தியத் தரைக்கடல் நாடுகளுடன் வணிக உறவுகளை மேற்கொண்டு நன்கு செயல்பட்டிருந்தது என்பதைப் புலப்படுத்தும். எனினும் துறைமுகக் கட்டுமானங்கள் ஏதொன்றையும் இவ்வகழாய்வுகள் வெளிக்கொணரவில்லை.

4.12. கொற்கை

பாண்டிய நாட்டின் மிகச் சிறப்பு வாய்ந்த துறைமுகம் கொற்கை (தூத்துகுடி மா.) ஆகும். இப்பழந்துறைமுகம் தாமிரபரணி ஆற்றின் வடகரையில் அமைந்திருந்தது. தற்பொழுது இத்துறைமுகம் கடற்கரையிலிருந்து சுமார் 3 கிலோமீட்டர் தொலைவில் உள்நாட்டுப் பகுதியில் உள்ளது. கடந்த 2000 ஆண்டுகளில் ஏற்பட்ட கடல் எல்லை மாற்றங்களால் இத்துறைமுகப் பகுதிகள் வெகுவாகப் பாதிக்கப்பட்டு கடல்கரையை விட்டு ஒதுங்கியது. சங்க காலத்தின் இறுதியிலேயே கடல் உள்வாங்கியிருக்கலாம். இதன் விளைவாக துறைமுகச் செயல்பாடுகளில் தேக்கம் ஏற்பட்டு பின்னர் செயலற்றுப் போயிற்று. அருகிலுள்ள கழிமுகப்பகுதியில் சிறு சிறு துறைமுகங்கள் பின்னர் ஏற்படுத்தப்பட்டு சில காலம் செல்வாக்குடன் செயல் பட்டன.

சங்க இலக்கியம் இத்துறைமுகத்தைப் பற்றி மிகச் சிறப்பாகக் குறிக்கிறது. இந்நகரம் பாண்டியர்களின் இரண்டாம் தலைநகரமாக இருந்துள்ளது. அகநானூறுவில் கொற்கை

முன் துறை என்று இத்துறைமுகம் சொல்லப்பட்டுள்ளது.[32] முத்துக் குளித்தல் இத்துறைமுகத்தின் முக்கிய தொழிலாகக் குறிக்கப்பட்டுள்ளது. பரதவர் என்ற மீனவ சமூகத்தார் முத்துக்குளித்தலில் ஈடுபட்டிருந்தனர்.[33] சங்க இலக்கியங்கள் இவ்வூரில் சங்கு அறுத்து வளையல்கள் செய்யும் தொழில் மிகச் சிறப்பாக நடைபெற்றது என்று குறிக்கிறது. இப்பொருள்கள் பெரும்பாலும் அயல்நாடுகளுக்கு இத்துறைமுகம் வாயிலாக ஏற்றுமதி செய்யப்பட்டன.

பெரிபுளூசு இத்துறைமுகத்தை 'கொல்சி' என்று அழைத்து முத்துக்குளித்தலுக்கு இவ்வூர் பேர் போனது என்றும் விவரிக்கும்.[34] பிளினி, மற்றும் தாலமி ஆகியோர் இங்கு நடைபெற்ற முத்துக்குளித்தலைப் பற்றி விவரம் அளிக்கின்றனர். அகழாய்வின் மூலம் மண்பாண்டச் சில்லுகள், காசுகள் போன்ற சிறப்பான சில செய்பொருள்கள் கிடைத்துள்ளன. இவ்விடத்தில் சேகரிக்கப்பட்ட கரிமப் பொருள், பொ.ஆ.மு. 785ஆம் ஆண்டைச் சேர்ந்தது.[35] இவ்விடத்தில் சேகரிக்கப்பட்ட மண்பாண்டச் சில்லுகளில் சிறப்பாகக் கருதவேண்டியது வடபகுதி மெருகூட்டப்பட்ட கருப்பு மண்பாண்டத் துண்டுகளாகும். இவ்வகைப் பாண்டங்கள் வட நாட்டில் குறிப்பாக மௌரியப் பேரரசுக் காலத்தில் வனையப்பட்டவை. இவ்வகைப் பாண்டங்கள் தமிழகத்தின் பண்டைய ஊர்கள் பலவற்றிலும் கிடைக்கின்றன. எனவே இம்மண்பாண்டச் சில்லுகளும் பொ.ஆ.மு. முதல் நூற்றாண்டுக்கு முன் நிலவிய தொலை தூர வடநாட்டு வணிகத்தைக் குறிக்கின்றன. வடநாட்டுடனான தொலைதூர வணிகத் தொடர்பினை மீண்டும் உறுதி செய்ய வடநாட்டில் அச்சடிக்கப்பட்ட வெள்ளி முத்திரைக் காசுகள் சிலவும் இங்கே எடுக்கப்பட்டுள்ளன.[36] பாதி அறுக்கப்பட்ட சங்குகள், வெட்டப்பட்ட நவரத்தினக் கற்கள், முழுமையாக ஆக்கப்பட்ட வளையல்கள், நவரத்தின மணிகளும் இவ்விடத்தில் சேகரிக்கப்பட்டுள்ளன. இவ்வகையான தொல்பொருள்கள் எல்லாம் இங்கு சிறப்பாக நடைபெற்ற தொழில்கள் மற்றும் அதன் விளைபொருள்கள் வணிகத்தின் பொருட்டு துறைமுகம் மூலம் ஏற்றுமதி செய்யப்பட்டுள்ளன என்பதைத் தெளிவாகக் காட்டும்.

இவ்விடத்தில் பழந்துறைமுகத்தைச் சேர்ந்த கட்டுமானங்கள் அதன் இடிபாடுகள் என ஏதொன்றையும் காணமுடியவில்லை. இங்கு நடைபெற்ற அகழாய்வு மிகவும் சிறிய அளவில் நடைபெற்றதனால் பெரிய அளவில் தொல்பொருள்களைச் சேகரிக்க முடியவில்லை. மேலும் ஊரை விட்டு கடல் வெகு தொலைவு சென்றுள்ளதால் துறைமுகத்தின் முக்கிய செயல்பாட்டுப் பகுதியையும் தீர்மானிக்க முடியவில்லை. சங்க காலத்திற்குப் பின்னர் இத்துறைமுகத்தின் செயல்பாடுகள் பற்றி ஒன்றும் தெரிந்திலது. சங்கம் மருவிய காலத்தில் இயற்றப்பட்ட சிலப்பதிகாரம் இத்துறைமுகத்தை இரண்டாவது தலைநகரமாகப் புகழ்கிறது. பின்னர் பிற்காலப் பாண்டியர்கள் காலத்தில் 10-11ஆம் நூற்றாண்டுகளில் இவ்விடத்தில் கோயில் ஒன்று எழுப்பப்பட்டுள்ளது. இக்கோயில் அக்கசாலீசுவரர் கோயில் என்று கல்வெட்டுகள் குறிப்பதால் பாண்டிய அரசின் காசு அச்சடிக்கும் பணி இங்கே நடைபெற்றுள்ளது. ஆயினும் இத்துறைமுகம் 12-13ஆம் நூற்றாண்டுகள் வரை செயல்பட்டிருக்கலாம். பின்னர் இதன் செயல்பாடு நின்றிருக்கலாம்.

5. துறைமுகங்களில் இயல்புகள்

பழந்தமிழகத்தில் நிலைபெற்றிருந்த ஆரம்ப வரலாற்றுக் கால துறைமுகங்களின் பொதுவான இயல்புகளை அறிவது முக்கியமாகும். பொதுவாக எல்லா துறைமுகங்களும் நடுக் கடலில் அல்லது கடல் கரையிலிருந்து சற்றுத் தொலைவில் அமைந்துள்ளன. இவ்வாறுள்ள நடுக் கடலில் கப்பல்கள் நிற்பதற்கு ஏதுவான சூழ்நிலைகள் உள்ள இடத்தில் கப்பல்களை நிறுத்தி சரக்குகளை சிறு படகுகள் அல்லது தோணிகள் மூலமாக கரைக்கு கொண்டு வரப்படும். இவ்வகையான சரக்கு போக்குவரத்து 17-18ஆம் நூற்றாண்டுகள் வரையும் இருந்துள்ளன. மாமல்லபுரம், மயிலாப்பூர் ஆகிய துறைமுகங்கள் இவ்வாறு நடுக்கடல் துறைமுகங்களாகும். கட்டுமானங்கள் இல்லாததால் துறைமுகத்தின் முக்கிய பகுதிகளை அடையாளம் காணமுடியவில்லை.

சரக்குகளைச் சேமித்து வைக்க கிடங்குகள் அல்லது சரக்குகளை அடுக்கி வைக்கும் தளங்கள் அல்லது மேடைகள் போன்ற சிறு கட்டுமானங்கள் இருந்தாலும் அவற்றைக் கண்டுபிடிப்பது சுலபமல்ல. மேலும் இம்மாதிரியான கட்டுமானங்கள் பல சமயத்தில் அவ்வப்போது தேவைக்கு ஏற்ப கட்டப்படுவன. இவ்வகையான தற்காலிகக் கட்டிடங்களும் கூட இத்துறைமுகங்களில் காணப்படவில்லை. இருப்பினும் சிறிய படகுகள் போன்ற நீர்வழிப் போக்குவரத்து யா கலங்களைக நிறுத்துவதற்கும், கட்டுவதற்கும் படகு கட்டும் துறைகள் இருந்திருக்கலாம். இருப்பினும் இவ்வகையான நடுக் கடல் துறைமுகங்களில் துறைமுகக் கட்டுமானங்களைக் கண்டுபிடிப்பது மிகவும் சிரமமான காரியம்.

இரண்டாம் வகை துறைமுகங்கள் ஆற்று முகத்துவாரத்தில் அமைந்துள்ளன. ஆற்று முகத்துவாரங்கள் சில இடங்களில் கப்பல்கள் தங்குவதற்கு ஏற்றதான அமைதியான சூழலைக் கொண்டுள்ளன. அகலமான மற்றும் ஆழமான ஆறுகள் உள்ள இடங்களில் கப்பல்கள் சென்று வருவதற்கு ஏற்ற ஆழம் இருக்குமிடங்களிலும் ஆற்றின் போக்கு, வேகம் ஆகிய சூழல்கள் அளவான வகையில் அமைந்திருக்கும் பகுதிகளில் இவ்வகைக் துறைமுகங்கள் உருவாக வாய்ப்புள்ளன. இவ்வகையில் அரிக்கமேடு, காவிரிப்பூம்பட்டினம், அழகன்குளம் ஆகிய துறைமுகங்களைக் குறிக்கலாம். இவ்விடங்களில் பெரிய கப்பல்கள் நடுக்கடலிலும் சிறிய கப்பல்கள் ஆற்று முகத்துவாரத்தில் உள்ள பாதுகாப்பான இடங்களில் நிற்பதற்கான வசதிகளும் செய்யப்பட்டிருக்கும். கப்பல்கள் நிறுத்துவதற்கான அமைதியான சூழ்நிலைகளும், அதிவேக காற்று வீசாத சுமுகமான தன்மைகளையும் இவ்வாற்று முகத்துவாரத்தில் இருந்துள்ளன.

மூன்றாம் வகையான துறைமுகங்களும் பழந்தமிழகத்தில் உள்ளன. இவ்வகையான துறைமுகங்கள் கழிமுகப்பகுதிகளில் உள்ளன. இவைகள் கடல் நீர் அல்லது ஆற்று நீர் உட்புகுந்து ஆழமான குளம் போன்ற அமைப்பை ஏற்படுத்தியுள்ளன. இக்குளம் இயற்கையிலேயே ஏற்படுத்தப்பட்டது. இவ்விடத்தில்

காற்றின் வேகம் குறைந்திருக்கும், நீர்ப்பரப்பு அமைதியாக இருக்கும். எனவே கப்பல்கள் அல்லது பெரிய அளவு படகுகள் நிறுத்துவதற்கான அமைதியான சூழல் இங்கு உள்ளதென அறியலாம். இவ்வாறு இயற்கையாக அமைந்த கழிமுகப்பகுதிகள் கேரளத்தில் அதிகமாக உள்ளன. தமிழகத்தில் மிகக் குறைவாக உள்ளன. முக்கியமான கழிமுகப்பகுதித் துறைமுகமாக பழவேற்காட்டைக் குறிக்கலாம்.

இவ்வகையில் மேற்கொண்ட முன்னாய்வுகள் யாவும் முக்கிய துறைமுகங்களைப் பற்றியே இருந்தன. காவிரிப்பூம்பட்டினம், கொற்கை போன்ற துறைமுகங்களின் தன்மைகள், வணிகத் தொடர்புகள், நகராக்கம் போன்ற ஆய்வுகளுக்கு முக்கியம் அளிப்பனவாகவும் இவ்விடங்களிலேயே பொதுவாக அகழாய்வுகளும் செய்யப்பட்டன. இத்துறைமுகங்கள் பழந்தமிழகத்தின் வணிகப் பொருளாதார நிலை சீராகவும் வளமாகவும் இருந்த காலங்களில் செழிப்புடன் இருந்து, பின்னர் வீழ்ச்சியை சந்தித்தது.

அரிக்கமேடு, காவிரிப்பூம்பட்டினம், கொற்கை ஆகிய துறைமுகங்கள் சங்க காலத்தில் சிறப்பு வாய்ந்த முக்கிய துறைமுகங்களாக விளங்கின. பொருளாதார மந்த நிலை, சமூக மாற்றங்கள், முக்கியமாக அரசியல் மாற்றங்களால் வணிகத்தில் சீர்குலைவு ஏற்பட்டது. இவ்வாறான தேக்க நிலை துறைமுகங்களையும் பாதித்துள்ளது. வணிகப் பொருள்களின் உற்பத்தியில் ஏற்பட்ட தேக்க நிலையும் கூட ஒரு காரணமாக இருக்கலாம். இவ்வகையான ஊகங்களுக்கு தற்பொழுது சரியான சான்றுகள் கிட்டவில்லை என்பதையும் மனதில் கொள்ளவேண்டும். ஒவ்வொரு துறைமுகத்தின் வீழ்ச்சிக்கும் அவ்வவ் வட்டாரத்தில் நிலவிய காரணங்களும் முக்கியமாக இருக்கலாம்.

நடுக்கடல் துறைமுகங்களின் வீழ்ச்சிக்கு முக்கிய காரணமாக கப்பல்கள் நிலை நிறுத்துவதற்கான சூழல், அமைதியான காற்று, போன்றவைகளைக் குறிக்கலாம். கடல் கரை ஊர்களில் ஏற்பட்ட பொருளாதார மந்தம்

கூட ஒரு காரணமாகலாம். சரக்குகளை ஏற்றிச் செல்லும் போக்குவரத்துச் சாதனங்களின் குறைபாடுகளாலும் வணிகர்கள் வேரிடத்தை நாடிச் சென்றிருக்க முடியும், மேலும் இயற்கைச் செயல்களாலும், சுனாமி போன்ற இயற்கைச் சீற்றங்களாலும் கடல் உள்வாங்கி கப்பல்கள் போக்குவரத்துக்குத் தடைகள் ஏற்பட்டு அவை நிறுத்துவதற்கான சூழல் இல்லாமல் போனதும் மற்றொரு காரணமாகலாம்

அரிக்கமேடு, கொற்கை போன்ற ஆற்று முகத்துவாரங்களில் ஏற்படுத்தப்பட்ட துறைமுகங்களின் செயல்பாடுகளில் ஆறுகளின் போக்கு முக்கிய பங்கை வகிக்கிறது. ஆற்று முகத்துவாரங்களில் மணலடித்து திட்டுகள் உருவானால் கப்பல்கள் உள்நுழைவதற்கான வாயில் தடைபடும். இவ்வாறு தடைபட்டால் சரக்குக் கப்பல்களின் நடமாட்டம் குறைவுபடும். இதன்காரணமாக துறைமுகப் பணிகள் பாதிக்க வாய்ப்புள்ளது. கொற்கையைப் பொருத்தவரையில் ஆற்றில் திட்டுகள் உருவாகியிருக்கலாம் என்றாலும் கடல் உள்வாங்கியதால் துறைமுகம் தன் செயல்பாட்டை இழந்தது. பின்னர் சில கிலோமீட்டர் வடக்கில் உள்ள பழையகாயல் என்ற சிறிய துறைமுகம் தோற்றமெடுத்தது. இத்துறைமுகம் சிலகாலம் சிறப்பாகச் செயல்பட்டுள்ளது.

துறைமுகங்களின் வீழ்ச்சிக்கு மற்ற இயற்கைக் காரணங்களும் உள்ளன. தமிழகத்தின் கிழக்குக் கடற்பகுதி புயல், சூறாவளி மற்றும் பருவமழைகளால் அடிக்கடி தாக்குதலுக்கு உள்ளாகும். இதனால் ஏற்படும் பேரிழப்புகளும் சில சமயம் இத்துறைமுகங்களின் நடவடிக்கைகளை சீரழிக்கவல்லன. கடல் நீர் மட்டம் உயர்தல், தாழ்தல் போன்ற இயற்கைமாற்றங்களும் கூட துறைமுகங்களின் பணிகளைப் பாதிக்கவல்லன. இவ்வகையில் காவி ரிப்பூம்பட்டினமும் சுனாமியால் பல காலங்களில் தாக்கப்பட்டு செயலிழந்துள்ளது. இவ்வாறே மாமல்லபுரம், அழகன்குளம் ஆகிய துறைமுகங்களும் கடல் சீற்றங்களுக்கு உள்ளாகி யிருக்கலாம்.

6. துறைமுகக் கட்டுமானங்கள்

துறைமுகங்களின் கட்டுமானங்கள் சிலவற்றை அகழாய்வுகள் வெளிக்கொணர்ந்துள்ளன. அரிக்கமேட்டில் காணப்பட்ட கட்டுமானம் ஒன்றை துறைமுக அலுவலகக் கட்டிடமாக அடையாளப் படுத்தியுள்ளனர். இச்செங்கல் கட்டிடம் பொது ஆண்டின் ஆரம்பகாலத்தைச் சேர்ந்ததாகக் கணிக்கப்பட்டுள்ளது. இக்கட்டிடத்தில் உள்ள அறைகளையும் தடுப்புகளையும் கருத்தில் கொண்டு அலுவலகமாக இருக்கலாம் என்று கருதியுள்ளனர்.

இங்கே காணப்பட்ட மற்றொரு கட்டுமானம் படகு கட்டும் துறை ஆகும். பெரிய அளவிலான செங்கற்களால் கட்டப்பட்டுள்ளது. படகுகளைக் கட்டுவதற்கு மரமுட்டுகளை புதைத்துள்ளனர். இக்கட்டுமானம் இரண்டு காலகட்டங்களில் கட்டப்பட்டுள்ளதாகக் குறித்துள்ளனர். முதல் காலத்தில் படகு கட்டும் ஒவ்வொரு திட்டுகளிலும் 15 செ.மீ. விட்டமும் சற்றே உயரமுள்ள வட்டமான மரத்திண்டுகள் வரிசைக்கு நான்காக ஊன்றப்பட்டுள்ளன. இத்திண்டுகள் யாவும் ஆற்றுப் படுகையின் கீழ்மட்டத்தில் ஊன்றப்பட்டு கடல் நீர்மட்டத்தின் மேல் மட்டத்திற்குச் சற்று உயரமாக அமைக்கப்படுள்ளன. இதனால் இவை எக்காலத்திலும் படகுகளைக் கட்டுவதற்கு ஏதுவாக அமைக்கப்பட்டுள்ளன. இவைகளை இணைக்க இடைப் பலகைகளும் பொருத்தப்பட்டிருந்தன. இந்த இணைப்புப் பலகைகள் சரக்குகளை ஏற்றவும் இறக்கவும் பயன்பட்ட தளமாக இருந்துள்ளன. இங்கே சேகரிக்கப்பட்ட மரத்துண்டின் காலம் பொ.ஆ.மு. 250 ஆகும்.

இரண்டாவது கட்டுமானத்தில் இந்த படகு கட்டும் துறையில் நன்கு வடிவமைக்கப்பட்ட மரக் கட்டுமானம் ஏற்படுத்தப்பட்டது. ஏற்கெனவே மரத்திண்டுகள் உள்ளதால் இவ்வமைப்பை ஏற்படுத்துவது சுலபமாயிற்று. ஆயினும் இத்துண்டுகளை நிறுவுவதற்காக செங்கற்களை அளவாக வெட்டியுள்ளனர். இந்த கட்டுமானத்தில் செங்கற்கள் சுண்ணாம்பு கலந்த கலவையைப் பூசியுள்ளனர். இப்பூச்சு அகழாய்வாளர்களால் சேகரிக்கப்பட்டுள்ளது. இப்பூச்சு கடந்த 2000 ஆண்டுகளாகக் கரையாமல் இருகியுள்ளது இக்கலவையின் திண்மையைப் பறைசாற்றும்.

சான்று நூல்கள்

1. சு. வித்யாநந்தன், *தமிழர் சால்பு 1985*, (3 பதிப்பு), ப. 232-236; வி.சி. சசிவல்லி, *பண்டைத் தமிழர் தொழில்கள் 1989*, ப. 215-228.
2. Abdul Majeed, A., Thulasiraman, D., and Vasanthi, S., *Alagankulam: A Preliminary Report,* 1992; R. Nagaswamy, *Roman Karur:A peep into Tamils' Past,* 1995, pp. 21-27, 63-81, 96-102.
3. Paula J. Turner, *Roman Coins from India,* Institute of Archaeology, Occasional Publication, No.12, 1989; Krishnamurthy, R., *Late Roman Copper Coins from South India: Karur and Madurai,* 1994.
4. *அகநானூறு*, பா. 340.
5. *SII.,* 17, 679.
6. Noboru Karashima, *In Search of Chinese Ceramic - sherds in South India and Sri Lanka 2004,* pp. 8-9.
7. K.V.Raman, 1992, 'Further Evidence of Roman Trade from Coastal sites in Tamil Nadu', in *Rome and India: The Ancient Sea Trade,* Vimala Begley and Richard Daniel De Puma, eds., p. 130.
8. M.D.Raghavan, and N.Devasahayam, *Excavations by the Madras Museum at Kilpauk, Panunda, Punnol and Sankavaram,* 1974, pp. 1-15.
9. P.L. Gupta, *The Early Coins from Kerala,* 1988, pp. 6, 7, 8.
10. S.Jayaseela Stephen, *Portuguese in the Tamil Coast: Historical Explorations in Commerce and Culture (1507-1749),* 1998, pp. 241-266.
11. நாலாயிர திவ்யப் பிரபந்தம், இயற்பா, பா. 3353, 29; பெரிய திருமொழி, பா. 1103.
12. *SII.,* 1. 40.
13. D.Dayalan, 'New Light on the Location of the Ancient Seaport of Mamallapuram', in *Tamil Civilization,* vol. 5 (1-2).
14. R.Nagaswamy and A.Abdul Majeed, *Vasavasamudram,* 1978, pp. 27.
15. பெரும்பாணாற்றுப்படை, வ. 323.
16. N.S.Ramaswami, *Mamallapuram,* 1975, p. 88.
17. *ARE.,*1919, 23.
18. *ARE.,*1919, 34.
19. *ARE.,*1919, 39.

20. *அகநானூறு, பா. 206, வ. 13–15.*
21. Iravatham Mahadevan, 'The Ancient Name of Arikamedu', பரிதிமாற் கலைஞர் நூற்றாண்டு விழா மலர், தொகு. என்.சுப்பிரமணியன், *1970, ப. 204–206.*
22. நற்றிணை, *பா. 58, வ. 5;* அகநானூறு, *பா. 152, வ. 5–6.*
23. Begley, 1983, 'Arikamedu Reconsidered,' *American Journal of Archaeology,* vol. 87, pp. 461-482; - 1988, 'Rouletted Ware at Arikamedu: A New Approach', *American Journal of Archaeology,* vol. 92, pp. 427-440.
24. புறநானூறு, *பா. 30.*
25. சிலப்பதிகாரம், தொ.*5, 10;* தொ.*6, 141.*
26. K.V.Soundara Rajan, *Kaveripattinam Excavations* 1963-73, 1994, pp. 25-26.
27. மே.நூ. pp. *26–36.*
28. T.Satyamurthy, 'Numismatic finds from Bandar Pattanam in Tamil Nadu', *SSIC.,* vol. 7, 1997, pp. 49-55.
29. பதிற்றுப்பத்து, *பா. 74.*
30. எஸ்.சாந்தலிங்கம், 'மருங்கூர்: சங்ககாலக் கடற்கரைப் பட்டினம்', *Seminar on Maritime History, 1998.*
31. அகநானூறு, *பா. 227;* நற்றிணை, *பா. 258;* மயிலை சீனி வேங்கடசாமி, 1968, 'மறைந்துபோன மருங்கூர்ப் பட்டினம்', *Proceedings of the Second World Tamil Conference - Seminar,* pp. 1-6.
32. அகநானூறு, *பா. 130, 201.*
33. அகநானூறு, *பா. 250.*
34. Schoff, W. H., 1974, *The Periplus of the Erythrean Sea:* 209-211; 237-239.
35. R. Nagaswamy, *Damilica,* 1970, 53.
36. அ. ராகவன், கோ நகர் கொற்கை, ப.115, படம் VII.

நூல்கள் பட்டியல்

1. தமிழ் நூல்கள்

அகநானூறு.

அழகு கிருஷ்ணன், பொ., *சிலப்பதிகாரம் காட்டும் பண்பாடும் சமுதாய வரலாறும்*, ஐந்திணை பதிப்பகம், சென்னை.

ஆவணம், தொல்லியல் கழக ஆண்டு வெளியீடு, தஞ்சாவூர்.

இராஜமாணிக்கம், மு., *பத்துப்பாட்டு ஆராய்ச்சி*, சென்னைப் பல்கலைக் கழகம், சென்னை, 1970.

இராஜவேலு, சு., திருமூர்த்தி, *தமிழகத் தொல்லியல் அகழாய்வுகள்*, பண்பாட்டு வெளியீட்டகம், சென்னை, 1995.

ஐராவதம் மகாதேவன், *தாய்லாந்தில் தமிழ்-பிராமி பொறித்த பானை ஓடு*, ஆவணம், தொ. 17, 2006, ப. 12–13.

கராஷிமா, நொபேரு, *சுருக்கமான தென் இந்திய வரலாறு*, அருட்செல்வர் நா. மகாலிங்கம் மொழிபெயர்ப்பு மையம், பொள்ளாச்சி, 2018.

கலித்தொகை.

கனகலதா முகுந்த், *பழந்தமிழ் வணிகர்கள்: சர்வதேச வர்த்தகத்தின் முன்னோடிகள்*, கிழக்கு, 2016. (தமிழாக்கம்)

கிருஷ்ணமூர்த்தி, இரா., *சங்ககாலச் சோழர் நாணயங்கள்*, சென்னை, 1986.

கிருஷ்ணராசா, செ., 'யாழ்பாணக் குட நாட்டில் கிடைத்த நாணயங்கள்', சிந்தனை, தொ. 1–3, 1983, ப. 70–84.

குறுந்தொகை.

கோவிந்தராசன், சி., *கல்வெட்டுக் கலைச்சொல் அகரமுதலி,* மதுரை காமராாசர் பல்கலைக் கழகம், 1987.

சசிவல்லி, வி.சி., *பண்டைத் தமிழர் தொழில்கள்,* உலகத் தமிழாராய்ச்சி நிறுவனம், சென்னை, 1989.

சண்முகம் பிள்ளை, மு., *சங்கத் தமிழர் வாழ்வியல்,* உலகத் தமிழாராய்ச்சி நிறுவனம், சென்னை, 1997, ப. 100–125.

சண்முகம், ப., *சங்க காலக் காசு இயல்,* உலகத் தமிழராய்ச்சி நிறுவனம், சென்னை, 2003.

..., *'தமிழகமும் தாய்லாந்தும்: தொன்மைத் தொடர்புகள்', ஆவணம்,* தஞ்சாவூர், தொ.3,1993, ப.81–84.

சாந்தலிங்கம், எஸ்., *'மருங்கூர்: சங்ககாலக் கடற்கரைப் பட்டினம்', Seminar on Maritime History,* தமிழ்ப் பல்கலைக் கழகம், தஞ்சாவூர், 1998.

சிலப்பதிகாரம், இளங்கோ அடிகள்

சிறுபாணாற்றுப்படை.

சீதாராமன், அ., சங்கர் ராமன், *பல்லவர் காசுகள்,* தனலட்சுமி பதிப்பகம், தஞ்சாவூர், 2002.

சுப்பிரமணியன், என்., *'பண்டைத் தமிழகத்து மக்களின் நிலை', ஆராய்ச்சி,* தொ.1, ப. 211.

சுப்பிரமணியன், பா.ரா., *வளமான சொற்களைத் தேடி,* பரிசல், சென்னை, 2021.

தமிழ்க் கல்வெட்டுச் சொல்லகராதி, இரண்டாம் தொகுதி, சாந்தி சதனா, சென்னை, 2003.

தர்மபுரி கல்வெட்டுகள், தொல்லியல் துறை, தமிழ்நாடு அரசு, சென்னை, தொ. 1.

திருக்குறள்.

தினமணி, நாளிதழ், சென்னை, 15–2–95.

நற்றிணை.

நாகசாமி, இரா., *'பெண்கள் உரிமை குறித்து ஒரு கல்வெட்டு', ஆராய்ச்சி,* தொ.13, 1973, ப. 53.

நாலாயிர திவ்யப் பிரபந்தம், கி.வேங்கடசாமி ரெட்டியார், (தொ.) திருவேங்கத்தான் திருமன்றம், சென்னை, 1981.

பட்டினப்பாலை.

பதிற்றுப்பத்து/.

பத்மநாதன், எஸ்., *இலங்கைத் தமிழ்ச் சாசனங்கள்*, கொளும்பு, 2006.

பல்லவர் செப்பேடுகள் முப்பது, டி.என். சுப்பிரமணியன், தொகு. சென்னை, 1966.

பிள்ளை, கே.கே., *தமிழக வரலாறு: மக்களும் பண்பாடும்*, தமிழ்நாட்டுப் பாடநூல் நிறுவனம், தமிழக அரசு, சென்னை,1962.

புறநானூறு.

புஷ்பரட்ணம், பி., *பூநகரியில் கிடைத்த அரிய சங்ககால நாணயங்கள்*, ஆவணம், தொ.9, 1998, ப.114.

பெரும்பாணாற்றுப்படை.

பொருநராற்றுப்படை.

மணிமேகலை, *சீத்தலைச் சாத்தனார்*, உ.வே சாமிநாத ஐயர் நூலகம், சென்னை, 1981.

மதுரைக்காஞ்சி.

மயிலை சீனி வேங்கடசாமி, '*மறைந்துபோன மருங்கூர்ப் பட்டினம்*', Proceedings of the Second World Tamil Conference - Seminar, 1968, ப.1–6.

மலைபடுகடாம்.

மூவர் தேவாரம், வே. மகாதேவன், (தொ.) ஸ்ரீ காமகோடி ஆய்வு மையம், கும்பகோணம், 1988.

ராகவன், அ., கோ நகர் கொற்கை.

ராஜன், கா., தொல்லியல் நோக்கில் சங்ககாலம், உலகத் தமிழாராய்ச்சி நிறுவனம், சென்னை, 2010.

ராஜன், கா., 'பொருந்தல் அகழாய்வு-செய்திக் குறிப்பு', ஆவணம், 20, 2009, பக். 109–115.

வித்யாநந்தன், சு., *தமிழர் சால்பு*, பாரி புத்தகப் பண்ணை, சென்னை, 3 பதிப்பு, *1985.*

ஜெயகுமார், ப., *தமிழ் நாட்டுத் துறைமுகங்கள்*, தஞ்சாவூர், *2002.*

...., 'கோவளம்: ஒரு இடைக்காலத் துறைமுகம்', ஆவணம், 1995, தஞ்சாவூர், ப. 75-76.

ஸ்ரீதர், தி.ஸ்ரீ., பதி., *கோயம்புத்தூர் மாவட்ட தொல்லியல் கையேடு*, தமிழ்நாடு அரசு தொல்லியல் துறை, சென்னை, *2005.*

2.ஆங்கில நூல்கள்

Abdul Majeed, A., D.Thulasiraman and S.Vasanthi, *Alagankulam: A Preliminary Report,* State Department of Archaeology, Government of Tamil Nadu, Madras, 1992.

Allchin, Raymond and Bridget Allchin, *Origin of a Civilization: The Prehistory and Early Archaeology of South Asia,* New Delhi, 1997.

Allchin, Bridget, and Raymond Allchin, *The Rise of Civilization in India and Pakistan,* Cambridge University Press, Cambridge, 1996.

Altekar, A.S., *The Rashtrakutas and Their Times,* Oriental Book Agency, Poona, 1934.

Amarnath Ramakrishna, K., M.Rajesh, and N. Veeraraghavan, 'Archaeological Explorations in the Vaigai river valley with special reference to inscribed jewellery hoard from Tenur, Madurai district', in *Amaravati,* eds. S. Rajavelu, N.Athiyaman, and V. Selvakumar, Chennai, 2017, pp.172-177.

Ancient India, Archaeological Survey of India, New Delhi.

Annual Report on (South) Indian Epigraphy, Archaeological Survey of India, from 1987- 1974.

Appadorai, A., *Economic Conditions of Southern India (1000-1500 A.D.),* University of Madras, Madras, 2 vols. 1936. 2nd ed. 1955.

Bajaj, T.K., and T.M.Mukundan, 'Leaves from Thondaimandalam: Ships anchor here no more', *The Hindu,* April, 12, 1992.

Barbosa, Duarte, *An Account of the Countries Bordering on the Indian Ocean and their inhabitants,* Written by Duarte Barbosa and Complied about 1518, Translated with Notes by Longworth Dames, 2 vols., 1918, II, p.132.

Biddulup, C.H., *Coins of the Cholas,* Numismatic Notes and Monograph no.13, The Numismatic Society of India, 1968.

......, *Coins of the Pandyas,* Numismatic Notes and Monograph, The Numismatic Society of India, 1968.

Bokshchanin, A.A., 'Sino-Indian Relations from Ancient Times to the Sixteenth Century', S.L. Tikhvinsky (Ed.), *China and Her Neighbours,* Progress Publishers, Moscow, 1981, p.112.

Burgess, J., *Tamil and Sanskrit Inscriptions,* Madras, 1886.

Burrow, T., M.B.Emeneau, *A Dravidian Etymological Dictionary,* 2 ed. Oxford, 1984.

Caldwell, R., 'Explorations at Korkai and Kayal', *The Indian Antiquary,* vol. 6, 1877, pp. 80-83.

Carswell, John, 'China and Islam: A Survey of the Coast of India and Ceylon', in *Transactions of the Oriental Ceramic Society,* vol.42, pp. 25-42.

Champakalakshmi, R., *Religion, Tradition, and Ideology: Pre-colonial South India,* Oxford University Press, 2011.

..., *Trade, Ideology and Urbanization: South India (300 BC. to AD 1300),* Oxford, Delhi, 1996.

..., 'Urban Process in Early Medieval Tamilnadu', in Sabyasachi Bhattacharya and Romila Thapar eds., *Situating Indian History,* Delhi, 1986.

..., Growth of Urban Centers in South India: Kudamukku-Palaiyarai, the Twin Cities of the Colas, Sabyasachi Bhattacharya and Romila Thaper, eds., *Situating Indian History,* Delhi, 1986;

..., Urbanization in South India: The role of Ideology and Polity, Presidential Address, Section 1, *Proceedings of the Indian History Congress,* 47th session, Srinagar, 1986.

..., Archaeology and Tamil Literary Traditions, *Puratatva,* vol. 8, 1975-76;

Codrington, H.W., *Ceylon Coins and Currency, Memoirs of the Colombo Museum series,* A, No. 3, Colombo, 1924.

Dayalan, D., 'New Light on the Location of the Ancient Seaport of Mamallapuram', in *Tamil Civilization,* vol. 5, 1 - 2.

Derrett, J. Duncan, M., *The Hoysalas: A Medieval Indian Royal Family,* Oxford University Press, Delhi, 1957.

Desai, P.B., S.H.Ritti, and B.R.Gopal, *A History of Karnataka: From Prehistory to Unification,* 2 ed., Karnatak University, Dharwar, 1981.

Desikachari, T., *South Indian Coins,* Trichinopoly, 1933.

Epigraphia Carnatica, Mysore.

Epigraphia Indica, Archaeological Survey of India, New Delhi.

Gosh, D.P., 'Impact of Indian Art on the Art of South-East Asia', *Prof. K.A.Nilakanta Sastri Felicitation Volume,* p.446.

Gupta, P.L., *The Early Coins from Kerala,* Trivandrum, 1988.

..., 'A Bibliography of the Hoards of Punch marked Coins of Ancient India', in *The Journal of the Numismatic Society of India,* Monograph 2, 1955.

Gurumurthy, S., *Ceramic Traditions in South India,* University of Madras, Chennai.

Gururaja Rao, B.K., *Megalithic Culture in South India,* Manasagangotri, Mysore.

Hall, Kenneth R., 'Price-making and Market Hierarchy in Early Medieval South India', in Sanjay Subrahmanyam, ed. *Money and the Market in India: 1100-1700,* Oxford University Press, 1994, pp.57-84.

..., *Trade and Statecraft in the Age of the Colas,* Delhi, 1980.

Haraprasad Ray, 'The identity of Huang-Chih : An Ancient Indian Kingdom in Intimate Contact with Han China', in *Indian Historical Review,* vol. 17, 1990-91, pp. 1-34.

Hulzsch, E., 'Note on a Tamil Inscription in Siam', *Journal of Royal Asiatic Society,* 1913, pp. 337-339.

Indian Archaeology - A Review (IAR.), Archaeological Survey of India, New Delhi.

Indian Economic and Social History Review (IESHR).

Indrapala, K., 'Some Medieval Mercantile Communities of South India and Sri Lanka', *Ceylon Journal of Historical and Social Studies,* 1-2, 1971, pp. 101-113.

Inscriptions of Pudukottai State (IPS), Pudukkottai.

Iravatham Mahadevan, *Early Tamil Epigraphy,* 2 ed., Central Institute of Classical Tamil, Chennai, 2014; 1 ed., Cre-A, Chennai, 2004.

..., 'Ancient Tamil Coins from Sri Lanka', *Journal of the Institute of Asian Studies,* vol. 17-2, 2000, pp. 147-156.

..., 'An Early Prakrit Inscription from Kanchipuram', in *Studies in South Indian History and Culture,* ed. R.Nagaswamy, 1997, pp.238-240.

..., 'The Ancient Name of Arikamedu', பரிதிமாற் கலைஞர் நூற்றாண்டு விழா மலர், தொகு. என்.சுப்பிரமணியன், மதுரை, *1970,* pp. *204–206.*

Ishrat Alam, 'Textile Tools as Depicted in Ajanta and Mughal Paintings', G. Kuppuram and K.Kumudamani, eds., *History and Science and Technology in India,* Delhi, 1990.

J.P.Fabricius's Tamil and English Dictionary.

Jayakumar, P., 'Horse Traders of Malaimandalam in Chola country', *Sri Puspanjali,* ed., K.V. Ramesh, Bharatiya Kala Prakashan, Delhi, 2004, பக்.256-259.

Jayaseela Stephen, S., *Portuguese in the Tamil Coast: Historical Explorations in Commerce and Culture (1508-1749),* Navajothi, 1998.

Jean Luc Chevillard and Eva Wilden, eds., *F.Gros Felicitation Volume,* Institute Francsis de Pondicherry, Pondicherry, 2004, pp. 539-551.

Jha, D.N., ed. *Feudal Social Formation in Early India,* Delhi, 1987.

..., *Studies in Early Indian Economic History,* Delhi, 1980.

John Guy, 'The Lost Temples of Nagapattinam and Quanzhou: A Study in Sino-Indian Relations', *Silk Road Art and Archaeology,* vol.3, Kamakura, 1994, p. 293.

Journal of Asian and African Studies, Tokyo, Japan.

Journal of Epigraphical Society of India (JESI), Mysore

Journal of Indian History (JIH).

Journal of the Numismatic Society of India (JNSI), Varanasi.

Kanakalatha Mukund, *Merchants of Tamilakam: Poineers of International Trade,* Penguin Books, 2012.

..., *The Trading World of the Tamil Merchant: Evolution of Merchant Capitalism in the Coromandel,* Orient Longman, 1999.

Karashima, N., *In Search of Chinese Ceramic-sherds in South India and Sri Lanka,* Taisho University Press, Taisho, Japan, 2004.

..., (ed.), *Ancient and Medieval Commercial Activity in the Indian Ocean: Testimony of Inscriptions and Ceramic-sherds,* Taisho University, Taisho, Japan, 2002

..., 'Tamil Inscriptions in Southeast Asia and China', Noboru Karashima, (ed.), *Ancient and Medieval Commercial Activity in the Indian Ocean: Testimony of Inscriptions and Ceramic-sherds,* Taisho University, 2002, p. 10.

..., *Towards A New Formation: South Indian Society under Vijayanagar Rule,* Oxford, 1992.

..., 'Trade Relations between South India and China during the 13th and 14th Centuries', in *Journal of East- West Maritime Relations,* vol.1, 1989, pp.59-81.

..., ed., *Socio-Cultural Change in Villages in Tiruchirapalli District, Tamilnadu, India,* part 1, Institute for the Study of Languages and Cultures of Asia and Africa, Tokyo, 1983.

..., Y.Subbarayalu, P.Shanmugam, *Vijayanagar Rule in Tamil Country as Revealed through a Statistical Study of Revenue Terms,* Tokyo, 1988.

Karnataka Inscriptions, Dharward.

Kittel's Kannada Dictionary, University of Madras, Madras, 3 vols.

Korisettar, Ravi, P.C., et.al., 'Brahmagiri and Beyond: The Archaeology of the Southern Neolithic' *Prehistory: Archaeology of South Asia,* eds. S. Settar and Ravi Korisettar, vol. 1., pp.151-238, ICHR and Manohar, Delhi, 2002.

Krishnamurthy, R., 'Sangam Age Pandya Coins with Legend Peruvaluti in the National Museum, Colombo', *Studies in South Indian Coins,* vol. 15, 2005, pp. 58-63.

..., *The Pallava Coins,* Garnet Publishers, Chennai, 2004.

..., *Late Roman Copper Coins from South India: Karur and Madurai,* Garnet Publications, Madras, 1994.

..., *Sangam Age Tamil Coins,* Garnet Publishers, Chennai,

..., 'Some Unpublished and Rare Coins of the Pallavas', *Journal of Numismatic Society of India,* vol.50, 1988, pp. 35-36, plate 5-1.

..., and Senerath Wickramasinge, 'Sangam Age Pandya and Chola Coins from National Museum, Colombo', *Studies in South Indian Coins*, vol. 15, 2005, pp. 43-52.

..., and Senarath Wickramasinghe, *A Catalogue of the Sangam Age Pandya and Chola Coins in the National Museum, Colombo, Sri Lanka*, Department of the National Museum, Colombo, 2005.

Krishnan, K.G., 'Literary and Epigraphical References to the Coinage in Ancient India', in *The Journal of the Numismatic Society of India*, vol. 20, pp. 9-14.

Krishnaswami, A., *The Tamil Country under Vijayanagar*, Annamalai University, Annamalainagar,1964.

Kuppuram, G and K.Kumadamani, eds., *History of Science and Technology in India*, Delhi, 1990.

Lalitha, R., 'Status of the Women Under the Imperial Cholas, 900-1250', M.Litt. thesis, University Madras (unpublished), 1979.

Madras Christian College Magazine (MCM), vol.3, p.128. Chennai.

Madras Museum Annual Report, 1948-49, Madras Museum Accession No. 815, Madras.

Mahalingam .T.V., *Admininstration and Social Life under Vijayanagar*, 2nd ed. University of Madras, 2 vols. 1975.

..., *Report on the Excavations in the Lower Kavery Valley (Tirukkampuliyur and Aragarai)*, University of Madras, Madras 1970.

..., *South Indian Polity*, 2nd ed., University of Madras, Madras 1967.

..., *Economic Life in the Vijayanagar Empire*, University of Madras, Madras, 1955.

Manguin, P.Y., A.Mani, and G.Wade, eds., *Early Interactions between South and Southeast Asia*, Institute of Southeast Asian Studies, Singapore, 2011.

Manickavasagam, M.E., *Dravidian Influence in Thai Culture*, Tamil University, Thanjavur, 1986.

Meera Abraham, *Two Medieval Merchant Guilds of South India*, Manohar, 1988.

Minakshi, C., *Administration and Social Life under the Pallavas*, University of Madras, Madras, 1933; Revised ed. 1977.

Murthy, M.L.K., 'Hunter Gatherer-Ecosystems and Archaeological Patterns of Subsistence Behaviour on the Southern Coast of India: An Ethnographical Model', *Journal of Field Archaeology,* 63, 301-20, 1981.

Nagaswamy, R., *Roman Karur: A peep into Tamils' Past,* Brahad Prakashanm Madras, 1995.

..., *Tamil Coins - A Study,* Department of Archaeology, Government of Tamilnadu, Madras, 1981.

..., *Studies in Ancient Tamil Law and Society,* Department of Archaeology, Government of Tamilnadu, 1978.

..., ed., *South Indian Studies,* vol.1,2, Society for Archaeological, Historical and Epigraphical Research, Madras, 1978.

..., 'Pay Structure Under Rajaraja Chola', in R. Nagaswamy, *Studies in Ancient Tamil Law and Society,* Department of Archaeology, Government of Tamilnadu,Chennai, 1978, pp. 62-66; 135-140.

..., *Damilica,* Dept.of Archaeology, Govt.of Tamil Nadu, 1970, p.53.

..., 'Bilingual Coin of Satavahana', in *Seminar on Inscriptions,* 1968.

Natarajah, D., *Women in Tamil Society: The Classical Period,* University of Malaya, 1966.

Nilakanta Sastri, K.A., ed., *South India and South East Asia,* Getha Publishers, Mysore, 1978.

..., ed., *Foreign Notices of South India,* University of Madras, Madras, Reprinted, 1972.

..., *A History of South India from Prehistoric Times to the fall of Vijayanagar,* Oxford University Press, Madras, 1972.

..., *The Pandyan Kingdom: From the Earliest Times to the Sixteenth Century,* reprint, Swathi Publications, Madras, 1972.

..., *The Colas,* University of Madras, Madras, 1955.

..., 'The Takua-Pa (Siam) Tamil Inscription', *Journal of Oriental Research,* vol. 6, 1932, pp. 299-310.

Osmund Bopearachchi, 'Ancient Sri Lankan and Tamil Nadu: Maritime Trade in South Indian Horizons', *F.Gros Felicitation Volume,* eds. Jean Luc Chevillard and Eva Wilden, Institute Francsis de Pondicherry, Pondicherry, 2004, pp. 539-551.

Paranavithana, S., *Inscriptions of Ceylon: Early Brahmi Inscriptions,* Colombo, 1970.

Paula J. Turner, *Roman Coins from India,* Institute of Archaeology, Occasional Publications, no.12, London, 1989.

Peter Francis, *Asia's Maritime Bead Trade, c. 300 BCE., to the present,* Honolulu, University of Hawaii Press, 2002.

Peter Francis. Jr., *Bead Emporium: A Guide to the Beads from Arikamedu in the Pondicherry Museum,* Pondicherry Musuem, Government of Pondicherry, 1987.

Peter Hardie, 'China's Ceramic Trade with India', *Transactions of the Oriental Ceramic Society,* vol.48, p. 19.

Pieris, P.E., Nagadipa II (coins), *Journal of the Royal Asiatic Society* (Colombo Branch), 1919, p. 73.

Pillai, K.K., *A Social History of the Tamils,* 2 ed. University of Madras, Chennai, 1975, pp.239-246.

Prasanna Lakshmi, M.J., 'The Position of Women in Tamilnadu from Sangam Age to 9th century A.D'., Ph.D. thesis, unpublished, University of Madras, 1973.

Proceedings of the Indian History Congress.

Puratatva, New Delhi.

Pushaparatnam, P. *Ancient Coins of Sri Lankan Tamil Rulers,* Bavani Patippakam, 2002.

Raghavan,M.D., and N.Devasahayam, 1974, *Excavations by the Madras Museum at Kilpauk, Panunda, Punnol and Sankavaram,* Madras Government Museum, Madras: 1-15.

Rajan Gurukkal, *Social Formation in Early South India,* Oxford University Press, New Delhi, 2010.

..., 'The Edakal Rock Engravings: Morphology and Meanings', *Studies in Humanities and Social Sciences,* 4(1), 1997, pp. 43-60.

Rajan, K., *Archaeology of Tamilnadu (Kongu country),* Book India Publishing House, Delhi, 1994.

..., *Archaeological Gazetteer,* Tamilnadu.

Rajavelu, S., N.Athiyaman, and V. Selvakumar, eds. *Amaravati,* Chennai, 2017.

Ramachandra Murthy, S.S., *et.al.,* eds., *Sankaram,* Harman Publishing House, New Delhi, 2000.

Ramachandran, T.N., *Nagapattinam and its Buddhist Bronzes,* Government Museum, Chennai.

Raman, K.V., *Excavations at Uraiyur (Tiruchirappalli) - 1965-69,* University of Madras, Madras, 1988.

..., 'Archaeological Excavations in Kanchipuram', in *Tamil Civilzation,* vol. 5, 1987,, Tamil University, Thanjavur, pp. 67-68.

..., 'Port Towns of Tamilnadu- Some Field Data and the Prospects of Marine Archaeology', in *Marine Archaeology of Indian Ocean Countries,* p. 115.

Raman, K.V. and P.Shanmugam, 'Terracotta Coin Moulds from Kanchipuram', in *Studies in South Indian Coins,* vol., 5, 1995, New Era Publications, Madras, pp.77-80.

Raman, K.V. and P.Shanmugam, 'Terracotta Coin Moulds from Kanchipuram', in *Studies in South Indian Coins,* vol., 1, 1991, Madras.

Ramaswami, N.S., *Mamallapuram,* 1975.

Ramaswamy, T., *Merchant Class: South India (1336-1665),* Mathi Publishers, Madurai, 1997.

Ramayya, S., 'Sensational Discovery of first Kalabhra Coin, in *The Mail,* 27-6-1970.

Ramesh, K.V., ed., *Sri Puspanjali,* Bharatiya Kala Prakashan, Delhi, 2004.

Ray, H.P. and Jean Francois Salles, *Tradition and Archaeology: Early Maritime Contacts in the Indian Ocean,* Manohar, 1996.

Rockhill, Notes on Toung Poa, 16.

Sabyasachi Bhattacharya and Romila Thapar, eds., *Situating Indian History,* Delhi, 1986.

Saletore, B.A., *Social and Political Life in the Vijayanagar Empire: A.D. 1346-A.D. 1646,* 2 vols., B.G.Paul&Co., Madras, 1934.

Sanjay Subramanyam, ed., *Money and the Market in India: 1100-1700,* Oxford University Press, 1994.

Sankalia, H.D., *Prehistory and Protohistory of India and Pakistan,* Deccan College, Poona, 1974.

Sankaranarayana, N., 'Three Hoards of Chinese Coins in Madras Government Museum', *The Journal of Numismatic Society of India,* vol. 33, 1971, pp.61-68.

Sarma, I.K., *Coinage of the Satavahana Empire,* Delhi, 1980.

Sasisekaran, B., *Iron Industry and Metallurgy: A study of Ancient Technology,* New Era Publications, Chennai, 2004.

Sastri, Ajay Mitra, ed., *The Age of the Satavahanas,* 2 vols., Aryan Books International, New Delhi, 1999.

Satyamurthy,T., 'Chinese Coins from the Temple at Nedungadu', in *Studies in South Indian Coins,* vol., 8, 1998, pp.69-73.

..., 'Numismatic finds from Bandar Pattanam in Tamil Nadu', *Studies in South Indian Coins,* vol. 7, 1997, pp.49-55.

Schoff, W. H., *The Periplus of the Erythrean Sea,* 1974.

Settar, S., Ravi Korisettar, *Indian Archaeology in Retrospect:* Vol. 1 Prehistory-The Early Archaeology of South Asia, Manohar, New Delhi,2002.

Shanmugam,P., 'Centres of Production and Market Systen in Tamil Country', *Recent Advances in Vijayanagara Studies,* eds. P.Shanmugam and Srinivasan Srinivasan, New Era Publications, 2006, pp. 127-130.

..., 'Sangam Pandya Coins in Sri Lanka', in *The Journal of the Numismatic Society of India,* vol.66, 2004, pp.36-42.

..., 'Pattanappagudi: A Voluntary Impost of the Trade Guilds', in Noboru Karashima, ed., *Ancient and Medieval Activities in the Indian Ocean: Testimony of Inscriptions and Ceramic- sherds,* Taisho University, Tokyo, Japan, 2003, pp. 89-100.

..., 'Some Socio Economic Terms in the Vijayanagar Inscriptions', in *Sankaram,* eds. S.S.Ramachandra Murthy, et.al., Harman Publishing House, New Delhi, 2000, p. 105.

..., 'Lead Coins of Chendan', in *Madras Coin Society,* vol. 11, pp.193-199.

..., 'An Early Tamil Brahmi Inscription from Thailand', in *Journal of Epigraphical Studies,* Mysore, vol. 22, 1996, pp.100-103.

..., 'Two Coins of Tamil Origin from Thailand', in *Studies in South Indian Coins,* vol., 4, 1994, pp.97-98.

..., 'Place-names with Puram suffix in the Vijayanagara Period', in *Studies in Indian Place Names,* vol.13, 1992, pp.46-48.

..., 'Management of Temple Musicians and Dancers', in *The Bulletin of the Institute of Traditional Cultures,* University of Madars, 1989-1990, Madras, pp. 69, 72-73.

..., 'Pattadai and Industries in the Tamil Country under the Vijayanagar Rule', in *Journal of Asian and African Studies,* No. 37, 1989, pp. 31-49.

..., *Revenue System of the Cholas,* 850-1279, Ne Era Publications, Madras, 1987

Sidebotham, E., 'Ports of the Red Sea and Arab-India Trade', in *Rome and India: The Ancient Trade,* Vimala Begley and R.D. De Puma, eds., Madision, 1991, p.30.

Singaravelu, S., *Social Life of the Tamils (The Classical Period),* Kuala Lumpur.

Sohoni, S.V., 'A Note on the Audumbara Temple Coins', *Journal of Numismatic Society of India,* vol. 4, 1942, pp. 55-57.

Soundara Rajan, K.V., 1994, *Kaveripattinam Excavations 1963-73,* Archaeological Survey of India, 25-26.

South Indian Inscriptions, Archaeological Survey of India, New Delhi.

South Indian Temple Inscriptions (ST.), Government of Tamilnadu.

Sreekumar, P.K., *Society and Economy under the Chalukyas of Vatapi, c. AD. 500 - c.AD. 800,* Dravidiyan University, Kuppam,2009.

Sridhar,T.S., *Alagankulam: An Ancient Roman Port city of Tamil Nadu,* Department of Archaeology, Government of Tamilnadu, Chennai, 2005.

Srinivasa Iyengar, P.T., *History of the Tamils: From the Earliest Times to 600 A.D.,* University of Madras, 1930.

..., *Pre Aryan Tamil Culture,* University of Madras, 1924.

Stein, Burton, *Peasant State and Society in Medieval South India,* Oxford

University Press, Oxford, 1980.

Studies in Indian Place Names (SIPN), Mysore.

Studies in South Indian Coins (SSIC), Chennai.

Subbarayalu, Y., *South India under the Cholas,* Oxford University Press, New Delhi, 2012.

..., 'Chinese Ceramics of Tamilnadu and Kerala Coasts', in *Tradition and Archaeology: Early Maritime Contacts in the Indian Ocean,* ed. H.P. Ray, and Jean Francois Salloo, Manohar, 1996, pp.112.

..., 'The Pesantry of Tiruchirappalli District from the 13th to 17th Centuries', N.Karashima, ed. *Socio-cultural Change in Villages in Tiruchirappalli District, Tamilnadu, India,* Part 1, Institute for the Study of Languages and Cultures of Asia and Africa, Tokyo, 1983, p. 128.

Subbarayalu, Y. and P. Shanmugam, 'A Note on the Rates of Assessment under the Vijayanagar Government', in N.Karashima, ed., *Socio-cultural Change in Villages in Tiruchirappalli District, Tamilnadu, India,* part 1, Institute for the Study of Languages and Cultures of Asia and Africa, Japan, 1983.

Subrahmanya Aiyer, K.V., 'Largest Provincial Organisation in Ancient India', *Quarterly Journal of the Mythic Society,* vol. pp.45-46, 1955, Bangalore.

..., *Historical Sketches of Ancient Dekhan,* 3 vols., Coimbatore, 1967.

Subrahmanyam,R., and K.V.Raman, 'Terracotta figurines and other objects from Kanchi Excavation-1962' in *the Journal of Indian History,* vol.19, 1967, p.506.

Subramaniam,T.N., 'A Tamil Colony in Medieval China', in R,Nagaswamy, ed., *South Indian Studies,* vol.1, Society for Archaeological, Historical and Epigraphical Research, Madras, 1978, pp.1-52.

..., *The Pallavas of Kanchi in South-East Asia,* Chennai, 1967.

Suresh, S., *Symbols of Trade,* Manohar, 2004.

Tamil Lexicon, University of Madras, Chennai.

Thaper, Romila, 'Dana and Dakshina as Forms of Exchange', *Indica,* vol.13,

1-2, 1976, pp. 37-48.

Tharapong Srisuchat, 'Thailand and the Maritime Silk Routes: The Role of Ancient Ports and Harbour Cities in Thailand', *The Silpakorn Journal,* Special Issue, vol., 33-36, Bangkok, 1990, p.6.

The Hindu (Chennai Edition), dated 21-11-2007.

Thirugnanasambandam,K.A., *Kanchi-Pallava Coins,* Erode, 1989.

Tirumala Tirupati Devasthanam Inscriptions (TD), Tirupati.

Tirumalai,R., *Collected Papers: Economic Life in Kanchipuram During Pallava, Chola and Vijayanagar Periods and Trade patterns of Commerce in Medieval South India,* Department of Archaeology, Government of Tamilnadu, Chennai, 1994.

..., *Studies in the History of Ancient Townships of Pudukkottai,* Department of Archaeology, Government of Tamilnadu, Chennai, 1981.

Transactions of the Oriental Ceramic Society.

Vasuki,M., 'The Status of Women in Tamil Nadu in the Ancient Period', Ph.D. Thesis, University of Delhi, New Delhi

Vekataramanayya,N., *The Eastern Chalukyas of Vengi,* Vedam Venkataraya Sastry and Bros., Madras, 1950.

Vijaya Ramaswamy, *Textiles and Weavers in Medieval South India,* Oxford University Presss, 1985.

..., 'Artisans in Vijayanagar Society', in *The Indian Economic and Social History Review,* vol. 22, 4, 1985,p.423.

..., 'A Note on the Textiles Technology in Medieval South India', in *the Proceedings of the Indian History Congress,* Waltair, 1979, pp. 453-454.

Vimala Begley and R.D.De Puma, eds., *Rome and India:The Ancient Trade,* Madison, 1991.

..., ed., *The Ancient Port of Arikamedu-1,* Ecole Francaise d' Extreme Orient, Pondicherry, 1996.

Warmington, E.H., *The Commerce between the Roman Empire and India,* Delhi, 2ed., 1974.

Wheeler, R.E.M., 'Brahmagiri and Chandravalli 1947: Megalithic and Other Cultures in the Chitaldurg District, Mysore State', in *Ancient India,* vol.4, 1946, Archaeological Survey of India, New Delhi, pp.181-308.

Wheeler, R.E.M., A.Ghosh and Krishan Deva, 'Arikamedu: An Indo-Roman Traditing-station on the East Coast of India', in *Ancient India,* vol.2, Archaeological Survey of India, New Delhi, 1946.

Wilson, M., *A Comprehensive Tamil and English Dictionary,* 1862, p.63.

Yazdani, G., ed., *The Early History of Deccan,* Oxford University Press, London, 1960.

Yoji Aoyagi and Yoh Kanazawa, 'Chinese Ceramics Discovered at East Coast in South India', *Trade Ceramics Studies,* no.8, Tokyo, 1988, (in Japanese), pp. 88-100.

Yule, Henry, *Cathy and the Way Thither: Being a Collection of Medieval Notices of China,* 4 vols. 1913-16, London, pp.111-251.

நிலப்படம் 1

நிலப்படம்:1. உற்பத்தி முனையங்களும் சந்தைகளும் (வட தமிழகம்)

நிலப்படம் 2

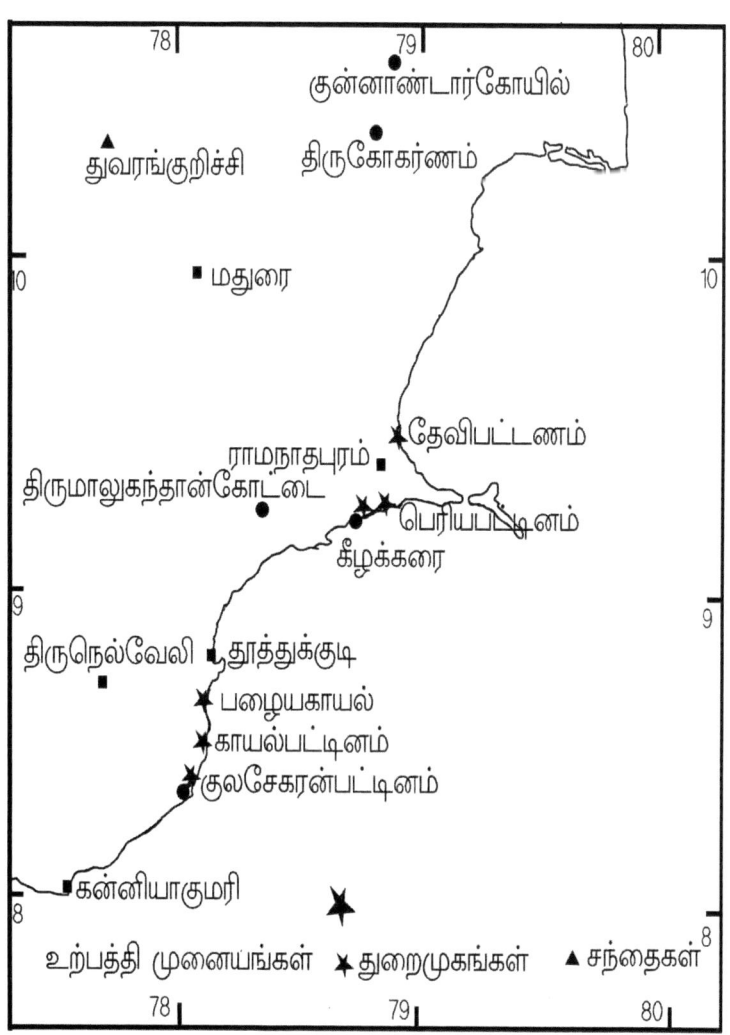

நிலப்படம்:2. உற்பத்தி முனையங்களும் சந்தைகளும் (தென் தமிழகம்)

நிலப்படம் 3

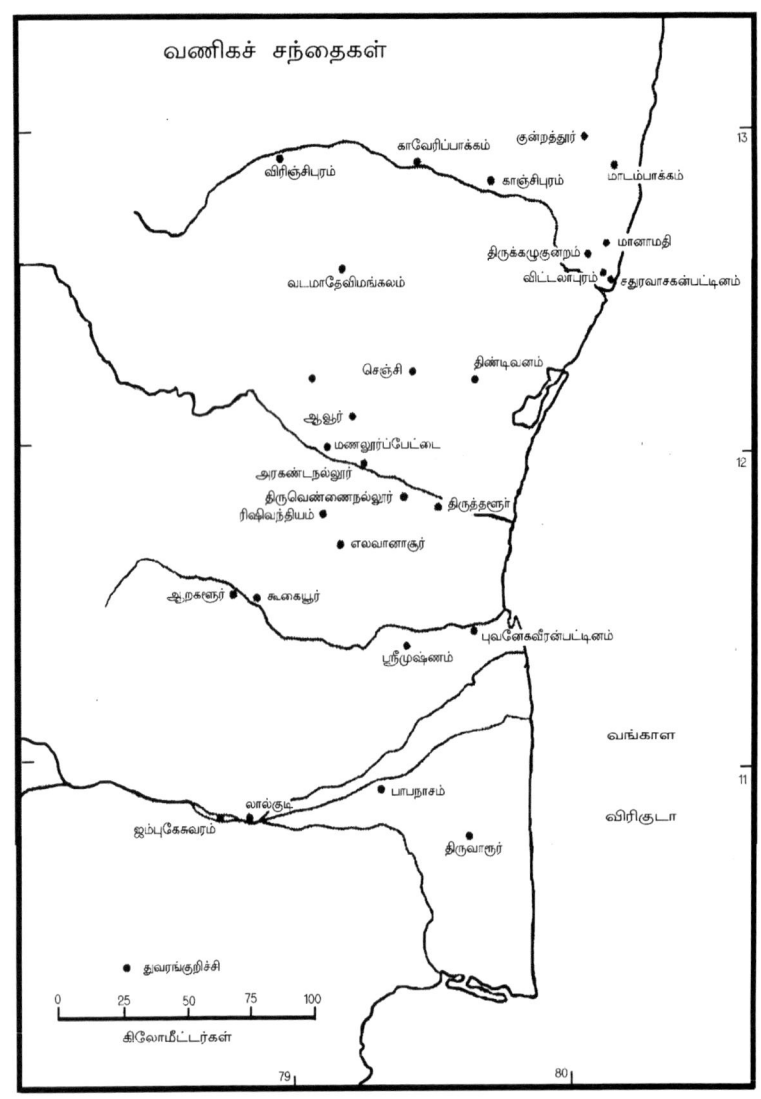

நிலப்படம்:3. வணிகச் சந்தைகள்

நிலப்படம் 4

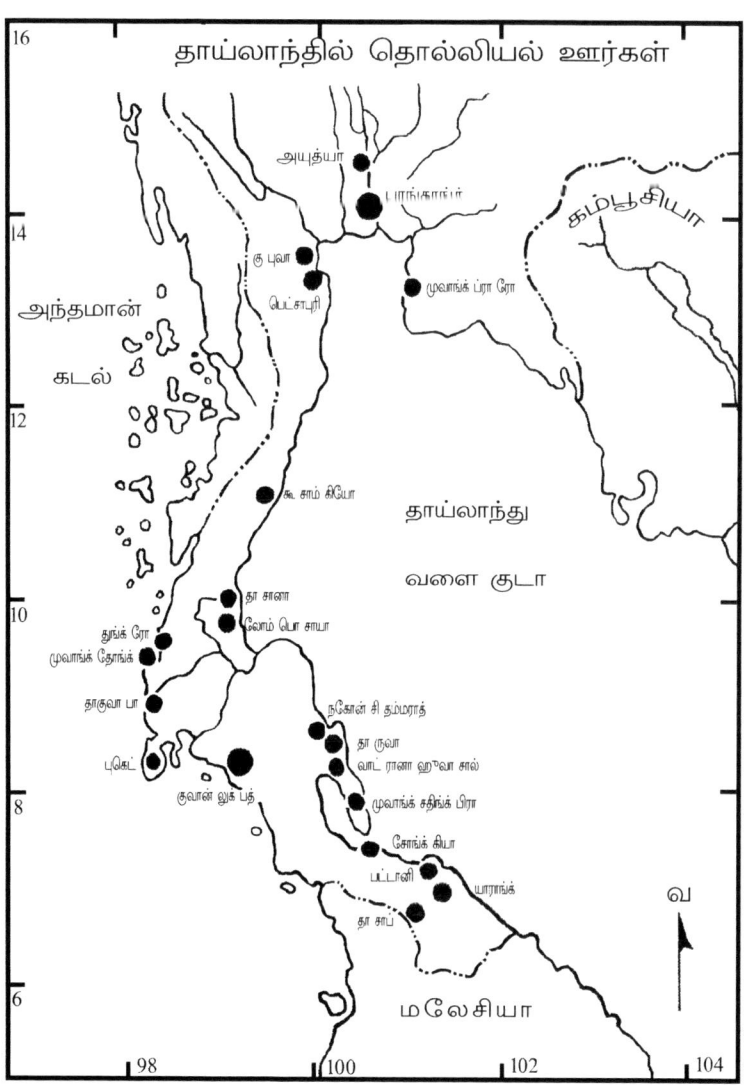

நிலப்படம்:4. தாய்லாந்தில் தொல்லியல் ஊர்கள்

நிலப்படம் 5

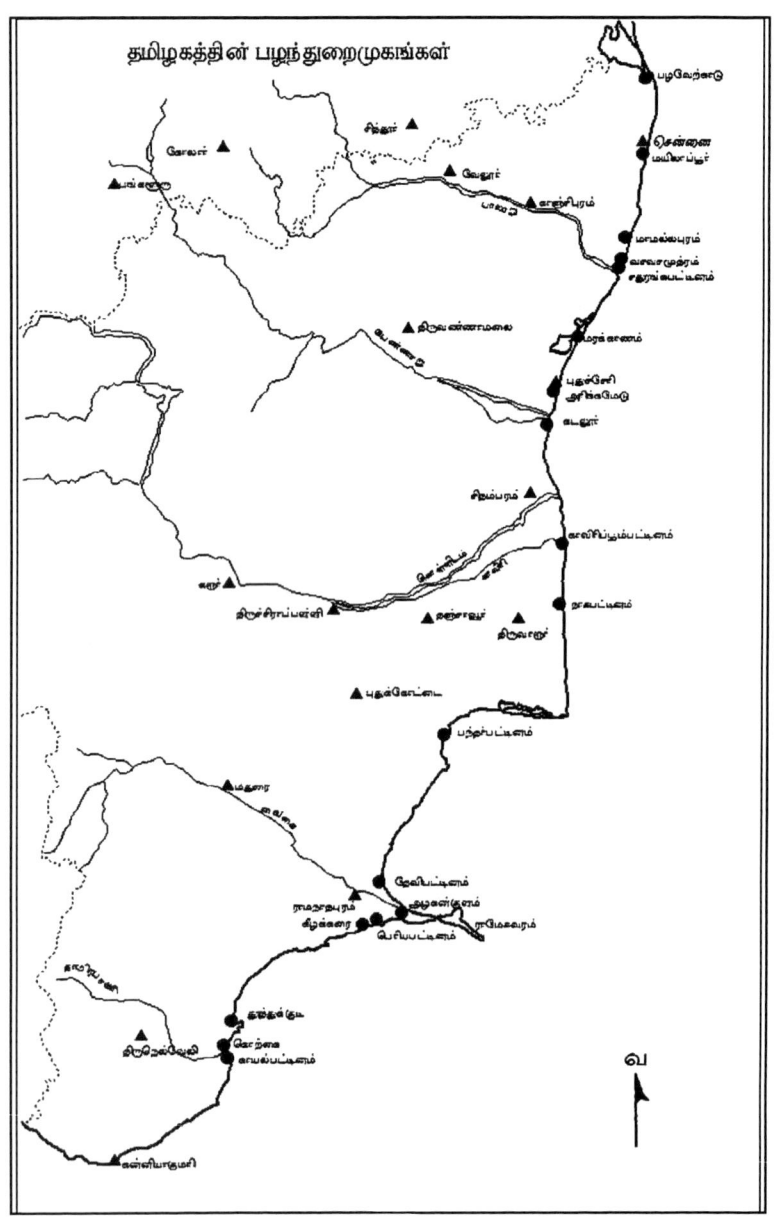

நிலப்படம்: 5. தமிழகத்தின் பழந்துறைமுகங்கள்

நிலப்படம் 4

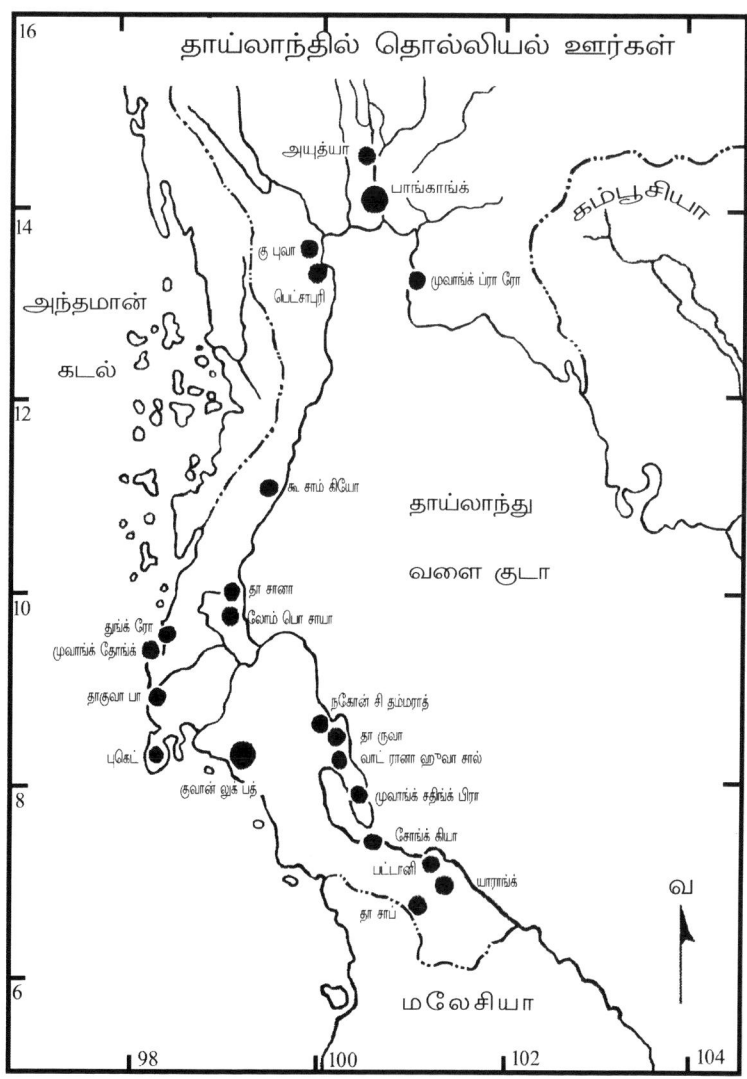

நிலப்படம்:4. தாய்லாந்தில் தொல்லியல் ஊர்கள்

ப.சண்முகம் ● 377

நிலப்படம் 5

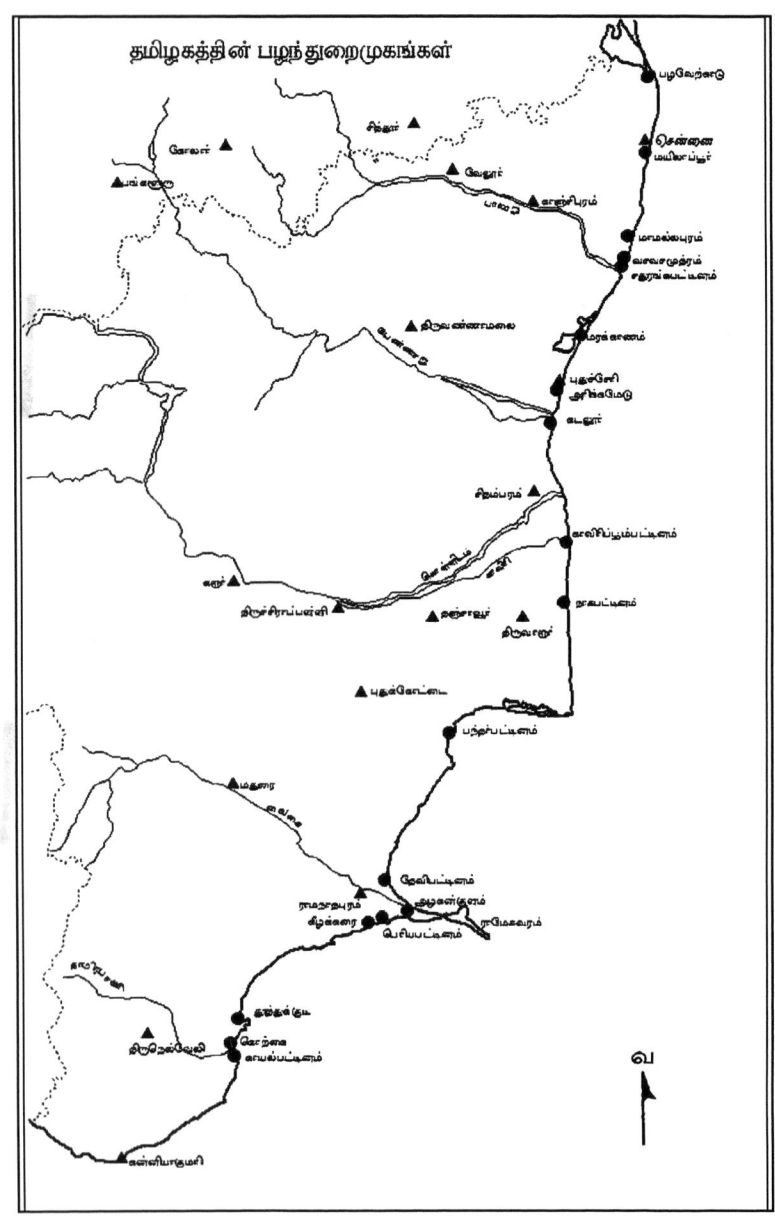

நிலப்படம்: 5. தமிழகத்தின் பழந்துறைமுகங்கள்

படம் 1

படம்: 1

1. தொல்பழங்காலக் கற்கருவிகள்

2. புதுக் கற்காலக் கோடரிகள்

படம் 2

மண்பாண்ட வகைகள்

படம் 3

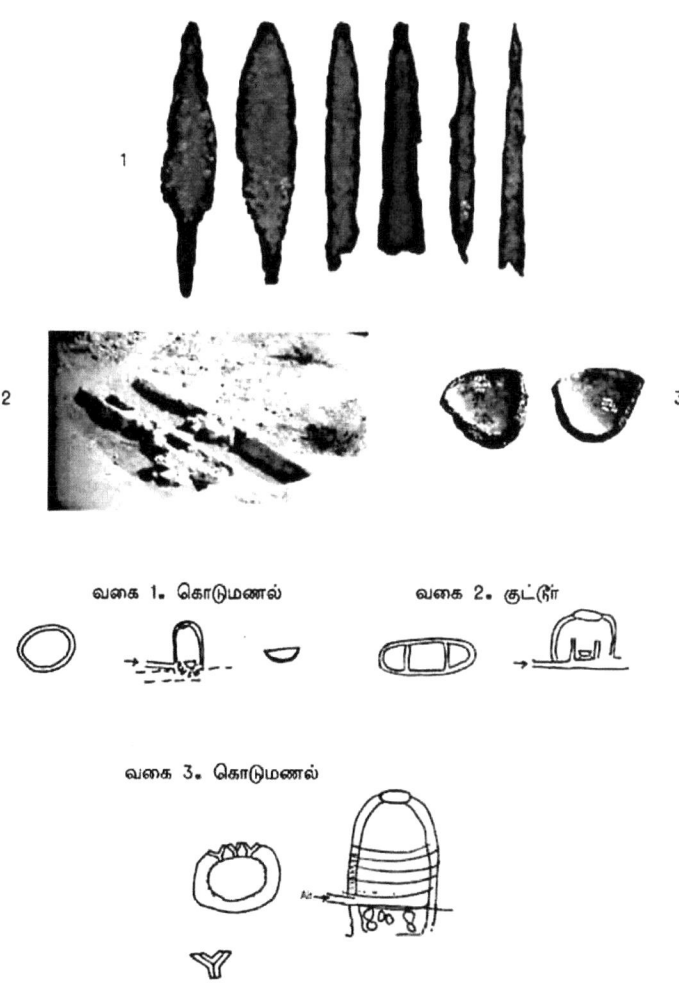

1.இரும்பு கருவிகள், 2. இரும்பு உருக்கு உலை,
3. மண்கல புடம், 4. உருக்கு உலை வகைகள்

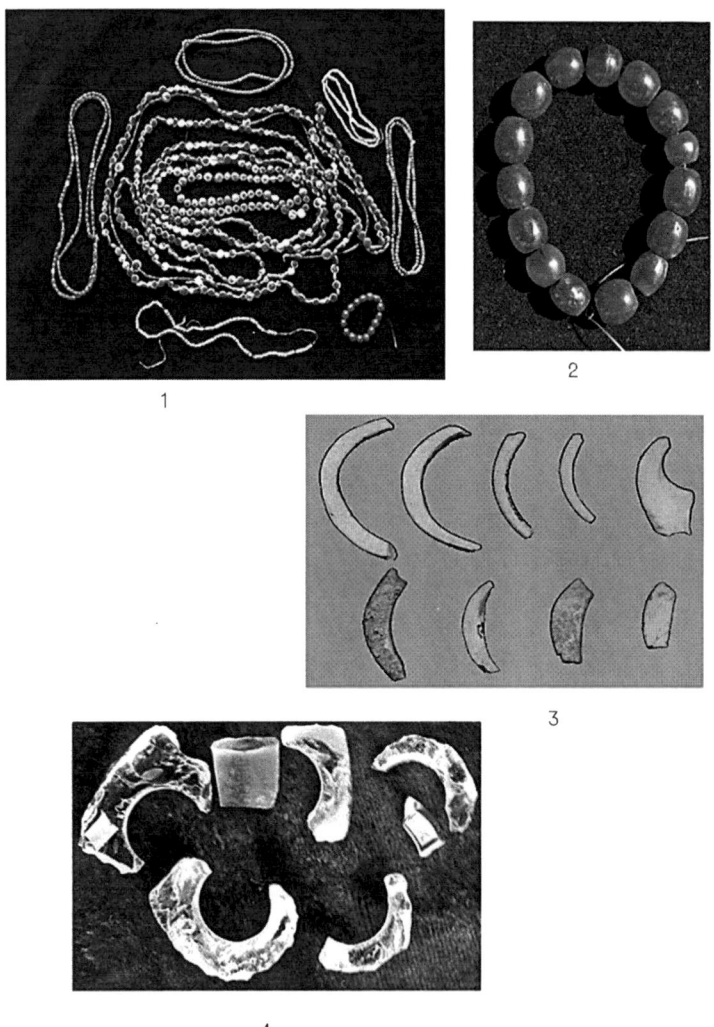

1

2

3

4

1–2.சூது பவளம், கண்ணாடி மணிகள், 3.சங்கு வளையல்கள், 4.அறுக்கப்பட்ட பளிங்கு கற்கள்

படம் 5

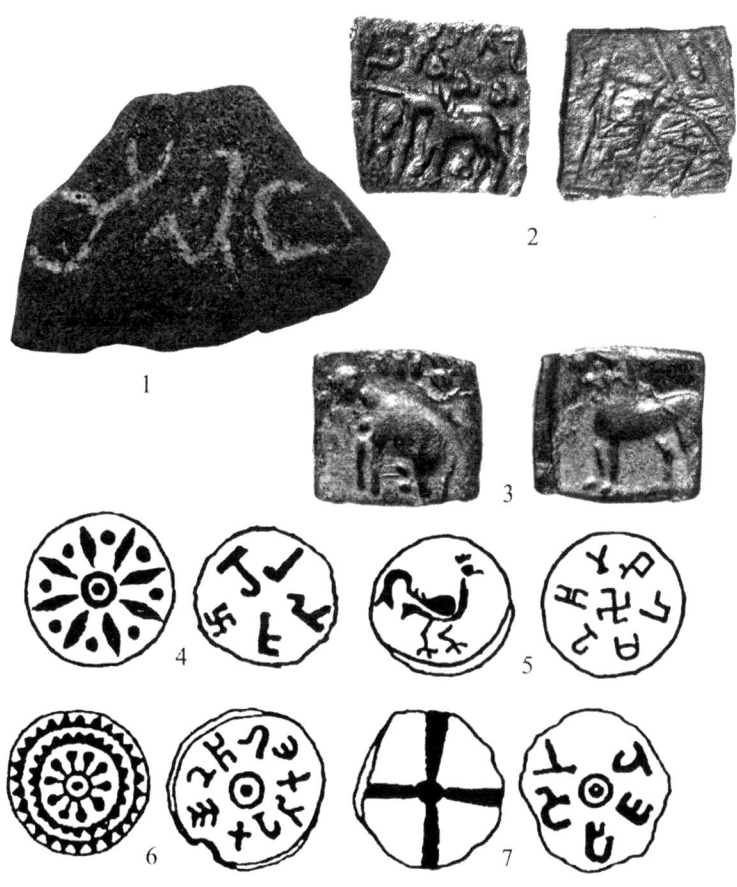

2

1

3

4

5

6

7

இலங்கையில் கண்டெடுத்த தொல்பொருள்கள்

1.தமிழ்-பிராமி கீரல் உள்ள பானைச் சில்லு, 2.பாண்டியர் பெருவழுதி காசு, 3.சங்கச் சோழர் காசு, 4-7. உதிரன், மலஸாத அன், கபதி கடல அன், திஸ பிடன் காசுகள்

படம் 6

தாய்லாந்தில் கண்டெடுத்த தொல்பொருள்கள்
1. பொன் உரைகல், 2. தமிழ்-பிராமி கீறல்களுடைய பானைச் சில்லு,
3. சங்க காலச் சோழர் காசு, 4. பல்லவர் காசு

படம் 7

செங்கடல் துறைமுகங்களில் கண்டெடுத்த தமிழ் பிராமி
கீறல்களுடைய பானைச் சில்லுகள்
1-3. குவைசர் எல் காதிம், 4. பெரணிகே

படம் 8

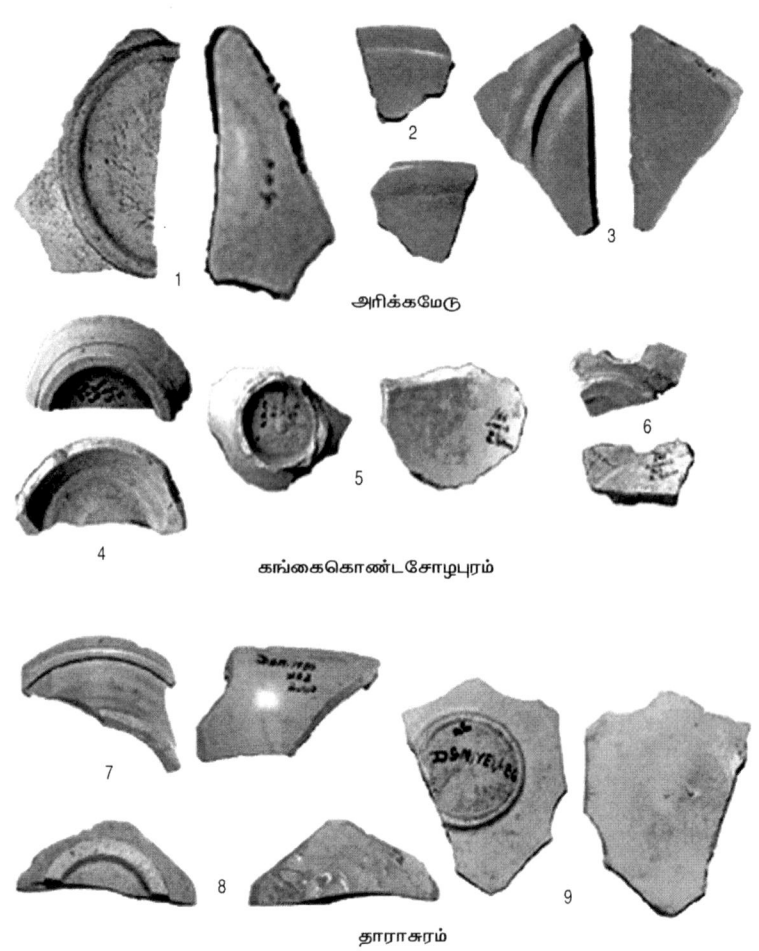

அரிக்கமேடு

கங்கைகொண்டசோழபுரம்

தாராசுரம்

தமிழ்நாட்டில் கண்டெடுக்கப்பட்ட சீனப் பீங்கான்கள்

படம் 9

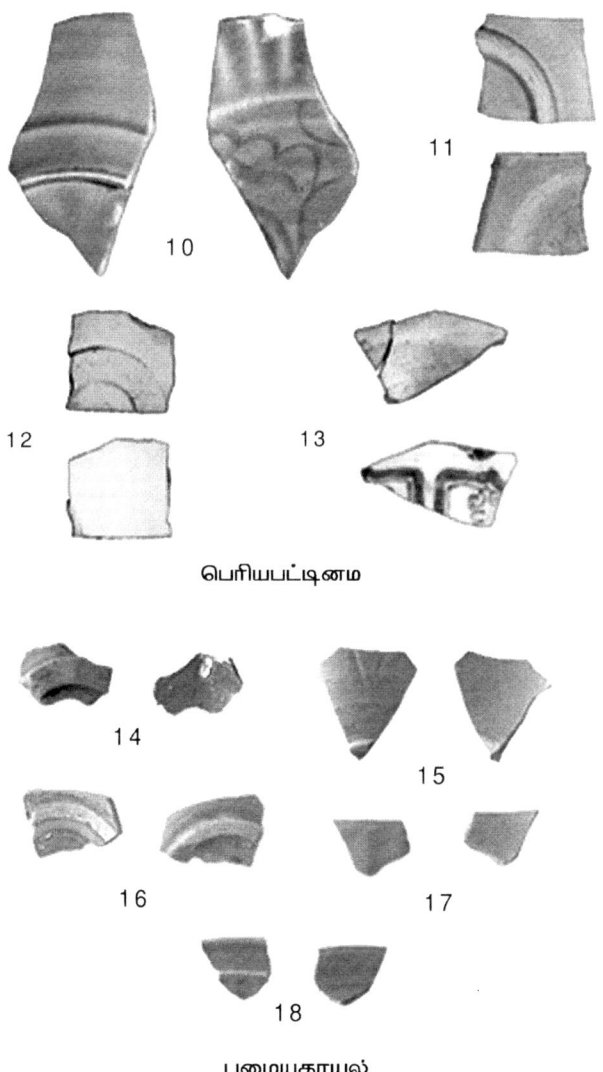

பெரியபட்டினம

பழையகாயல்

தமிழ்நாட்டில் கண்டெடுக்கப்பட்ட சீனப் பீங்கான்கள்